കയ്യൂർ സമരം:

പോരാട്ടത്തിന്റെ കനൽചിന്ത്

kayyur samaram:
porattathinte kanalchinth

•

editors
dr. c balan, k p venugopalan

•

first edition
march 2019

•

second edition
march 2020

•

typesetting & published
chintha publishers, thiruvananthapuram

•

•

cover
vinod

•

Rights reserved

Distribution

DESHABHIMANI BOOK HOUSE

H O Thiruvananthapuram 695035
phone: 0471-2303026, 6063026
Email: chinthapublishers@gmail.com
Website: www.chinthapublishers.com

Branch

Head Office Kunnukuzhi • Statue Thiruvananthapuram • KSRTC Bus Station Alappuzha • KSRTC Bus Station Ernakulam • Machingal Lane Thrissur • IG Road Kozhikode • Mavoor Road Kozhikode • NGO Union Building Kannur • Central Bus Terminal Complex Thavakkara Kannur

CR - 2239 / 5305
ISBN - 978-93-88485-39-5

കയ്യൂർ സമരം:
പോരാട്ടത്തിന്റെ കനൽചിന്ത്

എഡിറ്റേഴ്സ്

ഡോ. സി. ബാലൻ

കെ.പി. വേണുഗോപാലൻ

ചിന്ത പബ്ലിഷേഴ്സ്

തിരുവനന്തപുരം-695 035

ഉപദേശകസമിതി

പി.കരുണാകരൻ എം.പി.
എം.വി. ബാലകൃഷ്ണൻ മാസ്റ്റർ
കെ.പി. സതീഷ്ചന്ദ്രൻ
എം.രാജഗോപാലൻ എം.എൽ.എ
ഡോ: വി.പി.പി. മുസ്തഫ
പി. ജനാർദ്ദനൻ

എഡിറ്റോറിയൽ ബോർഡ്

കെ.പി. വത്സലൻ
കെ. സുധാകരൻ
എം. ബാലകൃഷ്ണൻ
കയനി കുഞ്ഞിക്കണ്ണൻ
എം. ശാന്ത
എം. രാജീവൻ
ടി. ദാമോദരൻ
കെ. രാധാകൃഷ്ണൻ
പി.വി.കെ. പനയാൽ
ഡോ. പി. പ്രഭാകരൻ
പ്രൊഫ: വി.കുട്ട്യൻ
കെ.പി. വേണുഗോപാലൻ (എഡിറ്റർ)
ഡോ: സി. ബാലൻ (എഡിറ്റർ)

ഉള്ളടക്കം

കയ്യൂർ ജ്വലിക്കുന്ന ഓർമ്മയായി
എരിയുന്ന കനലായി
ആത്മരോഷമുണർത്തുന്ന കവിതയായി
ആവേശം പകരുന്ന കഥകളായി
നമ്മളിൽ നിറഞ്ഞുനിൽക്കുന്നു
എല്ലാ നെറികേടുകൾക്കും
അടിച്ചമർത്തലുകൾക്കുമെതിരെ
പൊരുതാൻ കയ്യൂർ രക്തസാക്ഷികളുടെ
ഓർമ്മകൾ നമുക്ക് കരുത്ത് പകരുന്നു.

പ്രസാധകക്കുറിപ്പ്

ബ്രിട്ടീഷ് സാമ്രാജ്യത്വത്തിനും അവരുടെ കൂട്ടാളികളായ ജന്മി നാടുവാഴിത്ത വാഴ്ചയ്ക്കുമെതിരെ നടന്ന വിവിധ സമരധാരകളിൽ സാമാന്യ ജനവിഭാഗങ്ങളും കർഷകരും നടത്തിയ ചെറുത്തുനില്പുകൾക്കും പ്രതിഷേധപ്പോരാട്ടങ്ങൾക്കുമാണ് ഏറെ പ്രാമുഖ്യം നൽകപ്പെടുന്നത്. ആ അർത്ഥത്തിൽ കയ്യൂർ സമരത്തിനും സഖാക്കൾക്കും രക്തസാക്ഷിത്വത്തിനും ലോകവിമോചന പോരാട്ടങ്ങളുടെ ചരിത്രത്തിൽ അനിഷേദ്ധ്യമായ ഒരു സ്ഥാനമുണ്ട്.

കയ്യൂർ സമരത്തെക്കുറിച്ച് ചരിത്രത്തിൽ നിരവധി രേഖപ്പെടുത്തലുകൾ നടത്തിയിട്ടുണ്ട്. എങ്കിലും പിന്നീട് ലഭ്യമായ ചരിത്രരേഖകളുടെ അടിസ്ഥാനത്തിൽ കയ്യൂർ സമരചരിത്രം ഒരു പുസ്തകമായി പ്രസിദ്ധീകരിക്കുകയാണ്. ചരിത്രകാരന്മാരുടെയും സാമൂഹ്യരാഷ്ട്രീയ പ്രതിനിധികളുടെയും ചരിത്രവിദ്യാർത്ഥികളുടെയും ഒരു കൂട്ടായ്മയാണ് പുസ്തകനിർമ്മിതി പൂർത്തിയാക്കിയത്. ഒരു പ്രസ്ഥാനത്തിന്റെ ചരിത്രം സത്യസന്ധവും മികവുറ്റതുമാകുന്നത് അത് ഒരു കൂട്ടായ്മയുടെ ഉല്പന്നം ആകുമ്പോഴാണ്. കയ്യൂർസമര ചരിത്രം ഇതിന് ഒരു മികച്ച ഉദാഹരണമാവുന്നു.

കയ്യൂർ സമരം: പോരാട്ടത്തിന്റെ കനൽചിന്ത് എന്ന ഈ പുസ്തകം തികഞ്ഞ ഉത്തരവാദിത്തബോധത്തോടെ ഞങ്ങൾ പ്രസിദ്ധീകരിക്കുന്നു സദയം സ്വീകരിക്കുക.

ചിന്ത പബ്ലിഷേഴ്സ്

COMMUNIST PARTY OF INDIA (MARXIST)
Central Committee
General Secretary : Sitaram Yechury

March 11, 2019

It is indeed appropriate that a history of the events that led to the legendry Kayyur martyrdom is being published on the occasion of its 76th anniversary.

On 29th March 1943 four young Communists-Kunhambu, Appu, Abu Bakar and Chirukandan- hanged in the Cannanore(Kannur) central jail on charges of conspiracy against British colonial rule. They were implicated in a case in which a police constable died for which they were awarded death sentence.

The then General Secretary of the Communist Party of India, Com. P.C.Joshi who visited these comrades in jail, before the execution, along with Com. P. Sundaraiah and Com.P.Krishna Pillai. Lobur Monthly, in August 1943, published Com. P.C joshi's account of his interview with the Kayyur Heroes on the eve of their execution. Com. P.C Joshi records their dedication to the Communist cause, India's freedom and the heroism of these comrades who embraced the gallows confident that their death at the hands of the imperialists would further galvanize the revolutionary movement in India.

Indeed, it had. The Kayyur Martyrdom continues to remain, till date, the source of powerful inspiration for all those fighting against imperialism and for socialism.

I am glad that this glorious record of history is being published. This will be immensely inspiring for the current generation of Communist youth.

Long Live Kayyur Martyrs.

Sitaram

(Sitaram Yechury)
General Secretary

PS: I would like to suggest you to re-print the account given by Com.P.C. Joshi of his interview with the Kayyur Martyrs. It is available in *Lobor Monthly* archives.

A K Gopalan Bhawan, 27-29 Bhai Vir Singh Marg, New Delhi 110001
23344918, 23364165, 23363692, 23747435, 23747436

കമ്മ്യൂണിസ്റ്റ് പാർട്ടി ഓഫ് ഇന്ത്യ (മാർക്സിസ്റ്റ്)
കേരള സംസ്ഥാന കമ്മിറ്റി

ഫോൺ: 0471-2305731, 2774500
ഫാക്സ്: 2307141
Email: akgcentre@gmail.com
എകെജി സെന്റർ
തിരുവനന്തപുരം-695 034

07.03.2019

സന്ദേശം

പാർട്ടി കയ്യൂർ ലോക്കൽ കമ്മിറ്റിയുടെ നേതൃത്വത്തിൽ കയ്യൂർ രക്ത സാക്ഷിത്വത്തിന്റെ 75-ാം വാർഷിക ദിനാചരണങ്ങളുടെ ഭാഗമായി കയ്യൂർ സംഭവത്തെ അടിസ്ഥാനമാക്കി കയ്യൂരിന്റെ പ്രാദേശിക ചരിത്ര രചനയ്ക്ക് ആരംഭം കുറിച്ചിരുന്നുവല്ലോ. ഈ വരുന്ന മാർച്ച് 29-ന് കയ്യൂർ രക്തസാക്ഷിത്വത്തിന്റെ 76-ാം വാർഷികദിനാചരണ വേദിയിൽ വെച്ച് ചരിത്ര പുസ്തകം പ്രകാശനം ചെയ്യുന്നുവെന്നറിഞ്ഞതിൽ അതിയായ സന്തോഷമുണ്ട്. ഈ മഹത് സംരംഭത്തിന് എന്റെ എല്ലാ ആശംസകളും നേരുന്നു.

അഭിവാദ്യങ്ങളോടെ,

കോടിയേരി ബാലകൃഷ്ണൻ

സ: ടി. ദാമോദരൻ
സെക്രട്ടറി
സി പി ഐ (എം) കയ്യൂർ ലോക്കൽ കമ്മിറ്റി
കാസർഗോഡ്

പുസ്തകത്തെക്കുറിച്ച്...

രണ്ട് നൂറ്റാണ്ടോളം കാലം ഇന്ത്യയേയും ഇന്ത്യൻ ജനതയേയും ചൂഷണം ചെയ്ത് കൊഴുത്ത് ബ്രിട്ടീഷ് സാമ്രാജ്യത്വത്തിനും അവർക്ക് സ്തുതി പാടി ജനജീവിതം ദുസ്സഹമാക്കിയ ജന്മി നാടുവാഴിത്ത വാഴ്ചയ്ക്കും എതിരെ നടന്ന വിവിധ സ്വാതന്ത്ര്യ സമരധാരകളിൽ ഏറ്റവും പ്രാമുഖ്യം നൽകപ്പെടുന്നത് സാമാന്യ ജനവിഭാഗങ്ങളായ കർഷകർ നടത്തിയ ചെറുത്തുനിൽപ്പുകൾക്കും പ്രതിഷേധപോരാട്ടങ്ങൾക്കും ആണ്. ആ നിലയിൽ നോക്കുമ്പോൾ കയ്യൂർ സംഭവത്തിനും കയ്യൂർ സഖാക്കളുടെ രക്തസാക്ഷിത്വത്തിനും ലോക ചരിത്രത്തിൽ അനിഷേദ്ധ്യമായൊരു സ്ഥാനമുണ്ട്.

കേരളത്തിലെ കമ്മ്യൂണിസ്റ്റ് കർഷകപ്രസ്ഥാനത്തെ അതിന്റെ ശൈശവ ദശയിൽത്തന്നെ പ്രചോദിപ്പിക്കാനും മഹാഭൂരിപക്ഷം വരുന്ന സാമാന്യജനങ്ങളെ പ്രത്യാശയോടെ ചെങ്കൊടിക്ക് കീഴിൽ അണിനിരത്താനും പ്രേരിപ്പിച്ച ചരിത്ര ദൗത്യവും കയ്യൂർ രക്തസാക്ഷിത്വം നിറവേറ്റിയിട്ടുണ്ട്.

തൂക്കുകയറിൽ പിടയുമ്പോഴും ഇൻക്വിലാബും, ജന്മിസാമ്രാജ്യത്വവിരുദ്ധ മുദ്രാവാക്യങ്ങളും മുഴക്കിയ കയ്യൂർ സഖാക്കൾ– മഠത്തിൽ അപ്പു, കോയിത്താറ്റിൽ ചിരുകണ്ടൻ, പള്ളിക്കാൽ അബൂബക്കർ, പൊടോരകുഞ്ഞമ്പു നായർ–രാജ്യം ഓർത്തു വെക്കേണ്ടുന്ന വിപ്ലവകാരികൾ തന്നെയാണ്.

കയ്യൂർ സമരത്തെക്കുറിച്ച് ചരിത്രത്തിൽ നിരവധി രേഖപ്പെടുത്തലുകൾ നടന്നിട്ടുണ്ട്. എങ്കിലും കുറച്ചുകൂടി സമഗ്രവും ആധികാരികമായും, ചരിത്രത്തിൽ കയ്യൂരിന്റെ പ്രാധാന്യം വെളിപ്പെടുത്തുന്ന വിധത്തിൽ

പിന്നീട് ലഭ്യമായ ചരിത്രരേഖകളുടെയും സമീപനങ്ങളുടേയും പിൻബലത്തിൽ കയ്യൂർ സമര ചരിത്രം ഒരു പുസ്തകമാക്കണമെന്നും തീരുമാനിക്കുകയുണ്ടായി. കയ്യൂർ രക്തസാക്ഷിത്വത്തിന്റെ 75–ാം വാർഷിക വേളയിൽ അത് പ്രസിദ്ധീകരിക്കണമെന്നും കമ്മ്യൂണിസ്റ്റ് പാർട്ടി ഓഫ് ഇന്ത്യ (മാർക്സിസ്റ്റ്) ന്റെ കയ്യൂർ ലോക്കൽ കമ്മിറ്റി 06.12.2017 ന് തീരുമാനിക്കുകയുണ്ടായി.

ഈ തീരുമാനം നടപ്പിലാക്കുന്നതിലേക്കായി പ്രമുഖരായ ചരിത്രകാരന്മാരുടെയും സാമൂഹ്യരാഷ്ട്രീയ പ്രതിനിധികളുടെയും ചരിത്രവിദ്യാർത്ഥികളുടെയെല്ലാം കൂട്ടായ്മ രൂപീകരിക്കുകയും സമരചരിത്ര രചനയുമായി മുന്നോട്ട് പോവുകയും ചെയ്തിട്ടുണ്ട്. എന്നാൽ അത്ര ലളിതവും ആയാസരഹിതവും ആയി നിർവ്വഹിക്കാൻ പറ്റുന്ന ഒന്നായിരുന്നില്ല ഇത്. അതുകൊണ്ടു തന്നെ സ്വാഭാവികമായും പുസ്തക നിർമ്മിതി നീണ്ടുപോകുകയും ഉദ്ദേശിച്ച സമയത്തിനകത്ത് പൂർത്തീകരിക്കാൻ കഴിയാതെ വരികയും ചെയ്തിട്ടുണ്ട്.

പുസ്തകം ഈ രൂപത്തിൽ എത്തിക്കുന്നതിൽ പലരും ഞങ്ങളെ സഹായിച്ചിട്ടുണ്ട്. എം. രാജഗോപാലൻ എം.എൽ.എ, പി.വി.കെ. പനയാൽ, ഡോ. പി. പ്രഭാകരൻ, പ്രൊഫ. വി. കുട്ട്യൻ, ഡോ. സി. ബാലൻ, വേണുഗോപാലൻ കെ.പി, എം. ബാലകൃഷ്ണൻ, രാധാകൃഷ്ണൻ കെ. എന്നിവരോട് ഞങ്ങൾക്കുള്ള കൃതജ്ഞത രേഖപ്പെടുത്തുന്നു. പുസ്തകരചനയുമായി ബന്ധപ്പെട്ട് കയ്യൂർ, പാലായി, കൊടക്കാട്, എളേരി, ചെറുവത്തൂർ, കിനാനൂർ, പിലിക്കോട്, തിമിരി, നീലേശ്വരം, ക്ലായിക്കോട് എന്നീ പ്രദേശങ്ങളിലെ നല്ലവരായ വ്യക്തികളും സഖാക്കളും പ്രത്യേകിച്ച് സിപിഐ(എം) കയ്യൂർ ലോക്കൽ കമ്മിറ്റി അംഗങ്ങളും നൽകിയ സഹായം ഞങ്ങൾ നന്ദിപൂർവ്വം സ്മരിക്കുന്നു. പുസ്തകം പ്രസിദ്ധീകരിക്കാൻ തയ്യാറായ ചിന്ത പബ്ലിഷേഴ്സിനോടുള്ള കടപ്പാട് ഇവിടെ രേഖപ്പെടുത്തുന്നു.

എങ്കിലും നാം ഒരിക്കൽക്കൂടി കയ്യൂർ രക്തസാക്ഷിത്വ വാർഷികം ആചരിക്കുന്ന വേളയിൽ 2019 മാർച്ച് 29–ാം തീയതി കയ്യൂർ സമരചരിത്രത്തിന്റെ വീരഗാഥ പറയുന്ന പുസ്തകം വായനാലോകത്തിന് സമർപ്പിക്കുകയാണ്. കയ്യൂർ സഖാക്കളുടെ സ്മരണ എക്കാലവും ദീപ്തമാക്കാൻ ഈ പുസ്തകത്തിന് കഴിയുമെന്ന് പ്രതീക്ഷിക്കുന്നു.

കയ്യൂർ
10.01.2019

സംഘാടകസമിതിക്കുവേണ്ടി
ടി. ദാമോദരൻ
സെക്രട്ടറി
CPI(M) കയ്യൂർ ലോക്കൽ കമ്മിറ്റി

ആമുഖം

കയ്യൂർ രക്തസാക്ഷിത്വത്തിന്റെ എഴുപത്തിയാറാം വാർഷികം ആച രിക്കുന്ന സന്ദർഭത്തിലാണ് ഈ പുസ്തകം പ്രസിദ്ധീകരിക്കുന്നത്. രക്ത സാക്ഷിത്വത്തിന്റെ ഓർമ്മ പുതുക്കുന്നതിലൂടെ നാം കയ്യൂരിന്റെ ഭൂതകാ ലത്തെ വർത്തമാനകാലത്തിലേക്ക് കൊണ്ടുവരികയാണ് ചെയ്യുന്നത്. കയ്യൂരിന്റെ ഭൂതകാലത്തെ ഓർക്കുന്നതിലൂടെ നാം കയ്യൂരിന്റെ സമരപോ രാട്ടങ്ങളെയും അവരുടെ അനുഭവങ്ങളെയും ത്യാഗത്തേയും അവരെ പോരാടാൻ പ്രേരിപ്പിച്ച പ്രത്യയശാസ്ത്ര പരിസരത്തേയും ഒരിക്കൽക്കൂടി പരിശോധിക്കുകയും സമകാലിക സമരങ്ങളെ അവ എങ്ങനെ പ്രചോദി പ്പിക്കുകയും ചെയ്യുന്നുവെന്ന അന്വേഷണം നടത്തുകയും ചെയ്യുന്നു. സ്വാതന്ത്ര്യത്തിനും മണ്ണിന്റെ മേലുള്ള അവകാശത്തിനും വേണ്ടിയുള്ള സമരം കേവലം ഭൂതകാല ഓർമ്മമാത്രമല്ല അത് ഇപ്പോഴും നിരന്തര മായി നടന്നുവരുന്ന പ്രക്ഷോഭം കൂടിയാണെന്ന ചിന്ത ചിലപ്പോൾ നമ്മെ അലോസരപ്പെടുത്തും.

കയ്യൂർ കേരളത്തിലെ രാഷ്ട്രീയ നവോത്ഥാനത്തിന്റെ ആരംഭമാ ണ്. നിലനില്പിനുവേണ്ടി ഒരു ജനത സംഘടിച്ചു ശക്തരായതിന്റെ പ്രഖ്യാപനമാണ് കയ്യൂർ. എന്താണ് കയ്യൂരിന്റെ പ്രാധാന്യവും പ്രസ ക്തിയും? രണ്ടാം ലോക മഹായുദ്ധം നടക്കുന്ന പശ്ചാത്തലത്തിൽ സാമ്രാജ്യത്വവിരുദ്ധ സമരം ശക്തമായി നടന്നുവന്ന സന്ദർഭത്തിലാണ് കയ്യൂരിലെ നാല് ചെറുപ്പക്കാർ രക്തസാക്ഷികളാകുന്നത്. ഭൂമിയിൽ തങ്ങ ളുടെ അവകാശം സംരക്ഷിക്കുന്നതിനുവേണ്ടിയുള്ള പോരാട്ടത്തിന്റെ ഭാഗ മായിട്ടാണ് ജന്മിത്വത്തിനും അവരുടെ സംരക്ഷകരായ കൊളോണിയൽ ഭരണകൂടത്തിനുമെതിരായി കയ്യൂരിലെ ജനങ്ങൾ ചെറുത്ത് നില്പ് നടത്തി യത്. സാമ്രാജ്യത്വവിരുദ്ധസമരം ജന്മിത്വവിരുദ്ധസമരവുമായി ഇഴചേർന്ന്

പോകുകയായിരുന്നു. മഠത്തിൽ അപ്പു, കോയിത്താറ്റിൽ ചിരുകണ്ഠൻ, പൊടോര കുഞ്ഞമ്പുനായർ, പള്ളിക്കാൽ അബുബക്കർ എന്നിവർ ഇന്ത്യയിലെ സാമ്രാജ്യത്വ വിരുദ്ധ സമരത്തിലെ ആദ്യത്തെ കർഷക രക്തസാക്ഷികളാണ്.

കൊളോണിയൽ ഭരണകൂടം നടപ്പാക്കിയ റയത്‌വാരി സമ്പ്രദായം ആധുനിക പൂർവ്വ കാസർകോടൻ ഗ്രാമങ്ങളിൽ നിലവിലുണ്ടായിരുന്ന കാർഷിക ബന്ധങ്ങളെ തലകീഴ്മേൽ മറിക്കുകയും യഥാർത്ഥ കർഷകർക്ക് ഭൂമിയിലുള്ള അവകാശം നഷ്ടപ്പെടുന്നതിനിടയാക്കുകയും ചെയ്തു. കർഷകരുടെ ദരിദ്രവൽക്കരണത്തിന് ഇത് വഴി തെളിയിച്ചു. വൻകിട ജന്മിമാർ പാട്ടക്കുടിയന്മാരെ നിർദ്ദയമായി ചൂഷണം ചെയ്തു. ദാരിദ്ര്യവും അടിച്ചമർത്തലുംകൊണ്ട് വീർപ്പുമുട്ടി കഴിഞ്ഞ ഒരു ജനതയ്ക്ക് പ്രതീക്ഷ നൽകി കർഷക സംഘം കയ്യൂരിൽ നിലവിൽവന്നു. സംഘം കർഷകർക്ക് ആത്മവിശ്വാസം നൽകി. സ്വാതന്ത്ര്യത്തെയും അവകാശങ്ങളെയും സംബന്ധിച്ച പുതിയ അവബോധം സൃഷ്ടിച്ചു. സംഘടിക്കുന്നതിന്റെ പ്രാധാന്യവും പ്രസക്തിയും കർഷകർ മനസ്സിലാക്കി. ജാതീയമായ ശ്രേണീവ്യവസ്ഥ സൃഷ്ടിച്ച പരസ്പര അകൽച്ചയും ധ്രുവീകരണവും വരേണ്യവിഭാഗത്തിന്റെ താല്പര്യസംരക്ഷണത്തിന്റെ ഭാഗമാണെന്ന് കർഷകർ തിരിച്ചറിഞ്ഞു. കർഷകസംഘം ഗ്രാമങ്ങളിൽ സാമുദായിക മാറ്റത്തിന്റെ ചാലക ശക്തിയായിമാറി. ദേശീയ പ്രസ്ഥാനവും കമ്മ്യൂണിസ്റ്റ് പ്രസ്ഥാനവും സാമ്രാജ്യത്വവിരുദ്ധ സമരങ്ങളിൽ ബഹുജനങ്ങളെ അണിനിരത്തി. ക്രമേണ എഴുത്തും വായനയുമറിയാത്ത കർഷകരിലും രാഷ്ട്രീയബോധം വളർന്നുവരാൻ തുടങ്ങി. കയ്യൂരിലെ ജനങ്ങളുടെ ദാരിദ്ര്യത്തിനും കഷ്ടപ്പാടിനും ഉത്തരവാദി സാമ്രാജ്യത്വവും ജന്മിത്വവുമാണെന്ന് അവർ പഠിച്ചു. ഈ രണ്ട് ശക്തികളെയും തകർക്കുന്നതിലൂടെ കർഷകർക്ക് വിമോചനം സാദ്ധ്യമാകുമെന്നും ദാരിദ്ര്യവും കഷ്ടപ്പാടും അവസാനിക്കുമെന്നും അവർ പഠിച്ചു. അതിനുവേണ്ടി അവർ കോൺഗ്രസ്സിൽ ചേർന്നു. ഒപ്പം കർഷക സംഘത്തിലും. സംഘം അവർക്ക് പുതിയ പ്രതീക്ഷയും പുതിയ രാഷ്ട്രീയബോധവും നൽകി. അവർ സംഘത്തിന്റെ പ്രവർത്തകരായി മാറി. ജാഥകളിൽ പങ്കെടുത്തു. ജന്മിത്വത്തിനും സാമ്രാജ്യത്വത്തിനുമെതിരെ ഉച്ചത്തിൽ മുദ്രാവാക്യം വിളിച്ചു. നേതാക്കളുടെ പ്രസംഗങ്ങൾ കേട്ടു. ജന്മിയെയും കാര്യസ്ഥന്മാരെയും കാണുമ്പോൾ മുട്ടുവിറയ്ക്കുന്ന കുടിയാന്മാർ പഴങ്കഥയായിമാറി. ഇത്തരത്തിലുള്ള രാഷ്ട്രീയബോധമാണ് കയ്യൂരിൽ കർഷകരെ സമരരംഗത്തേക്ക് നയിച്ചത്. പുതിയ രാഷ്ട്രീയത്തിന്റെ കടന്നുവരവാണ്, കർഷകരുടെ പൊരുതാനുള്ള മനസ്സാണ് ജന്മിത്വത്തിനും സാമ്രാജ്യത്വത്തിനും എതിരെ പോരാട്ടം നടത്തുവാൻ സംഘത്തെ പ്രചോദിപ്പിച്ചത്.

ഈ പോരാട്ടം ലോകമെമ്പാടുമുള്ള മർദ്ദിത ജനവിഭാഗത്തിന് പുതിയ ഉണർവ്വ് നൽകി. കർഷകസമരത്തിന് പുതിയ ദിശാബോധം നൽകി. മർദ്ദകർക്കെതിരെ സമരം ചെയ്താലേ ചൂഷണമുക്തരാകുവാൻ കഴിയുക

യുള്ളുവെന്ന സന്ദേശം കയ്യൂർ സമരം നൽകുന്നു. അതിനാൽ കയ്യൂർ എന്നും വഴികാട്ടിയാണ്. നവ മുതലാളിത്തം പുതിയ നിക്ഷേപ സാധ്യതകൾ തേടി ഭൂമണ്ഡലമാകെ പരക്കം പായുകയും ചൂഷണത്തിന് അതിരുകളില്ലാതാവുകയും ചെയ്യുന്ന വർത്തമാനകാലത്ത് കയ്യൂർ നമ്മോട് സമരം ചെയ്യാൻ ആവശ്യപ്പെടുന്നു. തങ്ങളുടെ ജീവിതത്തിലേക്ക് ദുരിതങ്ങളും ദുരന്തങ്ങളും പേമാരിപോലെ പെയ്തിറങ്ങുമ്പോൾ സമരമല്ലാതെ വേറെ മാർഗ്ഗമില്ല എന്ന് കയ്യൂരിനെക്കുറിച്ചുള്ള ഓർമ്മ നമ്മെ ബോധ്യപ്പെടുത്തുന്നു. അതുകൊണ്ടാണ് ലോകമെമ്പാടുമുള്ള വിപ്ലവകാരികൾ ആവേശപൂർവ്വം കയ്യൂരിനെ പഠിക്കാൻ ശ്രമിക്കുന്നത്. വ്യവസ്ഥിതിക്കെതിരെ പൊരുതുന്നവർക്ക് കയ്യൂർ എപ്പോഴും പ്രചോദനത്തിന്റെ സ്രോതസ്സാണ്.

കയ്യൂരിനെക്കുറിച്ച് അനവധി പുസ്തകങ്ങൾ പ്രസിദ്ധീകരിച്ചിട്ടുണ്ട്. സർവ്വകലാശാലയിൽ ഗവേഷണവിഷയമായി കയ്യൂർ സമരം മാറിയിട്ടുണ്ട്. അതിന്റെ ഫലമായി ഗവേഷണ പ്രബന്ധങ്ങൾ കയ്യൂരിനെ അടിസ്ഥാനമാക്കി വന്നു. ചിരസ്മരണയും ചാവേറും ഖനിജവുമുൾപ്പടെ നോവലുകൾ വന്നു. കവിതയും നാടകവും ഉണ്ടായി. സിനിമകളും സീരിയലുകളും മലയാളത്തിലും കന്നടയിലുമുണ്ടായി. ഇപ്പോഴും കയ്യൂർ പഠനവിധേയമാക്കിക്കൊണ്ടിരിക്കുന്നു. ഇത്തരം പഠനങ്ങളുടെ ഭാഗമായി പുതിയ തെളിവുകളും വസ്തുതകളും രംഗത്തുവരുന്നു. അവയെ ക്രോഡീകരിക്കുകയെന്ന ധർമ്മമാണ് ഇവിടെ നിർവ്വഹിക്കുന്നത്. ഇതും അവസാനവാക്കല്ല. ഇനിയും പുതിയ പഠനങ്ങളുണ്ടാകും. അതുവഴി പുതിയ വിവരവും നമുക്ക് ലഭിക്കും.

കയ്യൂരിനെക്കുറിച്ച് ലഭ്യമായ എല്ലാ വസ്തുതകളും ശേഖരിച്ച് സമഗ്രമായ ഒരു പുസ്തകം പ്രസിദ്ധീകരിക്കണമെന്ന കയ്യൂർ ജനതയുടെ ആഗ്രഹത്തിന്റെ സഫലീകരണമാണ് ഈ പുസ്തകം. കമ്മ്യൂണിസ്റ്റ് (മാർക്സിസ്റ്റ്) പാർട്ടി കയ്യൂർ ലോക്കൽ കമ്മിറ്റി ഇതിന് മുൻകൈ എടുത്തു. വിപുലമായ സംഘാടക സമിതി വിളിച്ചുചേർത്ത് പ്രവർത്തനങ്ങളുടെ രൂപരേഖ തയ്യാറാക്കി. രക്തസാക്ഷികളടക്കമുള്ള കയ്യൂർ കേസ്സിലെ പ്രതികളുടെ വീടുകളിലെല്ലാം എത്തി കുടുംബങ്ങളെ കണ്ട് വർത്തമാനം പറഞ്ഞു. അതിലൂടെ വിവരശേഖരം നടത്തി.

അവരുടെ ഓർമ്മകൾ പുസ്തകത്തിന്റെ ഒരു പ്രധാന ഭാഗമാണ്. സഖാക്കൾ പി.സി.ജോഷിയും സുന്ദരയ്യും കൃഷ്ണപിള്ളയും കണ്ണൂർ സെൻട്രൽ ജയിലിൽ പ്രതികളെ സന്ദർശിക്കുവാൻ പോയപ്പോൾ അവരെ അനുഗമിച്ച ചിത്രകാരൻ തയ്യാറാക്കിയ കയ്യൂർ രക്തസാക്ഷികളുടെ ഫോട്ടോ ഈ പുസ്തകത്തിന്റെ പ്രത്യേകതയാണ്. കയ്യൂരിനെക്കുറിച്ച് ഡോ: കെ.കെ.എൻ കുറുപ്പ് എഴുതിയ *ദി കയ്യൂർ റയട്ട്*, വി.വി. കുഞ്ഞമ്പുവിന്റെ *കയ്യൂർ സമരം*, ഇ.പി. രാജഗോപാലനും ഡോ: സി.ബാലനും എഡിറ്റ് ചെയ്ത *കയ്യൂർ: അവസ്ഥയും ആഖ്യാനവും*, ഡോ. സി. ബാലൻ എഡിറ്റ് ചെയ്ത *വടക്കൻ പെരുമ*, ചൂരിക്കാടൻ കൃഷ്ണൻ നായരുടെ

തൂക്കുമരത്തിൽനിന്ന്, കൊട്ടറവാസുദേവിന്റെ *കയ്യൂരിന്റെ കഥ* തുടങ്ങിയ ഗ്രന്ഥങ്ങൾ ഈ പഠനത്തിന് ഉപയോഗിച്ചിട്ടുണ്ട്. അവരോടുള്ള ആദരവും കടപ്പാടും രേഖപ്പെടുത്തുന്നു.

സഖാക്കൾ ഇ.കെ.നായനാർ, കെ. മാധവൻ തുടങ്ങിയവരുടെ ആത്മകഥകളിലും കയ്യൂർ പ്രധാന അദ്ധ്യായങ്ങളാണ്. നിരഞ്ജനയുടെ 'ചിരസ്മരണ', പി.വി.കെ പനയാലിന്റെ *ധനിജം*, പി. വത്സലയുടെ *ചാവേർ* എന്നീ നോവലുകൾ കയ്യൂരിനെ അധികരിച്ച് എഴുതിയ കൃതികളാണ്.

പുസ്തകത്തിന്റെ കരട് വായിച്ചുനോക്കി ആവശ്യമായ നിർദ്ദേശങ്ങൾ നൽകിയ എം. കുഞ്ഞമ്പു പൊതുവാൾ, റെക്കോർഡ് ചെയ്ത സംഭാഷണങ്ങൾ ലേഖനമാക്കിത്തന്ന ഇ.കെ. സുനിൽകുമാർ നീലേശ്വരം, ഡി ടി പി ചെയ്ത ദേവിക എന്നിവരെ നന്ദിയോടെ ഓർക്കുന്നു. പുസ്തകത്തിന്റെ ലേ-ഔട്ടും മുഖചിത്രവും രൂപകല്പന ചെയ്ത എം.കെ. ജയരാജ് ശ്രീചിത്രയ്ക്ക് എഡിറ്റോറിയൽ ബോർഡിന്റെ നന്ദി.

ഈ പുസ്തകം സമഗ്രമല്ലെന്ന് ഞങ്ങൾ മനസ്സിലാക്കുന്നു. പുതിയ പഠനങ്ങൾക്ക് ഈ പുസ്തകം ഉപകരിക്കുമെന്ന് ഞങ്ങൾക്കുറപ്പുണ്ട്. പുസ്തകം ഈ രൂപത്തിലെത്തിക്കാൻ സഹായിച്ച എല്ലാവർക്കും നന്ദി...

എഡിറ്റോറിയൽ ബോർഡിന് വേണ്ടി
ഡോ: സി. ബാലൻ,
കെ.പി. വേണുഗോപാലൻ

കയ്യൂരിന്റെ ഭൂമിശാസ്ത്രം

കേരളത്തിന്റെ വടക്കെ അറ്റത്ത് സ്ഥിതിചെയ്യുന്ന കാസർകോട് ജില്ലയിലെ ഹോസ്ദുർഗ് താലൂക്കിൽപ്പെട്ട കയ്യൂർ ചീമേനി ഗ്രാമപഞ്ചായത്തിലെ ഗ്രാമമാണ് കയ്യൂർ. ദീർഘകാലം കാനറ ജില്ലയുടെയും പിന്നീട് ദക്ഷിണ കാനറ ജില്ലയുടെയും ഭാഗമായിരുന്നു കാസർകോട്. അത് മലബാർ ജില്ലയുടെ ഭാഗമായിരുന്നില്ല. മദ്രാസ് സംസ്ഥാനത്തിലെ ജില്ലകളായിരുന്നു ദക്ഷിണ കാനറയും മലബാറും. രണ്ട് ജില്ലകളിലെ ജനങ്ങളുടെ ജീവിതരീതിയിലും സംസ്കാരത്തിലും വൈവിദ്ധ്യം ധാരാളമായി കാണാം. ദക്ഷിണ കാനറ ജില്ലയുടെ ബന്ധം മുഴുവനും പഴയ മൈസൂർ സംസ്ഥാനവുമായിട്ടായിരുന്നു. ഭാഷാടിസ്ഥാനത്തിൽ സംസ്ഥാനങ്ങൾ പുനഃസംഘടിപ്പിച്ചപ്പോൾ ദക്ഷിണകാനറ കർണ്ണാടകയുടെ ഭാഗമായി നിൽക്കുകയും അതിലെ ഒരു താലൂക്കായ കാസർകോട് കേരളത്തിന്റെ

ഭാഗമായി മാറുകയും ചെയ്തു. കാസർകോടിന്റെ തെക്കേ അറ്റത്തുള്ള നീലേശ്വരം ഫർക്കയിൽപ്പെടുന്ന സ്ഥലമാണ് കയ്യൂർ. പഴയ മലബാറിനോട് ചേർന്നുകിടക്കുന്ന പ്രദേശമായതിനാൽ പല കാര്യങ്ങളിലും കാസർകോട്ടുകാർ മലബാറിനെ ആശ്രയിച്ചുവന്നിരുന്നു. കയ്യൂരിന്റെ ഭൂമിശാസ്ത്രം വി.വി. കുഞ്ഞമ്പു മനോഹരമായി വർണ്ണിക്കുന്നുണ്ട്.

പടിഞ്ഞാറ് അറബിക്കടലും തെക്ക് ഉളിയത്ത്കടവും കിഴക്ക് പശ്ചിമഘട്ടവും വടക്ക് നീലേശ്വരം പുഴയുമാണ് ഫർക്കയുടെ നാലുഅതിരുകൾ. നീലേശ്വരം, തൃക്കരിപ്പൂർ, ചെറുവത്തൂർ പോലുള്ള പ്രദേശങ്ങൾ റെയിൽവേയോട് തൊട്ടുകിടക്കുന്നവയാണ്. കൃഷിപ്രധാനമായ പ്രദേശമാണ് ഫർക്ക മുഴുവനും. അലയാഴിയോട് തൊട്ടു കിടക്കുന്ന പടിഞ്ഞാറൻ പ്രദേശങ്ങൾ മുഴുവനും ഇടതിങ്ങി വളരുന്ന കേരവൃക്ഷങ്ങളാൽ അലംകൃതമാണ്. യഥാർഥമായ കടലിനു തൊട്ട് മറ്റൊരു പച്ചക്കടലായി അവ കാണപ്പെടുന്നു. തെങ്ങിൻ തോപ്പുകൾ അല്ലാതെ മറ്റു ഫലവൃക്ഷങ്ങളൊന്നും അധികമായി കടലോരപ്രദേശങ്ങളിൽ കാണുകയില്ല.

റെയിൽവേ ലൈനിനു കിഴക്ക് ഭാഗത്ത് കിടക്കുന്ന പ്രദേശങ്ങളുടെ സ്ഥിതി അതല്ല. ഇരുപ്പൂ നിലവും ഒരുപ്പൂ നിലവുമായ വിസ്തൃതമായ കൃഷി സ്ഥലങ്ങൾക്ക് പുറമേ തെങ്ങ്, കവുങ്ങ്, മാവ്, പറങ്കിമാവ് (കശുമാവ്) പുളി, വാഴ മുതലായവകൊണ്ട് നിറഞ്ഞ തോട്ടങ്ങളാണ് മിക്കവയും.

വർഷക്കാലത്ത് മാത്രം വളരുന്ന പുല്ലുകൊണ്ടു നിറഞ്ഞതും വേനൽക്കാലത്ത് മിക്കവാറും തരിശായിക്കിടക്കുന്നതുമായ മൊട്ടക്കുന്നുകൾ ഒരു ഗ്രാമത്തെ മറ്റൊരു ഗ്രാമത്തിൽനിന്നും വേർതിരിക്കുന്നു. ഒരു കാലത്ത് അത്തരം കുന്നുകൾ മിക്കവാറും കാടുകൾകൊണ്ട് നിറഞ്ഞവയും വന്യമൃഗങ്ങളുടെ സങ്കേതങ്ങളും ആയിരുന്നു. എന്നാൽ ജനസംഖ്യയിൽ ഉളവായ വർധനവോടുകൂടിയും സാമൂഹ്യ-സാമ്പത്തിക സ്ഥിതിഗതികളിൽ പറയത്തക്ക മാറ്റങ്ങൾ വരാത്ത സ്ഥിതിയിൽ പ്രത്യേകിച്ചും അത്തരം കാടുകൾ എല്ലാ വെട്ടിത്തെളിയിക്കപ്പെടുകയും മിക്ക സ്ഥലങ്ങളിലും മനുഷ്യർ കയറിക്കൂടി കൂടുകെട്ടി താമസിക്കാൻ തുടങ്ങുകയും ചെയ്തിരിക്കുന്നു. മധ്യമേഖലയ്ക്കു തൊട്ടു കിഴക്ക് കിടക്കുന്ന മലയോര പ്രദേശങ്ങൾ കഴിഞ്ഞ ഏതാനും കൊല്ലക്കാലം വരെ നിബിഡമായ കാടുകൾകൊണ്ട് നിറഞ്ഞവയായിരുന്നു.

പടിഞ്ഞാറൻ പ്രദേശങ്ങളിൽനിന്നും വളരെ പേർ കിഴക്കോട്ട് നീങ്ങുകയും എളേരി തുടങ്ങിയ സ്ഥലങ്ങളിൽ പുനംകൃഷി നടത്തിയും, കുരുമുളകു തോട്ടങ്ങൾ വെച്ചുപിടിപ്പിച്ചും കാലയാപനം ചെയ്തുപോരികയും ചെയ്തിരുന്നു. എന്നാൽ, കിഴക്കൻ മലയോരങ്ങളും ഇന്ന് ഏതാണ്ട് തരിശായി കിടക്കുകയാണ്. പ്രത്യേകിച്ച് സംസ്ഥാനപുനർവിഭജനത്തെതുടർന്ന് ആയിരക്കണക്കിന് ആളുകൾ തിരുവിതാംകൂർ ഭാഗത്തുനിന്ന് ഫർക്കയുടെ കിഴക്കൻ മലയോരപ്രദേശങ്ങളിൽ കുടിയേറിപ്പാർക്കുകയും കാടുവെട്ടി നാടാക്കുകയും ചെയ്തിട്ടുണ്ട്. അവരുടെ തള്ളിക്കയറ്റത്തോടുകൂടി മലയോരങ്ങളിലെ സാമൂഹ്യ സാമ്പത്തിക ഘടനയിൽ

തന്നെ ഗണ്യമായ പല മാറ്റങ്ങളും വന്നതായി കാണാം.

നീലേശ്വരം ഫർക്കയുടെ കിഴക്കേ അതിർത്തി മൈസൂർ സ്റ്റേറ്റിൽപ്പെട്ട കുടകിനോട് തൊട്ടു കിടക്കുകയാണ്. കൂർഗിലെ തലക്കാവേരിയിൽനിന്നും ഉത്ഭവിച്ച് നീലേശ്വരം ഫർക്കയുടെ ഏതാണ്ട് വടക്കു ഭാഗത്തുകൂടി ചെങ്കുത്തായി ഒഴുകി പടന്ന ഗ്രാമത്തിന്റെ വടക്കേ അതിർത്തിയായ ഒരിയരകടപ്പുറത്തിനു സമീപം അറബിക്കടലിൽ ചേരുന്ന സാമാന്യം വലിയൊരു പുഴയുണ്ട്. കാര്യങ്കോട്ടു പുഴ എന്നാണ് അതിന്റെ പേര്.

പുഴ ശാന്തമെന്നപോലെ രൗദ്രവുമാണ്. അതിന്റെ സംഹാരപരമായ അഴിഞ്ഞാട്ടം കാണേണ്ടത് വർഷക്കാലത്താണ്. മലയോരങ്ങളിലെ ചപ്പും ചവറും, മണ്ണും, മരത്തടികളുമെല്ലാം വഹിച്ചുകൊണ്ട് രോഷാകലുഷയായി ഒരു നക്രതുണ്ഡിയുടെ മട്ടിലുള്ള അവളുടെ ദ്രുതഗതിയിലുള്ള ഓട്ടത്തെ തടഞ്ഞുനിർത്തുക എന്നത് തികച്ചും അസാധ്യമാണ്. വികൃതിയായ അവളുടെ കുസൃതി മിക്കവാറും എല്ലാകൊല്ലവും നിർബാധം തുടർന്നുപോരികയാണ്. അനിയന്ത്രിതമായ അവളുടെ ഓട്ടത്തിനിടയിൽ ഇരുകരകളിലും ഉള്ള അനേകം ഫലവൃക്ഷങ്ങളെ കടപുഴക്കുന്നതിനുപുറമെ അതുകൊണ്ടും തൃപ്തിപ്പെടാതെ കരകളെതന്നെയും കാർന്നു തിന്നുകൊണ്ടും ഘോരാട്ടഹാസം മുഴുക്കികൊണ്ടും കടലോട് ചെന്ന് മല്ലടിക്കുകഎന്നത് അവളുടെ സഹജസ്വഭാവമാണ്.

കാര്യങ്കോട് പുഴ വെറുമൊരു സംഹാരമൂർത്തയാണെന്നുമാത്രം ധരിച്ചുപോകരുത്, അവൾ ഇഷ്ടവരദായിനിയും കൂടിയാണ്. ചെറുവത്തൂരിനും നീലേശ്വരത്തിനും മധ്യേ കാര്യങ്കോട്ട് പുഴക്ക് വിലങ്ങനെ കിടക്കുന്ന റെയിൽപാലത്തിന് അടുത്തു നിന്നും കിഴക്കോട്ടു പുഴയിൽക്കൂടി സുമാർ അഞ്ചു നാഴികദൂരം പോയാൽ ചരിത്രപ്രസിദ്ധമായ കയ്യൂരിന്റെ പടിഞ്ഞാറേ അറ്റമായ കൂക്കോട്ട് എന്ന സ്ഥലത്ത് എത്താവുന്നതാണ്. പുഴയുടെ തെക്ക് വശത്താണ് കയ്യൂർ,. പാലായി, നീലായി, കണിയാട, കിനാനൂർ, കീഴ്മാല മുതലായ പ്രദേശങ്ങൾ പുഴയുടെ വടക്കേകരയിലും കിടക്കുന്നു. കൂക്കോട്ട്, കയ്യൂര് ,ചെറിയാക്കര, മയ്യിൽ, പൊതാവൂര് എന്നീ പ്രദേശങ്ങൾ എല്ലാം പുഴക്കരയിൽ കിടക്കുന്ന കയ്യൂരിന്റെ ഭാഗങ്ങളാണ്. ചീമേനി ഗ്രാമത്തിലെ തളിയമ്മാട് എന്ന പ്രദേശമാണ് കയ്യൂരിന്റെ കിഴക്കേ അതിര്. ചെറുവത്തൂരിനും ക്ലായിക്കോടിനും മധ്യത്തിലുള്ള രാമൻചിറ മുതൽ കിഴക്ക് പശ്ചിമഘട്ടംവരേക്കും നീണ്ടുകിടക്കുന്ന കുന്നിൻനിരകൾ പല സ്ഥലത്തും കയ്യൂരിന്റെ തെക്കേ അതിർത്തിയാണ്. ഒരു ചെറിയ വ്യത്യാസമുണ്ടെന്ന് മാത്രം. കുന്നിൻ നിരകൾക്ക് തെക്കുഭാഗത്ത് ആലന്തട്ട എന്ന ഒരു പ്രദേശവും അതിന്റെ തെക്കുകിഴക്കൻ ചെരിവിലുള്ള അങ്ങാടിയും കയ്യൂരിന്റെ ഭാഗങ്ങളാണ്.

ജനസംഖ്യ ഏതാണ്ട് നാലായിരത്തിന് താഴെ മാത്രമേ ഉള്ളു. ഗ്രാമത്തിന്റെ നല്ലൊരു ഭാഗം കുന്നുകളുംപാറകളും മേച്ചിൽ സ്ഥലങ്ങളുംകൊണ്ട് നിറഞ്ഞതാണ്. കുന്നുകൾ മുഴുവനും ഒരു കാലത്ത് കാടു

കൾകൊണ്ട് നിറഞ്ഞതാണെങ്കിലും ഇപ്പോൾ ഇടയ്ക്കിടക്ക് ചെറിയ കുറ്റിക്കാടുകൾ അല്ലാതെ മറ്റൊന്നും അവിടെ കാണുകയില്ല. കയ്യൂർ ഗ്രാമത്തിന്റെ പടിഞ്ഞാറ് ഭാഗം ക്ലായിക്കോട് ഗ്രാമത്തോട് തൊട്ടുകിടക്കുന്നു. വടക്കേ അതിര് പുഴയാണ്. ജനസംഖ്യ വർദ്ധിക്കുന്തോറും കുന്നിൻചരിവുകൾനിരത്തിയും കുന്നിൻമുകളിലുള്ള വിശാലമായ പാറകൾക്കിടക്കിടെ കാണാവുന്ന ചെറിയ തുണ്ടുഭൂമികളുപയോഗപ്പെടുത്തിയും മണ്ണിനോടുള്ള തങ്ങളുടെ തൃഷ്ണയ്ക്ക് അല്പാല്പം ശമനം വരുത്തുകയാണ് കയ്യൂരിലെ കൃഷിക്കാർ ഇപ്പോൾ ചെയ്യുന്നത്. അല്ലാതെ തൊട്ടുകിടക്കുന്ന ക്ലായിക്കോട്ടെ കൃഷിക്കാരെപ്പോലെ എളേരി പോലുള്ള കിഴക്കൻ മലയോരങ്ങളിൽ കുടിയേറി പാർത്ത് കൃഷി ചെയ്ത് ജീവിക്കാനും അങ്ങനെ തങ്ങളുടെ വികസനാഭിവാഞ്ഛയ്ക്ക് പരിഹാരം കാണുന്നതിനും കയ്യൂരിലെ കൃഷിക്കാർ ശ്രമിക്കാറില്ല എന്നത് അവരുടെ ഒരു പ്രത്യേകതയാണ്. പ്രകൃത്യാ അനുഗ്രഹീതയായ കയ്യൂരിലെ മണ്ണിനോടൊട്ടിപ്പിടിച്ച് നിൽക്കാനുള്ള ഒരു പ്രത്യേക വാസനകൊണ്ടായിരിക്കണം അവരങ്ങനെ ചെയ്യാത്തത്.

കയ്യൂർനാട് സ്വതവേതന്നെ ഹൃദയഹാരിയാണ്. കയ്യൂരിൽ ആദ്യമായി ചെല്ലുന്ന ഏതൊരാളിനും ഹൈന്ദവപുരാണത്തിൽ പറഞ്ഞിട്ടുള്ള കദളീവനത്തിൽ പ്രവേശിച്ചതുപോലുള്ള പ്രതീതീയാണ് ഉണ്ടാവുക. തെങ്ങ്, കവുങ്ങ് ,വാഴ, പ്ലാവ്, കുരുമുളക് വള്ളി മുതലായവകൊണ്ട് നിറഞ്ഞ ഒരു വലിയ തോട്ടംപോലെയാണ് കയ്യൂർനാട് കണ്ടാൽ തോന്നുക. പറമ്പുകളെ തമ്മിൽ വേർതിരിക്കുന്നതിന് ഇപ്പോഴും മതിലുകളില്ലാത്ത ഗ്രാമമാണ് കയ്യൂർ. ചിലയിടങ്ങളിൽ ചെറിയ വേലികൾ കാണും. പലയിടങ്ങളിലും അവ കൂടി കാണുകയില്ല. തോട്ടങ്ങളുടെ നടുവിൽക്കൂടി കൂക്കോട്ട് മുതൽ തലിയമ്മാട വരേക്കും നല്ല വൃത്തിയുള്ള ഒരു നടപ്പാതയാണുള്ളത്.

കയ്യൂരിലെ ജനങ്ങളുടെ ഇഷ്ടദേവതയായ ചെരളത്ത് ഭഗവതിയുടെ ക്ഷേത്രം കയ്യൂർ വയലിന്റെ നടുവിലായി കാണാവുന്നതാണ്. എല്ലാ കൊല്ലവും തുലാം 25-ാം തീയതി പ്രസ്തുത ക്ഷേത്രത്തിലെ കളിയാട്ടോത്സവം ഇന്നും മുടങ്ങാതെ നടന്നുപോരാറുണ്ട്. പ്രസ്തുത കളിയാട്ടം ഒരു ദേശീയോത്സവമാണ്. ഉത്സവം പ്രമാണിച്ച് എല്ലാ വീടുകളും മാറാലയും നീക്കി ശുചിയായിവെക്കും. ഇടവഴികളെല്ലാം ചെത്തി വൃത്തിയാക്കി ജനങ്ങൾക്ക് സുഖമായി സഞ്ചരിക്കുന്നതിന് സൗകര്യപ്രദമൊരുക്കും. അയൽ പ്രദേശങ്ങളിൽനിന്നും ധാരാളം ആളുകൾ ഉത്സവം കാണുന്നതിന് കയ്യൂരിൽ വരാറുണ്ട്. അമ്പലത്തിനടുത്തുള്ള വയലുകളിൽ ചായപ്പീടികകളും മറ്റു സാധനങ്ങൾ വിൽക്കുന്ന താൽക്കാലിക ചന്തപ്പുരകളും ധാരാളം കാണാം. തുലാം മാസം 26-ാം തീയതി സന്ധ്യയോടുകൂടി വീണ്ടും ഉത്സവസ്ഥലം വിജനമായിരിക്കും. എങ്കിലും ഉത്സവദിവസം പ്രത്യേകിച്ച് ഗ്രാമം പൊതുവിൽ സജീവമാണ്. അമ്പലത്തിലെ പ്രധാന ദേവതയായ ഭഗവതിയെപ്പറ്റി രസകരങ്ങളും അത്ഭുതാവഹവുമായ പല

ഐതിഹ്യങ്ങൾ പറഞ്ഞുകേട്ടിട്ടുണ്ട്. അവ ഇവിടെ തികച്ചും അപ്രസക്തങ്ങളാകയാൽ എഴുതുന്നില്ല.

കയ്യൂരിന്റെ ഒരറ്റം മുതൽ മറ്റെ അറ്റം വരെ നിബിഡവും ഫലസമൃദ്ധവുമായ തോട്ടങ്ങളാണ്. ക്ലായിക്കോട് മുതൽ പൊതാവൂരിന്റെ കിഴക്കേ അറ്റം വരെ എരിപൊരികൊള്ളുന്ന വെയിൽ ഉള്ളപ്പോൾപോലും ഒരു കുടയോ തല മറക്കാൻ മറ്റെന്തെങ്കിലും ഉപകരണമോ കൂടാതെ തന്നെ ഒരൊറ്റ മിനിട്ട് സമയം വെയിൽകൊള്ളാതെ സുമാർ ആറ് നാഴികയോളം സുഖമായി ഒരാൾക്ക് കാൽനടയായി പോകാൻ കഴിയുമെന്ന് പറഞ്ഞാൽ അതിൽ അതിശയോക്തിയുടെ കണികപോലും ഇല്ല. വൃക്ഷങ്ങളുടെശീതളഛായയിൽക്കൂടി പുഴയിൽനിന്നും കരയിലേക്ക് അടിച്ചുവരുന്ന ശീതള വായു ഏറ്റുംകൊണ്ട് പുഴക്കരയിൽ കൂടിയുള്ള നടത്തത്തിന് ഒരു പ്രത്യേക സുഖമുണ്ട്. ഒരു തരത്തിലുള്ള ക്ഷീണവും അത്തരം യാത്രക്കാരെ ബാധിക്കുകയില്ല. ഇടതിങ്ങി വളരുന്ന വാഴക്കൂട്ടത്തിൽ വാഴക്കുലകൾ പഴുത്തു നിൽക്കുന്നതുപോലും ചിലയിടങ്ങളിൽ കാണാവുന്നതാണ്. തെങ്ങുകളും കവുങ്ങുകളും എല്ലാം ധാരാളം കായ്ക്കുന്നതാണ്.

ഏറ്റവും നല്ല വളക്കൂറുള്ളതും പശിമയേറിയതുമായ മണ്ണാണ് കയ്യൂരിലേത്. തെങ്ങിനോ കവുങ്ങിനോ വാഴക്കോ മറ്റു ഫലവൃക്ഷങ്ങൾക്കോ കയ്യൂരിലെ നാട്ടുകാർ വളം ഇടാറില്ല. അതിന്റെ ആവശ്യം അവിടെ ഇല്ലെന്നതുകൊണ്ടുതന്നെ. കാര്യങ്കോട്ടു പുഴ വർഷകാലത്തെ രൗദ്രസ്വഭാവം പ്രകടിപ്പിക്കും. അലയാഴിയെ വെല്ലുവിളിച്ചുകൊണ്ട് വഴിനീളെ നാശത്തിന്റെ വിനകൾ ഏൽപ്പിച്ചുകൊണ്ട് ഒരു ഭ്രാന്തിയെപോലെ ഓട്ടമാണ് അവളുടെതെങ്കിലും അവളുടെ കലിതുള്ളലിന് ഗുണാത്മകമായ ഒരു മറുവശം കൂടി ഉണ്ടെന്ന പരമാർത്ഥം നാം വിസ്മരിക്കരുത്. അതായത്, ഓരോ കൊല്ലവും വർഷക്കാലത്തിന്റെ മൂർധന്യതയിൽ എത്തിയാൽ കിഴക്കൻ മലയോരങ്ങളിലെ ഫലവത്തായ മണ്ണിന്റെ ഭാഗവുമായി കൂട്ടിക്കലർത്തി അവ അങ്ങനെ വഹിച്ചുകൊണ്ടാണ് അവൾ ഓട്ടം തുടങ്ങുന്നത്.

നല്ല വർഷമുള്ള കാലങ്ങളിൽ പുഴയിലെ വെള്ളം കയ്യൂർ നാട്ടിനെ അങ്ങനെത്തന്നെ വെള്ളത്തിൽ ആഴ്ത്താറുണ്ട്. നിലവിതാനത്തിൽനിന്ന് എട്ടും പത്തും പന്ത്രണ്ടും അടിവരെ വെള്ളം പൊങ്ങിക്കിടക്കാറുണ്ട്. രണ്ടോ മൂന്നോ ദിവസങ്ങളോളം തുടർച്ചയായി നാട് വെള്ളത്തിൽ ആണ്ടു കിടക്കും. അതുവരെക്കും നാട്ടുകാർ അവരുടെ വിലപിടിച്ച സാധനങ്ങളും ആട്, മാട്, കോഴി മുതലായവയുംകുന്നിൻപുറങ്ങളിലോ, കുന്നിൻ ചെരിവുകളിലോ ഉള്ള മറ്റു വീടുകളിലേക്ക് നീക്കം ചെയ്ത് അവിടങ്ങളിൽ താമസിക്കും. വെള്ളപ്പൊക്കം പിന്മാറിയാൽ വീണ്ടും ജനങ്ങൾ അവരുടെ സാധനങ്ങളോടുകൂടി അവരവരുടെ വീടുകളിലേക്ക് മടങ്ങും. കയ്യൂരിന്റെ പുഴക്കരയിൽ പലേടങ്ങളിലും ചെറിയ തോണികൾ കാണാം. പുഴയുടെ മറുകരയിലേക്ക് കടന്നുചെല്ലുന്നതിന് പ്രത്യേകിച്ച് വർഷക്കാലങ്ങളിൽ വെള്ളപ്പൊക്കമുണ്ടാകുമ്പോൾ ഒരു വീട്ടിൽനിന്ന് മറ്റു വീടുകളിലേക്ക് പോകുന്നതിന് അവയെ ഉപയോഗപ്പെടുത്തുന്നു. വെള്ളപ്പൊക്കത്തിൽ

നിന്നും രക്ഷനേടുന്നതിനായി വീടുകളുടെ തറകൾതന്നെയും ഉയർത്തിപ്പണിതതായി കാണാം. മിക്കവീടുകളുടെയും അസ്തിവാരങ്ങൾക്ക് എട്ടും പത്തും അടിവരെ ഉയരംകാണാം.

ഓരോ കൊല്ലവും ഒരു വെള്ളപ്പൊക്കം ഉണ്ടാകുന്നത് ഒരു അതിർത്തിവരെയെങ്കിലും കയ്യൂർ നാട്ടിന് പൊതുവിൽ അനുഗ്രഹമാണ്. മലവെള്ളത്തോടൊപ്പം ഒലിച്ചുവരുന്ന മണ്ണും ചപ്പും ചവറും എല്ലാം നാട്ടിൽഉടനീളം വിതരണം ചെയ്തുകൊണ്ടാണ് വെള്ളം കുതിച്ചുപോകുന്നത്. ഇത് മണ്ണിനെ ഏറ്റവും ഫലഭൂയിഷ്ഠമാക്കിതീർക്കുന്നു. തെങ്ങോ, കവുങ്ങോ, വാഴയോ, മറ്റേതെങ്കിലും ഫലവൃക്ഷങ്ങളോ നട്ടു കൊടുത്താൽ മാത്രം മതി. അവ ഏറ്റവും നന്നായി വളർന്ന് കായ്ച്ചുകൊള്ളും. അതുകൊണ്ട് മററു പ്രദേശങ്ങളിൽ എന്നപോലെ കൃഷി നടത്തുന്നതിന് വലിയഅധ്വാനമൊന്നും കയ്യൂരിലെ കൃഷിക്കാർ ചെയ്യേണ്ടതില്ല. അത്യദ്ധ്വാനം ചെയ്താലും വേണ്ടത്ര ഫലംകിട്ടാതെ നിരാശരാകുന്ന ഇതര പ്രദേശങ്ങളിലെ കൃഷിക്കാർ കയ്യൂരിലെ കൃഷിക്കാരുടെ പ്രകൃതിദത്തമായ ആനുകൂല്യങ്ങളിൽ അസൂയാലുക്കളാകുന്നുണ്ടെങ്കിൽ അതിൽ ആശ്ചര്യപ്പെടേണ്ടതില്ലതന്നെ.

വർഷകാലങ്ങളിൽ കുറച്ച് ബുദ്ധിമുട്ട് അനുഭവപ്പെടുന്നുണ്ടെന്നത് കഴിച്ചാൽ പൊതുവിൽ മറ്റെല്ലാകാലങ്ങളിലും ജനങ്ങൾക്ക് താമസിക്കാനുള്ള ഏറ്റവും നല്ല കാലാവസ്ഥയാണ് കയ്യൂരിന്റേത്. കയ്യൂരിലെ ജനങ്ങൾ പൊതുവിൽ സുഭഗരും ആരോഗ്യദൃഢഗാത്രരുമായി കാണുന്നതിന്റെ ഒരു സുപ്രധാന കാരണം അവിടുത്തെ പ്രകൃതിദത്തമായ കാലാവസ്ഥയുടെ അനുഗ്രഹമാണ്. കയ്യൂരിന്റെ ജലസമൃദ്ധി വിഭവവൈവിധ്യത്തിന് നിമിത്തമായി മാറുകയും കയ്യൂർ പൂർണ്ണമായ കാർഷിക ഗ്രാമമായി രൂപപ്പെടുകയും ചെയ്തു.

കയ്യൂരിന്റെ രാഷ്ട്രീയ സാമ്പത്തിക പശ്ചാത്തലം

കയ്യൂർ സമരത്തിനൊരു പശ്ചാത്തലമുണ്ട്. സവിശേഷമായ ഒരു ചരിത്ര സന്ദർഭത്തിൽ എന്തുകൊണ്ടാണ് കയ്യൂരിലെ കർഷകർ കൊളോണിയൽ ഭരണകൂടത്തിനും ജന്മിത്വത്തിനുമെതിരെ സംഘടിക്കുകയും സമരം ചെയ്യുകയും ചെയ്തതെന്ന ചോദ്യം വളരെ പ്രസക്തമാണ്. ഈ ചോദ്യത്തിനുള്ള വിശദീകരണം നാം തേടുമ്പോൾ അതെത്തി നില്ക്കുന്നത് കയ്യൂരിന്റെ പ്രത്യേകിച്ചും കാസർകോടിന്റെയും മലബാറിന്റെയും രാഷ്ട്രീയ സാമൂഹിക പരിസരങ്ങളിലാണ്. വടക്കെ മലബാറിലും കാസർകോട് താലൂക്കിലും നിലനിന്ന രാഷ്ട്രീയവും സാമ്പത്തികവുമായ ചലനങ്ങളാണ് കയ്യൂർ സമരം അനിവാര്യമാക്കിയത്. കയ്യൂർ സമരത്തിന് ദൈർഘ്യമേറിയ ഒരു പശ്ചാത്തലമുണ്ട്. അത് മനസ്സിലാക്കാതെ നമുക്ക് കയ്യൂരിനെയോ സമരത്തെയോ സമഗ്രമായി മനസ്സിലാക്കാനാവില്ലെന്ന് ഞങ്ങൾ വിശ്വസിക്കുന്നു. വലിയ വിദ്യാഭ്യാസമില്ലാത്തവരും രാഷ്ട്രീയവുമായി വലിയ പൈതൃകമില്ലാത്തവരുമായ കയ്യൂരിലെ ദരിദ്രരായ കർഷകർ കൊളോണിയൽ ഭരണകൂടത്തിനെതിരെ അതിശക്തമായി സമരം ചെയ്തു. വിസ്മയകരമായ ഒരു അനുഭവമാണിത്. കയ്യൂരിലെ ജനങ്ങൾ രാഷ്ട്രീയ പ്രബുദ്ധരായതിന്റെയും കർഷകസംഘം രൂപീകരിച്ചതിന്റെയും വേരുകൾ 1930 കളിലെ രാഷ്ട്രീയ സംഭവവികാസങ്ങളുമായി അഭേദ്യമായി ബന്ധപ്പെട്ടു കിടക്കുന്നു.

നിയമലംഘന പ്രസ്ഥാനം മലബാറിന്റെ പൊതുവിലും കാസർകോടിന്റെ പ്രത്യേകിച്ചും രാഷ്ട്രീയ പരിസരത്തിൽ മൗലീകമായ മാറ്റങ്ങളുണ്ടാക്കി. ഉപ്പുസത്യാഗ്രഹത്തിലും മറ്റു നിയമലംഘന സമരത്തിലും പങ്കെടുത്ത് കണ്ണൂർ സെൻട്രൽ ജയിലിൽ തടവിലാക്കപ്പെട്ട കോൺഗ്രസ് പ്രവർത്തകർ ജയിലിലുണ്ടായിരുന്ന ദേശീയ വാദികളായ വിപ്ലവകാരി

കളുമായി ബന്ധം വെക്കുകയുണ്ടായി. വടക്കെ ഇന്ത്യയിൽ നിന്നുവന്ന പ്രസ്തുത വിപ്ലവകാരികൾ പുതിയ രാഷ്ട്രീയ പദ്ധതിയാണ് മറ്റു രാഷ്ട്രീയ തടവുകാരുമായി പങ്കുവെച്ചത്. ഗാന്ധിജിയുടെ സമരരീതികൾ സത്യാഗ്രഹവും അഹിംസയുംകൊണ്ട് ബ്രിട്ടീഷ് സാമ്രാജ്യത്വത്തെ പരാജയപ്പെടുത്താനാവില്ലെന്ന രാഷ്ട്രീയ ആശയമാണ് വിപ്ലവകാരികളായ മുന്നോട്ട് വെച്ചത്. ഒരു ബദൽ രാഷ്ട്രീയ കാഴ്ചപ്പാട് കോൺഗ്രസ് പ്രവർത്തകരിൽ വളർന്നുവന്നു. ഇതു സംബന്ധിച്ച വലിയ തർക്കങ്ങളും ചർച്ചകളും ജയിലിൽ നടന്നിരുന്നു. കൃഷ്ണപിള്ള, എ.വി. കുഞ്ഞമ്പു, ഏ.കെ.ജി ഉൾപ്പടെയുള്ളവർ പുതിയ രീതിയിൽ കാര്യങ്ങൾ കാണുന്നവരായി മാറി. ഈ നിലപാട് മാറ്റം പി. കൃഷ്ണപിള്ള കാഞ്ഞങ്ങാട്ടെ കെ. മാധവേട്ടന് എഴുതിയ കത്തിൽ വ്യക്തമായി സൂചിപ്പിക്കുന്നുണ്ട്. കോൺഗ്രസ്സിൽ രണ്ടു വിഭാഗങ്ങൾ ഉണ്ടെന്നും ഒന്ന് പണക്കാരന്റെ കോൺഗ്രസ്സും രണ്ടാമത്തേത് പാവപ്പെട്ടവന്റെ കോൺഗ്രസ്സാണെന്നും, പാവപ്പെട്ടവരുടെ കൂടെ നില്ക്കുന്നവർ ഗ്രാമങ്ങളിൽ ചെന്ന് കർഷകരെ സംഘടിപ്പിക്കണമെന്നുമുള്ള കാര്യങ്ങൾ കത്തിൽ പറയുന്നുണ്ട്. കോൺഗ്രസ്സിനകത്തെ അഭിപ്രായ വ്യത്യാസങ്ങളുടെ തുടർച്ചയായി ഒരു ഇടതുപക്ഷ വിഭാഗം കോൺഗ്രസ്സിൽ ശക്തി പ്രാപിച്ചു. സോവിയറ്റു യൂണിയൻ സന്ദർശിച്ചതിനുശേഷമുള്ള നെഹ്റുവിന്റെ ലേഖനങ്ങളും ഈ രാഷ്ട്രീയ മാറ്റത്തിന് അതിവേഗം കൂട്ടുകയുണ്ടായി.

കോൺഗ്രസ്സിനകത്തെ ഇടതുവലത് തർക്കം കോൺഗ്രസ് സോഷ്യലിസ്റ്റ് പാർട്ടിയുടെ രൂപീകരണത്തിന് വഴി തെളിച്ചു. സാമ്രാജ്യത്വവിരുദ്ധ സമരത്തെ വിപുലപ്പെടുത്താനും അതിനുവേണ്ടി ബഹുജനങ്ങളെയാകെ സമരത്തിൽ അണിനിരത്താനും കോൺഗ്രസ്സ് സോഷ്യലിസ്റ്റ് പാർട്ടി തീരുമാനിച്ചു. കർഷകരെയും വിദ്യാർത്ഥികളെയും തൊഴിലാളികളെയും സംഘടിപ്പിക്കുവാൻ സി.എസ്.പി തീരുമാനിച്ചു. ഇതിന്റെ ഫലമായി അഖിലേന്ത്യാതലത്തിൽ കിസാൻ സഭയും, മലബാറിൽ കർഷകസംഘവും നിലവിൽ വന്നു. ചിറക്കൽ താലൂക്ക് കേന്ദ്രമായി രൂപീകരിച്ച കർഷകസംഘത്തിന്റെ പ്രവർത്തനങ്ങൾ മലബാറിലുടനീളം പുതിയ ആവേശമുണ്ടാക്കി.

വടക്കെ മലബാറിലും കാസർകോട്ടും നിലനിന്ന അധികാര ഘടനയും കർഷകസംഘത്തിന്റെ രൂപീകരണത്തിന് പശ്ചാത്തലമൊരുക്കി. പതിനെട്ടാം നൂറ്റാണ്ടിന്റെ അവസാനനാളിലാണ് കൊളോണിയൽ ഭരണം ഇവിടെ ആരംഭിക്കുന്നത്. ബോംബെ പ്രസിഡൻസിയുടെ ഭാഗമായിതീർന്ന ഈ പ്രദേശം 1860 വരെ അങ്ങിനെ തുടർന്നു. കനറ ജില്ലയുടെ താലൂക്കായിരുന്നു ബേക്കൽ. കാനറ ജില്ല 1860 ൽ ഉത്തര കാനറ, ദക്ഷിണ കാനറ എന്നിങ്ങനെ രണ്ടായി വിഭജിക്കുകയും ദക്ഷിണ കാനറ മദ്രാസ് പ്രസിഡൻസിയുടെ ഭാഗമായിത്തീരുകയും ചെയ്തു. മാത്രമല്ല, താലൂക്ക് ആസ്ഥാനം ബേക്കലിൽനിന്ന് കാസർകോട്ടേയ്ക്ക് മാറ്റുകയും അതുവഴി കാസർകോട് താലൂക്ക് നിലവിൽ വരികയും ചെയ്തു.

അധികാരം പിടിച്ചെടുത്തതോടെ ബ്രിട്ടീഷുകാർ പുതിയ ഭരണ പരിഷ്ക്കാരങ്ങൾ ഇവിടെ നടപ്പാക്കാൻ തുടങ്ങി. ഒമ്പത് നദികളും നിരവധി തുറമുഖങ്ങളും വൈവിധ്യമാർന്ന ഉല്പന്നങ്ങളുംകൊണ്ട് സമൃദ്ധമായ ദേശമായിരുന്നു കയ്യൂർ. തുറമുഖങ്ങൾ സജീവമായിരുന്നു. അരി ഉൾപ്പെടെ നിരവധി ഉല്പന്നങ്ങൾ കുമ്പളയിൽനിന്നും മറ്റും കയറ്റുമതി ചെയ്തിരുന്നു. പട്ടോലകൾ ഉൾപ്പടെയുള്ള രേഖകൾ ഇത് മനോഹരമായി രേഖപ്പെടുത്തിയിട്ടുണ്ട്. പക്ഷേ, കമ്പനി ഭരണം ഏറ്റെടുത്തത്തോടെ ഇതിൽ മാറ്റം വരാൻ തുടങ്ങി. പരോക്ഷമായ കവർച്ചയാണ് അവർ ഇവിടെ നടത്തിയത്. പുതിയ റവന്യൂനിയമം നിലവിൽ വന്നു. മലബാറിലെന്നപോലെ ഇവിടെയും മൻറോയത്‌വാരി സമ്പ്രദായം നടപ്പിലാക്കി. പക്ഷേ, അത് മലബാറിൽനിന്ന് വ്യത്യസ്തമായിരുന്നു. ഉയർന്നതോതിലുള്ള നികുതിയാണ് കൃഷിക്കാരുടെ മേൽ ചുമത്തിയത്. തരിശും പാറക്കെട്ടുകൾ നിറഞ്ഞ സ്ഥലങ്ങൾക്ക് പോലും നികുതി ഏർപ്പെടുത്തി. പല കൃഷിക്കാരും കൃഷി ചെയ്യാതെ കാട്ടിലേക്ക് പലായനം ചെയ്തു. കമ്പനിയുമായി സെറ്റിൽമെന്റ് നടത്താൻ പല കർഷകരും തയ്യാറായില്ല. നികുതി പിരിച്ചെടുക്കുവാൻ ഫലപ്രദമായ ഉദ്യോഗസ്ഥ സംവിധാനം കമ്പനി ഏർപ്പെടുത്തി. ഓരോ പ്രദേശത്ത് നിന്നും നികുതി പിരിച്ച് കമ്പനിക്ക് നൽകാൻ പട്ടേൽമാരെ ചുമതലപ്പെടുത്തി. പക്ഷേ, ഈ പട്ടേൽ സ്ഥാനം ലഭിച്ചത് നാട്ടിലെ ജന്മി തറവാടുകൾക്കായിരുന്നു. പട്ടേൽ സ്ഥാനം പരമ്പരാഗതവുമായിരുന്നു. കുടുംബത്തിനായിരുന്നു പദവി, വ്യക്തിക്കായിരുന്നില്ല. ഭൂബന്ധങ്ങളിൽ മൗലീകമായ മാറ്റം വന്നു. പണയം, കാണം, ജന്മം, മര്യാദ വ്യവസ്ഥ പുതിയ ജന്മിത്വത്തിന് വഴിമാറി. കൊളോണിയൽ പൂർവ്വകാലത്ത് ജന്മിക്കും കുടിയാനും ഭൂമിയിൽ സവിശേഷ അവകാശമുണ്ടായിരുന്നു. പുതിയ റയറ്റ്‌വാരി സമ്പ്രാദായം നടപ്പിലാക്കിയതോടെ ജന്മി ഭൂമിയുടെ പരമാധികാരിയായിമാറി. ജന്മം എന്ന വാക്കിനെ റോമൻ നിയമത്തിന്റെ അടിസ്ഥാനത്തിൽ വ്യാഖ്യാനിച്ച കമ്പനി അധികൃതർ ജന്മി ഭൂമിയുടെ പൂർണ്ണ ഉടമയാണെന്ന് കല്പിച്ചു. ഫലത്തിൽ സംഭവിച്ചത് വെറുംപാട്ട കുടിയാനും കാണകുടിയാനുൾപ്പെടെയുള്ളവർ ജന്മിയുടെ സ്ഥലം പാട്ടത്തിനെടുത്ത് പണിയെടുക്കുന്ന കർഷകരായി മാറി. ഗവൺമെന്റ് നടപ്പാക്കിയ ഉയർന്ന പാട്ടവും ജന്മിമാർ നടത്തിയ അക്രമപിരിവുകളും കർഷകരുടെ ജീവിതം ദുസ്സഹമാക്കി. ജന്മി ശക്തമായ സാന്നിദ്ധ്യമായി ഗ്രാമജീവിതത്തിൽ ഉയർന്നുവന്നു. അവർ ബ്രിട്ടീഷുകാരുടെ സ്വാഭാവിക സഖ്യകക്ഷികളുമായി തീർന്നു. 19-ാം നൂറ്റാണ്ടിൽ ബേക്കൽ താലൂക്കിൽ ഉയർന്നുവന്ന കർഷക കലാപങ്ങൾ ബ്രിട്ടീഷ് ഗവൺമെന്റിന് എതിരായിരുന്നു. എന്നാൽ ഇരുപതാം നൂറ്റാണ്ടിൽ ഉയർന്നുവന്ന കർഷകസമരങ്ങൾ സാമ്രാജ്യത്വത്തിനും അവരുടെ സഖ്യകക്ഷിയായ ജന്മിക്കുമെതിരെയായിരുന്നു. അതിനാലാണ് കയ്യൂരിലെ കർഷകർ സാമ്രാജ്യത്വം തുലയട്ടെ ജന്മിത്വം നശിക്കട്ടെ എന്ന മുദ്രാവാക്യം മുഴക്കിയത്. രണ്ടുപേരും കർഷകരുടെ ജീവിതത്തെ താറുമാ

റാക്കി. കൊളോണിയൽ ഭരണകൂടം ഇവിടെ നടപ്പാക്കിയ റയത്വാരി സമ്പ്രദായത്തിന്റെയും നികുതി ഘടനയുടെയും പശ്ചാത്തലത്തിൽനിന്ന് വേണം നാം കയ്യൂർ സമരത്തെ സമീപിക്കേണ്ടത്.

കാസർകോടിന്റെ രാഷ്ട്രീയ ചരിത്രം തുടങ്ങുന്നത് തൗളവ രാജ വംശമായ ആലൂപമാരിൽനിന്നാണ്. തെക്ക് ചന്ദ്രഗിരി വരെ, ചിലപ്പോൾ അതിനപ്പുറത്തും ആയിരുന്നു ആലൂപമാരുടെ അതിർത്തി. ഏകദേശം ഏഴാം നൂറ്റാണ്ടു മുതൽ 14–ാം നൂറ്റാണ്ടു വരെ തുളുനാട് ആലൂപമാരുടെ അധീനതയിലായിരുന്നു. ഇവർ അതാത് കാലഘട്ടത്തിൽ മറ്റിടങ്ങളിൽ ഉയർന്നുവന്ന അതീവ ശക്തരായ രാജാക്കന്മാരുടെ സാമന്തന്മാരുമായിരുന്നു. കർണ്ണാടകയിലെ പ്രധാന രാജവംശങ്ങളായിരുന്ന ബാദാമിയിലെ ചാലുക്യർ, രാഷ്ട്രകൂടർ, ഹൊയ്സാല തുടങ്ങിയ രാജവംശങ്ങളുടെ സാമന്ത രാജാക്കന്മാരായിരുന്നു പല തൗളവ രാജാക്കന്മാരും. ആലൂപമാർ വ്യവസ്ഥാപിതമായ ഒരു ഭരണരീതി ഇവിടെ നടപ്പാക്കി. നിരവധി ഉദ്യോഗസ്ഥരുടെ സഹായത്തോടെയാണ് അവർ ഇവിടെ ഭരിച്ചത്. ആലൂപമാർ തുളുനാടിനെ നാല് നാടുകളായി വിഭജിച്ചു. അതിൽ തെക്കെ അറ്റത്തെ നാടായിരുന്നു കാസർകോട്. അധികാരി, ഒഡേയ, സേനഭോഗ, ഹെഗ്ഡെ, ഉരാളുവ, ശ്രീകർണ്ണ തുടങ്ങിയ ഉദ്യോഗസ്ഥർ തുളുനാടുമായി ബന്ധപ്പെട്ടവരാണ്. ഇവരിൽ സേനഭോഗ (ശ്യാംഭോഗ്), ഹെഗ്ഡെ എന്നിവർ കാസർകോട് ചരിത്രത്തിന്റെ ഭാഗമാണ്. ആലൂപ രാജവംശത്തിലെ ജയസിംഹൻ ഒന്നാമന് (980–1010 എ.ഡി.) കാസർകോടുമായി അടുത്ത ബന്ധമുണ്ട്. തളങ്കര ശാസനം ഇദ്ദേഹത്തിന്റേതാണ്. കാർഷിക വ്യാപനത്തിന്റെ ചരിത്രം വെളിപ്പെടുത്തുന്ന പ്രസ്തുത ശാസനം കാസർകോടിന്റെ ചരിത്രത്തിലെ പ്രധാന കണ്ണിയാണ്.

വിജയനഗരത്തിന്റെ ആവിർഭാവത്തോടെ തുളുനാട് അതിന്റെ നിയന്ത്രണത്തിലായി. തുളുനാടിനെ രണ്ടായി ഭാഗിച്ച് രണ്ട് ഗവർണ്ണർമാരുടെ കീഴിലാക്കി. മംഗലാപുരവും ബാർക്കൂറുമായിരുന്നു നാടുകൾ. കാസർകോട് മംഗലാപുരത്തിന്റെ ഭാഗം. ചാവടി, ഗ്രാമ, ഊര് എന്നിവയായിരുന്നു ഏറ്റവും താഴെത്തട്ടിലുള്ള ഭരണഘടകങ്ങൾ. അവയ്ക്ക് മേൽ നാട്, മാഗ്നസ്, ഹെഗ്ഡെ തുടങ്ങിയവ. ബല്ലാളമാരായിരുന്നു മാഗ്നസിന്റെ അധിപൻ. ഇക്കാലത്ത് കാസർകോട് സന്ദർശിച്ച ബാസനി ബേക്കൽ, കുമ്പള, കാസർകോട് എന്നിവയെക്കുറിച്ചും 14–ാം നൂറ്റാണ്ടിൽ ഇവിടെയെത്തിയ ദിമിഷ്കി ബേക്കലിനെയും കുമ്പളയേയുംകുറിച്ച് വിശദീകരണം നൽകുന്നുണ്ട്. തുറമുഖങ്ങളിലെ സജീവമായ വാണിജ്യമായിരിക്കണം വിജയനഗര രാജാക്കന്മാരെ തുളുനാട്ടിലും കാസർകോടും എത്തിച്ചത്. പശ്ചിമ തീരത്ത് സജീവമായ ഹൻജ്മാനാ എന്ന പേർഷ്യക്കാരുടെ വർത്തക സംഘത്തെക്കുറിച്ച് തുളു പാഡ്ദണകൾ പരാമർശിക്കുന്നുണ്ട്. രാജാക്കന്മാരിൽനിന്ന് ഇവർക്ക് പ്രത്യേക ആനുകൂല്യം ലഭിച്ചു. പിന്നീട് ഈ ബന്ധത്തിൽ വിള്ളലുകൾ ഉണ്ടായി.

വിജയ നഗരത്തിന്റെ തകർച്ച ഇക്കേരി നായക്കന്മാരെ കാസർകോ

ട്ടെത്തിച്ചു. വെങ്കിടപ്പ നായക്കും ശിവപ്പനായക്കും സോമശേഖര നായക്കും തങ്ങുടെ ഭാഗ്യഭൂമിയായി കാസർകോടിനെ കണ്ടു. ഇവിടെയുള്ള തുറമുഖങ്ങളുടെ മേലുള്ള ആധിപത്യം സ്ഥായിയായി നിലനിർത്തുന്നതിനുവേണ്ടി അവയെ കോട്ടകൾ കെട്ടി സംരക്ഷിച്ചു. എല്ലാ തുറമുഖങ്ങൾക്ക് സമീപവും അവർ കോട്ട കെട്ടി. വാണിജ്യ പാതകളെ സംരക്ഷിക്കുന്നതിനും ഇത്തരം കോട്ടകൾ നായക്കന്മാർ നിർമ്മിക്കുകയുണ്ടായി. കോലത്തിരിയും ഇക്കേരി നായക്കന്മാരും തമ്മിലുള്ള ഏറ്റുമുട്ടലിന്റെ ചരിത്രമാണ് പിന്നീട് നാം കാണുന്നത്. ഇരുകൂട്ടർക്കും വിജയപരാജയങ്ങളുടെ ഒരു തുടർക്കഥയുണ്ടായി. കാസർകോടിന്റെ സാമൂഹ്യ സാമ്പത്തിക മേഖലയെ വിപുലപ്പെടുത്തുന്നതിൽ ഈ ഏറ്റുമുട്ടൽ നിർണ്ണായക ഘടകങ്ങളായി പ്രവർത്തിച്ചു. മൈസൂരിന്റെ ഉയർച്ച ഇക്കേരി നായക്കന്മാരുടെ തകർച്ചയ്ക്ക് കാരണമായി. ഹൈദരാലിയും മകൻ ടിപ്പുവും കാസർകോട്ടേക്ക് എത്തുകയും തുറമുഖങ്ങളുടെയും ഉൾനാടൻ വിഭവങ്ങളുടെയും മേൽ അധീശത്വം സ്ഥാപിക്കുകയും ചെയ്തു. വിദേശ നാടുകളുമായുള്ള ബന്ധത്തിന്റെ പ്രധാന വാതായനങ്ങളായി ടിപ്പു കണ്ടത് കാസർകോടൻ തുറമുഖങ്ങളെയാണ്. മൈസൂരിന്റെ നിലനിൽപ്പിന് കാസർകോട് അനിവാര്യമായി മാറി. അതിനാലാണ് ടിപ്പു മരിച്ചു വീഴുന്നതുവരെ കാസർകോട് ഈസ്റ്റ് ഇന്ത്യാ കമ്പനിക്ക് വിട്ടു കൊടുക്കുവാൻ തയ്യാറാകാതിരുന്നത്.

ടിപ്പുവിന്റെ മരണത്തോടെ 1799 അവസാനം കാസർകോട് ബ്രിട്ടീഷുകാരുടെ കയ്യിലെത്തി. മൺറോ റയത്വാരി സമ്പ്രദായം ഇവിടെ നടപ്പാക്കി. നികുതി വർദ്ധിപ്പിച്ചപ്പോൾ കർഷകർ കലാപത്തിനിറങ്ങി. ആദ്യം ബോംബെ പ്രസിഡൻസിയുടെ ഭാഗമായിരുന്നു ഈ പ്രദേശം. താലൂക്ക് ആസ്ഥാനം ബേക്കലും. 1862-ൽ മദ്രാസ് പ്രസിഡൻസിയുടെ ഭാഗമായി മാറിയപ്പോഴാണ് താലൂക്ക് ആസ്ഥാനം ബേക്കലിൽ നിന്ന് കാസർകോട്ടേക്ക് മാറ്റിയത്. കാസർകോടിനെ മലബാറിന്റെ ഭാഗമാക്കി മാറ്റാനുള്ള പ്രക്ഷോഭങ്ങൾ നടന്നു. 1940-കളുടെ അവസാന വർഷങ്ങളിൽ കന്നട സംസാരിക്കുന്ന പ്രദേശങ്ങളെ മൈസൂരിന്റെ ഭാഗമാക്കി മാറ്റുന്നതിനുള്ള പ്രവർത്തനങ്ങൾ മറുഭാഗത്തും നടന്നിരുന്നു. സംസ്ഥാന പുനഃസംഘടനയുടെ ഭാഗമായി ഫസൽ അലി കമ്മിറ്റി കാസർകോട് താലൂക്കിനെ കേരളത്തോട് കൂട്ടിച്ചേർക്കുന്ന തീരുമാനമാണ് എടുത്തത്. അതിനെതിരായി പ്രക്ഷോഭങ്ങൾ ഇവിടെ ഉയർന്നുവന്നു. കർണ്ണാടക സമിതിയുടെ നേതൃത്വത്തിൽ കന്നട ഭാഷ സംസാരിക്കുന്നവരുടെ സമരങ്ങൾ ഇവിടെ നടക്കുകയുണ്ടായി. ചുരുക്കത്തിൽ ദൈർഘ്യമേറിയതും സമ്പന്നവുമായ ചരിത്രമാണ് ഈ നാടിന്റേത്.

ഇക്കേരി നായക്കന്മാരും മൈസൂർ സുൽത്താന്മാരും കോലത്തിരിയും ഈ പ്രദേശത്തിന്റെ മേൽക്കോയ്മയ്ക്ക് വേണ്ടി ഏറ്റുമുട്ടി. ഈ യുദ്ധങ്ങളിൽ പടവെട്ടാനും ചെറുത്ത് നിൽക്കാനുമായി നിരവധി ജനവിഭാഗങ്ങൾ ഇവിടെ എത്തിച്ചേർന്നു. തങ്ങളുടെ രാജ്യങ്ങളിലെ സമ്പ

ത്തിന്റെ സുരക്ഷിതത്വത്തിനും പുറത്തെ ആക്രമണം ചെറുക്കുന്നതിനുമായി രാജാക്കന്മാർ കോട്ടകൾ പണിതു. ഇവിടെത്തന്നെ ലഭ്യമായ ചെങ്കല്ലുകൾ ഉപയോഗിച്ചുള്ള തദ്ദേശീയ നിർമ്മിതിയായിരുന്നു ഈ കോട്ടകൾ. കോട്ടകളുടെ നിർമ്മാണത്തിനും സംരക്ഷണത്തിനുമായി വിദഗ്ദ്ധരായ ജനവിഭാഗങ്ങൾ ഇവിടെ കടന്നുവരികയും ക്രമേണ ഒരു തൊഴിൽ സമൂഹമായി ഇവർ മാറുകയും ചെയ്തു. കോട്ടയാർമാർ, ചേരിയക്കാർ, മാദിഗർ, മല്ലന്മാർ, നായർ, ബണ്ടന്മാർ തുടങ്ങി ഒട്ടേറെപ്പേർ കോട്ട കാവൽക്കാരായി, സംരക്ഷകരായി, പടനായകരായി ഇവിടെയെത്തുകയും കാസർകോടൻ സമൂഹത്തിന്റെ ഭാഗമായി മാറുകയും ചെയ്തു. കുമ്പള, നീലേശ്വരം സ്വരൂപങ്ങളുടെയും മറ്റു നാടുവാഴികളുടെയും വളർച്ചയോടെ പുതിയ തൊഴിൽ കൂട്ടങ്ങൾ ഇവിടെയെത്തിച്ചേർന്നു. ശാലിയരും, വാണിയരും, തട്ടാന്മാരും മറ്റും ഇങ്ങനെയെത്തിച്ചേർന്നവരാണ്. തെങ്ങ് കൃഷിയുടെ വ്യാപനത്തോടെ തീയ്യരും ഇവിടെയെത്തി. കടലോരത്ത് മത്സ്യബന്ധനത്തിലേർപ്പെട്ട മുക്കുവ സമൂഹവും ഉൾനാടുകളിൽ കന്നുകാലി മേയ്ക്കലും കൃഷിയുമായി ജീവിച്ച മണിയാണിമാരും ഈ സമൂഹത്തിന്റെ അവിഭാജ്യഘടകങ്ങളായി. മഹാശിലാ സംസ്കാരത്തിന്റെ കാലഘട്ടത്തിൽ ഇരുമ്പ് പണി ചെയ്തവർ കാർഷിക സംസ്കൃതിയുടെ വളർച്ചയുടെ ഘട്ടത്തിൽ ഗ്രാമങ്ങളിലാകെ പുതിയ തൊഴിൽ കുട്ടങ്ങളായി രൂപാന്തരം പ്രാപിച്ചു. കമ്മാളന്മാർ എന്ന് പൊതുവെ വിവക്ഷിക്കപ്പെടുന്ന ഇവരുടെ സാന്നിദ്ധ്യം എല്ലാ ഗ്രാമങ്ങളിലും കാണാവുന്നതാണ്. ടിപ്പുവിന്റെ പടയാളികളായാണ് ഹിന്ദുസ്ഥാനി (ഉറുദു) മാതൃഭാഷയായി സംസാരിക്കുന്ന ഹനഫി മുസ്ലീങ്ങൾ കാസർകോട്ട് എത്തിയത്. ഉപ്പള കേന്ദ്രീകരിച്ച് അവർ ഒരു സമൂഹം കെട്ടിപ്പടുത്തു. ഇത്രയധികം ജനസമൂഹങ്ങൾ കുടിയേറിയ മറ്റൊരു സ്ഥലവും കേരളത്തിലുണ്ടാവില്ല. അതുകൊണ്ട് തന്നെ നാനാത്വത്തിൽ ഏകത്വമെന്ന ഇന്ത്യൻ സങ്കൽപ്പത്തിന്റെ സജീവ മാതൃകയാണ് കാസർകോട്. കേരളത്തിലെ ഇസ്ലാം മതത്തിന്റെ ആദ്യകാല കേന്ദ്രങ്ങളിൽ ഒന്ന് കാസർകോട്ടായിരുന്നു. വിശുദ്ധനായ മാലിക് ദിനാർ കാസർകോട് എത്തി തളങ്കരയിൽ പള്ളി പണിതതോടുകൂടി ഇസ്ലാം കാസർകോടിന്റെ ജീവിതത്തിൽ സജീവ സാന്നിദ്ധ്യമായി മാറി. 19-ാം നൂറ്റാണ്ടിന്റെ ഉത്തരാർദ്ധത്തിൽ കുമ്പളയിലെ ബേള പള്ളി ഉൾപ്പെടെ നിരവധി ക്രൈസ്തവ പള്ളികൾ ഉയർന്നുവന്നു. 1940 കളിൽ തിരുവിതാംകൂറിൽനിന്ന് വർദ്ധമാനമായ തോതിലുണ്ടായ കുടിയേറ്റം ക്രൈസ്തവരുടെ എണ്ണത്തിൽ വലിയ മാറ്റമുണ്ടാക്കി.

സാമ്പത്തിക മേഖലയിലും രാഷ്ട്രീയ മേഖലയിലുമുണ്ടായ മാറ്റത്തിന്റെ ഫലമായി ഇവിടെ കുടിയേറിപ്പാർത്തവരും മുമ്പേ ഉണ്ടായിരുന്നവരും തമ്മിലുള്ള ബന്ധം പുതിയ രൂപം പ്രാപിച്ചു. ബ്രാഹ്മണർ, ബണ്ടന്മാർ, നായർ തുടങ്ങിയവർ കാർഷികമേഖലയിലും മറ്റു ഉൽപ്പാദന മേഖലയിലും നിയന്ത്രണം സ്ഥാപിച്ചു. മറ്റൊരു വിഭാഗം ജനങ്ങൾ തൊഴിൽ കൂട്ടങ്ങളായി, കർഷകരായി ഉല്പാദന മേഖലയിൽ പങ്കാളികളായി.

വേറൊരു വിഭാഗമാകട്ടെ, കാർഷികത്തൊഴിലാളികളായി പ്രാന്തവൽക്കരിക്കപ്പെട്ട അടിയാളരുമായി മാറി. ഇത്തരത്തിലുള്ള സാമൂഹ്യ വിഭജനം ഇവിടെ യാഥാർത്ഥ്യമായി മാറി. സാമ്പത്തിക ബന്ധത്തിന്റെ മറുപേരായി സവർണ്ണരും അവർണ്ണരും അടിയാളരുമായി സമൂഹം വിഭജിക്കപ്പെട്ടു. അധികാര ഘടനയിൽനിന്നും സമ്പത്തിന്റെ നിയന്ത്രണത്തിൽനിന്നും കൃഷിക്കാരുൾപ്പടെയുള്ള തൊഴിൽ കൂട്ടങ്ങളും ദളിത് ആദിവാസികളും പൂർണ്ണമായി ഒഴിച്ചുനിർത്തപ്പെട്ടു. നമ്മുടെ നാട്ടിൽ നിലനിന്ന അയിത്തം അഥവാ തൊട്ടുകൂടായ്മ അധികാരത്തിൽനിന്നും സമ്പത്തിൽനിന്നും തീണ്ടാപ്പാടാകലെ നിർത്തുന്ന തന്ത്രമായിരുന്നു. അതിന് ജാതിവ്യവസ്ഥ ഉപയോഗിച്ചു. അത് അധികാരത്തിനും സമ്പത്തിനും വേണ്ടിയായിരുന്നു.

ഭൂബന്ധങ്ങളും പാട്ടവ്യവസ്ഥയും

മലബാറിലെ കർഷകരിൽനിന്ന് വിഭിന്നമായി കാസർകോട് താലുക്കിലെ കർഷകരുടെ അവസ്ഥ അത്യന്തം ദയനീയമായിരുന്നു. മലബാറിലെ കർഷകർക്ക് ലഭിച്ചിരുന്ന പരിമിതമായ പരിരക്ഷപോലും ഇവിടെ കർഷകർക്ക് ലഭിച്ചില്ല. 1929–ലെ മലബാർ കാർഷിക നിയമം കാസർകോടിന് ബാധകമായിരുന്നില്ല. ചുരുക്കത്തിൽ കർഷകന്റെ ജീവിതം ജന്മിയുടെ ദയാദാക്ഷിണ്യത്തെ ആസ്പദമാക്കിയായിരുന്നുവെന്ന് പറയാം. ജന്മിമാരുടെ അക്രമപിരിവുകൾക്കും ദുഷ്ചെയ്തികൾക്കുമെതിരെയുള്ള ചെറുത്തുനില്പ് അനിവാര്യമായി മാറി. ഒറ്റപ്പെട്ട നീക്കങ്ങൾക്ക് പകരം സംഘടിതമായ പ്രതിരോധ പ്രസ്ഥാനം വളർത്തിയെടുക്കേണ്ട ആവശ്യകത വർദ്ധിച്ചുവന്നു. കൊളോണിയൻ ഭരണാധികാരികൾക്കും അവരുടെ നാടൻ സഖ്യകക്ഷികളായ ജന്മിമാർക്കുമെതിരെ പുതിയ സംഘടിതപ്രസ്ഥാനത്തിന്റെ ആവിർഭാവത്തിന് സാഹചര്യമൊരുങ്ങി വന്നു. കർഷകസംഘത്തിന്റെ ശാഖകൾ വിവിധ പ്രദേശങ്ങളിൽ ഉയർന്നുവന്നു.

പാട്ടവ്യവസ്ഥയുടെ മൗലികമായ ഒരു പ്രത്യേകത ഇവിടെ മലബാറിലേതുപോലെ ജന്മിമാർ ഭൂമിയുടെ പരമാധികാരികളായ ഉടമകളായിരുന്നില്ല, പട്ടാദാർമാർ മാത്രമായിരുന്നു. മലബാറിൽ മൂന്നിലൊന്നാണ് പാട്ടമായി നിശ്ചയിച്ചതെങ്കിൽ ഇവിടെ അത് ഉൽപ്പാദനത്തിന്റെ നേരെ പകുതിയായിരുന്നു. ഇവിടെ എല്ലാ ഭൂമിക്കും നികുതി ഏർപ്പെടുത്തിയിരുന്നു. ഏക്കറിന് ഒരണമുതൽ മൂന്നണ വരെ നികുതി ചുമത്തിയിരുന്നു. മലബാറിൽ തരിശ്ഭൂമി ജന്മിമാരുടേതായിരുന്നുവെന്ന് വിശ്വാസമുണ്ടായിരുന്നു. ഇവിടെ അങ്ങനെയായിരുന്നില്ല. കാസർകോട് എല്ലാ ഭൂമിയും സർക്കാരിന്റേതായിരുന്നു. അതിനാൽ പട്ടയമുള്ള ആൾക്കാരൊക്കെ ജന്മിയടക്കം കേവലം സർക്കാരിന്റെ കുടിയാന്മാരായിരുന്നു. ഭൂമി വ്യക്തികൾക്ക് (ജന്മിമാർക്ക്) പതിച്ചുകൊടുക്കുന്ന പതിവ് മലബാറിലുണ്ടായിരുന്നില്ല. എന്നാൽ ഇവിടെ പതിനാലാം നൂറ്റാണ്ടോടുകൂടിത്തന്നെ ഭൂമി വ്യാപകമായി പതിച്ചുനൽകിയിരുന്നുവെന്ന് കാണുന്നു. വാർഗദാർമാർ ഇപ്രകാരം ഉയർന്നുവന്നവരാണ്. വേറൊരു പ്രത്യേകത മലബാർ താരതമ്യേന വിദേശ

ആക്രമണത്തിൽനിന്ന് വിമുക്തമായിരുന്നു. മറിച്ച് ഈ പ്രദേശം നിരന്തരമായ ഏറ്റുമുട്ടലുകൾക്കും വിദേശാക്രമണത്തിനും സാക്ഷ്യം വഹിച്ച പ്രദേശമാണ്. ഇക്കേരി നായക്കന്മാരും കോലത്തിരിയും ഈ പ്രദേശത്തിന്റെ അധീശത്വത്തിനുവേണ്ടി നിരന്തരമായ യുദ്ധങ്ങളിൽ ഏർപ്പെട്ടിരുന്നു. ഇക്കേരിനായക്കന്മാർ ഭൂമിയുടെ ഉടമസ്ഥാവകാശം വാർഗദാർമാർക്കാണെന്ന് ഒരിക്കലും അംഗീകരിച്ചിരുന്നില്ല. അതിനാൽ ജന്മിമാരിൽനിന്ന് പാട്ടം പിരിച്ച് ഹൈദരാലി ഈ സമ്പ്രദായം തുടർന്നു. കമ്പനി ഭരണത്തിലും ഈ വ്യവസ്ഥ മാറ്റമില്ലാതെ തുടരുകയായിരുന്നു. കമ്പനി ഭരണത്തിൽ കാസർകോട്ടെ പാട്ടവ്യവസ്ഥയിൽ ഏറ്റവും പ്രധാനപ്പെട്ടവ മൂലഗണി, ചാലഗണി, വൈദഗണി എന്നിവയാണ്.

മൂലഗണി

ഏറ്റവും പ്രധാനപ്പെട്ട പാട്ടവ്യവസ്ഥയാണ് മൂലഗണി. കാസർകോട് താലൂക്കിൽ ഏറ്റവും കൂടുതൽ പ്രചാരത്തിലുണ്ടായിരുന്ന രണ്ടു പാട്ടവ്യവസ്ഥകളിൽ ഒന്നാണിത്. കൃഷിക്കാരന് ഭൂമിയിൽ സ്ഥിരാവകാശം ലഭിക്കുന്നുവെന്നതാണ് ഇതിന്റെ പ്രത്യേകത. ജന്മിക്ക് നിശ്ചിതപാട്ടം കുടിയാൻ കൊടുക്കണം. ജന്മിയുടെ നിയമവിധേയമായ ആവശ്യങ്ങൾ നിറവേറ്റപ്പെട്ടാൽ കുടിയാനെ ഒരു കാരണവശാലും ഭൂമിയിൽനിന്ന് ഒഴിപ്പിക്കുവാൻ കഴിയില്ല. ജന്മിക്കു നൽകേണ്ട പാട്ടം കൃത്യമായി നൽകിയില്ലെങ്കിൽ കുടിയാൻ ഭൂമി നന്നാക്കിയെടുക്കാൻ ചെലവാക്കിയ തുക നൽകിയതിനുശേഷമേ കുടിയൊഴിപ്പിക്കുവാൻ ജന്മിമാർക്ക് അവകാശമുണ്ടായിരുന്നുള്ളൂ. 1818–ലെ ബോർഡ് ഓഫ് റവന്യൂ രേഖയിൽ പറയുന്നത് മൂലഗണി ഏറ്റവും പഴക്കം ചെന്ന പാട്ടവ്യവസ്ഥയാണെന്നാണ്. ഈ വ്യവസ്ഥയിൽ ഭൂമി ലഭിക്കുന്ന കൃഷിക്കാരെ മൂലഗണികർ എന്നുപറയുന്നു. മൂലഗണികർ സ്ഥിരപാട്ടവകാശമുള്ള പരമ്പരാഗത കൃഷിക്കാരാണ്. കായംഗണി എന്ന പേരിലും ഈ വ്യവസ്ഥ അറിയപ്പെടുന്നുണ്ട്. നിശ്ചയിക്കപ്പെടുന്ന പാട്ടം സ്ഥിരമാണ്. സർക്കാർ ഭൂനികുതി വർദ്ധിപ്പിച്ചാൽ അധിക നികുതി മൂലഗർ (ജന്മി) നൽകണമെന്നാണ് ഇതിന്റെ പ്രത്യേകത. ഒരിക്കലും പാട്ടം വർദ്ധിപ്പിക്കുവാൻ ജന്മിമാർക്ക് അവകാശമില്ല എന്ന് ചുരുക്കും. അതിനാൽ ചിലപ്പോൾ ചാലഗണിയേക്കാൾ അൽപ്പം ഉയർന്ന പാട്ടമായിരിക്കും ആദ്യം തന്നെ തീരുമാനിച്ചിരിക്കുന്നത്. മൂലഗണികർക്ക് ഭൂമി വിൽക്കാൻ അവകാശമുണ്ടായിരുന്നില്ല. പക്ഷേ, പണയപ്പെടുത്താനോ പതിച്ചുനൽകാനോ അവകാശമുണ്ടായിരുന്നു. ഇത്തരത്തിൽ സ്ഥിരാവകാശമുള്ള ഒരു വിഭാഗം മലബാറിൽ ഉണ്ടായിരുന്നില്ല. ഇവർ ഭൂമിയിൽ സ്വയം കൃഷിചെയ്യുകയോ മറ്റ് കുടിയാന്മാർക്ക് പാട്ടത്തിന് പതിച്ച് നൽകുകയോ ചെയ്തു.

ചാലഗണി

താൽക്കാലിക കുടിയായ്മയെ ചാലഗണി എന്നും കുടിയാന്മാരെ ചാലഗണികർ എന്നും വിളിച്ചുവന്നു. പരമ്പരാഗതമായി ഭൂമി കൈവശം

വെയ്ക്കാൻ അവകാശം ഈ വ്യവസ്ഥയിൽ ഉണ്ടായിരുന്നുവെങ്കിലും ഭൂവുടമയ്ക്ക് എല്ലായ്പ്പോഴും പാട്ടം വർദ്ധിപ്പിക്കാനോ ഒഴിപ്പിക്കാനോ അധികാരമുണ്ടായിരുന്നു. ചുരുങ്ങിയ കാലത്തേക്ക്, ചിലപ്പോൾ ഒരു വർഷത്തേക്ക് മാത്രം നൽകുന്നതാണ് അവകാശം. ഒരു വിധത്തിലുള്ള നഷ്ടപരിഹാരത്തിനും കുടിയാന്മാർക്ക് അവകാശമുണ്ടായിരുന്നില്ല. മലബാറിലെ വെറും പാട്ടത്തിന് തുല്യമായ ഒരു പാട്ടവ്യവസ്ഥയാണിത്. പക്ഷേ, വെറും പാട്ടം കുടിയാന് കാലാകാലമായി ആകെ ഉൽപ്പാദനത്തിൽ ഒരുപങ്കിനുള്ള അവകാശമുണ്ട്. ഭൂമിയുടെ മേൽ ഒരു ചെറിയ അവകാശം വെറും പാട്ടക്കാരനുണ്ട്. നികുതി അടച്ചില്ലെങ്കിൽ മാത്രമേ കുടിയാനെ ഒഴിപ്പിക്കാൻ പറ്റുകയുള്ളൂ. പക്ഷേ, ചാലഗണിക്കാരന് ഈ അവകാശങ്ങളൊന്നും തന്നെ ഉണ്ടായിരുന്നില്ല. കുടിയാനും ജന്മിയും തമ്മിൽ ലിഖിതമായ ഒരു കരാറുമില്ല. മൂലഗണിയേക്കാൾ താഴ്ന്ന ഒരു വ്യവസ്ഥയാണിത്. അതുകൊണ്ടുതന്നെ കൃഷിക്കാരന്റെ അവസ്ഥ ഈ സമ്പ്രദായത്തിൽ വളരെ മോശമാണ്. കാസർകോട് താലൂക്കിലെ കുടിയാന്മാരാകെ പിന്നീട് കർഷകപ്രസ്ഥാനത്തിൽ അണിനിരക്കാൻ തയ്യാറായത് ഇതുകൊണ്ട് തന്നെയായിരിക്കണം. ദീർഘകാലം ഭൂമി കൈവശം വെച്ച് ചാലഗണികർ മൂലഗണി അവകാശം/സ്ഥിരാവകാശം അവകാശപ്പെട്ടുന്ന സ്ഥിതി ഉണ്ടായി. പക്ഷേ, ഇത് അപൂർവ്വം സന്ദർഭങ്ങളിൽ മാത്രമേ അനുവദിച്ചിരുന്നുള്ളൂ. അത്തരം സന്ദർഭങ്ങൾ കുടിയാന്മാർ ജന്മിക്ക് കൂടുതൽ ഉയർന്ന പാട്ടം നൽകാൻ നിർബന്ധിക്കപ്പെട്ടിരുന്നു. ചാലഗണി വെറും പാട്ടം എന്ന പേരിലും അറിയപ്പെട്ടു.

വൈദഗണി

മൂലഗണിയുടെയും ചാലഗണിയുടെയും ഇടയിലുള്ള ഒന്നാണിത്. ഒരു നിശ്ചിത സമയത്തേക്കാണ് ഭൂമി പതിച്ചുകൊടുക്കുന്നത്. നിശ്ചിത പാട്ടം കൊടുത്തുകൊണ്ട് മുൻനിശ്ചയ പ്രകാരമുള്ള കാലത്തേക്ക് ഭൂമി കൈവശംവെക്കാനുള്ള അവകാശം ഇതിലുണ്ട്. ഭൂമി നന്നാക്കിയെടുക്കാനുള്ള അവകാശം കുടിയാനുണ്ട്. സമയപരിധിക്ക് ശേഷം ഭൂമിവിട്ടുകൊടുക്കുമ്പോൾ ഭൂവുടമ പ്രസ്തുത ചെലവ് കുടിയാന് കൊടുക്കാൻ ബാധ്യസ്ഥരാണ്. ഈ വ്യവസ്ഥയിൽ ഭൂമി ലഭിക്കുന്ന കുടിയാനെ വൈദഗണികർ എന്നറിയപ്പെടുന്നു. സ്വകാര്യപണയം, മൊഗു തുടങ്ങിയ പാട്ടവ്യവസ്ഥകളും ദക്ഷിണ കാനറയിൽ നിലവിലുണ്ടായിരുന്നു. പക്ഷേ, അവ പ്രധാനപ്പെട്ടതായിരുന്നില്ല.

മലബാറിൽ തരിശ്ഭൂമിക്ക് നികുതി ഉണ്ടായിരുന്നില്ല. പക്ഷേ, ഇവിടെ പാറക്കെട്ടിന് പോലും നികുതി ചുമത്തിയിരുന്നുവെന്ന് ഡോ: കെ.കെ.എൻ. കുറിപ്പിന്റെ പഠനത്തിൽ വിശദമാക്കുന്നുണ്ട്. മലബാറിൽ ഭൂമിബാക്കിക്ക് ഭൂമിലേലമുണ്ടായിരുന്നില്ല. പക്ഷേ, കാസർകോട് അതൊരു പതിവ് ശീലമായിരുന്നു. സ്വാഭാവികമായും കർഷകന്റെ സ്ഥിതി ഇവിടെ അത്യന്തം ദയനീയമായിരുന്നു. ഈ പശ്ചാത്തലത്തിലാണ് ഇവിടെ ദേശീയപ്രസ്ഥാ

നവും കർഷകപ്രസ്ഥാനവും തഴച്ചുവളർന്നത്. മേൽസൂചിപ്പിച്ച ഈ അവകാശങ്ങളൊന്നും ഇല്ലാത്ത ഭൂരഹിതരായ കർഷകതൊഴിലാളികളും കാർഷിക മേഖലയിലെ സജീവസാന്നിദ്ധ്യമായിരുന്നു. പ്രാദേശിക ജന്മിമാരുടെ എല്ലാവിധത്തിലുമുള്ള അതിക്രമങ്ങൾക്ക് ഇരയായവർ. കീഴാള ജനവിഭാഗത്തിൽപ്പെട്ട ഇവർ ഗ്രാമത്തിന് വെളിയിൽ അതിവസിക്കുന്നവരാണ്. ഭക്ഷണത്തിനപ്പുറത്തൊന്നും വേതനമായി ലഭിക്കാത്ത ഇവരുടെ സ്ഥിതി വളരെ ദയനീയമായിരുന്നു. ഉടമകളുടെ അടിമകളായിരുന്നു പലരും. ഭൂമിയോടൊപ്പും വിൽക്കുകയും വാങ്ങുകയും ചെയ്യപ്പെട്ടവർ. കമ്പനി ആദ്യം സെറ്റിൽമെന്റ് നടത്തിയപ്പോൾ അടിമത്വത്തിന്റെ മേഖലയിൽ ഇടപെടാൻ തയ്യാറായിരുന്നില്ല. അങ്ങനെ ഇടപെട്ട് അടിമത്വം ഇല്ലാതാക്കിയാൽ സമൂഹത്തിൽ വലിയ പ്രശ്നങ്ങൾ ഉയർന്നുവരുമെന്ന് കമ്പനി അധികൃതർ ഭയപ്പെട്ടിരുന്നു. 1843–ൽ അടിമത്വം നിരോധിച്ചു. എങ്കിലും ഈ ഭൂരഹിത കുടിയാന്മാർക്ക് യാതൊരു പുരോഗതിയും ഉണ്ടായിരുന്നില്ല.

കൊളോണിയൽ ഭരണാധികാരികൾ നടപ്പിൽ വരുത്തിയ റവന്യൂ പരിഷ്ക്കാരവും തത്ഫലമായി ഉയർന്നുവന്ന പുതിയ ഭൂവുടമകളും കാസർകോടിന്റെ സാമൂഹിക ജീവിതത്തിൽ പുതിയ പ്രശ്നങ്ങൾ ഉയർത്തിക്കൊണ്ടു വന്നു. പരമ്പരാഗതമായ നാടുവാഴികളും ദേവസ്വങ്ങളും, മാത്രമല്ല പുതിയ ജന്മിമാരുടെ കടന്നുവരവും കാർഷിക മേഖലയിൽ സങ്കീർണ്ണമായ പ്രശ്നങ്ങൾ സൃഷ്ടിക്കാൻ തുടങ്ങി. ഈ വിഭാഗമാകട്ടെ, 20–ാം നൂറ്റാണ്ടിന്റെ പ്രാരംഭഘട്ടത്തിൽ നാണ്യവിളകൾക്കുണ്ടായ വിലക്കയറ്റം ഫലപ്രദമായി ഉപയോഗപ്പെടുത്തുകയും കൂടുതൽ ഭൂസ്വത്ത് സമ്പാദിക്കുന്നതിലൂടെ ശക്തരായി മാറിയവരുമായിരുന്നു. കൊളോണിയൽ ഭരണാധികാരികളുടെ സ്വാഭാവിക സഖ്യകക്ഷികളായി അതിവേഗം ഇവർ വളർന്നു വന്നു. ഭരണകൂടവുമായുള്ള ദൃഢമായ ബന്ധം പ്രാദേശിക തലത്തിൽ സ്വയം ഭരണകർത്താക്കളായി മാറാൻ ഇവരെ സഹായിച്ചു. കർഷകരുടെയും കർഷക തൊഴിലാളികളുടെയും ജീവിതം ഈ പുതിയ സാഹചര്യത്തിൽ സങ്കീർണ്ണമാകാൻത്തുടങ്ങി. മലബാറിലെ മറ്റു പ്രദേശങ്ങളിലെന്നപോലെ ജന്മിത്വം അതിന്റെ മൃഗീയമായ ചൂഷണത്തിന്റെ വികൃതമായ മുഖം കാസർകോട് താലൂക്കിലും പ്രദർശിപ്പിക്കുവാൻ ഇരുപതാം നൂറ്റാണ്ടിന്റെ ആരംഭത്തിൽ തന്നെ തുടങ്ങിയിരുന്നു.

റയത്ത്വാരി സമ്പ്രദായം നിലനിന്ന ഇവിടെ കാർഷിക ബന്ധങ്ങൾ ഏറ്റവും സങ്കീർണ്ണമായി മാറി. ബ്രിട്ടീഷ് ഭരണം നിലവിൽ വന്നതോടെ വാരം, പാട്ടം വ്യവസ്ഥ നിലവിൽ വന്നു. കുടിയാനായ കർഷകന് ഭൂമിയിൽ സ്ഥിരാവകാശം ഉണ്ടായിരുന്നില്ല. 1930–കളിലെ ആഗോള സാമ്പത്തിക മാന്ദ്യം കാർഷിക വിളകളുടെ വില അപ്പാടെ തകർക്കുകയും നികുതി കൊടുക്കാനാകാത്ത കർഷകരുടെ സ്വത്തുക്കൾ ലേലം ചെയ്യപ്പെടുകയും ചെയ്തു. കുടിയാന്റെ വിളകൾ ലേലം ചെയ്തു വിൽക്കുന്ന നടപടികളും ഗ്രാമങ്ങളിൽ നടപ്പാക്കിയിരുന്നു. കുടിയൊഴിപ്പിക്കൽ സർവ്വസാധാരണമായിത്തീർന്നു. കാസർകോട് താലൂക്കിലെ കൃഷിയോഗ്യമായ ഭൂമിയത്രയും ഉടുമ്പുംതല, കോടോം, ഏച്ചിക്കാനം, താഴെക്കാട്ട് മന, കുട്ട

മത്ത് കുന്നിയൂർ, കരിന്തളം, നീലേശ്വരം കോവിലകം, കോണത്ത്, കക്കാട്ട്, കൂലോം, കീക്കാംകോട്ട് തന്ത്രി, ചേരിപ്പാടി, ആലത്തടി, മാവില, മടിയൻ കൂലോം, ക്ഷേത്രം, കാട്ടൂർ, ഇളനീർ മഠം, ഇച്ചിലമ്പാടി, മായിപ്പാടി കോവിലകം, ബമ്പ്റാണ, ഹേരൂർ തുടങ്ങി അല്പം ചില ജന്മി കുടുംബങ്ങളുടേയും ക്ഷേത്രങ്ങളുടേയും നിയന്ത്രണത്തിലായിരുന്നു. മഞ്ചേശ്വരം ശ്രീ ആനന്ദേശ്വരം ക്ഷേത്രത്തിന്റെയും ഇടനീർ മഠത്തിന്റെയും ഭൂസ്വത്ത് പുരോഗിതർ എന്ന നിലയിൽ ബ്രാഹ്മണർ നിയന്ത്രിച്ചു. പഴയ രാജകുടുംബ/സ്വരൂപങ്ങൾക്കും സ്വന്തമായി ചേരിക്കൽ ഭൂമിക്കുണ്ടായിരുന്നു. ഭൂമി സ്വന്തമായി കൈവശം വെച്ചിരുന്ന ഇത്തരം ഉന്നതകുലജാതന്മാരെയാണ് ഗവൺമെന്റ് പട്ടേൽമാരായും ശ്യാൻബോഗുമാരായും ഇവിടെ നിയമിച്ചത്.

ഗ്രാമത്തിന്റെ അധിപനായി പ്രാദേശിക നീതിന്യായ നിർവ്വഹണം ജന്മിമാരായ പട്ടേലന്മാരായിരുന്നു നടത്തിയിരുന്നത്. ജന്മിമാരുടെ പത്തായപുരകൾ പ്രാദേശിക ഭരണകേന്ദ്രമായി പ്രവർത്തിച്ചു. ഇവിടെവെച്ച് അധികാരികൾ സിവിൽ ക്രിമിനൽ തർക്കങ്ങൾ വിചാരണ ചെയ്ത് തീർപ്പ് കല്പിച്ചു. വ്യക്തമായ നിയമങ്ങളോ നടപടിക്രമങ്ങളോ ഇത്തരം അവസരങ്ങളിൽ പിന്തുടരാൻ അധികാരികൾ തയ്യാറായിരുന്നില്ല. സ്വന്തം ഇഷ്ടാനിഷ്ടങ്ങളെ ആസ്പദമാക്കിയാണ് തർക്കങ്ങളിൽ തീർപ്പ് കല്പിക്കുന്നത്. പത്തായത്തിൽ അടച്ചിടുക, അടിക്കുക, പിഴചുമത്തുക, കണ്ണിൽ അച്ചാർ ഒഴിക്കുക, ചാണകം കലക്കിയ വെള്ളം കുടിപ്പിക്കുക, കണ്ണിൽ മുളക് തേയ്ക്കുക തുടങ്ങിയവയായിരുന്നു സാധാരണ ശിക്ഷകൾ. ജന്മിമാരുടെ ഇത്തരം ചെയ്തികളെ നിയന്ത്രിക്കുവാനും ചോദ്യം ചെയ്യുവാനും ഒരു സംവിധാനവും നിലവിലുണ്ടായിരുന്നില്ല. ഏതെങ്കിലും കൃഷിക്കാരൻ ഇതിനെ ചോദ്യം ചെയ്താൽ ലഭിക്കുന്ന ശിക്ഷ ക്രൂരമായിരുന്നു. കർഷകരിൽനിന്ന് പിരിഞ്ഞു കിട്ടുവാനുള്ള പാട്ടം, കടം എന്നിവയ്ക്ക് വേണ്ടി കാസർകോട് മുൻസിഫ് കോടതിയിൽ ഫയൽ ചെയ്ത കേസുകളുടെ സംഖ്യ 1910 മുതൽ ക്രമാതീതമായി വർദ്ധിക്കുന്നതു കാണാം.

പട്ടിക

വർഷം	കേസ്സുകളുടെ എണ്ണം	വർഷം	കേസ്സുകളുടെ എണ്ണം
1910	425	1928	334
1911	326	1929	294
1912	78	930	400
1913	632	1931	147
1914	575	1932	487
1915	241	1933	447
1916	303	1934	374
1917	572	1935	912
1918	314	1919	573

(കോടതി രേഖകളിൽനിന്ന്)

കൊളോണിയൽ ഭരണകൂടത്തിന്റെ ജനവിരുദ്ധ നയങ്ങൾക്കും ജന്മിമാരുടെ ചൂഷണത്തിനുമെതിരെ 20–ാം നൂറ്റാണ്ടിൽ ശക്തമായ ജനകീയ സമരങ്ങൾ ജില്ലയുടെ വിവിധ ഭാഗങ്ങളിൽ ഉയർന്നു വരികയുണ്ടായി. ദേശീയ പ്രസ്ഥാന കാലഘട്ടത്തിൽ കൊളോണിയലിസത്തിനെതിരെ ഇന്ത്യയിലാകെയും കേരളത്തിലും നടന്ന പൊതു സമരങ്ങളിൽനിന്നും വിഭിന്നങ്ങളായ നിരവധി സമരങ്ങൾക്ക് പഴയ കാസർകോട് താലൂക്ക് സാക്ഷ്യം വഹിച്ചിട്ടുണ്ട്. പൊതു സമരങ്ങളിൽനിന്നും വ്യത്യസ്തമായി പ്രക്ഷുബ്ധമായ ഒരു കാലഘട്ടത്തിൽ ജനങ്ങളുടെ ദൈനംദിന ജീവിത പ്രശ്നങ്ങളെ മുൻനിർത്തി നടന്ന ജനകീയ സമരങ്ങൾ ജനങ്ങളെ ബ്രിട്ടീഷ് ഭരണത്തിനെതിരെ സംഘടിപ്പിക്കുന്നതിൽ വളരെയധികം സഹായിക്കുകയുണ്ടായി.

കർഷകരുടെ അവസ്ഥ ദയനീയമായിരുന്നു. ഭൂപ്രഭുക്കളുടെ എല്ലാ അവഹേളനങ്ങളും അവർക്ക് സഹിക്കേണ്ടി വന്നു. മാത്രമല്ല, നിയമവിരുദ്ധമായ നിരവധി അക്രമപിരിവുകളും ഇവർ കർഷകരിൽനിന്ന് പിരിച്ചെടുത്തിരുന്നു. വാശി, നുരി, മുക്കാൽ, ശീലക്കാശ്, വെച്ചുകാണൽ, പൊലി തുടങ്ങിയ അക്രമപ്പിരിവുകൾ സാർവ്വത്രികമായിരുന്നു. ഒരു പറ പാട്ടം അളന്നാൽ ഒരു പിടി നെല്ലും പത്താമത്തെ പറ അളന്നാൽ രണ്ട് കൈക്കുമ്പിൾ നെല്ലും മാറ്റി വെയ്ക്കും. അളന്നു കഴിഞ്ഞാൽ ഈ നെല്ല് ജന്മി എടുക്കും. അളവിന്റെ കണക്ക് തെറ്റാതിരിക്കാനാണ് ഇങ്ങനെ നുരി വെക്കുന്നത്(നുരി). ഓരോ പത്ത് പറ അളക്കുമ്പോഴും മൂന്നുപറ ഉണക്ക് വാശിയായി കൂടുതൽ അളക്കണം (വാശി). പാട്ടം അളന്നു കഴിഞ്ഞാൽ അളവുകാരന് കുടിയാൻ പ്രത്യേകം നെല്ല് കൊടുക്കണം (മുക്കാൽ). ഹിന്ദു ജന്മിമാർക്ക് പച്ചക്കറികളും ഫലങ്ങളും മുസ്ലീം ജന്മിമാർക്ക് കോഴിയും പുത്തൻ കലത്തിൽ പഞ്ചസാരയും നെയ്യും കുടിയാന്മാർ നൽകേണ്ടതാണ്. ഓണം, വിഷു, പെരുന്നാൾ തുടങ്ങിയ വിശേഷ ദിവസങ്ങളിലും ജന്മിയുടെ വീട്ടിലെ പ്രസവം, മരണം, വയസ്സറിയിക്കൽ എന്നിവ നടന്നാലും വാഴക്കുല, പച്ചക്കറികൾ, തൈര്, മോര്, പാൽ, കോഴി എന്നിവ കാഴ്ചവെക്കണം (വെച്ച് കാണൽ). ജന്മിക്ക് കൂടുതൽ പാട്ടം ലഭിക്കുന്നതിനായി രേഖമാറ്റിയെഴുതും. പന്ത്രണ്ടു വർഷത്തിലൊരിക്കൽ നിലവിലുള്ള കരാർ പുതുക്കണം. പലപ്പോഴും അതിനു മുമ്പായി കരാർ പുതുക്കാൻ കൃഷിക്കാരെ ജന്മിമാർ നിർബന്ധിക്കും. ഇതിനെയാണ് പൊളിച്ചെഴുത്ത് എന്നു പറയുന്നത്. പൊളിച്ചെഴുത്ത് നടക്കുമ്പോൾ കൃഷിക്കാർക്ക് അവരുടെ സ്വത്ത് തന്നെ നഷ്ടമാകാനും സാധ്യതയുണ്ടായിരുന്നു (പൊളിച്ചെഴുത്ത്).

ഓണം, വിഷു തുടങ്ങിയ വിശേഷ ദിവസങ്ങളിൽ ജന്മിക്ക് കായ്ഫലങ്ങളും പച്ചക്കറികളും സമർപ്പിക്കണം (കാഴ്ച). തന്റെ കൃഷി സ്ഥലത്തുനിന്നും താൻ നട്ടുനനച്ചുണ്ടാക്കിയ വിളവു പറിച്ചെടുക്കുന്നതിന് ജന്മിയുടെ മുൻകൂട്ടിയുള്ള അനുവാദം വാങ്ങണം. അതിനു നൽകുന്ന പണത്തിന്റെ പേരാണ് കങ്കാണിപ്പണം (കങ്കാണി). പാട്ടത്തിന്റെ കാലാവധി

കഴിഞ്ഞാൽ വീണ്ടും പാട്ടത്തിന് ഭൂമി ലഭിക്കണമെങ്കിൽ ജന്മിയെ പണം കൊടുത്ത് സന്തോഷിപ്പിക്കണം. ഇതിനാണ് ശീലക്കാശ് എന്നു പറയുന്നത്. വാരം അളക്കുവാൻ പ്രത്യേകം പറയുണ്ട്. സാധാരണ പറയേക്കാൾ വലിപ്പമുള്ള പറ. ഇതിനെ കൃഷിക്കാർ കള്ളപ്പറ എന്നാണ് വിളിച്ചിരുന്നത്. പുനം കൃഷിക്കും മറ്റും ഉപയോഗിക്കുന്ന സ്ഥലത്തെ മരങ്ങളും മുളകളും മുറിച്ചു മാറ്റിയാൽ അതിന്റെ കുറ്റി കണക്കാക്കി പണം കൊടുക്കുന്നതിനെയാണ് കുറ്റിക്കാണം എന്നു പറയുന്നത്. ജന്മിക്കെതിരായി എന്തെങ്കിലും തെറ്റ് ചെയ്താൽ ഭ്രഷ്ട് കല്പിക്കും. അവരെ സഹായിക്കുന്നവർക്കും ഭ്രഷ്ട് കല്പിക്കും. കുടിയാൻ ഉണ്ടാക്കുന്നതിന്റേയും അവന് ലഭിക്കുന്നതിന്റേയും നല്ല പങ്ക് ജന്മിക്ക് അവകാശപ്പെട്ടതാണ്. നല്ല മത്സ്യം, വാഴക്കുല, ചക്ക തുടങ്ങിയവ ജന്മി ഗൃഹത്തിലെത്തിക്കണം. വേട്ടയാടി കിട്ടിയ മൃഗത്തിന്റെ നല്ല ഭാഗങ്ങൾ (കൊറ്, കരൾ, കഴുത്ത്) ജന്മിക്കാണ്. വസ്ത്രധാരണത്തിലും പെരുമാറ്റത്തിലും ഭാഷാപ്രയോഗത്തിലും ചില നിയന്ത്രണങ്ങൾ ഉണ്ടായിരുന്നു. കാൽമുട്ട് മറച്ചുകൊണ്ട് വസ്ത്രം ധരിക്കാൻ പാടില്ല. ചെരുപ്പ് ഉപയോഗിക്കാനോ ഷർട്ട് ധരിക്കാനോ കുടിയാന്മാർക്ക് അവകാശമുണ്ടായിരുന്നില്ല. സ്ത്രീകൾക്ക് മാറ് മറയ്ക്കാനുള്ള അവകാശം പോലും നിഷേധിക്കപ്പെട്ടിരുന്നു.

വീട് നിർമ്മാണം, വിവാഹം തുടങ്ങിയവയ്ക്കെല്ലാം ജന്മിയുടെ മുൻകൂട്ടിയുള്ള അനുവാദം തേടേണ്ടതാണ്. ജന്മിയുടെ പത്തായപ്പുരയുടെ മുന്നിലൂടെ നടന്നുപോകുമ്പോൾ ചില മര്യാദകൾ പാലിക്കേണ്ടതാണ്. കഴുത്തിൽനിന്ന് രണ്ടാംമുണ്ട് എടുത്തുമാറ്റേണ്ടതും കുട പൂട്ടേണ്ടതും തലകുനിച്ച് നടക്കേണ്ടതുമാണ്. കുടിയാന്റെ മക്കൾ വിദ്യാഭ്യാസം നേടുവാൻ പാടുള്ളതല്ല. അതുപോലെ താഴ്ന്ന ജാതിക്കാരായ കുടിയാന്മാർക്ക് നായർ ബ്രാഹ്മണ ജന്മിമാരുടെ വീടുകൾക്കകത്ത് കടന്നുചെല്ലാൻ അനുവാദമുണ്ടായിരുന്നില്ല. തൊട്ടുകൂടായ്മ വ്യാപകമായി നിലവിലുണ്ടായിരുന്നു. ജന്മിമാരെ കീഴാളവിഭാഗത്തിൽപ്പെട്ടവർ അഭിസംബോധന ചെയ്യുമ്പോൾ പ്രത്യേക വാക്കുകൾ ഉപയോഗിക്കണം. നായർ ജന്മിയെ നായർ കുടിയാൻ യശ്മാനെന്നും, തീയ്യർ, മണിയാണി, വാണിയർ എന്നിവർ നായനാർ എന്നും (ചിലയിടങ്ങളിൽ തീയ്യർ തണ്ടോർ, കൈക്ക്ളോർ എന്നും വിളിച്ചിരുന്നു.) മലയൻ, വണ്ണാൻ എന്നിവർ തമ്പ്രാനെന്നും ഹരിജനങ്ങൾ ഉടയോർ എന്നും അഭിസംബോധന ചെയ്യണമായിരുന്നു. ബ്രാഹ്മണ ജന്മിമാരെ എല്ലാവരും തമ്പ്രാക്കളെന്നായിരുന്നു വിളിച്ചിരുന്നത്.

മുട്ടുമറഞ്ഞ് മുണ്ടുടുക്കാനോ മേൽമീശ വെക്കാനൊ കുടിയാന്മാർക്ക് അവകാശമില്ലായിരുന്നു. ജന്മിയെ കണ്ടാൽ തലയിലെ മുണ്ട് കക്ഷത്തിൽവെച്ച് കുമ്പിടേണ്ടിയിരുന്നു. വല്ല അഹിതവും തോന്നിയാൽ വണ്ണാത്തി മാറ്റ് മുടക്കൽ, ക്ഷൗരവൃത്തിമുടക്കൽ, വയലിൽ തോലുവെക്കൽ തുടങ്ങിയ ശിക്ഷാവിധികൾ ജന്മി നടപ്പാക്കിയിരുന്നു. ശാരീരിക പീഡനവും അസാധാരണമായിരുന്നില്ല. കുടിയാന്മാർ അടിയൻ, റാൻ

എന്നിങ്ങനെയേ സംബോധന ചെയ്യാവൂ. കുപ്പ, മാടം, കരിക്കാടി എന്നീ പേരുകളിലാണ് കർഷകരുടെ കുടിലും ഭക്ഷണവും അറിയപ്പെട്ടിരുന്നത്. ഇത്തരത്തിൽ ജന്മിമാരുടെ പീഡനങ്ങൾ ഒട്ടനവധിയായിരുന്നു. കുടിയാന്മാരുടെ വീടുകളിലെ കാണാൻ കൊള്ളാവുന്ന സ്ത്രീകളും ജന്മിമാരുടെ സ്വന്തമായിരുന്നു.

ജന്മിമാരുടെ അക്രമപ്പിരിവുകളുടെ ഫലമായി കർഷകർ അനുഭവിച്ച ദുരിതങ്ങളുടെ ഒരു ചിത്രം വിഷ്ണുഭാരതീയൻ എഴുതി പ്രചരിപ്പിച്ച തുള്ളൽ പാട്ടിൽ വ്യക്തമാണ്.

'പുടമുറിയോ, ചില പുലയോ വന്നാൽ
ഉടനേ വടക്കോ തെക്കോ പാഞ്ഞ്
ചക്ക, യടക്ക യടുക്കൻ പഴവും
തെക്കൻ പൂവൻ നേന്ത്രക്കായും
തേങ്ങകൾ, ചേനകൾ, ചേമ്പുകിഴങ്ങുകൾ,
മാങ്ങകൾ, മത്തൻ, കപ്പ, പടോലം
കൊട്ടനിറച്ചും കെട്ടിക്കൊണ്ടവർ
കൊട്ടാരത്തിൽ പോയീടേണം.'

ഈ പശ്ചാത്തലത്തിലാണ് കയ്യൂരിൽ കോൺഗ്രസ് സംഘടനയും കർഷകസംഘവും രൂപംകൊള്ളുന്നത്. പക്ഷേ, ഇതിന് മുമ്പും കയ്യൂർ ഉൾപ്പെടെയുള്ള കാസർകോട്ടുകാർ ഭരണകൂടത്തിനും വ്യവസ്ഥിതിക്കുമെതിരെ അതിശക്തമായ പ്രതിഷേധങ്ങൾ ഉയർത്തിയിട്ടുണ്ട്.

നാടിന്റെ സമര പൈതൃകം

ഓരോ സമൂഹത്തിനും അതിന്റേതായ ഒരു സ്വത്വമുണ്ട്. ഇത് പ്രസ്തുത സമൂഹത്തെക്കുറിച്ചുതന്നെ മറ്റു സമൂഹങ്ങൾ സൃഷ്ടിച്ച ധാരണകളിൽനിന്ന് ചിലപ്പോൾ വളരെ വ്യത്യസ്തമായിരിക്കും. ആധുനികപൂർവ്വ കേരളീയ സമൂഹത്തെക്കുറിച്ച് ചർച്ച ചെയ്യുമ്പോൾ, സങ്കീർണ്ണമായ ശുദ്ധാശുദ്ധി നിയമങ്ങളാൽ നിലനിർത്തപ്പെട്ട ഒരു ശ്രേണി വ്യവസ്ഥയുടെ ചിത്രം ഉന്നയിക്കാറുണ്ട്. അതുപോലെ, ഇന്ത്യയിലെ നവോത്ഥാനത്തെക്കുറിച്ച് സംസാരിക്കുമ്പോൾ കൊളോണിയലിസമാണ് ആധുനികവൽക്കരണത്തിന് പ്രേരകമായത് എന്ന ചർച്ചയും പൊന്തിവരാറുണ്ട്. യഥാർത്ഥത്തിൽ വസ്തുതകൾ ഇവയിൽനിന്ന് വളരെ അകലെയാണ്. മലബാറിന്റെ കൊളോണിയൽ വിരുദ്ധ പ്രതിഷേധത്തിന്റെ പാരമ്പര്യം ചർച്ച ചെയ്യുമ്പോഴും നാം നമ്മുടെ സമൂഹത്തിന്റെ വ്യവസ്ഥാനിഷേധത്തിനെതിരെയുള്ള പ്രതിഷേധത്തിന്റെ സമ്പന്നമായ പാരമ്പര്യം പൊതുവെ വിശകലനം ചെയ്യാറില്ല. ഓരോ സമൂഹത്തിലും നിലനിൽക്കുന്ന വ്യവസ്ഥിതിക്കെതിരെയും മേധാവിത്വചിന്തകൾക്കെതിരെയും വിയോജിപ്പിന്റെയും പ്രതിഷേധത്തിന്റെയും അടയാളങ്ങൾ സജീവമായി നിലനിൽക്കുന്നുണ്ട്.

വിയോജിപ്പിന്റെയും പ്രതിഷേധത്തിന്റെയും രീതികൾ ഓരോ സമൂഹത്തിലും വ്യത്യസ്തമായിരിക്കും. പക്ഷേ, സമൂഹത്തിന്റെ ഈ സഹജസ്വഭാവം എക്കാലത്തുമുണ്ടാകും. അതിന് ഒരു തുടർച്ചയുണ്ടെന്നർത്ഥം. കയ്യൂർ ഇത്തരത്തിൽ ഒരു തുടർച്ചയുടെ ഭാഗമാണ്. വ്യവസ്ഥിതിക്കെതിരെ കാസർകോടൻ സമൂഹം പ്രകടിപ്പിച്ചുവന്ന പ്രതിഷേധത്തിന്റെ ഇങ്ങേ തലയ്ക്കലെ ഒരു കണ്ണി. കയ്യൂരിന് ഒരു പശ്ചാത്തലമുണ്ട്. കയ്യൂർ സമരത്തിന്റെ വേര് നമ്മുടെ കൊളോണിയൽ പൂർവ്വസമൂഹത്തിൽചെന്ന്

നിൽക്കും. കാസർകോടിന്റെ ബഹുസ്വരസമൂഹത്തിൽ വർഗ്ഗപരമായ മേധാവിത്വസ്ഥാപനത്തിന്റെ ഭാഗമായി വിവിധ ജനവിഭാഗങ്ങൾ, പ്രത്യേകിച്ച് ഉൽപ്പാദന–വിപണന മേഖലകളുമായി ബന്ധപ്പെട്ടവർ, ഭരണകൂട സംവിധാനങ്ങളുടെ ഇരകളായി മാറിയതിന്റെ ദുരനുഭവങ്ങൾ ഇവിടെയുണ്ട്. നാടുവാഴികളും ജന്മിമാരും മർദ്ദനസംവിധാനങ്ങൾ മാത്രമല്ല ആധിപത്യസ്ഥാപനത്തിനുവേണ്ടി ഉപയോഗിച്ചത്. പ്രത്യയശാസ്ത്രസംവിധാനങ്ങളായ ജാതിയമായ ശ്രേണിവ്യവസ്ഥയും കീഴാളരെ പാർശ്വവൽക്കരിക്കുന്നതിനും നിയന്ത്രിച്ച് നിർത്തുന്നതിനും വിപുലമായി പ്രയോജനപ്പെടുത്തിയിട്ടുണ്ട്. കാസർകോടൻ സമൂഹത്തിന്റെ നെടുകെയും കുറുകെയുമുള്ള വിഭജനം ഇതിന്റെ ഫലപ്രദമായ പ്രയോഗമാണ്, നമ്പൂതിരി, നായർ, ബണ്ടന്മാർ തുടങ്ങിയ നാടുവാഴി ജന്മി വിഭാഗങ്ങൾ ഉന്നതരാണെന്നും മറ്റുള്ളവർ കീഴാളരുമാണെന്നുള്ള വിശ്വാസസംഹിത അരക്കിട്ടുറപ്പിക്കുന്നതിലൂടെ ചൂഷണവ്യവസ്ഥ അഭംഗുരം തുടരാൻ ഉപരിവർഗ്ഗത്തിന് സാധിച്ചു. പക്ഷേ, ഈ വ്യവസ്ഥിതിയെ പൂർണ്ണമായി അംഗീകരിച്ചുകൊണ്ട് കീഴ്പ്പെട്ട് ജീവിക്കുക എന്ന സമീപനമാണ് സമൂഹം ഇവിടെ അവലംബിച്ചത്. സവിശേഷമായ രീതികളിലൂടെ വ്യവസ്ഥിതിയോട് കീഴാള സമൂഹം വിയോജിക്കുകയും പ്രതിഷേധിക്കുകയും ചെയ്തതിന്റെ തീക്ഷ്ണമായ അനുഭവം ഇവിടെയുണ്ട്. കാളപ്പോരിലൂടെയും കോഴിപ്പോരിലൂടെയും ഈ നിഷേധം പ്രകടിപ്പിക്കുന്നതിൽ പരമ്പരാഗതസമൂഹം ധിഷണാപരമായ നേതൃത്വം നൽകുകയുണ്ടായി. നൂറ്റാണ്ടുകളിലൂടെ ഒരു സമൂഹം അനുഭവിച്ച യാതനാപൂർണ്ണമായ ജീവിതത്തിന് ഉത്തരവാദികളായവർക്കെതിരെ തങ്ങളുടേതായ രൂപത്തിൽ ഒരു പാരമ്പര്യ സമൂഹത്തിന്റെ പ്രതിഷേധത്തിന്റെ ഭാഗമായി വേണം മേൽപ്പറഞ്ഞവയെ നാം കാണേണ്ടത്. ജന്മിയെ നേരിട്ട് എതിർക്കാനും കുത്തിവീഴ്ത്താനും ആവില്ലെങ്കിലും കോഴിപ്പോരിലൂടെ പരോക്ഷമായി ഈ കൃത്യം നിർവ്വഹിക്കുന്നതിന്റെ ചാരിതാർത്ഥ്യം കീഴാളസമൂഹം അനുഭവിക്കുന്നു. ജന്മിയെ നേരിട്ട് പരാജയപ്പെടുത്താൻ കഴിയില്ലെങ്കിലും കാളപ്പോരിൽ ജന്മിയുടെ കാളകളെ പരാജയപ്പെടുത്തുന്നതിലൂടെ ഇവർ പ്രകടിപ്പിക്കുന്നതും പ്രതിഷേധത്തിന്റെ സ്വരങ്ങൾതന്നെയാണ്.

വടക്കെമലബാറിലെ സാമൂഹിക വൈരുദ്ധ്യങ്ങളെ തോറ്റം പാട്ടുകളിലൂടെ സംബോധനചെയ്യുകയും തെയ്യാട്ടങ്ങളിലൂടെ പ്രതിഷേധം രേഖപ്പെടുത്തുകയും ചെയ്യുന്നതിനെ വർണ്ണാഭമായ അനുഭവങ്ങൾക്ക് നാം ഇപ്പോഴും സാക്ഷ്യം വഹിക്കുന്നുണ്ട്. പൊട്ടൻതെയ്യത്തിന്റെ തോറ്റംപാട്ട് രചിച്ച അജാനൂർ പടിഞ്ഞാറെക്കരയിലെ കൂർമ്മൽ എഴുത്തച്ഛൻ നമ്മുടെ ബൗദ്ധികപാരമ്പര്യത്തിന്റെ ശക്തമായ കണ്ണിയാണ്. സാമൂഹികതിന്മകൾക്കെതിരെ, അസമത്വത്തിനെതിരെ സമൂഹമനസ്സിൽ ഘനീഭവിച്ച അമർഷത്തിന്റെ അഗ്നിജ്വാലകൾ തോറ്റം പാട്ടിലൂടെ പടർന്നുകയറുകയായിരുന്നു. ഈ ലോകത്ത് എല്ലാ ആർഭാടങ്ങളിലും അഭിരമിച്ച് കഴിയുന്നവരും ദുരിതങ്ങൾ ഏറ്റുവാങ്ങുന്നവരും ദൈവസന്നിധിയിലെത്തുമ്പോൾ

ഒന്നിച്ചായിരിക്കുമെന്ന പ്രസ്താവന സ്ഥിതി സമത്വബോധത്തിന്റെ ഒരു വികാരപ്രകടനമായും ഒപ്പം ഉച്ചനീചത്വങ്ങൾ പുലർത്തുന്ന ഉപരിവർഗ്ഗത്തിനെതിരെയുള്ള ഒരു ചാട്ടുളി പ്രയോഗവും കൂടിയാണ്. തോറ്റം പാട്ടിലൂടെ പ്രകാശിതമാകുന്ന പുതിയലോക കാഴ്ചകൾ സമൂഹത്തിന്റെ സനാധിപത്യവൽക്കരണത്തിനും പൗരസമൂഹ രൂപീകരണത്തിലുള്ള തെയ്യങ്ങളുടെ പുരാവൃത്തങ്ങൾ ഉപരിവർഗ്ഗത്തിനെതിരെയുള്ള പാരമ്പര്യസമൂഹത്തിന്റെ പ്രതിഷേധപ്രകടനത്തിന്റെ ഉൾത്തുടിപ്പുകൾ നിറഞ്ഞതാണെന്ന് കാണാൻ നിലനിൽക്കുന്ന മേധാവിത്വ ആശയവുമായി കലഹിക്കുകയും പുതുലോകത്തിന്റെ പ്രചാരകരായി തീരുകയും ചെയ്യുന്ന സവിശേഷമായ സ്വഭാവം കാസർകോടൻ സമൂഹത്തിലുണ്ട്. ഇവിടുത്തെ ഉത്സവാഘോഷങ്ങളിലൂടെയും നാടോടി വാമൊഴി പാരമ്പര്യങ്ങളിലൂടെയും പ്രകടിതമാകുന്ന വിയോജനത്തിന്റെയും പ്രതിഷേധത്തിന്റെയും സമ്പന്നമായ പൈതൃകമാണ് കൊളോണിയലിസത്തിനെതിരെയുള്ള ചെറുത്തുനിൽപ്പിന് ഇന്ധനംപകർന്നത്.

പത്തൊമ്പതാം നൂറ്റാണ്ടിന്റെ തുടക്കം മുതൽ സ്വാതന്ത്ര്യസമ്പാദനം വരെ നീളുന്ന ഒന്നര നൂറ്റാണ്ടിന്റെ കൊളോണിയൽ വിരുദ്ധ സമര പാരമ്പര്യം കാസർകോടിന് അവകാശപ്പെട്ടതാണ്. ഇന്ത്യയിൽ അപൂർവ്വം പ്രദേശങ്ങൾക്ക് മാത്രമേ ഇത്ര ദൈർഘ്യമേറിയ സമര പാരമ്പര്യം അവകാശപ്പെടാൻ കഴിയുകയുള്ളൂ. നാലാം മൈസൂർ യുദ്ധത്തിൽ ടിപ്പു സുൽത്താൻ വീരചരമം പ്രാപിച്ചതോടെ കാസർകോട് അടക്കമുള്ള പ്രദേശങ്ങൾ ബ്രിട്ടീഷ് ഭരണത്തിന്റെ ഭാഗമായി മാറി. മലബാർ അടക്കമുള്ള പ്രദേശങ്ങൾ 1792 ൽ തന്നെ ബ്രിട്ടീഷുകാർക്ക് നൽകിയ ടിപ്പു കാസർകോടിനെ വിട്ടുകൊടുക്കാൻ തയ്യാറായില്ല. ഇതിനു കാരണം ഈ നാടിന്റെ വിഭവ സാന്നിദ്ധ്യം തന്നെയാണ്. ഒന്നര നൂറ്റാണ്ട് ഈ നാട് ചൂഷണം ചെയ്ത് പിന്നോക്കാവസ്ഥയിലേക്ക് ഈ നാടിനെ തള്ളിയിട്ടത് ബ്രിട്ടീഷ് ഭരണമാണല്ലോ.

കൊളോണിയൽ പൂർവ്വകാലഘട്ടത്തിൽ കാസർകോട് സമൃദ്ധിയുടെ നാടായിരുന്നു. വിവിധ ജനവിഭാഗങ്ങൾ കാസർകോടിന്റെ മണ്ണിലേക്ക് കുടിയേറിപ്പാർക്കുകയും ഈ നാടിന്റെ വിഭവസമൃദ്ധിക്ക് വഴിയൊരുക്കുകയും ചെയ്തത് ചരിത്രം. പതിനൊന്ന് ചെറുതും വലുതുമായ നദികൾ ഹൃദയധമനികളായി ഒഴുകി ഈ നാടിന്റെ പച്ചപ്പിനും ഫലഭൂയിഷ്ടതയ്ക്കും നിമിത്തമാകുന്നു. പുഴയോരങ്ങളിൽ വിശാലമായ നെൽവയലുകൾ രൂപംകൊണ്ടു. നാണ്യവിളകൾ ഉൾനാടൻ ഗ്രാമങ്ങളിൽ ജനജീവിതത്തെ സമൃദ്ധിയിലാക്കി. വനവിഭവങ്ങളും കാർഷികവിഭവങ്ങളും ഈ നാടിന്റെ സാമ്പത്തിക വികസനം ഉറപ്പുവരുത്തി. കൃഷിയുടെ വ്യാപനവും ചരുക്കുൽപ്പാദനവും വിനിമയസൗകര്യങ്ങളുടെ വളർച്ച ത്വരിതപ്പെടുത്തി. വിനിമയകേന്ദ്രങ്ങളായി ഒട്ടേറെ ചന്തകളും തുടർന്ന് അങ്ങാടികളും രൂപപ്പെട്ടു. തീരപ്രദേശങ്ങളിലാണ് പ്രധാന ചന്തകളെല്ലാം ഉയർന്നുവന്നത്. ചെറുവത്തൂർ, നീലേശ്വരം, കാഞ്ഞങ്ങാട്, ഉദുമ, കാസർകോട്, കുമ്പള,

ഉപ്പള, മഞ്ചേശ്വരം തുടങ്ങിയ ചന്തകൾ പിന്നീട് അങ്ങാടികളായും ചെറിയ നഗരങ്ങളായും രൂപാന്തരപ്പെട്ടു. പ്രാദേശികമായ ഇത്തരം വിനിമയത്തോടൊപ്പം വിദൂരദേശങ്ങളുമായുള്ള കച്ചവടബന്ധം കാസർകോടിന്റെ സമ്പദ്‌വ്യവസ്ഥയെ ശക്തിപ്പെടുത്തി. 13-ാം നൂറ്റാണ്ടോടുകൂടിതന്നെ പ്രധാന തുറമുഖങ്ങൾ ഇവിടെ ഉയർന്നുവരികയുണ്ടായി. മഞ്ചേശ്വരം, കുമ്പള, കാസർകോട്, ബേക്കൽ, നീലേശ്വരം, എന്നിവ ഇവിടത്തെ പ്രധാന തുറമുഖങ്ങളായിരുന്നു.

കാസർകോടിന്റെ വിഭവങ്ങൾ മറുനാടുകളിലെത്തുന്നതിൽ ഈ തുറമുഖങ്ങൾ മുഖ്യ പങ്കുവഹിച്ചു. അരിയും തേങ്ങയും മച്ചുവ വഴി കയറ്റി അയച്ചു. കുത്തിയ അരി, വെല്ലം, കരിമ്പ് എന്നിവ കുമ്പളയിൽനിന്ന് കൊച്ചിയിലേക്കും മംഗലാപുരത്തേക്കും കയറ്റുമതി ചെയ്തു. മഞ്ചേശ്വരത്തുനിന്ന് പലതരത്തിലുള്ള അരി, കുരുമുളക്, ചന്ദനം, കരിമ്പ് എന്നിവ കയറ്റുമതി ചെയ്തതിന് രേഖകളുണ്ട്. ഇരുമ്പയിര്, പരുത്തിനൂൽ, സിൽക്‌സാരി, പുകയില, തേങ്ങ എന്നിവയും വിനിമയം ചെയ്തവയിൽ ഉൾപ്പെടുന്നു. വെറ്റില ബേക്കലിൽ നിന്നുള്ള പ്രദാന കയറ്റുമതിയായിരുന്നു. സുഗന്ധദ്രവ്യങ്ങൾ, തകര, ഈയം എന്നിവ ഇറക്കുമതി ചെയ്യപ്പെട്ടിരുന്നു. വളരെ സജീവമായ ഒരു മറുനാടൻ വ്യാപാരത്തിന്റെ ചിത്രം താഴെപ്പറയുന്നതിൽനിന്ന് വ്യക്തമാകും. 1958-59 ൽ ബേക്കലിലെ കയറ്റുമതിയും ഇറക്കുമതിയും യഥാക്രമം 202630 രൂപയുടെതും 29570 രൂപയുടേതുമായിരുന്നു. ഈ കാലത്ത് ബേക്കലിൽ 8504.5 ടണ്ണും മഞ്ചേശ്വരത്ത് 2489 ടണ്ണും ചരക്കുകളാണ് കൈമാറ്റം ചെയ്തത്. 1861-62 ൽ ബേക്കലിൽ 598 കപ്പലുകളാണ് എത്തിയത്. 19-ാം നൂറ്റാണ്ട് വരെ എല്ലാ തുറമുഖങ്ങളും വളരെ സജീവമായിരുന്നുവെന്ന് രേഖകൾ സൂചിപ്പിക്കുന്നുണ്ട്. ഏറ്റവും ശ്രദ്ധേയമായ കാര്യം ബേക്കലിന്റേതാണ്. അറേബ്യയിൽ നിന്നുള്ള നല്ലയിനം കുതിരകളെ ഇറക്കുമതി ചെയ്തിരുന്ന ഏകതുറമുഖം മലബാറിൽ ബേക്കലായിരുന്നു. കാസർകോടിന്റെ തുറമുഖങ്ങളിലൂടെ ഒഴുകിയിരുന്ന വാണിജ്യത്തിന്റെ മേൽനിയന്ത്രണം സ്ഥാപിക്കുന്നതിനുവേണ്ടിയാണ് ഇവിടത്തേക്ക് പടയോട്ടമുണ്ടായത്. കോലത്തിരിയും വിജയനഗരക്കാരും ഇക്കേരി നായക്കന്മാരും മൈസൂർ സുൽത്താന്മാരും അവസാനം ഇംഗ്ലീഷുകാരും പടയുമായി എത്തിയത് ഇവിടെ വിളഞ്ഞിരുന്ന അസുലഭ വിഭവങ്ങളുടെയും തുറമുഖങ്ങളിലൂടെ ഒഴുകിയിരുന്ന കച്ചവടത്തിന്റെയും മേൽ ആധിപത്യം സ്ഥാപിക്കുന്നതിനുവേണ്ടിയായിരുന്നു. ഇക്കേരിനായ്ക്കന്മാർ തുറമുഖങ്ങളെ കോട്ടകൾ കെട്ടി സംരക്ഷിച്ചു. വാണിജ്യപാതകളുടെ മർമ്മസ്ഥാനങ്ങളിലും ഇവർ കോട്ടകെട്ടി. ഇങ്ങനെ കാസർകോട്ട് വന്നെത്തിയ വൈദേശികഭരണം ജനജീവിതത്തിൽ മൗലികമായ മാറ്റമൊന്നുമുണ്ടാക്കുന്നില്ല. ഇവരുടെ ഏറ്റുമുട്ടലുകൾ ജനങ്ങളെ പ്രത്യക്ഷത്തിൽ ബാധിച്ചില്ലെന്നർത്ഥം.

ഇംഗ്ലീഷുകാരുടെ വരവ് എല്ലാം തകിടം മറിച്ചു. 1799 ൽ ടിപ്പുവിന്റെ കൈയിൽനിന്നും ബേക്കൽ താലൂക്ക് കമ്പനിയുടെ കൈയിലെത്തിയ

കുറച്ച് മാസങ്ങൾക്കുള്ളിൽ തന്നെ നീലേശ്വരത്തും കുമ്പളയിലും കലാപങ്ങൾ ഉയർന്നുവന്നിരുന്നു. പ്രാഥമികതലത്തിൽ നടന്ന പ്രതിരോധ പ്രസ്ഥാനങ്ങളെന്ന നിലയിൽ അവയിൽ അധികാരം നഷ്ടപ്പെട്ട രാജാക്കന്മാരുടെ നേതൃത്വപരമായ സാന്നിദ്ധ്യം ഉണ്ടായിരുന്നു. പക്ഷേ, കമ്പനി ഭരണത്തിനതിരെ കർഷകരെ സംഘടിപ്പിക്കുവാൻ ഇവർക്ക് സാധിച്ചിരുന്നുവെന്നത് ശ്രദ്ധേയമാണ്. വരാൻപോകുന്ന വിപത്തുകളെ മുൻകൂട്ടി കാണാനും പ്രതികരിക്കാനുമുള്ള ഒരു സമൂഹത്തിന്റെ ശേഷിയാണ് ഈ കലാപം സൂചിപ്പിക്കുന്നത്. കമ്പനി ഭരണം കുമ്പളയിൽനിന്നും നീലേശ്വരത്തുനിന്നും ഭീമമായ നികുതിയാണ് ആവശ്യപ്പെട്ടത്. ഈ നികുതി ഭാരം സ്വാഭാവികമായും കർഷകരിലാണ് ചുമത്തപ്പെട്ടത്. കേവലം ഭൂവുടമകളായി തരംതാഴ്ത്തപ്പെട്ട രാജാക്കന്മാരോടൊപ്പം ചേർന്ന് പ്രതിഷേധിക്കാൻ സാധാരണ കർഷകരും മുന്നോട്ടുവന്നത് ഈ പശ്ചാത്തലത്തിലാണ്. കൃഷിക്കാരുമായി ഒരു വിധത്തിലുമുള്ള സെറ്റിൽമെന്റും ഉണ്ടാക്കാൻ ജനകീയ പ്രതിഷേധത്തെ തുടർന്ന് മൺറോവിന് കഴിഞ്ഞില്ലെന്ന് രേഖകൾ സൂചിപ്പിക്കുന്നു. 1804 ഓടെ നീലേശ്വരം രാജാവിനേയും കുമ്പളരാജാവിനേയും കീഴ്പ്പെടുത്താൻ കമ്പനിക്ക് സാധിച്ചുവെങ്കിലും ജനകിയകലാപം പുതിയരൂപത്തിൽ പിന്നീട് പ്രത്യക്ഷപ്പെട്ടുകൊണ്ടിരിക്കുന്നതായും നമുക്ക് കാണാം.

കമ്പനി അധികാരികൾ ഇവിടെ നടപ്പാക്കിയ റവന്യൂപരിഷ്ക്കാരം കൃഷിക്കാരിൽ വലിയ അസംതൃപ്തി ഉണ്ടാക്കി. 1810–11 ൽ പഴയ ബേക്കൽ താലൂക്കിന്റെ വിവിധഭാഗങ്ങളിൽ നടന്ന കർഷകകലാപത്തിന്റെ സാന്നിദ്ധ്യത്തിലേക്ക് ചില ബ്രിട്ടീഷ്‌രേഖകൾ വിരൽ ചൂണ്ടുന്നു. അന്നത്തെ ദക്ഷിണകാനറാജില്ലാകലക്ടർ അലക്സാണ്ടർ റീഡ് ബോർഡ് ഓഫ് റവന്യൂവിനയച്ച കത്തുകളിൽ കർഷകരുടെ മനോഭാവങ്ങളെക്കുറിച്ചും കർഷകർ ഗവൺമെന്റിലേക്ക് അടയ്ക്കാനുള്ള കിസ്ത് അടയ്ക്കാൻ സംഘടിതമായി വിസമ്മതിച്ചതിനെക്കുറിച്ചും പരാമർശിക്കുന്നുണ്ട്. വർദ്ധിച്ച നികുതിയിനത്തിൽ കർഷകർ ഇളവ് ആവശ്യപ്പെട്ടു. അലക്സാണ്ടർ റീഡ് തന്നെ ശരിയായ നികുതിയേക്കാൾ ഉയർന്ന നികുതിയാണ് തങ്ങൾ പിരിക്കുന്നതെന്ന് ഒദ്യോഗിക കത്തുകളിൽ സമ്മതിക്കുന്നുണ്ട്. ഭൂനികുതിയിലെ വർദ്ധനവിനെതിരെയും ഉപ്പ്, പുകയില എന്നിവയുടെ കമ്പനി കുത്തകയ്ക്കെതിരെ കാസർകോട്ടെ കർഷകർ പ്രക്ഷോഭത്തിനിറങ്ങി. കലാപത്തിന്റെ വിശദാംശങ്ങളെ സംബന്ധിക്കുന്ന രേഖകൾ ലഭ്യമല്ലെങ്കിലും ജനങ്ങൾ തങ്ങൾക്ക് കഴിയുന്നതരത്തിൽ കമ്പനി ഭരണത്തിനെതിരെ പ്രതിഷേധം പ്രകടിപ്പിക്കുകയും പ്രക്ഷോഭം നയിക്കുകയും ചെയ്തിരുന്നു.

ഈ കലാപത്തിന്റെ തുടർച്ചയാണ് ബേക്കൽ താലൂക്കിനെ പിടിച്ചുകുലുക്കിയ കൂട്ടക്കലാപം അരങ്ങേറിയത്. കുറെക്കൂടി സംഘടിതമായ പ്രക്ഷോഭമായിരുന്നു 1830–31 ൽ നടന്ന കൂട്ടക്കലാപമെന്ന് ഔദ്യോഗിക രേഖകൾ സൂചിപ്പിക്കുന്ന കർഷകസമരം. മഞ്ചേശ്വരം, ബങ്കര മഞ്ചേശ്വരം,

കുമ്പള, മോഗ്രാൽ, മധൂർ, കാസർകോട് തുടങ്ങിയവയായിരുന്നു പ്രധാന സമരകേന്ദ്രങ്ങൾ. നെല്ല്, ഏലം, കുരുമുളക്, തേങ്ങ എന്നിവയുടെ വിലയിടിവ് കർഷകരുടെ ജീവിതം ദുസ്സഹമാക്കി. കൃത്യവും ക്രമമായതുമായ ഭൂസർവ്വേ സർക്കാർ നടത്തിയിരുന്നില്ല. നികുതിനിർണ്ണയത്തിൽ ഒട്ടേറെ പാകപ്പിഴകൾ ഇതുമൂലമുണ്ടായി. നികുതി തിട്ടപ്പെടുത്തുന്നതിൽ അസമത്വമുണ്ടായി. മാത്രമല്ല നികുതി വളരെ അധികവുമായിരുന്നു. നികുതി നിർണ്ണയമാകട്ടെ തിടുക്കപ്പെട്ടതും നിർബന്ധപൂർവ്വമായിരുന്നു. നികുതി നിർണ്ണയിച്ചത് കർഷകരുടെ അഭാവത്തിലായിരുന്നു. ഉദ്യോഗസ്ഥരെ കാണാനും സെറ്റിൽമെന്റ് നടത്താനും കർഷകർ വരാൻ കൂട്ടാക്കിയില്ല. നികുതിയിളവിന് വേണ്ടിയുള്ള കർഷകരുടെ നിവേദനം നിരസിക്കപ്പെട്ടതിനെത്തുടർന്നാണ് സമരം ആളിക്കത്തിയത്. ഏറ്റവും വലിയ പ്രശ്നം ഉപ്പിന്റെയും പുകയിലയുടെയും മേൽ കമ്പനി ഏർപ്പെടുത്തിയ കുത്തകയാണ്. ഉപ്പും ചപ്പും സമരായുധമായി മാറിയ ആദ്യത്തെ സമരം. നിയമലംഘന പ്രസ്ഥാനം 1930 ൽ ഉപ്പ് സമരായുധമാക്കി മാറ്റി. പക്ഷേ, അതിന് 100 വർഷം മുമ്പാണ് എഴുത്തും വായനയും അറിയാത്ത കർഷകർ ഉപ്പു ചപ്പും എടുത്ത് കലാപം ചെയ്തത്. ചിലപ്പോൾ ഈ സമരം ചരിത്രമാകാം ഗാന്ധിജിയെ നിയമലംഘന സമരത്തിൽ ഉപ്പിനെ മുഖ്യവിഷയമാക്കിയെടുക്കാൻ പ്രേരിപ്പിച്ചത്. പാടിയിലേക്കും അംഗഡിമുഗറിലേയും കർഷകർ കളക്ടർ ഡിക്കൻസിന് പരാതി അയച്ചവരിൽപ്പെടും. കൃഷിക്കാർ സംഘടിക്കുവാൻ തുടങ്ങി. കർഷകർ ഓരോ സ്ഥലത്തും കൂട്ടം ചേർന്ന് കൃഷിക്കാരുടെ പ്രശ്നങ്ങൾ ചർച്ച ചെയ്യുകയും പ്രക്ഷോഭം നടത്തുവാൻ തീരുമാനിക്കുകയും ചെയ്തു. വോർക്കാടി, മധൂർ, മഞ്ചേശ്വരം, കുമ്പള, മൊഗ്രാൽ എന്നിവിടങ്ങളിൽ ആദ്യകൂട്ടം സംഘടിപ്പിച്ചു. കൂട്ടം നേതാക്കളുടെയും പ്രവർത്തകരുടെയും ഒരു യൂണിയനാണ്. ഓരോ കൂട്ടത്തിലും ഓരോ വട്ടേൽ, രണ്ട് മുതിർന്ന കർഷകർ എന്നിവരടങ്ങുന്ന ഒരു സംഘമാണ് കൃഷിക്കാരിൽ കൂട്ടത്തിന്റെ തീരുമാനമെത്തിച്ചത്. ഇത്തരം പ്രാദേശികകൂട്ടങ്ങൾക്ക് മേൽ ഒരു പെരുങ്കൂട്ടം ഉണ്ടായിരുന്നു. മംഗലാപുരത്തെ കദ്രിയിലെ മഞ്ചുനാഥക്ഷേത്രമായിരുന്നു പെരുങ്കൂട്ടത്തിന്റെ ആസ്ഥാനം. ക്ഷേത്രപരിസരങ്ങൾ ജനകീയകൂട്ടായ്മയുടെയും പ്രക്ഷോഭങ്ങളുടെയും കേന്ദ്രസ്ഥാനമായി മാറുന്നതിന്റെ ചിത്രമാണ് ഇത് മുന്നോട്ട് വെക്കുന്നത്. മലബാർ കലാപ കാലത്ത് മുസ്ലീം പള്ളികളായിരുന്നുവല്ലോ കർഷകരുടെ കലാപകേന്ദ്രങ്ങൾ. ശ്രദ്ധേയമായ വ്യത്യാസം കൂട്ടക്കലാപത്തിൽ മതനേതാക്കൾക്ക് യാതൊരു പങ്കുമുണ്ടായിരുന്നില്ലായെന്നതാണ്. കർഷകനേതാക്കൾ രഹസ്യം ലഘുലേഖകളിലൂടെ സമത്വപരിപാടികളും ആശയങ്ങളും കൃഷിക്കാരിലെത്തിക്കുന്നതിൽ നിതാന്ത ജാഗ്രതപുലർത്തി. ചിലയിടങ്ങളിൽ ധൈര്യശാലികളായ കർഷകർ ഗവൺമെന്റ് ഉദ്യോഗസ്ഥനെ കൈയേറ്റം ചെയ്തു. പുതിയ നികുതിനിർണ്ണയം നടത്തുന്നതുവരെ കിസ്ത് അടയ്ക്കില്ലെന്ന് കൃഷിക്കാർ പരസ്യമായി പ്രഖ്യാപിച്ചു. കർഷകരുടെ വീരോചിതമായ ചെറുത്തുനിൽപ് 1831 മാർച്ച് വരെ

തുടരുകയുണ്ടായി. ജനകീയ പ്രക്ഷോഭത്തിന്റെ വ്യാപ്തി തിരിച്ചറിഞ്ഞ ഭരണകൂടം കർഷകരുടെ നിവേദനം പരിശോധിക്കുകയും നഷ്ടം തിട്ടപ്പെടുത്തി നികുതിയിളവ് നടത്താമെന്നും ഉറപ്പ് നൽകി. ഇതേത്തുടർന്നാണ് ജനങ്ങൾ സമരത്തിൽനിന്ന് പിന്തിരിയാൻ തയ്യാറായത്. സമൂഹത്തിലെ എല്ലാവിഭാഗം ജനങ്ങളും കൂട്ടക്കലാപത്തിൽ പങ്കെടുത്തു. കൈക്കൂലി വാങ്ങുന്നവരേയും ജനങ്ങളുടെ പരാതികൾ കൃത്യമായി മേലുദ്യോഗസ്ഥർക്ക് വ്യാഖ്യാനിച്ചുകൊടുക്കാതെ ഉദ്യോഗസ്ഥരെയും ജനങ്ങൾ കൈയേറ്റം ചെയ്തു. ചില ഉദ്യോഗസ്ഥർ സമരപാതയിൽ അണിനിരന്നതിന്റെ ഉദാഹരണവും കാണ തിന്മയ്ക്കെതിരെ പൊരുതാൻ നിരക്ഷരരായ ഒരു സമൂഹം മുന്നോട്ടുവന്നതിന്റെ തിളക്കമാർന്ന ഉദാഹരണമാണ് കൂട്ടക്കലാപം.

ബ്രിട്ടീഷ്ഭരണം നടപ്പിലാക്കിയ നികുതിവ്യവസ്ഥ ജനങ്ങളിലുണ്ടാക്കിയ അമർഷത്തിന്റെ പൊട്ടിത്തെറിയാണ് വീണ്ടും ഒരു കലാപമായി 1837 ൽ രൂപംകൊണ്ടത്. കുടകിനെ കേന്ദ്രീകരിച്ച് കല്യാണസ്വാമി ഉയർത്തിയ പ്രക്ഷോഭത്തിന്റെ അലയൊലികൾ കാസർകോടിനേയും പിടിച്ചുകുലുക്കിയിരുന്നു. നേരിട്ട് ബന്ധമില്ലെങ്കിൽ കൂടി കല്യാണ സ്വാമിയുടെ സഹപ്രവർത്തകർ കാസർകോട്ടെ കർഷകരേയും സംഘടിപ്പിച്ച് പ്രക്ഷോഭത്തിനിറക്കിയിരുന്നു. സർക്കാർ ജീവനക്കാരടക്കം ഈ കലാപത്തിൽ പങ്കെടുക്കുകയുണ്ടായി. കലാപകാരികളുടെ സൈന്യത്തിന്റെ ഒരു ഘടകം 1837 ഏപ്രിലിൽ കുമ്പളയിൽനിന്ന് ജാഥയായി കാസർകോട്ടെത്തി ഗവൺമെന്റ് ട്രഷറി കൊള്ളയടിക്കുകയുണ്ടായത്. തുടർന്ന് കുമ്പളയിൽ തിരിച്ചെത്തിയ സൈന്യം അവിടെ കുറെദിവസം സജീവമായ ജനങ്ങളുടെയിടയിൽ പ്രവർത്തിക്കുകയുണ്ടായി. ഏപ്രിൽ അവസാനത്തോടെ കലാപം അടിച്ചമർത്തി. ചുരുക്കത്തിൽ കമ്പനിഭരണത്തിന്റ ജനവിരുദ്ധ നയങ്ങൾക്കെതിരെ കാസർകോടിന്റെ വിവിധഭാഗങ്ങളിൽ കർഷകർ കലാപത്തിന്റെ കൊടിക്കൂറ ഉയർത്തിപിടിച്ചിരുന്നുവെന്ന് കാണാം.

മേൽസൂചിപ്പിച്ച കർഷകകലാപങ്ങളിൽ വ്യക്തമായ രാഷ്ട്രീയനേതൃത്വമോ ശാസ്ത്രീയമായ പ്രത്യയശാസ്ത്ര സാന്നിദ്ധ്യമോ ഉണ്ടായിരുന്നില്ലെന്ന് കാണാം. പക്ഷേ, ഈ നാടിന്റെ പാരമ്പര്യം-വ്യവസ്ഥാനിഷേധത്തിന്റെ പാരമ്പര്യം-കർഷകർ പ്രകടിപ്പിക്കാത്ത ഏത് ഘട്ടത്തിലും തയ്യാറായിരുന്നുവെന്ന് ഇത്തരം കലാപങ്ങൾ തെളിയിക്കുന്നു. പത്തൊമ്പതാം നൂറ്റാണ്ടിന്റെ തുടക്കംമുതൽ തന്നെ സമ്പന്നമായ ഒരു കൊളോണിയൽ വിരുദ്ധസമരപാരമ്പര്യം ഇവിടെ സജീവമായിരുന്നുവെന്ന് ഇവ തെളിയിക്കുന്നു. ഇരുപതാം നൂറ്റാണ്ടിലും ഈ കലാപം തുടർന്നുവെന്നും കലാപകേന്ദ്രങ്ങളിൽ മാറ്റമുണ്ടായി എന്നും കയ്യൂർ സമരം തെളിയിക്കുന്നു. കയ്യൂർ, മുമ്പ് സൂചിപ്പിച്ച കൊളോണിയൽ വിരുദ്ധസമരത്തിന്റെ തുടർച്ചയാണ്. ഈ സമരപാരമ്പര്യം ദേശീയ പ്രസ്ഥാനവും കർഷക കമ്മ്യൂണിസ്റ്റ് പ്രസ്ഥാനവും ഇരുപതാംനൂറ്റാണ്ടിൽ ഇവിടെ കൂടുതൽ സജീവമാക്കി. അദ്ധ്യാപകരായ വി.വി. കുഞ്ഞമ്പുവും, കെ. മാധവനും

ജൈവബുദ്ധിജീവികളുടെ പങ്ക് കൃത്യമായി നിർവ്വഹിച്ചു. തല്ഫലമായി ഒരു കീഴാള ജനസമൂഹം സ്വത്വസ്ഥാപനത്തിനുവേണ്ടി പ്രക്ഷോഭത്തിന്റെ പാത കയ്യൂരിൽ സ്വീകരിച്ചു. സാമൂഹിക ജീവിതത്തിൽ ഇടമില്ലാത്ത കയ്യൂരിലെ കർഷകർ സ്വത്വനിശ്വാസത്തിനെതിരെ സമരം ചെയ്യുകയായിരുന്നു. കയ്യൂർ ആൽകീഴിൽ ഭഗവതി ക്ഷേത്ര കളിയാട്ടവേളയിൽ തൊഴുതുകിട്ടുന്ന പണം കോയ്മകൊണ്ടുപോകുന്നത് മഠത്തിൽ അപ്പുവും കൂട്ടരും തടയുന്നതിന്റെ യുക്തി സ്വത്വസ്ഥാപനവുമായി ബന്ധപ്പെട്ടതാണ്. സംഘമാണ് സ്വത്വബോധം സൃഷ്ടിച്ചത്. കർഷകസംഘവും കമ്മ്യൂണിസ്റ്റ് പാർട്ടിയും കൃഷിക്കാരിൽ സംഘബോധമുണ്ടാക്കി. സംഘബോധം ഒരർത്ഥത്തിൽ വർഗ്ഗസമരമാണ്. കയ്യൂർ വർഗ്ഗസമരത്തിന്റെ സന്ദേശമാണ് മുന്നോട്ടുവെക്കുന്നത്. ഇത് നൂറ്റാണ്ടുകളായി പല തരത്തിലും തലത്തിലും നടന്ന വർഗ്ഗസമരത്തിന്റെ തുടർച്ചതന്നെയാണ്. കയ്യൂരിലെ കർഷകർ നടത്തിയ ധീരോദാത്തമായ വർഗ്ഗസമരമാണ് കയ്യൂരിനെ ഒരു ചുവന്ന ഗ്രാമമായി മാറ്റിയത്. ഏറ്റുമുട്ടലില്ലാതെ കീഴടങ്ങാൻ ജനങ്ങളെ പ്രേരിപ്പിക്കുന്ന പുതിയ ലോകബോധം. വർഗ്ഗസമരമില്ലാത്ത പുതുലോകം വാഗ്ദാനം ചെയ്യുന്ന പുതിയ കാലം. കയ്യൂർ തീർച്ചയായും ചരിത്രത്തിലല്ല, വർത്തമാനത്തിലാണ് നിലനിൽക്കുന്നതെന്ന തിരിച്ചറിവ് ഈ കാലഘട്ടം ആവശ്യപ്പെടുന്നു.

കർഷക സംഘം രൂപംകൊള്ളുന്നു

കോൺഗ്രസ്സിനകത്ത് ഇടതു-വലത് വ്യതിയാനങ്ങൾ നിയമലംഘന പ്രസ്ഥാനത്തിന്റെ അന്ത്യത്തോടെ പ്രത്യക്ഷപ്പെടാൻ തുടങ്ങിയിരുന്നുവല്ലോ. കോൺഗ്രസിനകത്ത് ഇടതുപക്ഷത്തിന്റെ രൂപീകരണത്തിൽ പല ഘടകങ്ങളും സംഭാവന ചെയ്തു. ഉപ്പ് സത്യഗ്രഹത്തെ തുടർന്ന് അറസ്റ്റ് ചെയ്യപ്പെട്ട് ജയിലിൽ എത്തിയ സമരഭടന്മാർ അവിടെയുണ്ടായിരുന്ന മറ്റുള്ളവരുമായി രാഷ്ട്രീയ സംവാദങ്ങൾ നടത്തി. അവർ വടക്കെ ഇന്ത്യയിൽനിന്നും ബംഗാളിൽനിന്നും വന്ന വിപ്ലവകാരികളായിരുന്നു. സോഷ്യലിസ്റ്റ് ആശയങ്ങളും കമ്മ്യൂണിസ്റ്റ് പ്രത്യയശാസ്ത്രവുമായി നല്ല അടുപ്പമുണ്ടായിരുന്നവർ. മാത്രമല്ല, സോവിയറ്റ് യൂണിയൻ സന്ദർശിച്ച ശേഷം സോവിയറ്റ് യൂണിയനെക്കുറിച്ചും സോഷ്യലിസത്തെക്കുറിച്ചും നെഹ്റു നടത്തിയ പ്രസംഗങ്ങളും അദ്ദേഹം എഴുതിയ ലേഖനങ്ങളും സോഷ്യലിസത്തെക്കുറിച്ച് അറിയാനുള്ള താൽപര്യം ഒരു വിഭാഗം കോൺഗ്രസ്സുകാരിലുണ്ടാക്കി. ഗാന്ധിസത്തിലുള്ള വിശ്വാസം ക്രമേണ നഷ്ടപ്പെടാൻ തുടങ്ങി.

1935 ഡിസംബർ മാസത്തിൽ മീററ്റിൽ വെച്ച് അഖിലേന്ത്യാ കോൺഗ്രസ്സ് പാർട്ടിയുടെ സമ്മേളനം ചേരുകയുണ്ടായി. ആ സമ്മേളനത്തിൽ വെച്ച് എൻ.ജി. രംഗയുടെ അനുയായികളും കമ്മ്യൂണിസ്റ്റ്കാരും, സോഷ്യലിസ്റ്റ് ചിന്താഗതിക്കാരും ചേർന്ന് കൂടിയാലോചനകൾ നടത്തി. കൃഷിക്കാരുടെ അഖിലേന്ത്യാസംഘടന രൂപീകരിക്കണമെന്ന് തീരുമാനിച്ചു. ഇതിന്റെ വെളിച്ചത്തിൽ 1936 ൽ ലഖ്നൗവിൽ വെച്ച് അഖിലേന്ത്യാ കോൺഗ്രസ്സ് സമ്മേളനം ചേരുന്ന അവസരത്തിൽ കൃഷിക്കാരുടെ പ്രത്യേക സമ്മേളനം ചേരുകയും അവിടെ വച്ച് അഖിലേന്ത്യാ കിസാൻ സഭ രൂപീകരിക്കുകയും ചെയ്തു. കിസാൻ സഭയുടെ ലക്ഷ്യങ്ങളും കട

മകളും താഴെപറയുന്നവയാണെന്ന് ആ സമ്മേളനം പ്രഖ്യാപിച്ചു.

1) കിസാൻ പ്രസ്ഥാനത്തിന്റെ ഉദ്ദേശ്യം സാമ്പത്തിക ചൂഷണത്തിൽ നിന്ന് കൃഷിക്കാരെ പൂർണ്ണമായും മോചിപ്പിക്കുകയും കൃഷിക്കാർക്കും തൊഴിലാളികൾക്കും മറ്റ് ചൂഷിത വർഗ്ഗങ്ങൾക്കും പരിപൂർണ്ണമായ സാമ്പത്തിക, രാഷ്ട്രീയ അധികാരം നേടലുമാണ്.
2) കിസാൻ പ്രസ്ഥാനത്തിന്റെ മുഖ്യ കടമകൾ എല്ലാ രൂപത്തിലുമുള്ള ചൂഷണത്തിൽനിന്നും മോചനം നേടാൻ കൃഷിക്കാരെ തയ്യാറാക്കുന്നതിലേക്ക് അവരുടെ അടിയന്തരമായ സാമ്പത്തിക, രാഷ്ട്രീയ ആവശ്യങ്ങൾക്കു വേണ്ടി സമരം ചെയ്യുവാൻ കൃഷിക്കാരെ സംഘടിപ്പിക്കുക എന്നതാണ്.
3) ഉല്പാദകരായ ബഹുജനങ്ങൾക്ക് സാമ്പത്തികവും, രാഷ്ട്രീയവുമായ പരമാധികാരം കൈവരുത്തുക എന്നതാണ് കിസാൻ പ്രസ്ഥാനത്തിന്റെ അവസാന ലക്ഷ്യം. പരിപൂർണ്ണ സ്വാതന്ത്ര്യം നേടുവാനുള്ള സമരത്തിൽ കൃഷിക്കാർ ജാഗ്രതയോടെ പങ്കെടുക്കുന്നതിൽ കൂടി മാത്രമേ ഈ ലക്ഷ്യത്തിലേക്ക് എത്തുവാൻ കഴിയൂ.

അഖിലേന്ത്യാ കിസാൻ സഭയുടെ രൂപീകരണത്തിനു മുമ്പ് തന്നെ വടക്കെ മലബാറിൽ കർഷക സംഘം രൂപീകരിച്ച് പ്രവർത്തനം ആരംഭിച്ചിരുന്നു.

1934 ൽ പി.കൃഷ്ണപിള്ള, ഇം.എം.എസ്. നമ്പൂതിരിപ്പാട് തുടങ്ങിയ അന്നത്തെ ചെറുപ്പക്കാരായ കോൺഗ്രസ്സ് പ്രവർത്തകരുടെ നേതൃത്വത്തിൽ കോൺഗ്രസ്സ് സോഷ്യലിസ്റ്റ് പാർട്ടി രൂപീകരിക്കപ്പെട്ടു. ഇവരാണ് തൊഴിലാളികളുടെയും കൃഷിക്കാരുടെയും ഇടയിലേക്ക് ഇറങ്ങി തൊഴിലാളിയൂണിയനുകളും കർഷക സംഘങ്ങളും വളർത്തിക്കൊണ്ടുവന്നത്. മലബാർ കർഷക സംഘത്തിന്റെ ആദ്യ സമ്മേളനം 1934 മാർച്ച് മാസത്തിൽ പട്ടാമ്പിയിൽ നടന്നു. പ്രൊഫ.എൻ.ജി.രങ്കയുടെ അദ്ധ്യക്ഷതയിൽ ചേർന്ന സമ്മേളനം മലബാറിലെ സംഘടിത കർഷക പ്രസ്ഥാനത്തിന്റെ ആരംഭമായിരുന്നു. കുടിയൊഴിപ്പിക്കൽ, നിയമവിരുദ്ധ പിരിവുകൾ, മദ്രാസ്സ് ഗവൺമെന്റിന്റെ കർഷകദ്രോഹ നടപടികൾ എന്നിവയായിരുന്നു കർഷക സംഘം ഏറ്റെടുത്ത ആദ്യകാല പ്രശ്നങ്ങൾ.

1935 ജുലൈ മാസത്തിൽ പഴയ ചിറയ്ക്കൽ താലൂക്കിലെ കൊളച്ചേരിയിൽ ആദ്യമായി കൃഷിക്കാരുടെ യോഗം ചേരുകയും വി.എം.വിഷ്ണുഭാരതീയൻ പ്രസിഡന്റും കെ.എ.കേരളീയൻ സെക്രട്ടറിയുമായി കൊളച്ചേരി കർഷകസംഘം രൂപീകരിക്കുകയും ചെയ്തു. 1935 അവസാനത്തിൽ തന്നെ ഇതേ താലൂക്കിലെ കരിവെള്ളൂർ, വെള്ളൂർ, പെരളം എന്നീ വില്ലേജുകളും തൊട്ടടുത്തുള്ള പഴയ കാസർകോട് താലൂക്കിൽ പെട്ട കൊടക്കാട് വില്ലേജും ഉൾക്കൊള്ളുന്ന സംയുക്ത കർഷക സംഘം രൂപീകരിച്ചു പ്രവർത്തിച്ചിരുന്നു. ഈ സംഘത്തിന്റെ പ്രസിഡന്റ് ഏ.വി. കുഞ്ഞമ്പുവും സെക്രട്ടറി എം.പി. അപ്പുമാസ്റ്ററുമായിരുന്നു.

1936 നവംബറിലാണ് പറശ്ശിനിക്കടവിൽ വെച്ച് ചിറയ്ക്കൽ താലൂക്ക്

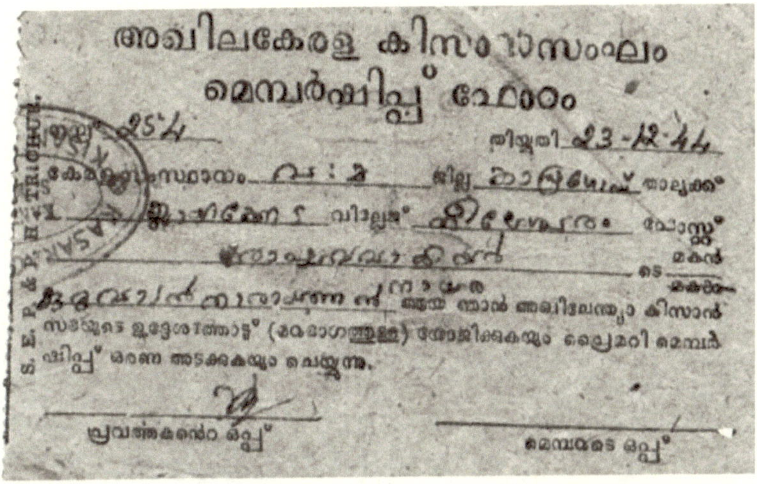

അഖിലകേരള കിസാൻസംഘം
മെമ്പർഷിപ്പ് ഫോറം

നമ്പർ 254 തീയ്യതി 23-12-44

[illegible]

ആയ ഞാൻ അഖിലേന്ത്യാ കിസാൻ സഭയുടെ ഉദ്ദേശത്തോട് [illegible] യോജിക്കുകയും പ്രൈമറി മെമ്പർഷിപ്പ് ശരണ അടക്കുകയും ചെയ്യുന്നു.

പ്രവർത്തകന്റെ ഒപ്പ്

മെമ്പറുടെ ഒപ്പ്

കർഷക സംഘം രൂപീകൃതമായത്. ഈ കാലഘട്ടത്തിൽ തന്നെ കർഷകപ്രസ്ഥാനം ടി.എസ്.തിരുമുമ്പ്, കെ.മാധവൻ എന്നിവരുടെ നേതൃത്വത്തിൽ കാസർകോട് താലൂക്കിലും പ്രവർത്തനം ആരംഭിച്ചിരുന്നു. ഈ കാലങ്ങളിൽ കോൺഗ്രസ്സിന്റെയും കർഷകസംഘത്തിന്റെയും യോഗങ്ങൾ ഒരുമിച്ചാണ് നടത്തിയിരുന്നത്. കർഷക സംഘം പ്രവർത്തനം കേവലം ഭൂബന്ധങ്ങളിൽ മാത്രമായി ഒതുങ്ങി നിന്നില്ല. നിശാപാഠശാലകളും, വായനശാലകളും തുറന്നു. കർഷക മനസ്സിൽ വിജ്ഞാനത്തിന്റെ പുത്തൻ ഉണർവ്വ്പകർന്നു കൊടുത്തു.

1936 ൽ മടിക്കൈയിൽ കർഷകസംഘം പ്രവർത്തനമാരംഭിച്ചു. ചുള്ളിക്കൽ ശാലയിൽ കൃഷിക്കാരുടെ യോഗം ചേരുകയും ജന്മിമാരുടെ ചൂഷണത്തിനും അക്രമപിരിവുകൾക്കുമെതിരെ പ്രതികരിക്കാൻ കുടുക്കുവളപ്പിൽ കൊട്ടൻ പ്രസിഡന്റും ചാർത്താങ്കാൽ രാമൻ സെക്രട്ടറിയുമായി സംഘം രൂപീകരിക്കുകയും ചെയ്തു. ശംഭു ജോത്സ്യർ, കോളിക്കുന്നിൽ അമ്പാടി, മൂലക്കോത്ത് കർത്തമ്പു തുടങ്ങിയവർ അതിന്റെ സജീവ പ്രവർത്തകരായിരുന്നു.

കർഷക സംഘത്തിന്റെ പ്രവർത്തനങ്ങൾ ശക്തിപ്പെട്ടതോടു കൂടി പലസ്ഥലത്തും കൃഷിക്കാർ ജന്മീഗൃഹങ്ങളിലേക്കും മനകളിലേക്കും മാർച്ചു ചെയ്യുകയും തങ്ങളുടെ അടിയന്തരാവശ്യങ്ങൾ അറിയിക്കുകയും ചെയ്തു. പല സ്ഥലത്തും കൃഷിക്കാരുടെ പട്ടിണി ജാഥകൾ നടന്നു. 1936 ൽ എ.കെ.ജി.യുടെ നേതൃത്വത്തിൽ മലബാറിൽനിന്നും മദിരാശിയിലേക്ക് പുറപ്പെട്ട ചരിത്ര പ്രസിദ്ധമായ പട്ടിണി ജാഥ കർഷകർക്ക് ആവേശം പകർന്നതായിരുന്നു. 1938 ൽ ടി.എസ്.തിരുമുമ്പിന്റെ നേതൃത്വത്തിൽ തൃക്കരിപ്പൂരിൽനിന്നും കാസർകോട്ടേക്ക് ജാഥ നടത്തി.

കാസർകോട് താലൂക്കിൽ സംഘത്തിന് രൂപം കൊടുക്കുന്നതിൽ

കേരളീയൻ, എ.വി.കുഞ്ഞമ്പു, വിഷ്ണുഭാരതീയൻ, വി.വി.കുഞ്ഞമ്പു, ടി.എസ്.തിരുമുമ്പ്, കെ.മാധവൻ, എൻ.എസ്.നമ്പൂതിരി എന്നിവർ നേതൃത്വപരമായ പങ്ക് വഹിക്കുകയുണ്ടായി. നിരവധി പ്രാദേശിക നേതാക്കന്മാർ, പ്രത്യേകിച്ചും പി.അമ്പുനായർ, ടി.വി.കുഞ്ഞമ്പു, നാരായണ വാര്യർ എന്നിവർ കർഷകസംഘം പ്രവർത്തനത്തിൽ സജീവമായി പങ്കെടുത്തിരുന്നു. ആദ്യത്തെ കർഷകസംഘം സമ്മേളനം കാഞ്ഞങ്ങാട് 1937–ൽ കെ.പി.ആർ.ഗോപാലന്റെ അദ്ധ്യക്ഷതയിൽ ചേർന്നു. കെ.ടി.കുഞ്ഞിരാമൻ നമ്പ്യാർ പ്രസിഡന്റും, കെ.മാധവൻ സെക്രട്ടറിയുമായ താലൂക്ക് കമ്മിറ്റിയിൽ കോടോത്ത് നാരായണൻ നായർ, സി.എം.കുഞ്ഞിരാമൻ നായർ, കൊയ്യൻ കുഞ്ഞിക്കണ്ണൻ, എൻ.എസ്.നമ്പൂതിരി, പി.കെ.മൊയ്തീൻ സാഹിബ്ബ് തുടങ്ങി 23 അംഗങ്ങളായിരുന്നു ഉണ്ടായിരുന്നത്. കർഷക സംഘം ലോക്കൽ സെക്രട്ടറിമാരായിരുന്ന എം.നാരായണൻ നായർ (ക്ലായിക്കോട്), എ.വി.ഗോവിന്ദൻ (കമ്പല്ലൂർ), കെ.വി.ചന്ദ്രശേഖരൻ (പിലിക്കോട്), എം.സി.അമ്പാടി (തുരുത്തി), എം.അമ്പാടികുഞ്ഞി (പുലിയന്നൂർ), പി.കുഞ്ഞമ്പു (അണ്ടോൾ), ഇ.സി.പൊക്കൻ (മയ്യിച്ച), എന്നിവർ കർഷക സംഘം വളർത്തിയെടുക്കുന്നതിൽ വലിയ സംഭാവന നൽകി.

കോൺഗ്രസ്സും കർഷകസംഘവും തമ്മിലുള്ള പ്രത്യയശാസ്ത്രപരമായ അഭിപ്രായ വ്യത്യാസം 1938 ൽ ഹോസ്ദുർഗ്ഗിൽ ചേർന്ന താലൂക്ക് കർഷകസംഘം മീറ്റിംഗിൽ മറനീക്കി പുറത്ത് വരികയുണ്ടായി. സമ്മേളനത്തിൽ ചുവപ്പ് കൊടിയോടൊപ്പം കോൺഗ്രസ്സ് പതാകയും ഉയർത്തണമെന്ന് എ.സി.കണ്ണൻ നായർ ആവശ്യപ്പെട്ടപ്പോൾ കെ. മാധവനും കെ. ടി.കുഞ്ഞിരാമൻ നമ്പ്യാരും പ്രസ്തുത നിർദ്ദേശത്തെ ശക്തിയുക്തം എതിർക്കുകയുണ്ടായി. കെ.പി.ആർ.ഗോപാലനായിരുന്നു അദ്ധ്യക്ഷൻ. പ്രസ്തുത സമ്മേളനത്തിൽ കൊടിയെ സംബന്ധിച്ച് ഏ.സി. കണ്ണൻനായരും കർഷക സംഘവും തമ്മിൽ വലിയൊരു തർക്കം നടന്നു. ചുവപ്പ് പതാകയോടൊപ്പം, കോൺഗ്രസ് പതാകയും ഉയർത്തണമെന്നതായിരുന്നു അദ്ദേഹത്തിന്റെ വാശി. അതുവരെ കർഷക സംഘത്തോട് സഹകരിച്ച് പ്രവർത്തിച്ചിരുന്ന ഏ.സി. കണ്ണൻനായർ, വി.പി.കൃഷ്ണൻ നായർ, പി.ശങ്കരൻ നായർ, ശംഭു ജ്യോത്സ്യർ തുടങ്ങിയവർ സമ്മേളനം ബഹിഷ്ക്കരിച്ചു. എ.കെ.ജിയും, കേരളീയനുമായിരുന്നു അന്നത്തെ പ്രധാന പ്രാസംഗികർ. താലൂക്കിന്റെ നാനാഭാഗത്ത് നിന്നും ധാരാളം കൃഷിക്കാർ പങ്കെടുക്കുകയുണ്ടായി. കെ.ദാമോദരന്റെ *പാട്ടബാക്കി* നാടകവും അരങ്ങേറി. എ.കെ.ജിയുടെ *തടവുപുള്ളി*യും കെ.പി.ആറിന്റെ *ജയിൽ വാർഡ*നും പൊടിപൊടിച്ചു. കെ.ദാമോദരന്റെ തന്മയത്വമുള്ള *അമ്മ* കാണികളിൽ ദുഃഖമുണ്ടാക്കുകയും ചെയ്തു. ഹരം പിടിപ്പിക്കുന്ന വേഷങ്ങളായിരുന്നു എല്ലാവരുടെയും. ആ നാടകം കണ്ടവർ പലരും അവരുടെ വേഷങ്ങളെപ്പറ്റി പരാമർശിച്ചിട്ടുണ്ട്. പ്രസ്തുത സമ്മേളനത്തിൽ തിരുമുമ്പ് പ്രസിഡന്റും കെ.മാധവൻ സെക്രട്ടറിയുമായി പുതിയ കമ്മിറ്റി നിലവിൽ

വന്നു. സമ്മേളനം പാസ്സാക്കിയ പ്രമേയങ്ങളിൽ ചിലത് ചുവടെ പറയുന്നു.

1) വെറും പാട്ടക്കാരുൾപ്പെടെയുള്ള കുടിയാന്മാർക്ക് സ്ഥിരാവകാശം നൽകുക.
2) പാട്ടം നാലിലൊന്നായി നിജപ്പെടുത്തുക.
3) പാട്ടമായി നൽകിയ തുകയ്ക്ക് രശീത് നൽകുക.

കർഷക സംഘം പ്രാദേശിക തലത്തിൽ രൂപീകരിക്കുവാൻ നിരവധി പ്രയാസങ്ങളുണ്ടായിരുന്നു. കർഷകരാകെ പല ജാതികളിലായി ചിതറിക്കിടന്നിരുന്നു. ജാതിക്കൂട്ടങ്ങൾക്ക് അംഗങ്ങളുടെ മേൽ അനിയന്ത്രിതമായ അധികാരമുണ്ടായിരുന്നു. പിന്നോക്ക ജാതിവിഭാഗങ്ങളുടെ കൂട്ടായ്മ പ്രകടിപ്പിക്കുന്ന സ്ഥാപനങ്ങളുടെ മേൽ നാടുവാഴികൾക്ക് (പ്രാദേശിക ജന്മിമാർക്ക്) അധികാരമുണ്ടായിരുന്നു. ക്ഷേത്രാനുഷ്ഠാനങ്ങൾ ജന്മിമാരുടെ നിയന്ത്രണത്തിലായിരുന്നു. ഇത് പലപ്പോഴും കർഷകരെ ചൂഷണം ചെയ്യാനുള്ള വേദിയായി. പക്ഷേ, ക്രമേണ ഇത്തരം സ്ഥാപനങ്ങൾ കർഷക സംഘത്തിന്റെ അടിത്തറയായി മാറി. തെയ്യത്തിന് തൊഴുത് കിട്ടുന്ന പണം നാടുവാഴി എടുത്തു കൊണ്ടുപോകുമ്പോൾ അതിനെ ചോദ്യം ചെയ്യാൻ കഴകത്തിലെയും താനങ്ങളിലെയും അംഗങ്ങൾ പരസ്യമായി മുന്നോട്ട് വരാൻ തുടങ്ങി. ജന്മിത്വത്തെ എതിർക്കാൻ ജനങ്ങളിൽ ആത്മവിശ്വാസം ഉണ്ടാക്കിയെടുക്കുവാൻ അതിലൂടെ കഴിഞ്ഞു. തെയ്യം ചടങ്ങിനുള്ള പാലമരവും അരിയും പച്ചക്കറിയും മറ്റും ആഘോഷമായിട്ടാണ് എത്തിച്ചിരുന്നത്. സ്വാഭാവികമായും ഇത്തരം സന്ദർഭങ്ങൾ കർഷക സംഘത്തിന്റെ സ്വാധീനം വ്യാപിപ്പിക്കാനുള്ള അവസരമാക്കി മാറ്റിയെടുക്കുവാൻ പ്രവർത്തകർക്ക് സാധിച്ചു.

ഹോസ്ദുർഗ്ഗ് താലൂക്കിൽ സംഘം പ്രവർത്തനം മുപ്പതുകളുടെ അവസാനത്തോടെ വളരെ സജീവമായി. നിരവധി പ്രദേശങ്ങളിൽ സംഘത്തിന്റെ ശാഖകൾ നിലവിൽ വന്നു. പുതിയ ഉണർവ്വ് കർഷകരിൽ വളർന്നു. ഭരണകൂടവും ജന്മിമാരും തമ്മിലുള്ള ബന്ധം തിരിച്ചറിയാൻ സംഘം പ്രവർത്തനം കർഷകരെ സഹായിച്ചു. കർഷക സംഘത്തിന്റെ ശാഖകൾ ക്ലായിക്കോട് അടക്കമുള്ള പ്രദേശങ്ങളിൽ വളരെ സജീവമായി. ടി.വി.കുഞ്ഞമ്പു, കെ.പി.വെള്ളുങ്ങ, പി.ടി.അമ്പാടിക്കുഞ്ഞി, ടി.വി. കുഞ്ഞിരാമൻ, ടി.പൊക്കായി തുടങ്ങിയവരുടെ നേതൃത്വത്തിൽ കയ്യൂരിൽ കർഷക സംഘം പ്രവർത്തനം സജീവമായി. കർഷക സംഘത്തിന്റെ ആവിർഭാവവും പ്രവർത്തനങ്ങളും ജന്മിമാരുടെ മനോഭാവത്തിൽ വലിയ ചലനമുണ്ടാക്കി. ജന്മിമാരുടെ ഇടയിലുണ്ടായിരുന്ന ശത്രുതയും സംഘർഷവും അവസാനിപ്പിക്കുവാൻ അവർ തയ്യാറായി. മാത്രമല്ല, തങ്ങളുടെ നിലനിൽപ്പിനു നേരെ ഉയർന്നുവരുന്ന പുതിയ വെല്ലുവിളിയായ കർഷക സംഘത്തിനെതിരെ യോജിക്കുവാനും അവർ തയ്യാറായി. ക്രമേണ കാർഷിക മേഖലയിൽ ജന്മിത്വവും ജന്മിവിരുദ്ധ പ്രസ്ഥാനവും തമ്മിലുള്ള അന്തരം ശക്തമായി. രണ്ട് വ്യത്യസ്ത താല്പര്യങ്ങൾ തമ്മി

ലുള്ള സംഘട്ടനത്തിലേക്ക് ഇത് വളരുകയും ചെയ്തു.

കർഷക സംഘത്തിന് ഓരോ ഗ്രാമത്തിലും സ്വന്തമായ ഓഫീസും ഭാരവാഹികളുമുണ്ടായിരുന്നു. സംഘത്തിന്റെ പ്രവർത്തനത്തിനാവശ്യമായ ഫണ്ട് കർഷകർ ഉല്പന്നമായും പണമായും നൽകി. കർഷക സ്ത്രീകൾ ഓരോ ദിവസവും ഒരുപിടി അരി സംഘത്തിന്റെ ആവശ്യത്തിലേക്ക് നീക്കി വെയ്ക്കാൻ തയ്യാറായത് സംഘത്തിന് ജനഹൃദയങ്ങളിലുള്ള സ്ഥാനം വെളിപ്പെടുത്തുന്നു. കർഷകരിൽ രാഷ്ട്രീയാവബോധം വളർത്തിയെടുക്കുന്നതിനു വേണ്ടി നിശാ പാഠശാലകൾ സംഘത്തിന്റെ നേതൃത്വത്തിൽ നടന്നു. വായനശാലകൾ ആരംഭിക്കുന്നതിലൂടെ അറിവിന്റെ വാതായനങ്ങൾ ഗ്രാമീണ കർഷകരുടെ മുന്നിൽ തുറക്കപ്പെട്ടു. കർഷകരുടെ ജീവിതത്തിൽ സംഘം നിർണ്ണായകഘടകമായി മാറാൻ അധികകാലമെടുത്തില്ല. സംഘത്തിന്റെ നിർദ്ദേശങ്ങളെ ധിക്കരിക്കാനോ ചോദ്യം ചെയ്യാനോ ആരും തയ്യാറായില്ല. സംഘം സമാന്തരമായ ഭരണകൂടം തന്നെയായി മാറി. അഭിനവഭാരത യുവക് സംഘം, മഹിളാസംഘം, ബാലസംഘം തുടങ്ങിയ പോഷകസംഘടനകൾ കർഷക സംഘത്തെ ശക്തിപ്പെടുത്തി. സമൂഹത്തിന്റെ ഏറ്റവും അടിത്തട്ടിൽ ജീവിക്കുന്നവരിൽ പോലും രാഷ്ട്രീയബോധം വളർത്തിയെടുക്കുവാനും സാമ്രാജ്യത്വത്തിനും ജന്മിത്വത്തിനുമെതിരെ പൊരുതാനും കർഷകരെ സജ്ജരാക്കാൻ സംഘം പരിശ്രമിച്ചു. ത്യാഗപൂർണ്ണമായ ജീവിതമായിരുന്നു സംഘം നേതാക്കളുടേത്. കുടുംബത്തെ ഉപേക്ഷിച്ച് കർഷകരുടെയിടയിൽ അവർ ജീവിച്ചു. സംഘം പ്രവർത്തകർ മാതൃകാ ജീവിതമായിരുന്നു നയിച്ചിരുന്നത്. വ്യക്തിപരമായ വരുമാനം സംഘത്തിന് നൽകി. സംഘം ഏർപ്പാട് ചെയ്യുന്ന ലളിത ജീവിതമായിരുന്നു പ്രവർത്തകരുടേത്. കർഷകരുടെ നാഡിമിടിപ്പുകൾ മനസ്സിലാക്കിയ സംഘം പ്രവർത്തകർ രാഷ്ട്രീയ സന്ന്യാസിമാരായി അവരുടെയിടയിൽ ജീവിച്ചു. സംഘത്തെ കണ്ണിലെ കൃഷ്ണമണിപോലെ സൂക്ഷിക്കാൻ കൃഷിക്കാർ തയ്യാറായത് ഇതൊക്കെ കൊണ്ടു തന്നെയാണ്.

ഇതെല്ലാമായതോടെ കർഷക സംഘത്തിന്റെ ആവശ്യങ്ങൾക്ക് ശക്തികൂടി. രസീതില്ലെങ്കിൽ വാരം അളക്കില്ലെന്ന നിലവാരത്തിലേക്ക് കൃഷിക്കാരന്റെ ബോധം ഉയർന്നു. 'ശീലക്കാശ്' 'നുരി' 'മുക്കാൽ' പലേടത്തും ഇല്ലാതായി. കൃഷിക്കാരനെ ക്രൂരമായി മർദ്ദിക്കുന്ന ജന്മിക്കെതിരായി ക്ഷൌരവും മറ്റും വിലക്കപ്പെട്ടു. എളേരിയിൽ ജന്മിയുടെ അഭിഷ്ടമനുസരിച്ച് പുനവാരം കൊടുക്കാൻ കൃഷിക്കാർ കൂട്ടാക്കിയില്ല. പുനം കൊത്തുന്നത് ജന്മി വിലക്കി. കൃഷിക്കാർ തലകുനിച്ചില്ല. അവസാനം പുനം വാരത്തിന് കർഷക സംഘവുമായി ധാരണയുണ്ടാക്കേണ്ടി വന്നു. ഏക്കറിന് പത്ത് പറ വാരം ആറ് പറയായി ചുരുങ്ങി.

ആദ്യകാലത്ത് സംഘത്തിന്റെ ആവശ്യം താരതമ്യേന ചെറുതായിരുന്നു. നുരി, ശീലക്കാശ്, വെച്ചുകാണൽ തുടങ്ങിയ അക്രമപിരിവുകൾ നിർത്തുക, കുടിയൊഴിപ്പിക്കൽ അവസാനിപ്പിക്കുക, വാരവും, പാട്ടവും

വാങ്ങിയതിന് രശീത് കൊടുക്കുക, തുടങ്ങിയവയാണ് സംഘം ഉന്നയിച്ച ആവശ്യങ്ങൾ. ഞങ്ങളുടെ ഈ മുദ്രാവാക്യത്തിന്റെ അലകൾ നാട്ടിൻപുറങ്ങളിൽ ശക്തിയായി അടിക്കാൻ തുടങ്ങി. ഗ്രാമത്തിലെ കർഷക കാരണവന്മാർ സംഘത്തിന്റെ മുദ്രാവാക്യങ്ങൾ ഉറക്കെ പറയാൻ ധൈര്യപ്പെട്ടു. ക്ലായിക്കോട്ടെ പൊടോര കേളു, മടിക്കൈയിലെ കുനിക്കുണ്ടിൽ അപ്പുകാരണവർ, പയ്യൻ കേളു നായർ (ചെറുവത്തൂർ), കിനാവൂരിലെ വി. ചന്തു ആഫീസർ, കൊടക്കാട്ടെ എലച്ചിക്കണ്ണൻ എന്നിവരുടെ പേരുകൾ സ്മരിക്കപ്പെടേണ്ടതാണ്. ഈ കാരണവന്മാരുടെ വരവ് ധാരാളം ചെറുപ്പക്കാർക്ക് പ്രസ്ഥാനത്തിലേക്ക് വരാനുള്ള ആവേശം കൊടുത്തു. നാടുനീളെ കർഷക സമരം പൊട്ടിപ്പുറപ്പെട്ടു. ജന്മിമാരും ഗവൺമെന്റും കർഷക സംഘത്തെ മുളയിൽത്തന്നെ അടിച്ചമർത്താനുള്ള ശ്രമമാരംഭിച്ചു. പ്രാദേശികമായി കൃഷിക്കാരിൽനിന്നും ഉയർന്നുവന്ന കർഷക പ്രവർത്തകർ മർദ്ദനത്തിന് ഇരയായിത്തുടങ്ങി. കേസുകളിൽപെട്ട് അറസ്റ്റ് വരിക്കാനും, ജയിൽശിക്ഷ അനുഭവിക്കാനും കാരണമായി.

കയ്യൂർ സമര പശ്ചാത്തലം

ദക്ഷിണ കാനറ ജില്ലയിൽ കാസർകോട് താലൂക്കിലെ അറിയപ്പെടാത്ത അനേകം ഗ്രാമങ്ങളിൽ ഒന്നായിരുന്നു കയ്യൂർ. ചെറുവത്തൂർ റെയിൽവേ സ്റ്റേഷന് കിഴക്കായി കാര്യാങ്കോട് പുഴയുടെ ഓരത്തെ ഒരു ഗ്രാമം. ജനസംഖ്യയിൽ ഭൂരിഭാഗവും ദരിദ്രകർഷകരും നിരക്ഷരരായ കാർഷികത്തൊഴിലാളികളും. ജാതീയമായ ശ്രേണീ വ്യവസ്ഥയിൽ ഇവരിൽ അധികം പേരും തീയ്യസമുദായത്തിലും ആയിരുന്നു. എല്ലായ്പ്പോഴും കടക്കെണിയിൽ അകപ്പെട്ടുകഴിയുന്ന ജനവിഭാഗം. ബാഹ്യലോകവുമായി വലിയ ബന്ധമൊന്നുമില്ലാതെ ഒറ്റപ്പെട്ടു കിടക്കുന്ന ഗ്രാമം. കാര്യങ്കോട് പുഴ ഒരു ജീവരേഖയായി എല്ലാം നൽകി. സ്വച്ഛന്ദമായി ഒഴുകി.

കയ്യൂരിലെ ഭൂമിയെല്ലാം ജന്മിമാരുടെ കയ്യിലായിരുന്നു. നീലേശ്വരം രാജവംശത്തിന്റെ നിയന്ത്രണത്തിലായിരുന്നു കയ്യൂർ. മാത്രവുമല്ല നാടൻ ജന്മിമാർക്കും കയ്യൂരിൽ ഭൂമിയും അവകാശങ്ങളുമുണ്ടായിരുന്നു. ജനങ്ങളുടെ ജീവിതത്തിൽ ജന്മി അതിശക്തമായ സാന്നിദ്ധ്യമായിരുന്നു. നാട്ടിൽ നടക്കുന്ന എല്ലാ കാര്യങ്ങളും ജന്മിയെ അറിയിക്കണം. ഓരോ വീട്ടിലും ജന്മിയുടെ അദൃശ്യസാന്നിദ്ധ്യമുണ്ടായിരുന്നു. കല്യാണം മറ്റ് വിശേഷ ദിവസങ്ങൾ തുടങ്ങിയവയെല്ലാം ജന്മിയെ അറിയിക്കണം. ജന്മിയുടെ അറിവോടും സമ്മതത്തോടും കൂടി മാത്രമേ എല്ലാ കാര്യങ്ങളും നടപ്പിലാക്കാൻ പറ്റുകയുള്ളൂ. കുടിയാന്റെ വീട്ടിൽ വാഴകുലച്ചാൽ അത് ആദ്യം ജന്മിയുടെ വീട്ടിലെത്തിക്കണം. കാട്ടുമൃഗങ്ങളെ വേട്ടയാടി പിടിച്ചാൽ അതിന്റെ നല്ലഭാഗം ജന്മിക്ക് അവകാശപ്പെട്ടതാണ്. ജന്മിയുടെ ഇത്തരം അവകാശങ്ങൾ കുടിയാൻ നിറവേറ്റിയില്ലെങ്കിൽ അയാളെ ഭൂമിയിൽ നിന്ന് ഒഴിപ്പിക്കുകയും പുതിയൊരാൾക്ക് പാട്ടത്തിന് നൽകുകയും

ചെയ്തു. ജന്മിമാരുടെ മൃഗയാ വിനോദങ്ങളിലൊന്നായി മാറി ഒഴിപ്പിക്കൽ നടപടികൾ. മുട്ടിന് താഴെ മുണ്ടുടുക്കരുത്, ചെരിപ്പിട്ട് നടക്കാൻ പാടില്ല, കുപ്പായമിടരുത്, തലയിൽ കെട്ട് പാടില്ല, ജന്മിയെ വെറും കയ്യോടെ കാണാൻ പോകരുത്, ജന്മിയുടെ മുമ്പിൽ വണങ്ങി നിൽക്കണം. വാപൊത്തി വേണം സംസാരിക്കാൻ. ഓരോ ജാതിയിൽ പെട്ടവർക്കും പ്രത്യേക സംബോധനയുണ്ടായിരുന്നു. എത്ര വയസ്സനായ വ്യക്തിയേയും ജന്മി കുടുംബത്തിലെ കുട്ടികൾ പേരുപറഞ്ഞു വിളിക്കും.

കയ്യൂരിലെ ജന്മിക്ക് ഗുണ്ടാ സംഘമുണ്ടായിരുന്നു. പാട്ടം അളക്കാത്തവരെ ഭീഷണിപ്പെടുത്താൻ ഈ ഗുണ്ടകളെയാണ് ഉപയോഗപ്പെടുത്തിയിരുന്നത്. ജന്മിയുടെ ആഗ്രഹങ്ങൾ ഏത് വിധേനയെങ്കിലും സാധിച്ചെടുക്കാൻ പലപ്പോഴും ഗുണ്ടകളുടെ സഹായം തേടും. അക്രമപ്പിരിവുകൾ സാർവ്വത്രികമായിരുന്നു. നെല്ലളക്കുമ്പോൾ അളവ് ഓർത്തുവെക്കുന്നതിനുവേണ്ടി ഒരു പിടി നെല്ല് മാറ്റി കൂനവെക്കും. അവസാനം ഇത് എണ്ണിനോക്കിയാണ് അളവിന്റെ എണ്ണം തിട്ടപ്പെടുത്തുന്നത്. കൂനകൂട്ടിയ നെല്ല് ജന്മി തന്നെ എടുക്കുകയും ചെയ്യും. കയ്യൂരിലെ കർഷകർ ഇതെല്ലാം സഹിച്ചു. ഉള്ളിൽ പ്രതിഷേധവുമായി അവർ കാത്തുനിന്നു. ഒറ്റയ്ക്ക് ഒന്നും ചെയ്യാനാവില്ല. ജീവൻ കാണില്ല. കൊന്നാലും തല്ലിയാലും ആരും ചോദിക്കില്ല. നാട്ടിൽ ജന്മി പറയുന്നതാണ് നിയമം. പോലീസ് ജന്മി പറയുന്നതേ കേൾക്കൂ. ജന്മിക്ക് വേണ്ടി പോലീസ് എന്തും ചെയ്യും. ഇതിനെല്ലാം മാറ്റം വരുത്താൻ വേണ്ടി കയ്യൂരിലെ കർഷകർ ആഗ്രഹിച്ചു. പീഡനങ്ങളും ദുരിതങ്ങളും മാറി, ജന്മിത്വം ഇല്ലാതായി, കൃഷിഭൂമി കർഷകന് ലഭിക്കുന്ന ഒരവസ്ഥയെ കർഷകരെല്ലാം സ്വപ്നം കണ്ടു. അതിനാലാണ് 1935ൽ എകെജിയുടെ നേതൃത്വത്തിൽ കരിവെള്ളൂരിൽ കർഷകർ ഒത്തുകൂടിയപ്പോൾ കയ്യൂരിൽ നിന്നും പലരും അതിൽ പങ്കെടുത്തത്. സംഘബോധമുണ്ടാക്കേണ്ടതിന്റെ ആവശ്യകത അവർക്ക് ബോധ്യപ്പെട്ടു. പക്ഷെ എന്നിട്ടും ധൈര്യമുണ്ടായിരുന്നില്ല. രണ്ട് വർഷം കാത്തുനിന്നതിന് ശേഷം 1937–ലാണ് കർഷകസംഘം രൂപീകരണമെന്ന ചരിത്ര ദൗത്യം നടക്കുന്നത്.

മാത്രവുമല്ല സാമൂഹ്യമായ ആചാരങ്ങളും ജനങ്ങളുടെ ജീവിതത്തെ ദുസ്സഹമാക്കി. ജാതീയമായ ശ്രേണീവ്യവസ്ഥ ശക്തമായി നിലനിന്ന ഗ്രാമമാണ് കയ്യൂർ. അവകാശങ്ങളും അധികാരങ്ങളുമെല്ലാം ജന്മിമാരുടെ കൈകളിലാണ്. കർഷകരും തൊഴിലാളികളും ഒരവകാശവുമില്ലാത്തവരായിരുന്നു. ജാതിവ്യവസ്ഥയുടെ ഭാഗമായ തൊട്ടുകൂടായ്മയും തീണ്ടിക്കൂടായ്മയും സജീവമായി നിലനിന്ന ഗ്രാമവും കൂടിയായിരുന്നു കയ്യൂർ. ജാതി നിയമങ്ങൾ വളരെ ക്രൂരമായിരുന്നു. തൊട്ടുകൂടായ്മയും തീണ്ടിക്കൂടായ്മയും മാത്രമല്ല, കണ്ടുകൂടായ്മയും ഗ്രാമജീവിതത്തിന്റെ ഭാഗമായിരുന്നു. കണ്ടുകൂടായ്മ ഇന്ത്യയിൽ മറ്റൊരിടത്തും ഉണ്ടായിരുന്നില്ല. താഴ്ന്ന ജാതിക്കാരുടെ ആളുകൾ മേൽജാതിക്കാരെ കാണുമ്പോൾ നിശ്ചിതദൂരം മാറി നിൽക്കണം. ഓരോ വിഭാഗവും മാറി നിൽക്കേണ്ട ദൂരം

കൃത്യമായിരുന്നു. ഈ വികൃതമായ ആചാരം കേരളത്തിൽ കണ്ടതുകൊണ്ടാണ് സ്വാമി വിവേകാനന്ദൻ കേരളത്തെ ഭ്രാന്താലയമെന്ന് വിശേഷിപ്പിച്ചത്.

പ്രാഥമിക വിദ്യാഭ്യാസത്തിനു ശേഷം ഭൂരിഭാഗവും കാർഷിക മേഖലയിൽ തന്നെ ഒതുങ്ങുന്നു. തീയ്യരുടെ ജീവിതത്തിൽ സജീവസാന്നിധ്യമായ സ്ഥാപനം കയ്യൂരിലെ ആലിങ്കീൽ ഭഗവതിയുടെ ആരൂഢമായിരുന്നു. പൂരക്കളി പ്രധാനപ്പെട്ട ആയോധന കലയും. കളരിയിൽ പഠിച്ച് മെയ്വഴക്കം നേടിയവർ പൂരക്കളിയിൽ ശോഭിച്ചു. സാമൂഹിക കടമ നിർവ്വഹിക്കുന്നതോടൊപ്പം മുണ്ട്യ ഒരു സാമുദായിക ആരാധനാ കേന്ദ്രം കൂടിയാണ്. പുരോഹിതനും വിശ്വാസികളും നടത്തിപ്പുകാരുമെല്ലാം തീയ്യർ തന്നെ. പക്ഷെ അതിന്റെ കോയ്മ അവകാശം കുറുവാടൻ, പുളിങ്ങാടൻ, വേങ്ങയിൽ എന്നീ നായർ തറവാട്ടുകാർക്കും. പൂരത്തിനും തെയ്യത്തിനും കയ്യൂർകാരെല്ലാം മുണ്ട്യയിലെത്തുന്നു. കളിയാട്ടം നടക്കുമ്പോൾ തൊഴുത് പിരിവ് കോയ്മക്കാർക്ക് അവകാശപ്പെട്ടതാണ്. മാവിലരും പുലയരും തൊട്ടുകൂടാത്തവരായി കയ്യൂരിലുണ്ട്. ഈ അസ്പൃശ്യ വിഭാഗമാകട്ടെ ജന്മിമാരുടെ അടിമകൾ തന്നെയായിരുന്നു. നാടുവാഴിയായ നീലേശ്വരം രാജാവും അതിന്റെ പ്രാദേശിക രൂപങ്ങളായ നാടൻ ജന്മിമാരും ചേർന്ന് കർഷകരെയും കർഷകത്തൊഴിലാളികളെയും അടിമകളായ ചെറുമരേയും പല വിധത്തിലുള്ള ചൂഷണങ്ങൾക്ക് വിധേയമാക്കി.

കയ്യൂരിൽ കർഷകസംഘം

ഇരുപതാം നൂറ്റാണ്ടിന്റെ നാലാം ദശകത്തോടെ ഉയർന്നുവന്ന രാഷ്ട്രീയ പ്രബുദ്ധത കാസർകോട് താലൂക്കിൽ പുതിയ ഉണർവ് ഉണ്ടാക്കി. കോൺഗ്രസ്സിന്റെയും കോൺഗ്രസ്സ് സോഷ്യലിസ്റ്റ് പാർട്ടിയുടെയും പ്രവർത്തനങ്ങൾ കാസർകോട് ഗ്രാമങ്ങളിലും അലയൊലിയുണ്ടാക്കി. 1937 ഏപ്രിൽ മാസത്തിൽ കോൺഗ്രസ്സിന്റെയും കർഷക സംഘത്തിന്റെയും യൂണിറ്റുകൾ കയ്യൂരിൽ നിലവിൽവന്നു. ക്ലായിക്കോട് കുണ്ടത്തിലെ ഒരു തുണ്ട് സർക്കാർ ഭൂമിയുടെ പേരിൽ പരിയാരത്ത് കൃഷ്ണൻ നായരും നീലമ്പത്ത് കണ്ണനും തമ്മിലുണ്ടായ തർക്കത്തിൽ ഇടപെട്ട് പ്രശ്നം പരിഹരിച്ചുകൊണ്ട് കർഷകസംഘം കർഷകരുടെ ഇടയിൽ സ്വാധീനം വളർത്തി. കയ്യൂരിലെ മലയരുവത്ത് കണ്ണന്റെ വീട്ടിൽ ചേർന്ന കർഷകസംഘം രൂപീകരണയോഗത്തിൽ എ.വി. കുഞ്ഞമ്പു, കേരളീയൻ, ടി.എസ്. തിരുമുമ്പ്, കെ. മാധവൻ, വി.വി. കുഞ്ഞമ്പു, എം.വി. നാരായണൻ, എൻ.എസ്. നമ്പൂതിരി, പയ്യൻ കേളുനായർ, ഇലച്ചിക്കണ്ണൻ, കൊയ്യൻ കുഞ്ഞിക്കണ്ണൻ, എൻ.എൻ. നാരായണ വാര്യർ, പരിയാരത്ത് കൃഷ്ണൻ നായർ, പോടോര കേളുനായർ എന്നിവർ പങ്കെടുത്തു. കയ്യൂരിന് പുറത്തുള്ള ഇവരോടൊപ്പം കയ്യൂരിലെ ടി.വി. കുഞ്ഞ

മ്പു, കെ.പി. വെള്ളൂങ്ങ, പി.ടി.അമ്പാടികുഞ്ഞി, കെ.വി. രാമൻ, മങ്ങാട്ടര വത്ത് ചന്തൻ, ചൂരിക്കാടൻ കൃഷ്ണൻ നായർ, പി.എം. കണ്ണൻ പണിക്കർ, നീലമ്പത്ത് കണ്ണൻ, രാമൻ പണിക്കർ, മലയരമ്പത്ത് വെളുത്തമ്പാടി എന്നിവർ പങ്കെടുത്തു. മലയരമ്പത്ത് വെളുത്തമ്പാടി പ്രസിഡണ്ടും, വി.എം. കണ്ണൻ പണിക്കർ സെക്രട്ടറിയുമായി കർഷകസംഘവും പി.ടി. അമ്പാടികുഞ്ഞി സെക്രട്ടറിയായി കോൺഗ്രസ്സും യൂണിറ്റും ഈ യോഗത്തിൽ വെച്ച് രൂപം കൊണ്ടു. കോൺഗ്രസ്സ് അംഗങ്ങളെല്ലാം സംഘം അംഗങ്ങളായി മാറി. കയ്യൂരിന്റെ ഭാവി തീരുമാനിച്ച നിർണ്ണായക തീരുമാനമായിരുന്നു കർഷകസംഘത്തിന്റെ രൂപീകരണം. സംഘം അനീതികളെ ചെറുക്കുമെന്നും അതുവഴി ജന്മിയുടെ ചൂഷണം അവസാനിക്കുമെന്നും കയ്യൂരിലെ കർഷകർ വിശ്വസിച്ചു. സാധാരണക്കാർ പ്രതീക്ഷയോടെയാണ് സംഘം രൂപീകരണത്തെ കണ്ടത്. സംഘം കർഷകരിൽ ആത്മവിശ്വാസം വളർത്തി. തങ്ങൾ ഒറ്റപ്പെട്ടവരല്ല ചോദിക്കാനും പറയാനും ഞങ്ങൾക്കും ആളുകളുണ്ട് എന്ന ബോധ്യം വളരെ പ്രധാനമാണ്. ഈ ബോധ്യമാണ് കർഷകരെ സംഘത്തിൽ ചേരാൻ പ്രേരിപ്പിച്ചത്. പിന്നീട് അരദശാബ്ദക്കാലത്തെ സംഘത്തിന്റെ പ്രവർത്തനം കയ്യൂരിനെ അക്ഷരാർത്ഥത്തിൽ മാറ്റിമറിച്ചു. കയ്യൂർ ഒരു പുതിയ ഗ്രാമമായി മാറുകയായിരുന്നു. സംഘടിച്ച് ശക്തരാകുന്നതിന്റെ അർത്ഥം അവർ തിരിച്ചറി

*കയ്യൂരിൽ കർഷകസംഘം രൂപീകണയോഗം നടന്ന
കൂക്കോട്ടെ മലയരുവത്ത് കണ്ണന്റെ വീട്*

ഞ്ഞു. തെറ്റിനെ ന്യായീകരിക്കാൻ ജന്മിമാരും അവരുടെ കാര്യസ്ഥന്മാരും മാത്രമേ ഉണ്ടായിരുന്നുള്ളൂ. ജന്മിയെ കാണുമ്പോൾ മുമ്പ് താണുവണങ്ങിയവർ ഇപ്പോൾ തലയുയർത്തി നിന്ന് സംസാരിക്കാൻ തുടങ്ങി. അടിമകളെപ്പോലെ വാപൊത്തി സംസാരിച്ചവർ നേർക്കുനേർ നിന്ന് സംസാരിച്ചു. സംഘം ഇടതുപക്ഷ രാഷ്ട്രീയവും പിന്നീട് കമ്മ്യൂണിസ്റ്റ് പാർട്ടിയെയും കയ്യൂരിലെത്തിച്ചു.

കൊടക്കാട് സമ്മേളനം

കാസർകോട് താലൂക്കിൽ ദേശീയ പ്രസ്ഥാനത്തിന്റെയും കർഷക പ്രസ്ഥാനത്തിന്റെയും ചരിത്രത്തിലെ പ്രധാനപ്പെട്ട അധ്യായമാണ് കൊട ക്കാട് സമ്മേളനം. അക്കാലത്തെ തലമുറയുടെ ഓർമ്മകളിൽ ആ സമ്മേ ളനം 'ഒരു സംഭവം' തന്നെയായി പച്ചപിടിച്ചു നിൽക്കുന്നു. അന്നത്തെ കാസർകോട്-ചിറക്കൽ താലൂക്കുകൾ ഉൾപ്പെടുന്ന പ്രദേശത്ത് അത്രയും വലിയൊരു സമ്മേളനം ആദ്യമായി നടത്തിയതായിരുന്നു. 'സമ്മേളനം' എന്ന പദം നാട്ടിൽ പ്രചുരപ്രചാരമായത് കൊടക്കാട് സമ്മേളനത്തോടെ യാണ്. 1939 ജനുവരി 14, 15 തീയ്യതികളിലാണ് സമ്മേളനം നടന്നത്. കർഷക സംഘം, അഭിനവ ഭാരത് യുവക് സംഘം, ബാലസംഘം, മഹിളാ പ്രസ്ഥാനം എന്നിവയുടെ സമ്മേളനങ്ങളാണ് രണ്ട് ദിവസങ്ങളി ലായി സംഘടിപ്പിച്ചത്. 1930-കളുടെ തുടക്കത്തിൽ തന്നെ ദേശീയ പ്രസ്ഥാ നത്തിന്റെ അനുരണനങ്ങൾ കൊടക്കാടും എത്തിയിരുന്നു. അഭിനവ ഭാരത് യുവക് സംഘത്തിന്റെയും കർഷക സംഘത്തിന്റെയും കാസർകോട് താലൂക്കിലെ പ്രഥമ ഘടകങ്ങൾ നിലവിൽ വന്നതും കൊട ക്കാട്ടായിരുന്നു.

ആദ്യത്തെ കർഷക സംഘം രൂപീകരണം നടന്നത് കൊടക്കാട് ഗ്രാമത്തിലായിരുന്നു. എ.വി.കുഞ്ഞമ്പുവിന്റെ നേതൃത്വത്തിൽ രൂപം കൊണ്ട അഭിനവഭാരത് യുവക് സംഘത്തിന്റെ പ്രവർത്തകരായിരുന്നു കർഷക സംഘത്തിന്റെ രൂപീകരണത്തിന്റെ പിന്നിലുണ്ടായിരുന്നത്. കൊയ്യൻ കുഞ്ഞിക്കണ്ണൻ, എലച്ചി കണ്ണൻ, ടി.വി.ശങ്കരൻ മാസ്റ്റർ, പി. കുഞ്ഞിരാമൻ നമ്പ്യാർ, പി.കൃഷ്ണൻ തുടങ്ങിയവരുടെ സജീവ സാന്നിദ്ധ്യം കൊടക്കാട്ടെ സംഘം പ്രവർത്തനത്തിലുണ്ടായിരുന്നു. 1935ൽ കരിവെള്ളൂരിൽ എ.കെ.ജിയുടെ അദ്ധ്യക്ഷതയിൽ ചേർന്ന കർഷക

സംഘം പ്രത്യേക സമ്മേളനമാണ് കാസർകോട് താലൂക്കിലെ കർഷകർ ആദ്യമായി പങ്കെടുത്ത സമ്മേളനമെന്ന് ഡോ.കെ.കെ.എൻ.കുറുപ്പ് ചൂണ്ടിക്കാട്ടുന്നു. കൊടക്കാട് ആദ്യത്തെ കർഷക സംഘം യൂണിറ്റിന് രൂപം നൽകി. കൊടക്കാട് പിന്നീട് 1939ൽ രണ്ടാം കാസർകോട് താലൂക്ക് കർഷക സംഘം സമ്മേളനത്തിന് ആതിഥ്യമരുളി. കർഷകസംഘം ചരിത്രത്തിലെ നിർണ്ണായകമായ സമ്മേളനമായിരുന്നു കൊടക്കാട് വെച്ച് നടന്നത്. അഭിനവ ഭാരതയുവക് സംഘത്തിന്റെ നാലാം വാർഷിക സമ്മേളനവും ഇതിനൊടൊന്നിച്ച് നടക്കുകയുണ്ടായി.

കൊടക്കാട് പ്രദേശം രണ്ട് മൂന്ന് മാസക്കാലം തികച്ചും സമ്മേളന ലഹരിയിലായിരുന്നു. ഭൂസ്ഥിതി കൊണ്ടും സാമൂഹ്യ–സാംസ്ക്കാരിക നിലകൊണ്ടും മലബാറിനോട് ചേർന്ന് കിടക്കുന്ന പ്രദേശമാണെങ്കിലും കാസർകോട് താലൂക്ക് സൗത്ത് കാനറ ജില്ലയുടെ ഭാഗമായിരുന്നു കൊടക്കാട്. അവിടെ കർഷക സംഘം പ്രവർത്തനങ്ങൾക്കുള്ള മേൽനോട്ട ചുമതല എ.വി.കുഞ്ഞമ്പുവിനായിരുന്നു. അദ്ദേഹത്തിന്റെ നാടായ കരിവെള്ളൂരിനെ തൊട്ടുരുമ്മിയായിരുന്നു കൊടക്കാടിന്റെ കിടപ്പ്.

ഈ സൗകര്യം കണക്കിലെടുത്ത് താലൂക്ക് സംഘം ഓഫീസ് കൊടക്കാട്ടേക്ക് മാറ്റി. എ.വിയെ സംബന്ധിച്ചിടത്തോളം ഇത്തരം നടപടികൾക്കുള്ള പ്രധാന കാരണം യുവക് സംഘം കൊടക്കാട്ട് ശക്തമായിരുന്നുവെന്നതാണ്. നീലേശ്വരം ബസാറിൽ വയോജന വിദ്യാഭ്യാസ കേന്ദ്രം വായനശാലയോട് അനുബന്ധിച്ചാണ് ഇതുവരെയും ഓഫീസ് പ്രവർത്തിച്ചിരുന്നത് എന്ന് കർഷക സംഘം താലൂക്ക് സെക്രട്ടറിയായിരുന്ന കെ. മാധവൻ ഓർമ്മിക്കുന്നു. കൊടക്കാട് ലേബർ സ്കൂൾ പ്രവർത്തിച്ചിരുന്ന കെട്ടിടമാണ് (എടാച്ചേരി കുന്നിന്റെപരിസരത്ത്) സംഘത്തിന്റെ ഓഫീസായി ഉപയോഗിച്ചിരുന്നത്. എ.വി.യുടെ നേതൃത്വത്തിൽ സംഘം പ്രവർത്തനങ്ങളോടൊപ്പം ഹിന്ദി ക്ലാസ്സും അവിടെ നടത്തിയിരുന്നു.

സമ്മേളനത്തിന്റെ തയ്യാറെടുപ്പുകൾക്കായി വെവ്വേറെ സ്വാഗത സംഘം രൂപീകരിച്ചാണ് പ്രവർത്തനങ്ങൾ സംഘടിപ്പിച്ചത്. യുവക് സംഘം സമ്മേളനത്തിന്റെ സ്വാഗത സംഘം പ്രസിഡണ്ട് ഇ.നാരായണൻ നമ്പിയും, സെക്രട്ടറി ടി.വി.ശങ്കരൻ മാസ്റ്ററുമായിരുന്നു. കർഷക സംഘം സമ്മേളനത്തിന്റെ സ്വാഗതസംഘം പ്രസിഡണ്ട് ടി.എസ്.തിരുമുമ്പും, സെക്രട്ടറി പി.സി.കുഞ്ഞികൃഷ്ണൻ അടിയോടിയുമായിരുന്നു. രണ്ട് കമ്മിറ്റികളുടെയും ട്രഷറർ കൊയ്യൻ കുഞ്ഞിക്കണ്ണനായിരുന്നു. നേതാക്കളുടെ ഭക്ഷണം, താമസം, യാത്ര തുടങ്ങിയ വലിയ ഉത്തരവാദിത്വങ്ങൾ ഏറ്റെടുത്താണ് സ്വാഗത സംഘം പ്രവർത്തിച്ചത്. പ്രചാരണം, സംഭാവന, പിരിവ് മുതലായവയും സജീവമായി നടന്നു. വി.വി.കുഞ്ഞമ്പു,എൻ.എസ്.നമ്പൂതിരി, എലിച്ചി കണ്ണൻ തുടങ്ങിയവരും സമ്മേളന ഒരുക്കങ്ങൾക്കായി നിറഞ്ഞു നിന്ന് പ്രവർത്തിച്ചവരാണ്. എടാച്ചേരി കുന്നിന്റെ കിഴക്ക് ഭാഗത്തുള്ള വിശാലമായ പറമ്പായിരുന്നു സമ്മേളന നഗർ.

വളണ്ടിയർ സേന

സമ്മേളനത്തിന്റെ ഒരുക്കങ്ങളിൽ വളരെ പ്രധാനപ്പെട്ട ഘടകം വളണ്ടിയർ സേനയാണ്. 1938ലെ കോൺഗ്രസ്സ് ബക്കളം സമ്മേളനത്തോടനുബന്ധിച്ചു തന്നെ കൊടക്കാട് കേന്ദ്രമാക്കി വളണ്ടിയർ കോർ നിലവിൽ വന്നിരുന്നു. കൊടക്കാട് സമ്മേളനത്തോടെ അത് വിപുലീകരിച്ച് സജീവമാക്കി. യൂത്ത് ഗാർഡ് എന്നാണ് വളണ്ടിയർകോർ അന്നറിയപ്പെട്ടിരുന്നത്. ചുവന്ന ട്രൗസറും, കാക്കി ഷർട്ടുമായിരുന്നു യൂനിഫോം. ഇത് താലൂക്കിലെ ആദ്യത്തെ വളണ്ടിയർ സേനയായിരുന്നു.

നൂറോളം ചെറുപ്പക്കാർ ഉൾപ്പെട്ട യൂത്ത് ഗാർഡിന്റെ പരിശീലനം ഡിസംബർ ആദ്യത്തിലാരംഭിച്ചിരുന്നു. സമ്മേളന നഗരിനായി തെരഞ്ഞെടുത്ത പറമ്പിൽ ദിവസവും വൈകുന്നേരമായിരുന്നു പരിശീലന പ്രവർത്തനം. ശിക്ഷണം വളരെ കടുത്തതായിരുന്നു. താലൂക്കിന്റെ പല ഭാഗങ്ങളിൽ നിന്നുള്ളവരും ഈ വളണ്ടിയർ സേനയിലെ അംഗങ്ങളായിരുന്നു. മുഖ്യ പരിശീലകൻ കെ.പി.സി.സി. വളണ്ടിയർ ആഫീസറായിരുന്ന നീലേശ്വരത്തെ എൻ.കെ.കുട്ടനായിരുന്നു. സർദാർ ചന്ത്രോത്ത് കുഞ്ഞിരാമൻ നായർ പൊതുമേൽനോട്ടം വഹിച്ചു.

പരിശീലനം സിദ്ധിച്ച വളണ്ടിയർമാരുടെ പ്രഥമ റൂട്ട് മാർച്ച് 1938 ഡിസംബർ 30ന് നടന്നു. കൊടക്കാട് ഗ്രാമത്തിന്റെ വീഥികൾക്ക് അത് ആദ്യത്തെ അനുഭവമായിരുന്നു. മാർച്ചിന് ശേഷം ടി. സുബ്രഹ്മണ്യൻ തിരുമുമ്പ് വളണ്ടിയർമാർക്ക് ആവശ്യമായ സ്വഭാവ വൈശിഷ്ട്യത്തെ പരാമർശിച്ചും അവരെ ചുമതലപ്പെടുത്തുന്ന സംഗതികളിൽ അവർ കാണിക്കേണ്ടുന്ന ശുഷ്കാന്തിയേയും ഉത്തരവാദിത്വത്തെയും വ്യക്തമാക്കിയും സ്റ്റഡി ക്ലാസ് നടത്തി. പരിശീലന പന്തലിനും ഭക്ഷണശാലയിലും സമ്മേളന സ്ഥലത്തേക്കുള്ള വഴികളിലും, സന്നദ്ധ പ്രവർത്തകരായി രാവും പകലും ഈ വളണ്ടിയർമാർ പ്രവർത്തിക്കുകയുണ്ടായി.

നേതാക്കൾക്ക് സ്വീകരണം

തീവണ്ടി ഒഴികെ മറ്റൊരു വിധ വാഹനവും അക്കാലത്ത് നമ്മുടെ നാട്ടിൽ കാര്യമായി പ്രചാരത്തിൽ വന്നിരുന്നില്ല. കൊടക്കാട് ഗ്രാമത്തിന് ഏറ്റവും അടുത്ത റയിൽവെ സ്റ്റേഷൻ ചെറുവത്തൂർ ആയിരുന്നു. കൊടക്കാട് സമ്മേളനത്തിൽ പങ്കെടുത്ത ദേശീയ നേതാക്കളെല്ലാം തീവണ്ടി മാർഗ്ഗമാണ് എത്തിച്ചേർന്നത്.കാമേശ്വര റാവു ജനുവരി 14നും എൻ.ജി. രംഗ 15നും മലബാർ എക്സ്പ്രസിൽ ചെറുവത്തൂരിലെത്തി. രണ്ട് പേരെയും റയിൽവെ സ്റ്റേഷൻ പരിസരത്ത് വെച്ചുതന്നെ എതിരേറ്റു. (ചെറുവത്തൂർ ടൗൺ എന്ന് അറിയപ്പെടുന്നത് അക്കാലത്ത് സ്റ്റേഷൻ പരിസരമായിരുന്നു). യൂത്ത് ഗാർഡിന്റെ അകമ്പടിയോടെ വാദ്യസമേതം അതതു ദിവസം തന്നെ സ്വീകരിച്ച് ആനയിക്കുകയായിരുന്നു. ചുവപ്പ് മാല അണിയിച്ചും സ്ത്രീകൾ കുങ്കുമപ്പൊട്ട് അണിയിച്ചുമാണ് നേതാക്കളെ സ്വീക

രിച്ചത്. സ്ത്രീകളുടെ താലപ്പൊലിയോട് കൂടിയാണ് കൊടക്കാട്ടേക്ക് ആനയിച്ചത്.

പന്തിഭോജനം

സമ്മേളനത്തിന്റെ പ്രധാനപ്പെട്ട സവിശേഷത പന്തിഭോജനമാണ്. ജാതി ചട്ടങ്ങൾ കണിശമായി പാലിക്കപ്പെട്ടുപോന്ന അന്നത്തെ ചുറ്റുപാടിൽ പന്തിഭോജനത്തിന് തനതായ പ്രാധാന്യമുണ്ട്. ഭക്ഷണ ശാലയിൽ ജാതി–മതഭേതമെന്യേ എല്ലാവരും ചേർന്നുള്ള മിശ്രഭോജനം ജാതീയതയുടെയും കീഴ് വഴക്കങ്ങളുടെയും മതിൽക്കെട്ടുകൾ തകർക്കുകയായിരുന്നു. നാനാ ജാതി മതസ്ഥർ ഒരേ പന്തിയിൽ ഒപ്പമിരുന്ന് ഭക്ഷണം കഴിച്ച സംഭവം അന്നത്തെ സ്ഥിതിക്ക് ആകാശം തകർന്നുവീഴുമ്പോലുള്ള കുലുക്കമാണ് നാട്ടിലുണ്ടാക്കിയത്.

ഭക്ഷണശാലയിൽ സമ്മേളന നഗറിലേതുപോലെ ഗംഭീരമായ ഒരു പന്തൽ കെട്ടിയുയർത്തിയിരുന്നു. ഭക്ഷണാവശ്യത്തിനുള്ള സാധനങ്ങൾ നാടിന്റെ പല ഭാഗത്തു നിന്നും കർഷക സംഘം കമ്മിറ്റികളുടെ നേതൃത്വത്തിൽ വാദ്യഘോഷത്തോടു കൂടി ഘോഷയാത്രയായി കൊണ്ടുവരികയായിരുന്നു. കളിയാട്ടത്തിന് കലവറ നിറയ്ക്കൽ എന്ന പോലെയായിരുന്നു ഭക്ഷണ സാമഗ്രികൾ പച്ചക്കറികളും അരിയും തേങ്ങയും വിറകും ചുമടുകളായി കൊണ്ടുവന്നത്. മണക്കാട് സ്വദേശിയായ തെക്കുമ്പാടൻ

കണാരന്റെ നേതൃത്വത്തിലാണ് ഭക്ഷണം പാചകം ചെയ്തത്. സ്ത്രീകൾ ഉൾപ്പെടെ എല്ലാം മറന്ന് ഭക്ഷണശാലയിൽ കൂട്ടായി പ്രവർത്തിച്ചു. മാനന്താറുള്ള കുളം കൈകഴുകാനും മറ്റും ഉപയോഗിച്ചു. ഉച്ചഭാഷിണിയും വൈദ്യുതിയുമൊന്നുമില്ലായിരുന്നു. പെട്രോമാക്സുകൾ ഉപയോഗിച്ചാണ് രാത്രിയിൽ വെളിച്ചം ലഭ്യമാക്കിയത്.

യുവക് സംഘം നാലാം വാർഷികം

കൊടക്കാട് സമ്മേളനം സമ്മേളനങ്ങളുടെ സമ്മേളനമായിരുന്നു. 1939 ജനുവരി 14ന് കൊടക്കാട് സമ്മേളനത്തിന്റെ പ്രഥമ ദിനം, അഭിനവ ഭാരത് യുവക് സംഘത്തിന്റെ നാലാം വാർഷിക സമ്മേളനമായിരുന്നു. എ.വി.യുടെ നേതൃത്വത്തിൽ 1934 അവസാനം കരിവള്ളൂർ കേന്ദ്രീകരിച്ച് സ്ഥാപിച്ച സംഘടനയാണ് അഭിനവ ഭാരത് യുവക് സംഘം. അതിന്റെ നാലാം വാർഷിക സമ്മേളനമാണ് കൊടക്കാട് ചേർന്നത്. യുവക് സംഘത്തിന് കരിവെള്ളൂർ, കൊടക്കാട്, പെരളം, മൊഴക്കോം, ചെറുവത്തൂർ, പിലിക്കോട്, കോറോം, മാതമംഗലം, ആലക്കാട്, എരമം, ചീമേനി, ആലപ്പടമ്പ് എന്നിങ്ങനെ 12 ശാഖകളും 800 മെമ്പർമാരുമാണ് ഉണ്ടായത്. ജനുവരി 14-ന് വൈകുന്നേരം 5.30-നാണ് സമ്മേളന പരിപാടികൾ ആരംഭിച്ചത്. പി.ടി.കുഞ്ഞമ്പു, പി.ടി.ശങ്കരൻ മാസ്റ്റർ എന്നിവർ ആലപിച്ച ഗാനത്തോടെയായിരുന്നു തുടക്കം. സമ്മേളന ഹാളിന്റെ മധ്യത്തിൽ സ്ഥാപിച്ച കൊടിമരത്തിൽ എ.കെ.ജി. ദേശീയ പതാക ഉയർത്തി. പി. നാരായണൻ നമ്പ്യാരുടെ സ്വാഗതപ്രസംഗത്തിന് ശേഷം പ്രദേശ് കോൺഗ്രസ്സ് പ്രസിഡണ്ട് കെ. മുഹമ്മദ് അബ്ദുൾ റഹിമാൻ എം.എൽ.എ.സമ്മേളനം ഉദ്ഘാടനം ചെയ്തു. തുടർന്ന് അദ്ധ്യക്ഷന്റെ ദീർഘമായ പ്രസംഗമായിരുന്നു. ആന്ധ്രപ്രദേശിലെ പ്രമുഖ സോഷ്യലിസ്റ്റ് നേതാവ് എ.കാമേശ്വര റാവുവായിരുന്നു അദ്ധ്യക്ഷൻ. അടുത്തുണ്ടാകാൻ പോകുന്ന ലോക യുദ്ധത്തിന്റെ പശ്ചാത്തലവും ഇന്ത്യയിലെ യുവജന പ്രസ്ഥാനത്തെക്കുറിച്ചും അദ്ധ്യക്ഷൻ പ്രസ്താവിച്ചു. 'യൂത്ത് ഗാർഡിനെ വെടിവെക്കുവാനും കുടി പരിശീലിപ്പിക്കേണ്ടതാണെന്നും വെടി വെക്കുവാൻ പഠിക്കുന്നത് അഹിംസാ സിദ്ധാന്തത്തിന് എതിരല്ലെന്നും' അദ്ദേഹം പറഞ്ഞു. സംഘം സെക്രട്ടറി എം.പി.അപ്പുവിന്റെ റിപ്പോർട്ട് വായനയ്ക്ക് ശേഷം പ്രമേയം അവതരണമാണുണ്ടായത്:-

1. കാസർകോട് താലൂക്കിലെ എല്ലാ സാമ്രാജ്യത്വ വിരോധ പ്രസ്ഥാനങ്ങളെയും അഭിനന്ദിക്കുകയും അവരോട് സഹകരിച്ച് പ്രവർത്തിക്കാൻ സംഘം തയ്യാറാണെന്ന് പ്രഖ്യാപിക്കുകയും ചെയ്തു.
2. ആലപ്പുഴയിലെ തൊഴിലാളികളെ മർദ്ദിച്ച തിരുവിതാംകൂർ ഗവൺമെന്റ് നയത്തിൽ പ്രതിഷേധിച്ചു.
3. ലോക യുദ്ധത്തിൽ പങ്കുകൊള്ളുവാൻ പാടില്ലെന്ന് നിശ്ചയിച്ചു. ആരും പട്ടാളത്തിൽ ചേരുകയോ ഒരു ചില്ലിക്കാശ് ഗവൺമെന്റിനെ

സഹായിക്കുകയോ ചെയ്യരുത്.

4. ചിറക്കൽ താലൂക്കിലെ കർഷക സംഘാംഗങ്ങളുടെ പേരിൽ കള്ള ക്കേസുണ്ടാക്കി അവരെ അടിച്ചമർത്തുവാൻ ശ്രമിക്കുന്ന ജന്മിമാരു ടെയും പോലീസിന്റെയും നയത്തിൽ പ്രതിഷേധിച്ചു.

യുവക് സംഘത്തിന്റെ ഉദ്ദേശവും കാര്യപരിപാടികളും പ്രഖ്യാപി ക്കുന്ന 2 പ്രമേയങ്ങൾ ഉൾപ്പെടെ 16 പ്രമേയങ്ങൾ സമ്മേളനം അംഗീക രിച്ചു. അദ്ധ്യക്ഷന്റെ ഉപസംഹാര പ്രസംഗത്തിന് ശേഷം രാത്രി 11 മണിക്ക് സമ്മേളനം പിരിഞ്ഞു. കാമേശ്വര റാവുവിന്റെ ഇംഗ്ലീഷിലുള്ള പ്രസംഗം മലയാളത്തിലേക്ക് പരിഭാഷപ്പെടുത്തിയത് എ.കെ.ജി.യായിരുന്നു. ആ പ്രസംഗം സദസ്സിനെ ചിരിപ്പിക്കുകയും ചെയ്തു. പ്രസംഗം അസ്സലായെ ങ്കിലും അത് റാവുവിന്റെ പ്രസംഗത്തിന്റെ തർജ്ജമയായിരുന്നില്ല. അൽപ്പ നേരം ഇത് ശ്രദ്ധിച്ച ശേഷം പി.കൃഷ്ണപിള്ള അദ്ധ്യക്ഷ വേദിയിലേക്ക് വന്ന് പരിഭാഷയുടെ ഉത്തരവാദിത്വം ഏറ്റെടുത്തു. ഇത് എ.കെ.ജിക്ക് ഒട്ടും അലോഹ്യമുണ്ടാക്കിയില്ലെന്നും, തർജ്ജമ ഫലപ്രദമായെന്ന് അദ്ദേഹം അഭിപ്രായപ്പെട്ടതായും എ.വി.കുഞ്ഞമ്പു സാക്ഷ്യപ്പെടുത്തിയിട്ടുണ്ട്. ഇ. എം.എസ്.കമ്പി സന്ദേശം അയച്ചാണ് തന്നെ സമ്മേളനത്തിലേക്ക് ക്ഷണി ച്ചതെന്ന് കാമേശ്വര റാവു പ്രസംഗത്തിൽ സൂചിപ്പിക്കുകയുണ്ടായി. പതാക ഉയർത്തുമ്പോൾ കയർ കുടുങ്ങിപ്പോയെങ്കിലും കൂക്കാനത്തെ ഉണ്ടതി മ്മൻ എന്ന യുവാവ് പൊടുന്നനെ കൊടിമരത്തിൽ കയറി അത് നേരെ യാക്കി.

രണ്ടാം ദിവസം, ജനുവരി 15–നായിരുന്നു കുട്ടികളുടെ സമ്മേളനം. നീലേശ്വരം ഫർക്ക ബാല സേവ സമിതിയുടെ രണ്ടാം വാർഷിക സമ്മേ ളനമായിരുന്നു ഇത്. വെള്ളച്ചാലിൽ നിന്നുള്ള വില്ലേജ് ഓഫീസിന് മുന്നിലെ ആൽമരചുവട്ടിലായിരുന്നു ബാലസേവാ സമിതി സമ്മേളനം. രാവിലെ 10 മണിക്ക് സമ്മേളനം തുടങ്ങി. എ.വി.ദേശീയ പതാക ഉയർത്തി. ചെറു പ്രസംഗം നടത്തി. പി.കൃഷ്ണപിള്ളയായിരുന്നു അദ്ധ്യക്ഷൻ. ചന്ദ്രോത്ത് കുഞ്ഞിരാമൻ നായർ കുട്ടികളുടെ അച്ചടക്കത്തെയും ദേശീയ ബോധത്തെയുംപറ്റി സംസാരിച്ചു. എ.കെ.ജി ഒരു സ്റ്റഡി ക്ലാസ് നടത്തി. ഈ സമ്മേളനത്തിന് ശേഷമാണ് 'ദേശീയ ബാല സംഘം' എന്ന പേരിൽ കുട്ടികളുടെ സംഘടന കരുത്തുറ്റ നിലയിൽ വളർന്നുവന്നത്.

മഹിളാ സമ്മേളനം

കർഷക–കർഷക തൊഴിലാളി കുടുംബങ്ങളിലെ സ്ത്രീകൾ പങ്കെ ടുത്ത് നടന്ന വനിതാ സമ്മേളനം ശ്രദ്ധേയമായിരുന്നു. സ്ത്രീകൾ മാറ് മറയ്ക്കരുതെന്ന ജന്മിത്വത്തിന്റെ വിലക്ക് ലംഘിച്ച് സ്ത്രീകൾ ബ്ലൗസ് ധരിച്ചാണ് സമ്മേളനത്തിൽ പങ്കെടുത്തത്. സാമൂഹ്യ മാറ്റത്തിനായുള്ള പ്രവർത്തനങ്ങളിൽ വലിയൊരു മുന്നേറ്റമായിരുന്നു സ്ത്രീകളുടെ പങ്കാ ളിത്തവും പ്രവർത്തനങ്ങളും. ടി.എസ്.തിരുമുമ്പിന്റെ ഭാര്യ പി.സി.

കാർത്ത്യായനിക്കുട്ടിയമ്മ, എം.എസ്.നമ്പൂതിരിയുടെ ഭാര്യ പരമേശ്വരി അന്തർജ്ജനം തുടങ്ങിയ ഉന്നതകുല ജാതരായ മഹിളകൾ തന്നെ മുൻനിരയിൽ വന്നത് അന്നൊരൽഭുതമായിരുന്നു! പി.സി.കാർത്ത്യായനിക്കുട്ടിയമ്മ, പരമേശ്വരി അന്തർജ്ജനം, ചേനൻ വീട്ടിൽ ലക്ഷ്മി അമ്മ, പുത്തിലോടത്ത് പയ്യാടക്കൻ വലിയവീട്ടിൽ ലക്ഷ്മി അമ്മ, മുണ്ടവളപ്പിൽ കല്ല്യാണി, കൊയ്യൻ കുഞ്ഞിക്കണ്ണന്റെ ഭാര്യ കുഞ്ഞാതി, പി.പി.ചീരു തുടങ്ങിയവർ സമ്മേളനത്തിൽ പങ്കെടുത്ത പ്രമുഖരാണ്.

ഏറ്റവും പ്രധാനപ്പെട്ട സമ്മേളനമായ താലൂക്ക് കർഷക സംഘത്തിന്റെ രണ്ടാം വാർഷിക സമ്മേളനം ജനുവരി 15ന് വൈകുന്നേരം 6 മണിക്കാണ് തുടങ്ങിയത്. കാസർകോട് താലൂക്കിലേയും ചിറക്കൽ താലുക്കിന്റെ വടക്കൻ പ്രദേശങ്ങളിൽ നിന്നുമായും എണ്ണായിരത്തോളം കർഷകർ പങ്കെടുത്തു. ജാഥകളായി സമ്മേളന സ്ഥലത്ത് വന്നുചേർന്നവരിൽ സ്ത്രീകളും കുട്ടികളും ധാരാളമായി ഉണ്ടായിരുന്നു. സമ്മേളന ആരംഭത്തിൽ ചെറു കുട്ടികളായ പി.പി.മാധവി (എലിച്ചിക്കണ്ണന്റെ മകൾ), കെ. ജാനകി (കൊയ്യൻകുഞ്ഞിക്കണ്ണന്റെ മകൾ) എന്നിവർ ചേർന്ന് ഗാനമാലപിച്ചു. എ.വി.യാണ് പാട്ട് ചിട്ടപ്പെടുത്തിയത്. തുടർന്ന് ചെങ്കൊടി ഉയർത്തുന്ന കർമ്മമായിരുന്നു. അഖില മലബാർ കർഷക സംഘം സെക്രട്ടറി കെ.എ.കേരളീയൻ പ്രസംഗത്തോട് കൂടി അത് നിർവ്വഹിച്ചു. ടി.എസ്.തിരുമുമ്പ് സ്വാഗതം പറഞ്ഞു. ഇ. മൊയ്തു മൗലവി സമ്മേളനം ഉദ്ഘാടനം ചെയ്തു. അഖിലേന്ത്യാ കർഷക സംഘം ജനറൽ സെക്രട്ടറി എൻ.ജി.രങ്കയാണ് അദ്ധ്യക്ഷം വഹിച്ചത്. കേന്ദ്രനിയമസഭയിലെ എം.എൽ.എയായിരുന്നു അദ്ദേഹം. രങ്കയ്യയുടെ അദ്ധ്യക്ഷ പ്രസംഗത്തിൽ ജന്മിത്വ–മുതലാളിത്ത സമ്പ്രദായത്തെ നശിപ്പിച്ച് കിസാൻ–മസ്ദൂർ രാജ്യം സ്ഥാപിക്കേണ്ടുന്നതിന്റെ ആവശ്യകത വിശദീകരിക്കുകയുണ്ടായി. 'ചില്ലറ ഭരണ പരിഷ്ക്കാരം കൊണ്ട് തൃപ്തിപ്പെടാതെ, റഷ്യൻ മാതൃകയിൽ ഒരു സോഷ്യലിസ്റ്റ് ഭരണം ഇന്ത്യയിൽ സ്ഥാപിക്കുന്നത് വരെ തൊഴിലാളികളും കൃഷിക്കാരും അടങ്ങിയിരിക്കരുതെന്നും' അദ്ദേഹം അഭ്യർത്ഥിച്ചു. അഖില മലബാർ കർഷക സംഘം പ്രസിഡണ്ട് പി.നാരായണൻ നായരാണ് പ്രസംഗം പരിഭാഷപ്പെടുത്തിയത്. സമ്മേളനം നിരവധി പ്രമേയങ്ങൾ പാസാക്കി. പ്രധാന പ്രമേയങ്ങൾ ചുവടെ ചേർക്കുന്നു.

1. ജന്മിമാരിൽ നിന്നു പാസ്സ് മേടിക്കേണ്ടി വരുന്നതിനാൽ കാസർകോട്ടേയും മലബാറിലെയും പുനംകൃഷിക്കാർക്ക് പല ബുദ്ധിമുട്ടുകളും നേരിടുന്നു. അതിനാൽ പാസ് ഗവൺമെന്റിൽ നിന്ന് നേരിട്ട് കിട്ടത്തക്കവണ്ണം കുടിയായ്മ ബില്ലിൽ വ്യവസ്ഥ ചെയ്യാൻ മദ്രാസ് ഗവൺമെന്റിനോട് അപേക്ഷിച്ചു.
2. പത്ത് ഏക്കറിലധികം തരിശ് സ്ഥലം കൈവശമുള്ള മലബാറിലെയും കാസർകോട്ടേയും ജന്മിമാരിൽനിന്നും ഗവൺമെന്റ് ഭൂമി വാങ്ങി ഭൂമിയില്ലാത്ത കർഷകർക്ക് വീതിച്ച് കൊടുക്കാൻ ആവശ്യപ്പെട്ടു.

3. കാസർകോട് താലൂക്കിലെ സ്ഥിതി മലബാറിലേതു പോലെ തന്നെയായത് കൊണ്ട്, അഖില മലബാർ കർഷക സംഘം നിർദ്ദേശിച്ചിട്ടുള്ള ഭേദഗതികളോട് കൂടി മലബാർ കുടിയായ്മ നിയമം താലൂക്കിൽ കൂടി ബാധകമാക്കത്തവണ്ണം അതിനെ വിപുലപ്പെടുത്തുവാനും പ്രസ്തുത നിയമം സംബന്ധിച്ച് ഗവൺമെന്റ് നിശ്ചയിക്കുവാൻ പോകുന്ന അന്വേഷണ പരിധിയിൽ ഈ താലൂക്കിനെ കൂടി ഉൾപ്പെടുത്തുവാനും ഗവൺമെന്റിനോട് അഭ്യർത്ഥിച്ചു.
4. കാസർകോട്-മലബാർ സംയോജന കാര്യത്തിൽ മദിരാശി കോൺഗ്രസ്സ് മന്ത്രിസഭ ഇതുവരേക്കും യാതൊരു നടപടിയും എടുത്തു കാണാത്തതിൽ പരിതപിക്കുകയും ഇനിയെങ്കിലും ഇക്കാര്യത്തിൽ ഉടനടി വേണ്ടത് പ്രവർത്തിക്കുവാൻ മന്ത്രിസഭയോട് ആവശ്യപ്പെടുകയും ചെയ്തു.
5. ഇന്ത്യൻ നാഷണൽ കോൺഗ്രസ്സിനെ ശക്തിപ്പെടുത്തി പരിപൂർണ്ണ സ്വാതന്ത്ര്യം സമ്പാദിക്കുവാനും ഫെഡറേഷനെ ചെറുക്കുവാനും തീരുമാനിച്ചു.

പ്രമേയാവതരണങ്ങൾക്ക് ശേഷം പി.നാരായണൻ നായരും എ. കാമേശ്വര റാവുവും പ്രസംഗിച്ചു. അദ്ധ്യക്ഷന്റെ ഉപസംഹാര പ്രസംഗത്തിന് ശേഷം ഇൻക്വിലാബ് വിളിയോടെ സമ്മേളനം രാത്രി 11.30ന് പിരിഞ്ഞു. തുടർന്ന് കെ.ദാമോദരൻ രചിച്ച 'പാട്ടബാക്കി' എന്ന നാടകം അവതരിപ്പിച്ചു. നാടകത്തിൽ എ.കെ.ജി 'മമ്മുക്ക'യുടെയും കെ.പി.ആർ.ഗോപാലൻ 'ജന്മി'യുടെയും റോളിൽ അഭിനയിക്കുകയുണ്ടായി. കർഷക കേസ് ഫണ്ടിലേക്ക് പണം കണ്ടെത്താനായി അരയണയുടെ ടിക്കറ്റ് നൽകിയാണ് നാടകം കാണാൻ പ്രവേശനം ഏർപ്പെടുത്തിയത്.

താലൂക്കിലെ 67 സംഘം കമ്മിറ്റികളിൽ നിന്നും സമ്മേളനത്തിൽ പ്രാതിനിധ്യം ഉണ്ടായി. എന്നാൽ താലൂക്ക് സെക്രട്ടറി കെ.മാധവന് അസുഖം മൂലം സമ്മേളനത്തിൽ പങ്കെടുക്കുവാൻ സാധിച്ചിരുന്നില്ല. സമ്മേളന പന്തലിന്റെ കവാടത്തിൽ പി.കുഞ്ഞിരാമൻ, കെ.ഗോവിന്ദൻ (കരിവള്ളൂർ) എന്നിവർക്കായിരുന്നു കാവൽചുമതല. സമ്മേളന രഹസ്യം ചോർത്താൻ മദിരാശിയിൽ നിന്നും സ്പെഷൽ പോലീസുകാർ എത്തിയിരുന്നു. പന്തലിൽ പ്രവേശിക്കാൻ അവർ ശ്രമിച്ചുവെങ്കിലും വളണ്ടിയർമാരുടെ സഖാക്കളുടെ ചെറുത്തു നിൽപും പന്തലിലെ പ്രതിനിധികളുടെ വികാരവും ഉയർന്നപ്പോൾ പോലീസ് തിരിച്ചു പോയി.

രണ്ട് ദിവസത്തെ സമ്മേളനത്തിനിടയിൽ വടക്കെ മലബാർ ജില്ലാ കോൺഗ്രസ് പ്രവർത്തക സമിതിയോഗവും കൊടക്കാട് ചേരുകയുണ്ടായി. 14-ന് രാത്രി 9 മണിക്കായിരുന്നു യോഗം. കെ.ടി.കുഞ്ഞിരാമൻ നമ്പ്യാർ അദ്ധ്യക്ഷത വഹിച്ചു. ഈ ജില്ലയിലെ ജന്മിമാരും കൃഷിക്കാരും തമ്മിലുണ്ടായി തീർന്നിട്ടുള്ള അസ്വാസ്ഥ്യത്തെ കുറിച്ച് അന്വേഷിക്കാൻ കമ്മിറ്റി യോഗം നിശ്ചയിക്കുകയും ഫെബ്രുവരി 15-നുള്ള റിപ്പോർട്ട് സമർപ്പിക്കുവാൻ നിർദ്ദേശിക്കുകയും ചെയ്യുകയുണ്ടായി. കൊടക്കാട്

സമ്മേളനം പ്രസ്ഥാനത്തിന്റെ ചരിത്രത്തിൽ ആവേശകരമായ അനുഭവമാണ്. പ്രസ്ഥാനത്തിന്റെ വേരുകൾ ബഹുജനങ്ങളിലേക്ക് ഇറങ്ങിച്ചെന്നു. ദേശീയബോധവും സംഘടനാപരവുമായ ആവേശവും ജ്വലിപ്പിച്ചെടുത്തു. ജന്മിനാടുവാഴിത്തത്തിന്റെ പെരുംനുകങ്ങൾക്കിടയിൽ കാലിമാടുകളെ പോലെ പിടഞ്ഞ ജനതയെ സമരോൽസുകതയുടെ സടകുടഞ്ഞ് എണീറ്റ് ആത്മബോധമുള്ളവരാക്കി തീർക്കുന്നതിൽ കൊടക്കാട് സമ്മേളനത്തിന്റെ സംഭാവന ഉജ്ജ്വലമാണ്.

ഈ സമ്മേളനത്തെ തുടർന്ന് ടി.എസ്സ്.തിരുമുമ്പ് പ്രസിഡണ്ടും, കെ. മാധവൻ സെക്രട്ടറിയുമായി പുതിയ താലൂക്ക് കമ്മിറ്റി നിലവിൽ വന്നു. വി.ചന്തു ഓഫീസർ, നാരായണ വാര്യർ, എൻ.എസ്.നമ്പൂതിരി, പൊടോര കേളുനായർ, കെ.ടി.കുഞ്ഞിരാമൻ നമ്പ്യാർ, കോടോത്ത് നാരായണൻ നായർ, കൊയ്യൻ കുഞ്ഞിക്കണ്ണൻ, പി.കെ.കുഞ്ഞിമായിൻ സാഹിബ്ബ്, നാരന്തട്ട കുഞ്ഞിക്കണ്ണൻ നായർ, പെരിയ കൃഷ്ണൻ നായർ, പി.ശങ്കരൻ നായർ, പയിനി ചന്തുനായർ, വാരിക്കര കുഞ്ഞികൃഷ്ണൻ നായർ, ചന്ദ്രശേഖരൻ, ടി.വി.കുഞ്ഞമ്പു എന്നിവരടങ്ങിയ ഇരുപത്തൊന്നംഗ കമ്മിറ്റിയും നിലവിൽ വന്നു.

കൊടക്കാട് സമ്മേളനവും കമ്മ്യൂണിസ്റ്റ് പാർട്ടിയുടെ രൂപീകരണവും കൃഷിക്കാരിൽ വിപ്ലവകരമായ മാറ്റങ്ങളുണ്ടാക്കി. അനീതിയെ എതിർക്കാനും സാമ്രാജ്യത്വത്തിന്റെ ഏജന്റുമാർക്കെതിരെ പ്രതിഷേധിക്കാനുമുള്ള ചങ്കൂറ്റം കൃഷിക്കാരിലുണ്ടായി. 1940–41 കാലത്ത് രാവണീശ്വരത്ത് നുരി, മുക്കാൽ തുടങ്ങിയ അക്രമപ്പിരിവുകൾക്കെതിരായി കർഷക സംഘം സമരം സംഘടിപ്പിക്കുകയുണ്ടായി. കോടോം ജന്മിയുടെ ഒരു പൊതിപ്പാട് സ്ഥലത്തിന്റെ പേരിൽ ജാഥ നടത്തി. റിസീവർ ഈ സമരത്തിനു ശേഷം കൂടുതൽ നികുതി എടുക്കുന്ന സ്ഥിതി നിർത്തലാക്കി. മടിക്കൈ ആലമ്പാടിയിൽ ഒരു കുടിയാനെ കുടിയൊഴിപ്പിക്കുന്നതിനെതിരെ മടിക്കൈ സംഘം ശക്തമായ ചെറുത്ത് നിൽപ് സമരം നടത്തി. കെ.മാധവന്റെ നേതൃത്വത്തിൽ കർഷക സംഘം ഈ പ്രശ്നത്തിൽ ഇടപെടുകയും കൃഷി ഭൂമി കുടിയാന് തന്നെ തിരിച്ച് ലഭ്യമാക്കുകയും ചെയ്തു. അപ്പു കാരണവർ പ്രസിഡണ്ടും കെ.ആർ. കുഞ്ഞിക്കണ്ണൻ സെക്രട്ടറിയുമായി മടിക്കൈ കർഷക സംഘം നടത്തിയ പ്രവർത്തനങ്ങളുടെ ഫലമായി പ്രസ്തുത ഗ്രാമത്തിലെ കൃഷിക്കാരാകെ സംഘത്തിന്റെ അനുഭാവികളായി. മടിക്കൈ സംഘത്തിന്റെ ശക്തി കേന്ദ്രങ്ങളിലൊന്നായി മാറി.

കൊടക്കാട് സമ്മേളനത്തിൽ പ്രതിനിധികളായി നിരവധിപേർ കയ്യൂർ, ക്ലായിക്കോട്, ചായ്യോത്ത്, പാലായി, കിനാനൂർ എന്നിവിടങ്ങളിൽ നിന്നെത്തിയിരുന്നു. രണ്ട് ദിവസത്തെ സമ്മേളനവും നേതാക്കളുടെ പ്രസംഗങ്ങളും എന്തെന്നില്ലാത്ത ആവേശം പ്രവർത്തകരിലുണ്ടാക്കി. സമ്മേളനത്തിന്റെ സംഘാടനമികവ് വലിയ ചലനമുണ്ടാക്കി. സമ്മേളനത്തിൽ തെരഞ്ഞെടുത്ത പുതിയ താലൂക്ക് കമ്മിറ്റിയിൽ കയ്യൂരിൽ നിന്ന്

ടി.വി. കുഞ്ഞമ്പുവും കിനാനൂരിൽ നിന്ന് ചന്തു ആഫീസറുമുണ്ടായിരുന്നു. സാധാരണ കർഷകർ നേതാക്കളായി വളരുന്നതിന്റെ തിളക്കമാർന്ന ഉദാഹരണമാണിത്. സമ്മേളനം കഴിഞ്ഞ് പ്രതിനിധികൾ ഗ്രാമങ്ങളിൽ തിരിച്ചെത്തിയത് പുതിയ ഉണർവ്വോടുകൂടിയായിരുന്നു. സംഘടിത ശക്തിയിലൂടെ ഗ്രാമങ്ങളെയാകെ മാറ്റിയെടുക്കാമെന്ന ആത്മവിശ്വാസം ഇവരിൽ തുടിച്ചുനിന്നു. കൊടക്കാട് സമ്മേളനം കയ്യൂരിന്റെ വരാനിരിക്കുന്ന നാളുകളെ രൂപപ്പെടുത്തുന്നതിൽ പരോക്ഷമായ പങ്ക് വഹിച്ചു.

രാജാവിന് നിവേദനം

കയ്യൂരിലെ ഏറ്റവും വലിയ ജന്മി ഹോസ്ദുർഗ്ഗ് താലൂക്കിലെ തന്നെ ഏറ്റവും വലിയ ജന്മിയായ നീലേശ്വരം രാജാവാണ്. അടിയന്തരാവശ്യങ്ങൾ അനുവദിച്ചുകിട്ടുന്നതിനും അക്രമ പിരിവുകൾ ഒഴിവായി കിട്ടുന്നതിനുംവേണ്ടി നീലേശ്വരം രാജാവിന് ഒരു നിവേദനം നൽകാൻ കർഷകസംഘം തീരുമാനിച്ചു. ഏറ്റവും വലിയ ജന്മിയെ കാണുന്നതാണ് നല്ലത് എന്ന ധാരണയും സംഘം പ്രവർത്തകർക്കുണ്ടായി. നീലേശ്വരം രാജ കൃഷിക്കാരുടെ ആവശ്യങ്ങൾക്ക് വഴങ്ങികൊടുത്താൽ താലൂക്കിലെ മറ്റൊരു ജന്മിയും കൃഷിക്കാരുടെ ആവശ്യങ്ങൾക്കു നേരെ എതിർപ്പ് പ്രകടിപ്പിക്കാൻ തയ്യാറാവില്ല, മാത്രമല്ല അതിനു ധൈര്യപ്പെടുകയും ചെയ്യില്ല എന്നും പ്രവർത്തകർ വിശ്വസിച്ചു. നിവേദനത്തിന്റെ ഒരു കോപ്പി മുൻകൂറായി തന്നെ രാജയ്ക്ക് അയച്ചുകൊടുക്കുകയും ചെയ്തു.

1941–മാർച്ച് 30 ന് കയ്യൂരിൽ നിന്ന് വളണ്ടിയർമാരുടെ അകമ്പടിയോടുകൂടി ഉശിരൻ കർഷക ജാഥ പുറപ്പെടണമെന്നും നീലേശ്വരം ടൗണിൽ പ്രകടനം നടത്തിയ ശേഷം ജാഥയായി നീലേശ്വരം കോവിലകത്ത് പോയി രാജാവിന് നിവേദനം നൽകണമെന്നുമായിരുന്നു മുൻകൂട്ടി തയ്യാറാക്കിയ പ്ലാൻ. അതനുസരിച്ച് നോട്ടീസ് അടിച്ച് വിതരണം ചെയ്തു. ഗ്രാമങ്ങൾ തോറും പ്രചരണം സംഘടിപ്പിച്ചു. മാർച്ച് 30 ന്റെ ജാഥയും പ്രകടനവും വലിയ വിജയത്തിൽ കലാശിക്കുമെന്ന പ്രതീക്ഷ നാട്ടുകാരിലും കർഷകപ്രവർത്തകരിലും വളർന്നുവന്നു.

നിവേദനത്തിന്റെ കോപ്പി കിട്ടിയ നീലേശ്വരം രാജ അതിന്റെ ഉള്ളടക്കം എന്താണെന്ന് സശ്രദ്ധം പരിശോധിച്ചു. കാര്യസ്ഥന്മാരും നാട്ടുപ്രമാണികളും കോവിലകത്ത് ഒത്തുചേർന്നു. ദീർഘനേരത്തെ കൂടിയാലോചനയ്ക്കുശേഷം ഒരു റിപ്പോർട്ടു തയ്യാറാക്കി ജില്ലാധികൃതർക്ക് അയച്ചുകൊടുത്തു. കർഷകസംഘം മാർച്ച് 30 ന് കോവിലകം ആക്രമിച്ച് കൊള്ള നടത്താൻ പോകുന്നുണ്ടെന്ന് വിവരം ലഭിച്ചിരിക്കുന്നുവെന്നും ജീവനും സ്വത്തിനും സംരക്ഷണം നൽകുന്നതിന് വേണ്ടി അടിയന്തര രക്ഷാനടപടികൾ സ്വീകരിക്കണമെന്നും റിപ്പോർട്ടിൽ ഗവൺമെന്റിനോട് ആവശ്യപ്പെട്ടു. കർഷകസംഘമാകട്ടെ സമാധാനപരമായി പ്രകടനം നടത്തി ജന്മിയുടെ മുമ്പിൽ നിവേദനം സമർപ്പിക്കുന്നതിന് മാത്രമേ തീരുമാനിച്ചിരുന്നുള്ളൂ.

കർഷകജാഥ മംഗലാപുരത്തേക്ക്

കർഷകസംഘത്തിന്റെ പ്രവർത്തനം താലൂക്കിലുടനീളം വലിയ ആവേശമാണുണ്ടാക്കിയത്. താലൂക്കിന്റെ വിവിധ ഭാഗങ്ങളിൽ സംഘത്തിന് യൂണിറ്റുകളുണ്ടായി. ഓരോ ഗ്രാമത്തിലെയും ഉശിരന്മാരായ ചെറുപ്പക്കാർ സംഘം പ്രവർത്തകരായി മാറി. സംഘത്തിന്റെ യോഗം വിളിച്ചു ചേർക്കുമ്പോൾ പുറത്തുനിന്ന് നേതാക്കൾ വന്ന് അവരോട് സംസാരിച്ചു. ഭരണകൂടത്തിന്റെയും ജന്മിയുടെയും ചൂഷണം അവസാനിപ്പിക്കേണ്ടതിന്റെ ആവശ്യകത അവർ ആവർത്തിച്ച് പറഞ്ഞു. നേതാക്കൾ പുതിയ രാഷ്ട്രീയം ജനങ്ങളുടെ മുന്നിൽ അവതരിപ്പിച്ചു. ഈ പുതിയ രാഷ്ട്രീയത്തെ ജനങ്ങൾ രണ്ട് കയ്യും നീട്ടി സ്വീകരിച്ചു. ഇ.കെ.നായനാർ, ഏ. വി. കുഞ്ഞമ്പു, വി.വി.കുഞ്ഞമ്പു, കെ. മാധവൻ, ടി.എസ്. തിരുമുമ്പ്, എൻ.ജി. കമ്മത്ത് തുടങ്ങിയവർ ഇടക്കിടെ കയ്യൂർ ഉൾപ്പെടെയുള്ള ഗ്രാമങ്ങളിലെത്തിച്ചേർന്ന് സ്റ്റഡിക്ലാസ്സുകൾ നടത്തി. മടിക്കൈ, രാവണേശ്വരം, അടോട്ട്, പെരുമ്പള, മുളിയാർ, കാടകം തുടങ്ങിയ ഗ്രാമങ്ങളിലും ഇതുതന്നെയായിരുന്നു സ്ഥിതി. രാഷ്ട്രീയമായ ഈ അന്തരീക്ഷമാണ് താലൂക്ക് കർഷകസംഘം ഭാരവാഹികളെ ജാഥ നയിക്കാൻ പ്രേരിപ്പിച്ചത്. ജാഥയിൽ അണിചേരാൻ വളണ്ടിയർമാരെ ലഭിക്കുന്നു. ഏത് പ്രതിസന്ധികളും അഭിമുഖീകരിക്കാൻ തയ്യാറുള്ള ഒരുകൂട്ടം പ്രവർത്തകർ എല്ലാ ഗ്രാമങ്ങളിലും വളർന്നുവന്നു. ഈ അനുകൂല സാഹചര്യം കർഷകസംഘം താലൂക്ക് കമ്മിറ്റി വിലയിരുത്തുകയും കർഷകർക്ക് പ്രചോദനം നൽകുന്ന ജാഥ നടത്താൻ തീരുമാനിക്കുകയും ചെയ്തു.

ജന്മിത്വത്തിനെതിരെ ജനങ്ങളെ അണിനിരത്താൻ കർഷകസംഘം ആവിഷ്കരിച്ച ശ്രദ്ധേയമായ പരിപാടിയാണ് കർഷകജാഥ. ഗ്രാമങ്ങളി

ലൂടെ യാത്രചെയ്യുമ്പോൾ കർഷകസംഘത്തിന്റെ ആശയങ്ങളേയും മുദ്രാവാക്യങ്ങളേയും എളുപ്പത്തിൽ ജനങ്ങളിലേക്കെത്തിക്കാൻ സംഘത്തിന് സാധിച്ചു. 1938 ഡിസംബർ 8–ന് കർഷക സംഘം കാസർകോട് താലൂക്ക് കമ്മിറ്റിയുടെ ആഭിമുഖ്യത്തിൽ ടി.എസ്.തിരുമുമ്പ് നേതൃത്വം നൽകിയ കാൽനടജാഥ മംഗലാപുരത്തേക്ക് പുറപ്പെട്ടു. ജന്മിത്വത്തിനെതിരെ ആദ്യത്തെ പരസ്യമായ കലാപം കർഷകസംഘം നടത്തിയത് ജാഥയുടെ രൂപത്തിലാണ്. ജന്മിമാരുടെ അക്രമപ്പിരിവുകൾക്കെതിരെ കർഷകരെ അണിനിരത്താൻ ഇതിലൂടെ സംഘത്തിന് സാധിച്ചു. 40 ഗ്രാമങ്ങളിലെ പ്രാദേശിക സംഘങ്ങളിൽ നിന്ന് തെരഞ്ഞെടുക്കപ്പെട്ട 130 പ്രവർത്തകരുൾക്കൊള്ളുന്നതായിരുന്നു ജാഥ. കെ. മാധവൻ ജാഥയുടെ പൈലറ്റും കൊയ്യൻ കുഞ്ഞിക്കണ്ണൻ അതിന്റെ ഖജാൻജിയുമായിരുന്നു. 1938ൽ തൃക്കരിപ്പൂരിൽ നിന്ന് മംഗലാപുരത്തേക്ക് പോയ കർഷക ജാഥയിൽ കയ്യൂരിനെ പ്രതിനിധീകരിച്ച് 8 പേർ പങ്കെടുത്തു.

മംഗലാപുരത്തെ ജില്ലാ കലക്ടരുടെ ആസ്ഥാനത്തേക്ക് നടന്ന ജാഥയെ എ.വി.കുഞ്ഞമ്പുവും കേരളീയനുമാണ് തൃക്കരിപ്പൂരിൽ നിന്ന് യാത്രയാക്കിയത്. വഴിനീളെ ജാഥയ്ക്ക് ഊഷ്മളമായ സ്വീകരണമാണ് ലഭിച്ചത്. കാർഷിക മേഖലയിലെ പ്രശ്നങ്ങൾ, ജന്മിമാരുടെ ദുഷ്ചെയ്തികൾ, കർഷകർ അനുഭവിക്കുന്ന ദുരിതങ്ങൾ തുടങ്ങിയവയെക്കുറിച്ചുള്ള തിരുമുമ്പിന്റെ പ്രസംഗം കർഷകരിൽ പുതിയ ഉണർവ്വും ആവേശവുമുണ്ടാക്കി. ജാഥയിലെ പ്രസംഗങ്ങളധികവും ജന്മിമാരുടെ അക്രമപിരിവുകൾക്കെതിരായിട്ടായിരുന്നു. ജന്മിമാരുടെ ചൂഷണം തുറന്നുകാട്ടാൻ പ്രസ്തുത ജാഥാപരിപാടി സംഘത്തെ വളരെയധികം സഹായിക്കുകയുണ്ടായി. എ.വിയുടെ നേതൃത്വത്തിലുള്ള അഭിനവ ഭാരത്‌യുവക് സംഘടനയുള്ളതിനാൽ കാര്യങ്കോട് പുഴ വരെ ജാഥയ്ക്ക് ആവേശകരമായ സ്വീകരണമായിരുന്നു. തുടർന്ന് കാസർകോട് വരെയുള്ള സ്വീകരണം കോൺഗ്രസ് കമ്മിറ്റിയുടെ വകയായിരുന്നു. കോൺഗ്രസ് കമ്മിറ്റി ഇല്ലാത്ത ഗ്രാമങ്ങളിൽ പട്ടിണി കിടക്കേണ്ടി വന്നിട്ടുണ്ട്. പനയാൽ, തച്ചങ്ങാട് ഭാഗത്തേക്ക് സന്ധ്യയോടെയാണ് ജാഥ എത്തിയത്. മൊയാരത്ത് ശങ്കരനും, ഭാരതീയനും പ്രാസംഗികന്മാരായി ജാഥയിലുണ്ടായിരുന്നു.

ജാഥ നല്ലൊരു അനുഭവമായിരുന്നു. സങ്കീർണ്ണമായ ഗ്രാമ പ്രശ്നങ്ങൾ പഠിക്കാനും, കൃഷിക്കാരുടെ വികാരങ്ങൾ മനസ്സിലാക്കാനും കഴിഞ്ഞു. മാത്രമല്ല, കൃഷിക്കാരുടെ കാര്യം പറയാൻ ഇങ്ങനെയൊരു സംഘം ഉണ്ടല്ലോ എന്ന കാര്യം കൃഷിക്കാർക്കും മനസ്സിലായി, സംഘം നേതാക്കളായ ടി.എസ്.തിരുമുമ്പ്, കെ.ടി. കുഞ്ഞിരാമൻ നമ്പ്യാർ, കോടോത്ത് നാരായണൻ നായർ, സി.എം.കുഞ്ഞിരാമൻ നായർ, കെ. മാധവൻ തുടങ്ങിയവർ കാസർകോട് താലൂക്കിലെ പ്രധാന ജന്മി കുടുംബാംഗങ്ങളിലെ അംഗങ്ങളായിരുന്നു. ഇത് കുടിയാന്മാരിൽ അത്ഭുതമുണ്ടാക്കി. 'ജന്മിമാർ ജന്മിത്വം നശിപ്പിക്കുന്നതിന് വേണ്ടി സമരരംഗത്തിറങ്ങുക' അത്ഭുതം തന്നെയായിരുന്നു. കൃഷിക്കാരും, കുടിയാന്മാരും അത് വിശ്വസിക്കാൻ

പാടുപെട്ടിരുന്നു. അക്രമപ്പിരിവുകൾ നിർത്തലാക്കണമെന്നും നിർദ്ദിഷ്ട മലബാർ കുടിയായ്മാ നിയമം കാസർകോട് താലൂക്കിനും ബാധകമാക്കണമെന്നും ആവശ്യപ്പെടുന്ന നിവേദനം ജാഥാംഗങ്ങൾ മംഗലാപുരത്ത് വെച്ച് കളക്ടർക്ക് നൽകി. കാസർകോട് മലബാറിനോട് കൂട്ടിയോജിപ്പിക്കണമെന്നും നിവേദനത്തിൽ ആവശ്യപ്പെടുകയുണ്ടായി. സാമ്രാജ്യത്വം നശിക്കട്ടെ, ജന്മിത്വം തുലയട്ടെ, അക്രമപ്പിരിവുകൾ നിർത്തലാക്കുക, കൃഷിഭൂമി കൃഷിക്കാരന് തുടങ്ങിയ മുദ്രാവാക്യങ്ങളാണ് ജാഥയിൽ മുഴങ്ങിയത്. കർഷക സംഘത്തിന്റെ മാനിഫെസ്റ്റോ തന്നെയായിരുന്നു നിവേദനത്തിന്റെ ഉള്ളടക്കം. പ്രധാനമായും താഴെ പറയുന്ന കാര്യങ്ങളാണ് നിവേദനത്തിൽ ഉൾക്കൊള്ളിച്ചിരുന്നത്.

1. കുടിയാന്റെ സ്ഥിരാവകാശം സാധൂകരിക്കുന്ന നിയമമില്ലാത്തതിന്റെ പേരിൽ കുടിയാനെ ഒഴിപ്പിക്കുന്നത് അവസാനിപ്പിക്കുക.
2. ഒരു സ്ഥലത്തിന്റെ മീതെയുള്ള തങ്ങളുടെ അവകാശം കാണിക്കുന്ന രേഖ കർഷകർക്ക് നൽകുക.
3. ജന്മിക്ക് വാരം കൊടുത്താൽ രശീത് നിർബന്ധമായും നൽകുക.
4. അക്രമപിരിവുകളായ വാശി, നുരി, മുക്കാൽ, ശീലക്കാശ്, പൊലി, വെച്ചുകാണൽ മുതലായവ അവസാനിപ്പിക്കുക.
5. കുരുമുളക് കൃഷിയിൽ ഓരോ നാലുകൊല്ലത്തിനു ശേഷവും അഞ്ചാം കൊല്ലത്തിൽ ജന്മി പത്തിന് രണ്ടെടുക്കുന്ന പതിവ് അവസാനിപ്പിക്കുക.
6. മറ്റൊന്ന് പൊളിച്ചെഴുത്തിന് എതിരെയുള്ളതാണ്. (ഒരു കുടിയാന്റെ കൃഷി ഭൂമി നിശ്ചിത അവധിക്ക് ശേഷം പൊളിച്ചെഴുത്തിന് അഥവാ പാട്ടം പുതുക്കുന്നതിന് വിധേയമാക്കണം. കാസർകോട് താലൂക്കിലെ പല ചാർത്തുകളിലും നാലുകൊല്ലത്തിനു ശേഷം ഇത്തരം പുതുക്കൽ നടന്നിട്ടുണ്ട്. ഇങ്ങനെ പുതുക്കുമ്പോൾ ജന്മിക്ക് കൂടുതൽ ശീലക്കാശ് അഥവാ മാനുഷം കൊടുക്കുന്ന കുടിയാന് ഭൂമി കൊടുക്കാവുന്നതാണ്. ഈ സമ്പ്രദായം അവസാനിപ്പിക്കാനാണ് സംഘം ആവശ്യപ്പെട്ടത്).
7. കൃത്യമായ തോതിൽ പാട്ടം നിശ്ചയിക്കുന്ന സമ്പ്രദായവും നിലവിലില്ല. അത് ഓരോ ജന്മിയെ സംബന്ധിച്ചും ഓരോ കുടിയാനെ സംബന്ധിച്ചും വ്യത്യസ്തമാണ്. ആയതിനാൽ ഓരോ ഇനത്തിലും മര്യാദപ്പാട്ടം നിശ്ചയിക്കേണ്ടത് ഒരാവശ്യമാണ്.
8. സാധാരണ ജന്മിമാർ കുടിയാനിൽനിന്നും മുൻകൂറായി ഒരു സംഖ്യ മാനുഷമായും കുഴിക്കാണമായും ആവശ്യപ്പെട്ടു. ആയതിനാൽ ഇതിനു പണമില്ലാത്തവർക്ക് ഭൂമി കൃഷിക്ക് കിട്ടുവാൻ സന്ദർഭമുണ്ടായില്ല.
9. നാട്ടുമര്യാദ പ്രകാരമുള്ള ഉത്സവക്കാഴ്ചകൾ മറ്റൊരു നിയമവിധേയമല്ലാത്ത പിരിവാണ്. ഇത് ഒരു തരത്തിലുള്ള അടിയായ്മയുടെ പിരിവായിരുന്നു. ജന്മിയുടെ വീട്ടിൽ ഉത്സവമോ ആഘോഷമോ മറ്റോ

നടക്കുമ്പോൾ ചില സമ്മാനങ്ങൾ ജന്മിക്ക് കൊടുക്കുവാൻ കുടിയാൻ ബാധ്യസ്ഥനാകുന്നു.

9. ഈ ജന്മിമാർ വർഗ്ഗീയത ശക്തിപ്പെടുത്തുകയും ഒരു ജാതിക്കെതിരായി മറ്റൊരു ജാതിയെക്കൊണ്ടു കളിപ്പിക്കുകയും ചെയ്തു. ഇവ പരിഹരിച്ചുകൊണ്ട് കുടിയാന് സ്ഥിരാവകാശം ലഭിക്കുന്ന കുടിയായ്മ നിയമം നടപ്പിലാക്കണമെന്നാവശ്യപ്പെട്ടു കൊണ്ട് തെക്കൻ കർണ്ണാടക ജില്ലാ കലക്ടർക്ക് നിവേദനം സമർപ്പിച്ചു. മലബാർ കുടിയായ്മ നിയമം തെക്കൻ കർണ്ണാടക ജില്ലയ്ക്ക് കൂടി ബാധകമാക്കുക.

10. റവന്യൂ ഉദ്യോഗസ്ഥന്മാർ നികുതി ബാക്കി ഈടാക്കുന്നതിനായി ഭൂമിയിലെ വിളവുകൾ ജപ്തി ചെയ്യുന്നതും ഒരു സാധാരണ പതിവായിരുന്നു. ആയതിനാൽ ഇത്തരം വിള ജപ്തികൾ റദ്ദാക്കണമെന്നു മെമ്മോറാണ്ടത്തിൽ ആവശ്യപ്പെട്ടു. കാസർകോട്ടെ ഭൂരിഭാഗം ജനങ്ങളും മലയാളികളായതിനാൽ ഭാഷാപരമായ അടിസ്ഥാനത്തിൽ മലബാറിനോട് ചേർക്കേണ്ടതാണെന്ന ആവശ്യവും നിവേദനത്തിൽ ഉന്നയിച്ചിരുന്നു.

മംഗലാപുരം ജാഥയ്ക്ക് ശേഷം ഇത്തരം ജാഥകൾ ജന്മിഗൃഹങ്ങളിലേക്കും ഉദ്യോഗസ്ഥരുടെ അടുത്തേക്കും സംഘടിപ്പിക്കുവാൻ സംഘം തയ്യാറായി. 1939 ഒക്ടോബർ, നവംബർ മാസങ്ങളിലായി ഇത്തരം 6 ജാഥകൾ ഇവിടെ സംഘടിപ്പിച്ചു. ഈ ജാഥകളിലാകെ 7000–ത്തോളം കർഷകർ പങ്കെടുക്കുകയുണ്ടായി. എടനീർ മഠത്തിലേക്കുള്ള ജാഥ എ.കെ.ജി.യാണ് നയിച്ചത്. എൻ.ഇ.ബാലറാം കൂടി അംഗമായിരുന്ന പ്രസ്തുത ജാഥയുടെ പ്രധാന ആവശ്യം വാരം കൊടുത്തതിനുള്ള രശീത് നൽകണമെന്നതായിരുന്നു. ജന്മിയെ കണ്ട് ആവശ്യമംഗീകരിപ്പിക്കുവാൻ ജാഥയ്ക്ക് കഴിഞ്ഞു. അഞ്ഞൂറോളം കർഷകർ പ്രസ്തുത ജാഥയിലുണ്ടായിരുന്നു.

കർഷക പ്രസ്ഥാനത്തിന്റെ പ്രവർത്തനങ്ങൾ ചില വസ്തുതകൾ വെളിവാക്കുന്നു. അതിൽ ഏറ്റവും പ്രധാനപ്പെട്ടത് ദേശീയ പ്രസ്ഥാനത്തിന്റെ ഭാഗമായിട്ടാണ് കർഷക പ്രസ്ഥാനം ഉടലെടുത്തത് എന്നാണ്. കോൺഗ്രസ്സ് സോഷ്യലിസ്റ്റുകൾക്കും പിന്നീട് കമ്മ്യൂണിസ്റ്റുകാർക്കുമാണ് ഇത്തരം നേതൃത്വം നൽകാൻ കഴിഞ്ഞത്. അതേ അവസരം കോൺഗ്രസ്സിൽ നിന്നും വ്യത്യസ്തമായ കാര്യപരിപാടി ജനങ്ങൾക്കു മുമ്പിൽ വെച്ചുകൊണ്ട് ദേശീയ പ്രസ്ഥാനത്തിന്റെ സന്ദേശം കുഗ്രാമങ്ങളിൽ പോലും എത്തിക്കാൻ കഴിഞ്ഞു. ഗാന്ധിജിയുടെ പ്രവർത്തന പരിപാടികളായ മദ്യവർജ്ജനം, ഹരിജനോദ്ധാരണം, മിശ്രഭോജനം തുടങ്ങിയവ കാസർകോട് താലൂക്കിൽ ആഴത്തിൽ വേരോടിക്കുന്നതിന് കർഷക പ്രസ്ഥാനം സഹായിച്ചതായി കാണാം. കൃഷിക്കാരുടെ അടിയന്തരാവശ്യങ്ങൾക്ക് മാത്രമായിട്ടായിരുന്നില്ല അവരെ സംഘടിപ്പിച്ചിരുന്നത്. മറിച്ച് ജന്മിവിരുദ്ധ–സാമ്രാജ്യത്വവിരുദ്ധ സമരങ്ങളെ സംയോജിപ്പിച്ച് ജനാധിപ

ത്യവ്യവസ്ഥയിലും ദേശീയ തലത്തിലും അടിയുറച്ച ഒരു സോഷ്യലിസ്റ്റ് രാഷ്ട്രം കെട്ടിപ്പടുക്കലായിരുന്ന കർഷക പ്രസ്ഥാനത്തിന്റെ ആത്യന്തിക ലക്ഷ്യം. മരുമക്കത്തായം പോലുള്ള സമ്പ്രദായങ്ങളെ ഇല്ലാതാക്കാനുള്ള പ്രക്ഷോഭങ്ങളും ദേശീയ പ്രസ്ഥാനത്തിന്റെ ഭാഗമായിട്ടാണ് രൂപം കൊണ്ടത്.

കർഷക പ്രസ്ഥാനത്തിന്റെ വളർച്ചയോടൊപ്പം പുതിയൊരു നേതൃനിര വളർന്നുവന്നു. സാധാരണ കുടുംബ പശ്ചാത്തലത്തിൽ ജനിച്ചു വളർന്ന എ.വി.കുഞ്ഞമ്പു, വി.വി.കുഞ്ഞമ്പു തുടങ്ങിയവർ ഈ വസ്തുതയെ ഉദാഹരിക്കുന്നു. ജാതിക്കും അന്ധവിശ്വാസങ്ങൾക്കുമെതിരായും കർഷക പ്രസ്ഥാനം പ്രവർത്തിച്ചു. നിരക്ഷരരായ കൃഷിക്കാർക്ക് നിശാപാഠശാലകളും വായനശാലകളും സ്ഥാപിച്ച് രാഷ്ട്രീയ പ്രബുദ്ധത നൽകി. ദേശീയ പ്രസ്ഥാനം ഗ്രാമ-ഗ്രാമാന്തരങ്ങളിൽ വ്യാപിക്കുന്നതിന് ഈ രാഷ്ട്രീയ വിദ്യാഭ്യാസം വളരെ സഹായിച്ചതായി കാണാം. നിശാപാഠശാലകളിൽ ജാതിയുണ്ടായിരുന്നില്ല. എല്ലാവരും സംഘത്തിന്റെ അംഗങ്ങളായിരുന്നു. ജാതിസ്വത്വമല്ല സംഘസ്വത്വമാണ് ജനങ്ങളെ നയിച്ചത്.

കളക്ടർ വെള്ളോടിയുടെ ചുകന്ന നോട്ടീസ്

കാസർകോട് താലൂക്കിൽ വളർന്നുവരുന്ന കർഷകസംഘത്തിന്റെ പ്രവർത്തനങ്ങളെ എത്രഗൗരവത്തോടെയാണ് അധികൃതർ നോക്കിക്കണ്ടത് എന്നതിന്റെ തെളിവാണ് കലക്ടർ വെള്ളോടിയുടെ ചുകന്ന നോട്ടീ

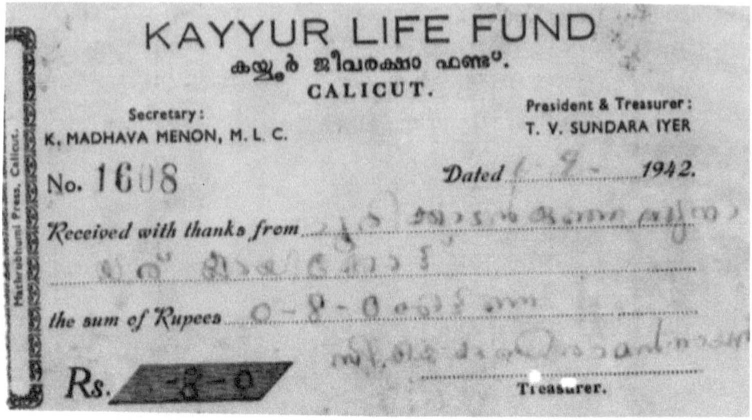
KAYYUR LIFE FUND
കയ്യൂർ ജീവരക്ഷാ ഫണ്ടു്.
CALICUT.

Secretary:
K. MADHAVA MENON, M. L. C.

President & Treasurer:
T. V. SUNDARA IYER

No. 1608

Dated 1942.

Received with thanks from

the sum of Rupees

Rs.

Treasurer.

Mathrubhumi Press, Calicut.

സ്. മലബാറിനോട് തൊട്ട് കിടക്കുന്ന തെക്കൻ കർണ്ണാടക ജില്ലയിൽപെട്ട കാസർഗോഡ് താലൂക്ക് ഒരു അപകട മേഖലയാണെന്നും അവിടുത്തെ ബഹുജനപ്രസ്ഥാനങ്ങളുടെ നീക്കത്തെ സസൂക്ഷ്മം വീക്ഷിച്ചുകൊള്ള ണമെന്നും ഉദ്യോഗസ്ഥൻമാർക്ക് നിർദ്ദേശം കൊടുത്തുകൊണ്ടുള്ളതായി രുന്നു പ്രസ്തുത നോട്ടീസ്. ബഹുജനങ്ങളുടെ എല്ലാതരത്തിലും ഉള്ള വിപ്ലവപ്രവർത്തനങ്ങളെയും നിർദ്ദയം അടിച്ചമർത്തുന്നതാണെന്ന് കർശ നമായി താക്കീതും നോട്ടീസിലുണ്ടായിരുന്നു.

നോട്ടീസിന്റെ ഉള്ളടക്കം ചുകന്ന കടലാസിൽ അച്ചടിച്ചു എന്നതു കൊണ്ട് മാത്രമല്ല, അതിനെ ചുകന്ന നോട്ടീസ് എന്ന് നാമകരണം ചെയ്തി രുന്നത്. നാട്ടിലാകമാനം ആപത്ത് പടർന്ന് പിടിച്ചിരിക്കുന്നു എന്നതിന്റെ ദു:സൂചന ലഭിക്കുന്നതിനുള്ള ബോധപൂർവ്വമായ ലക്ഷ്യവും കൂടി നോട്ടീ സിന്റെ പിന്നിലുണ്ടായിരുന്നു.

ജനങ്ങളുടെ ആവേശകരമായ വിപ്ലവമുന്നേറ്റവും ജനകീയപ്രസ്ഥാ നങ്ങളെപ്പറ്റിയുള്ള ഉദ്യോഗസ്ഥന്മാരുടെ കള്ള റിപ്പോർട്ടുകളും ജന്മിമാരുടെ പരാതികളും എല്ലാംകൂടി ഒത്തൊരുമിച്ചപ്പോൾ വിപ്ലവപ്രസ്ഥാനങ്ങളുടെ തള്ളിക്കയറ്റത്തെ തടഞ്ഞുനിർത്തുന്നതിനും തരപ്പെടുമെങ്കിൽ അവയെ ഉന്മൂലനം ചെയ്യുന്നതിനും കാര്യമായ നടപടികൾ എടുത്തേ പറ്റൂ എന്ന് അധികൃതർക്ക് തോന്നിയതിന്റെ സൂചനയാണ് നോട്ടീസ്. കലക്ടർ വെള്ളോടിയുടെ ചുകന്ന നോട്ടീസ് കൊടിയ മർദ്ദനം ആസന്നഭാവിയിൽ അഴിച്ചു വിടുന്നതിന്റെ വിളംബരമായിരുന്നു.

കയ്യൂർ ചുവക്കുന്നു

കാസർകോട് താലൂക്കിലും മലബാറിലാകെയും കർഷകസംഘത്തിന്റെ പ്രവർത്തനങ്ങൾ വളരെ സജീവമായി നടന്നുവന്നു. കോൺഗ്രസ് സോഷ്യലിസ്റ്റ് പാർട്ടിയുടെ രൂപീകരണത്തോടെ എല്ലാ വിഭാഗങ്ങളിലും പെട്ട ജനങ്ങളെ സംഘടിപ്പിക്കാൻ തീരുമാനിച്ചു. കർഷകർക്കും തൊഴിലാളികൾക്കും യുവജനങ്ങൾക്കും വിദ്യാർത്ഥികൾക്കും സംഘടനകളുണ്ടായി. ദേശീയപ്രസ്ഥാനം മലബാറിൽ വലിയ ബഹുജനപ്രസ്ഥാനമായി വളർന്നു. സാമ്രാജ്യത്വവിരുദ്ധ സമരങ്ങളുടെ വേലിയേറ്റം രാജ്യവ്യാപകമായി അലയടിച്ചുയർന്നുവന്ന സന്ദർഭമായിരുന്നു അത്. കാസർകോട് താലൂക്കിന്റെ വിവിധ ഭാഗങ്ങളിൽ സാമ്രാജ്യത്വവിരുദ്ധ വികാരം ആളിക്കത്തി. യുദ്ധത്തിനെതിരെ വലിയ പ്രചരണം നടന്നു. യുദ്ധം സാമ്രാജ്യത്വ താൽപ്പര്യങ്ങൾ സംരക്ഷിക്കാനാണെന്നും സാധാരണക്കാരന് ഇതിലൊരു കാര്യവുമില്ലെന്നും സംഘം പ്രവർത്തകർ ജനങ്ങളുടെയിടയിൽ പ്രചരിപ്പിച്ചു. ബ്രിട്ടീഷ് ഭരണം ജനങ്ങളെ കൊള്ളയടിക്കുകയാണെന്നും അതിനെ കടപുഴക്കിയെറിയുന്നതിലൂടെ മാത്രമേ സാധാരണക്കാർക്ക് മോചനം ലഭിക്കുകയുള്ളുവെന്നും സംഘം പ്രവർത്തകർ പറഞ്ഞ് നടന്നു. ഈ പ്രചരണങ്ങളിലൂടെ കയ്യൂർ വളരെ വേഗതയിൽ മാറുകയും കയ്യൂരിന്റെ മുഖം ചുവക്കുകയും ചെയ്തു.

വളണ്ടിയർ ക്യാമ്പ്

കോൺഗ്രസ് സോഷ്യലിസ്റ്റ് പാർട്ടിയുടെ രൂപീകരണത്തെ തുടർന്ന് പാർട്ടി പ്രവർത്തകർക്ക് സംഘടനയെക്കുറിച്ചും പ്രത്യയശാസ്ത്രത്തെക്കുറിച്ചുമുള്ള അറിവ് നൽകുന്നതിന് വേണ്ടി സംസ്ഥാനതലത്തിൽ

മങ്കടയിൽ ഒരു ക്യാമ്പ് സംഘടിപ്പിക്കുകയുണ്ടായി. എല്ലാ ഫർക്കകളിൽ നിന്നും വളണ്ടിയർമാർ പങ്കെടുത്ത ക്യാമ്പായിരുന്നു അത്. 500–ൽ പരം വില്ലേജ് കമ്മിറ്റികളിലെ 3500ൽ അധികം കമ്മിറ്റി അംഗങ്ങൾക്കും തൊഴിലാളി കർഷക പ്രവർത്തകർക്കും അടിസ്ഥാന രാഷ്ട്രീയ വിദ്യാഭ്യാസം നൽകുന്നതിനായിരുന്നു ക്യാമ്പ്. ഈ കാമ്പിൽ പഠിച്ചിറങ്ങിയവരായിരുന്നു വിവിധ സ്ഥലങ്ങളിൽ നടന്ന ക്യാമ്പുകളിൽ പരിശീലനം നൽകിയത്. കാസർകോട് താലൂക്കിൽ വളണ്ടിയർ പരിശീലനം നൽകുന്നതിന്റെ ചാർജ്ജ് കേരളീയനായിരുന്നു. ഇതിനെത്തുടർന്ന് ഓരോ ഫർക്കയിലും പ്രാദേശിക ക്യാമ്പുകൾ സംഘടിപ്പിച്ചു. കാസർകോട്ടെ ക്യാമ്പായിരുന്നു നീലേശ്വരം പള്ളിക്കരയിൽ നടന്നത്. ഇത് രണ്ടാം ലോകമഹായുദ്ധം തുടങ്ങുന്നതിന് തൊട്ട് മുമ്പായിരുന്നു. വിവിധ വിഷയങ്ങളെക്കുറിച്ചുള്ള ക്ലാസ്സുകൾ ക്യാമ്പിന്റെ ഭാഗമായി നടന്നു. ഇന്ത്യയിലെ ദാരിദ്ര്യത്തിന്റെ കാരണം, യുദ്ധത്തെ എതിർക്കേണ്ട ആവശ്യകത തുടങ്ങിയ വിഷയങ്ങളാണ് ക്യാമ്പിൽ ചർച്ച ചെയ്തത്. വി. ചന്തു, കെ.പി. വെള്ളുങ്ങ, എൻ.കെ. കുട്ടൻ തുടങ്ങിയവർ കാമ്പിന് നേതൃത്വം നൽകി. പള്ളിക്കര ക്യാമ്പിനെ തുടർന്ന് എല്ലാ ഗ്രാമങ്ങളിലും 24 പേരടങ്ങുന്ന വളണ്ടിയർമാർക്ക് പരിശീലന ക്യാമ്പുകൾ തുറന്നു. കാക്കി ട്രൗസറും ഷർട്ടുമണിഞ്ഞ വളണ്ടിയർമാർ റൂട്ട്മാർച്ചിലും മറ്റു കളികളിലും സജീവമായി പങ്കെടുത്തു. റൂട്ട് മാർച്ചിൽ അന്നേവരെ കയ്യൂർക്കാർ കേൾക്കാത്ത മുദ്രാവാക്യങ്ങൾ മുഴങ്ങി. ബ്രിട്ടീഷ് സാമ്രാജ്യത്വത്തിനും ജന്മിത്വത്തിനും, വാശി, നുരി, മുക്കാൽ തുടങ്ങിയ അക്രമപ്പിരിവുകൾക്കുമെതിരെ വളണ്ടിയർമാർ വാശിയോടെ മുദ്രാവാക്യങ്ങൾ വിളിച്ചു. പള്ളിക്കര ക്യാമ്പ് ഗ്രാമങ്ങളിലെ സംഘം പ്രവർത്തകരിൽ ആത്മവിശ്വാസം വളർത്തുകയും എന്തിനെയും നേരിടാനുള്ള മാനസികമായ തയ്യാറെടുപ്പ് അവരിൽ വളർത്തുകയും ചെയ്തു.

യുദ്ധം ആരംഭിച്ചപ്പോൾ വളണ്ടിയർ ക്യാമ്പുകൾ ഡിഫൻസ് ഓഫ് ഇന്ത്യാ റൂൾ പ്രകാരം ഗവൺമെന്റ് നിരോധിച്ചു. കെ.പി.സി.സി. വളണ്ടിയർ യൂണിറ്റുകൾ പിരിച്ചുവിട്ടു. എന്നാൽ യുദ്ധ പിരിവിനും ഫാസിസ്റ്റ് യുദ്ധത്തിനും സാമ്രാജ്യത്വത്തിനും എതിരെ കോൺഗ്രസ്സിന്റെയും സംഘത്തിന്റെയും നേതൃത്വത്തിൽ കയ്യൂരിൽ പ്രകടനം നടന്നു. പുത്തൂരിൽ നിന്ന് ആർ.ഡി.ഒ. വന്ന് ചെറുവത്തൂരിൽ കേമ്പ് ചെയ്ത് യുദ്ധഫണ്ടിലേക്ക് പണം പിരിച്ചപ്പോൾ സംഘം വലിയൊരു ജാഥ സംഘടിപ്പിച്ച് ശക്തമായ എതിർപ്പ് പ്രകടിപ്പിച്ചു.

യുദ്ധഫണ്ടിലേക്ക് സംഭാവന നൽകരുതെന്ന് സംഘം പ്രവർത്തകർ ജനങ്ങളെ ഉദ്ബോധിപ്പിച്ചു. യുദ്ധം സാമ്രാജ്യത്വ താൽപ്പര്യങ്ങൾക്ക് വേണ്ടിയാണെന്നും അതിന്റെ ഭാരം ജനങ്ങളുടെ മേൽ കെട്ടിവെക്കരുതെന്നും അവർ വിളിച്ചുപറഞ്ഞു. യുദ്ധം നാടിനാപത്താണെന്ന് അവർ പ്രചരിപ്പിച്ചു. യുദ്ധവിരുദ്ധ കാമ്പയിൻ സംഘത്തിന്റെ ഒരു പ്രധാന അജണ്ടയായി മാറി. സാമ്രാജ്യത്വവിരുദ്ധവും യുദ്ധവിരുദ്ധവുമായ പ്രചരണ

ത്തിന്റെ തുടർച്ചയായാണ് ഐതിഹാസികമായ കയ്യൂർ സമരമുണ്ടാകുന്നത്.

പാർട്ടി സെല്ലുകൾ രൂപംകൊള്ളുന്നു

കേരളത്തിലെ കോൺഗ്രസ് പാർട്ടി പ്രവർത്തകരിൽ ഭൂരിപക്ഷവും ഗാന്ധിജിയുടെ നേതൃത്വത്തിലുള്ള അതൃപ്തി പ്രകടിപ്പിക്കാനും ഇടതുപക്ഷ രാഷ്ട്രീയം സ്വീകരിക്കാനും മുപ്പതുകളുടെ മധ്യത്തോടെ തയ്യാറാകുന്നുണ്ട്. ഇവരാണ് കോൺഗ്രസ് സോഷ്യലിസ്റ്റ് പാർട്ടി രൂപീകരിച്ചത്. അഖിലേന്ത്യാതലത്തിൽ ജയപ്രകാശ് നാരായണന്റെ നേതൃത്വത്തിൽ രൂപംകൊണ്ട കോൺഗ്രസ് സോഷ്യലിസ്റ്റ് പാർട്ടിയുടെ ജോയിന്റ് സെക്രട്ടറി ഇഎംഎസ്സാണ്. കേരളത്തിലെ ബഹുഭൂരിപക്ഷം കോൺഗ്രസ് പ്രവർകരും ഇഎംഎസ്സിന്റെയും കൃഷ്ണപിള്ളയുടെയും പാത പിന്തുടർന്ന് സിഎസ്പിക്കാരായി മാറി. കാസർകോട്ടെ കോൺഗ്രസുകാരും ഇതേ നിലപാടാണ് സ്വീകരിച്ചത്. ഇടതുപക്ഷ കോൺഗ്രസ്സിലെ പലരും കമ്മ്യൂണിസ്റ്റ് ആശയങ്ങളിൽ ആകർഷിക്കപ്പെട്ടിരുന്നു. കേരളത്തിൽ ആദ്യത്തെ കമ്മ്യൂണിസ്റ്റ് ഗ്രൂപ്പ് 1937-ൽ കോഴിക്കോട് രൂപം കൊണ്ടു. ഇഎംഎസ്, പി. കൃഷ്ണപിള്ള, എൻ.സി. ശേഖർ, കെ. ദാമോദരൻ എന്നിവരായിരുന്നു ഗ്രൂപ്പ് അംഗങ്ങൾ. ഇവർ ബോധപൂർവ്വം സിഎസ്പിക്കകത്ത് പ്രവർത്തിക്കുകയും അതിന്റെ സമീപനങ്ങളെയും നിലപാടുകളെയും സ്വാധീനിക്കുകയും ചെയ്തു. ഈ നേതാക്കളുടെ സ്വാധീനവും ലോക വ്യാപകമായി വളർന്നുവന്ന സാമ്രാജ്യത്വവിരുദ്ധ മനോഭാവവുമെല്ലാം ചേർന്ന് കേരളത്തിൽ ശക്തമായ ഇടതുപക്ഷ ആഭിമുഖ്യം പലരിലും വളർന്നുവന്നു. അവരെല്ലാം 1939-ൽ പിണറായിയിൽ ഒത്തുചേരുകയും കോൺഗ്രസ് സോഷ്യലിസ്റ്റ് പാർട്ടിയുടെ കേരള ഘടകം ഒന്നാകെ കമ്മ്യൂണിസ്റ്റ് പാർട്ടിയായി മാറുകയാണെന്ന് പ്രഖ്യാപിക്കുകയും ചെയ്തു. 1940 ജനുവരി ഒന്നിന് നാട്ടിലെ മതിലുകളിലെല്ലാം കമ്മ്യൂണിസ്റ്റ് പാർട്ടിയുടെ പിറവി വിളംബരം ചെയ്തുകൊണ്ട് ചുമരെഴുത്തുകൾ പ്രത്യക്ഷപ്പെട്ടു.

കോൺഗ്രസ്സ് സോഷ്യലിസ്റ്റ് പാർട്ടിയിലെ അതൃപ്തരായ ഒരുവിഭാഗം ഗാന്ധിജിയുടെ വ്യക്തി സത്യഗ്രഹത്തോട് വിയോജിപ്പും അതൃപ്തിയും രേഖപ്പെടത്തി കമ്മ്യൂണിസത്തെ സ്വീകരിച്ചു. 1940 സപ്തംബർ 15 മർദ്ദന പ്രതിഷേധ ദിനമായി കമ്മ്യൂണിസ്റ്റുകാരും ഇടതുപക്ഷ കോൺഗ്രസ്സും ആചരിച്ചു. കർഷകസംഘം ഡിഫൻസ് ഓഫ് ഇന്ത്യ നിയമപ്രകാരം നിരോധിക്കപ്പെട്ടു. കെ.പി.സി.സി. പിരിച്ചുവിടപ്പെട്ടു. മൊറാഴ സംഭവത്തെ തുടർന്ന് വിപ്ലവകാരികൾ കയ്യൂർ ഉൾപ്പെടെ ഹോസ്ദുർഗ്ഗ് താലൂക്കിന്റെ വിവിധ ഭാഗങ്ങളിൽ ഒളിവുജീവിതം നയിച്ച് സംഘം പ്രവർത്തനം മുന്നോട്ടു കൊണ്ടുപോയി. സംഘത്തിനെതിരെ ആഞ്ഞടിക്കാൻ ഈ സന്ദർഭം ജന്മിമാരും പ്രയോജനപ്പെടുത്തി. കയ്യൂരിന്റെ ജീവിതത്തിൽ ഈ

കാലഘട്ടം നിർണ്ണായകമായി മാറി. അതിൽ ഏറ്റവും പ്രധാനം കമ്മ്യൂണിസ്റ്റുകാരുടെ ഒരു യോഗമായിരുന്നു. കൂക്കോട്ടെ നീലമ്പത്ത് കണ്ണന്റെ വീട്ടിൽ ചേർന്ന പ്രസ്തുത യോഗത്തിൽ പി. സുന്ദരയ്യ പങ്കെടുത്തു. സമകാലിക രാഷ്ട്രീയ സാഹചര്യത്തിൽ കമ്മ്യൂണിസ്റ്റ്കാരുടെ പങ്ക് വിശദമാക്കപ്പെട്ട യോഗത്തിൽവെച്ച് കയ്യൂരിൽ കമ്മ്യൂണിസ്റ്റ് പാർട്ടിയുടെ രണ്ട് സെല്ലുകൾ രൂപം കൊണ്ടു. ടി.വി. കുഞ്ഞമ്പു സെക്രട്ടരിയായി കയ്യൂരിലും, പി.ടി. അമ്പാടിക്കുഞ്ഞി സെക്രട്ടറിയായി കൂക്കോട്ടുമായിരുന്നു ഈ സെല്ലുകൾ.

കയ്യൂരും രാഷ്ട്രീയ ക്ലാസ്സുകളും

സംഘം പ്രവർത്തകരിൽ രാഷ്ട്രീയബോധമുണ്ടാക്കുന്നതിലും അധികാരികൾക്കെതിരെ പൊരുതാൻ ആത്മവിശ്വാസം സൃഷ്ടിക്കുന്നതിലും കയ്യൂരിൽ നടന്ന രാഷ്ട്രീയ പഠന ക്ലാസ്സുകൾ വലിയ പങ്ക് വഹിച്ചു. വിദ്യാഭ്യാസപരമായി പൊതുവെ പിന്നോക്കം നിൽക്കുന്ന അസംഖ്യം ഗ്രാമങ്ങളിൽ ഒന്നായിരുന്നു കയ്യൂർ. അതിനാൽ പുസ്തക വായനയും പത്രവായനയും വലിയതോതിലൊന്നും കയ്യൂരുകാരെ ആദ്യഘട്ടത്തിൽ സ്വാധീനിച്ചതുമില്ല. അതിനാൽ മാറിക്കൊണ്ടിരിക്കുന്ന ലോകത്തെക്കുറിച്ചുള്ള വലിയ ചിന്തകളൊന്നും അവരെ അലട്ടിയിരുന്നില്ല. പക്ഷെ, കയ്യൂരുകാരുടെ രാഷ്ട്രീയബോധത്തെയും സംഘടനാപരമായ കഴിവുകളെയും നിർണ്ണയിക്കുന്നതിൽ പുറത്തുനിന്നുവന്ന സഖാക്കളുടെ രാഷ്ട്രീയ ക്ലാസ്സുകൾ വലിയ പങ്ക് വഹിച്ചു. കർഷകരുടെ പ്രശ്നങ്ങൾ, ജന്മിമാരുടെ ചൂഷണം, സോഷ്യലിസം തുടങ്ങിയ വിഷയങ്ങൾ ഈ ക്ലാസ്സുകളിൽ പരക്കെ ചർച്ച ചെയ്യപ്പെട്ടു. ക്ലാസ്സുകൾ കൈകാര്യം ചെയ്തവർ വലിയ അക്കാദമിക പണ്ഡിതന്മാരുമായിരുന്നില്ല. പക്ഷെ, അവർക്ക് തീക്ഷ്ണമായ അനുഭവമുണ്ടായിരുന്നു. സമരങ്ങളുടെ നടുവിൽ നിന്നുകൊണ്ടായിരുന്നു അവർ പ്രവർത്തിച്ചിരുന്നത്. നാട്ടിൽ നടന്നുവരുന്ന കൊടും ചൂഷണത്തെക്കുറിച്ചും അതിന്റെ ഫലമായി ജന്മിത്വം തടിച്ചുകൊഴുക്കുന്നതിനെക്കുറിച്ചും അവർക്ക് നല്ല ബോധ്യമുണ്ടായിരുന്നു. ബ്രിട്ടീഷ് പോലീസ് ജനങ്ങളെയല്ല സഹായിക്കുന്നത് മറിച്ച് ജന്മികളെയാണ് എന്നും ഇവർക്ക് ധാരണയുണ്ടായിരുന്നു. ഈ ബോധ്യങ്ങളാണ് കയ്യൂരിലെ സംഘം പ്രവർത്തകരിലേക്ക് ഇവർ എത്തിച്ചത്. കർഷകർക്ക് മനസ്സിലാകുന്ന ഭാഷയിൽ അവർ ക്ലാസ്സുകൾ കൈകാര്യം ചെയ്തു.

മൊറാഴ കേസ്സിനെത്തുടർന്ന് കാസർകോട് താലൂക്കിന്റെ വിവിധ ഭാഗങ്ങളിൽ ഒളിവിൽ കഴിഞ്ഞിരുന്ന ഇ.കെ. നായനാർ, ഇവിടത്തെ പാർട്ടി പ്രവർത്തകരെ ബന്ധപ്പെടുകയുണ്ടായി. കാസർകോട്ടെ പാർട്ടി നേതാക്കൾ ഒളിവിൽ കഴിയുന്നവർക്ക് രഹസ്യപ്രവർത്തനങ്ങൾ നടത്താൻ പുതിയ മേഖലകൾ ചൂണ്ടിക്കാട്ടി. ഇ.കെ.നായനാർ കയ്യൂരിലെ വിവിധയിടങ്ങളിൽ നടന്ന രാഷ്ട്രീയ ക്ലാസ്സുകളിൽ പങ്കെടുക്കുകയും തന്റെ സ്വത

സിദ്ധമായ ശൈലിയിൽ ക്ലാസ്സുകൾ എടുക്കുകയും ചെയ്തു. താഴക്കാട്ട് മനയെന്ന പ്രസിദ്ധമായ ബ്രാഹ്മണകുടുംബത്തിൽ ജനിക്കുകയും ദേശീയതയാൽ ആകർഷിക്കപ്പെടുകയും അത് കവിതയിലൂടെ ആവിഷ്കരിക്കുകയും ചെയ്ത് കാരാഗൃഹവാസം അനുഭവിക്കുകയും ചെയ്ത ടി. സുബ്രഹ്മണ്യം തിരുമുമ്പും പാർട്ടി ക്ലാസ്സെടുക്കുന്നതിന് വേണ്ടി കയ്യൂരിന്റെ വിവിധ ഭാഗങ്ങളിലെത്തി. തിരുമുമ്പ് കവിത ചൊല്ലിയും ക്ലാസ്സെടുത്തും പ്രവർത്തകരിൽ ആവേശമുണ്ടാക്കി. വി.വി. കുഞ്ഞമ്പുവും കെ. മാധവനും കയ്യൂരിലെ സംഘം പ്രവർത്തകർക്ക് ക്ലാസ്സുകൾ നൽകുന്നതിൽ മുൻനിരയിൽ പ്രവർത്തിച്ച നേതാക്കളാണ്. പാർട്ടി നേതാക്കളായ സുന്ദരയ്യയും കൃഷ്ണപിള്ളയും കൂക്കോട്ടടക്കമുള്ള സ്ഥലങ്ങളിലെത്തി ക്ലാസ്സുകളെടുത്തു. ഒളിവിൽ കഴിഞ്ഞിരുന്ന എ.വി. കുഞ്ഞമ്പുവും സുബ്രഹ്മണ്യ ഷേണായിയും കയ്യൂരുൾപ്പടെ നീലേശ്വരത്തിന്റെ വിവിധ ഭാഗങ്ങളിൽ നടന്ന രാഷ്ട്രീയ ക്ലാസ്സുകൾ നയിക്കുകയുണ്ടായി. ഈ രാഷ്ട്രീയ ക്ലാസ്സുകളാണ് കയ്യൂരിലെ സംഘം പ്രവർത്തകരെ കമ്മ്യൂണിസ്റ്റുകാരാക്കി മാറ്റിയത്. സാമ്രാജ്യത്വവിരുദ്ധ സമരത്തിൽ അവരെ പങ്കാളികളാക്കിയത് ഈ പഠനക്ലാസ്സുകളാണ്. ജന്മിമാർക്കും പോലീസ്സിനുമെതിരെ ചെറുത്തുനിൽപ്പ് നടത്താൻ അവർക്ക് ആത്മധൈര്യം ലഭിച്ചത് ഈ നേതാക്കളുടെ ക്ലാസ്സുകളിൽ നിന്നായിരുന്നു. രാഷ്ട്രീയ പ്രവർത്തകരായ ഈ നേതാക്കളെല്ലാം ജൈവബുദ്ധിജീവികളുടെ പങ്ക് നിർവ്വഹിക്കുകയും കയ്യൂരിനെ ചുകപ്പിക്കുന്നതിൽ നിർണ്ണായക പങ്ക് വഹിക്കുകയും ചെയ്തു. സഖാവ് സുന്ദരയ്യ 1938ൽ കയ്യൂരും കൂക്കോട്ടുമെത്തി. കൂക്കോട്ട് നീലമ്പത്ത് കണ്ണന്റെ വീട്ടിൽ വെച്ച് കമ്മ്യൂണിസ്റ്റ് പാർട്ടിയുടെ ആദ്യത്തെ സെൽ രൂപീകരണയോഗത്തിൽ സുന്ദരയ്യ പങ്കെടുക്കുകയുണ്ടായി.

പാലായി വിളകൊയ്ത്ത് സമരം

വടക്കേ മലബാറിൽ ജന്മി-കുടിയാൻ സംഘർഷം വർഗ്ഗ സമരമെന്ന നിലയിൽ വളരെ ശക്തമായ രീതിയിൽ ആഞ്ഞടിച്ചു. ഈ കാലഘട്ടത്തിൽ സാമ്രാജ്യത്തത്തിനും, ഫ്യൂഡലിസത്തിനുമെതിരായി കർഷകരെ രാഷ്ട്രീയ ശക്തിയായി സംഘടിപ്പിച്ചത് കോൺഗ്രസ് സോഷ്യലിസ്റ്റുകാരും പിന്നീട് കമ്മ്യൂണിസ്റ്റുകാരുമായിരുന്നു. കമ്മ്യൂണിസ്റ്റ് പാർട്ടി ജനകീയയുദ്ധം പരിപാടി സ്വീകരിച്ചെങ്കിലും ജന്മിമാരുടെയും പോലീസിന്റെയും അതിക്രമങ്ങളോട് സന്ധി ചെയ്യാൻ തയ്യാറായിരുന്നില്ല. വിത്തിട്ടവർ വിള കൊയ്യും എന്ന മുദ്രാവാക്യം കർഷകരെ ആവേശം കൊള്ളിച്ചു.

മണ്ണിൽ കർഷകന്റെ അവകാശം സംരക്ഷിക്കാൻ കർഷകസംഘം നിരവധി സമരങ്ങൾ നടത്തി. ജന്മിമാരുടെ ചൂഷണത്തിൽനിന്നും അതിക്രമങ്ങളിൽനിന്നും കർഷകരെ മോചിപ്പിക്കുന്നതിനുവേണ്ടിയാണ് ഇത്തരം സമരങ്ങൾ സംഘം നയിച്ചത്. ഈ സമരപരമ്പരകളിൽ ഏറ്റവും ശ്രദ്ധേയമായ സമരമായിരുന്നു വിളകൊയ്ത്ത് സമരം. ജന്മിയുടേയും

അരയാക്കടവ്

അധികാരികളുടേയും അരികിലേക്ക് ജാഥയായി പോയി തങ്ങളുടെ സങ്കടങ്ങളും അവകാശങ്ങളും അറിയിക്കുക എന്ന പരിപാടിയിലൂടെ കൃഷിക്കാരന് ഒരുപാട് അവകാശങ്ങൾ നേടിയെടുക്കാൻ സാധിച്ചു. ഇതേ തുടർന്ന് മൗലികമായ പുതിയൊരു മുദ്രാവാക്യം സംഘം മുന്നോട്ട് വെച്ചു. വിത്തിട്ടവർ വിള കൊയ്യും എന്നതാണ് അത്. കർഷകസംഘം നടത്തിയ ശ്രദ്ധേയമായ സമരമായിരുന്നു വിളകൊയ്ത്ത് സമരം. ജന്മിയുടെ നികുതി ബാക്കിക്ക് കുടിയാന്റെ വിള ജപ്തി ചെയ്യുന്ന സമ്പ്രദായം അക്കാലത്ത് നിലവിലുണ്ടായിരുന്നു. ജന്മിയും, ഗ്രാമാധികാരിയും ഒത്തുകൊണ്ടാണ് ഇത് ചെയ്യുന്നത്. പട്ടേലന്മാർ ജന്മിമാരായതുകൊണ്ട് തഹസീൽദാരെ പാട്ടിലാക്കുക എളുപ്പമാണ്. നെല്ല് കൊയ്യുന്ന സമയത്താണ് കൃഷിക്കാരന്റെ വിള ജപ്തി ചെയ്തിരുന്നത്. ഇതിനെ എതിർത്തുകൊണ്ട് കർഷക സംഘം വലിയ പ്രക്ഷോഭം തന്നെ സംഘടിപ്പിച്ചു. ജപ്തിക്ക് തീരുമാനിച്ച വിള സംഘത്തിന്റെ ആഭിമുഖ്യത്തിൽ കൊയ്യപ്പെട്ടു. ഇത് മൂലം നിരവധി കേസുകളും പ്രശ്നങ്ങളുമുണ്ടായി. അനേകം കൃഷിക്കാർ ശിക്ഷിക്കപ്പെട്ടു. പക്ഷേ അവസാന വിജയം സംഘത്തിന്റേതായിരുന്നു. സംഘടിത ശക്തികൊണ്ടുള്ള ഈ വിജയം പ്രാദേശികമായി ജന്മിമാർക്ക് വലിയ ആഘാതം സൃഷ്ടിച്ചു.

1941 ഫെബ്രുവരിയിലാണ് പാലായി വിള കൊയ്ത്ത് സമരം നടന്നത്. നീലേശ്വരം ടൗണിനോട് തൊട്ടുകിടക്കുന്ന ഗ്രാമമാണ് പാലായി. ആയ വളപ്പിൽ കുഞ്ഞികൃഷ്ണൻ നമ്പ്യാരായിരുന്നു ജന്മി. ഭൂമി ഏറ്റുവാങ്ങി കൈവശം വെച്ച് കൃഷി ചെയ്തു കൊണ്ടിരുന്നത് തണ്ടാളത്ത് അമ്പാടിയും കൊവ്വലിൽ അമ്പാടി പണിക്കരും. ഇവർ ഇറക്കിയ കൃഷി വിളഞ്ഞു

കൊയ്യാറായപ്പോൾ, കുഞ്ഞികൃഷ്ണൻ നമ്പ്യാർ കൊയ്യാനായി അവകാശവാദം ഉന്നയിച്ചു. പാട്ട കുടിശ്ശികയുടെ പേരിൽ ജന്മി 10 പേരെ പ്രതികളാക്കി കേസു കൊടുത്തു വിധി നേടുകയും ചെയ്തു. കൊയ്ത്താരംഭിച്ചപ്പോൾ കർഷക സംഘം പ്രവർത്തകർ പാടത്തു വന്നു. ഇവരെ കണ്ടപ്പോൾ ജന്മിയും കൊയ്യാൻ വന്നവരും ഓടിപ്പോയി. സംഘം പ്രവർത്തകർ പാടത്തിറങ്ങി കൊയ്തു. ജന്മി പോലീസിൽ കേസു കൊടുത്തു. ഒന്നും രണ്ടും പ്രതികളെ രണ്ടുമാസം വീതവും മറ്റുള്ളവരെ ഒരു മാസം വീതവും തടവിന് ശിക്ഷിച്ചു. അവർ അപ്പീൽ പോകുകയും അനുകൂല വിധി സമ്പാദിക്കുകയും ചെയ്തു. കർഷകസംഘത്തിന് അനുകൂലമായി ലഭിച്ച ഈ വിധി പ്രവർത്തകരിൽ വലിയ ആവേശമുണ്ടാക്കി. പാലായിലെ വിളകൊയ്ത്ത് സമരം കയ്യൂർ സമരത്തിന്റെ പശ്ചാത്തലമൊരുക്കി.

കയ്യൂർ സംഘർഷത്തിലേക്ക്

സാമ്രാജ്യത്വവിരുദ്ധ ജാഥ

പാലായി വിളകൊയ്ത്ത് സമരത്തിന് ശേഷം കയ്യൂരിൽ പ്രവർത്തിച്ചുകൊണ്ടിരുന്ന കമ്മ്യൂണിസ്റ്റ് സെല്ലുകൾ ഭരണകൂടത്തിന്റെ മർദ്ദനനയത്തിനും യുദ്ധകാല പ്രവർത്തനങ്ങൾക്കുമെതിരെ കയ്യൂരിൽ വലിയൊരു ജാഥ സംഘടിപ്പിച്ചു. 1941 മാർച്ച് 12ന് യൂണിഫോറത്തിലും അല്ലാതെയും നൂറോളം പേർ ചേർന്നു നടത്തിയ ജാഥയിൽ ബ്രിട്ടീഷ് ഭരണം നശിക്കട്ടെ ജന്മിത്വം നശിക്കട്ടെ, കർഷകർ വിജയിക്കട്ടെ. വിപ്ലവം ജയിക്കട്ടെ, നികുതി കൊടുക്കരുത്, പട്ടാളത്തിൽ ചേരരുത്, യുദ്ധഫണ്ടിലേക്ക് സംഭാവന നൽകരുത് തുടങ്ങിയ മുദ്രാവാക്യങ്ങൾ മുഴങ്ങി. മൊറാഴ, മട്ടന്നൂർ കേസ്സുകളിൽ ശിക്ഷിക്കപ്പെട്ട് റിമാണ്ടിലായിരുന്നവരെ വിട്ടയക്കാനും അവർ ആവശ്യപ്പെട്ടു. നിരക്ഷരരായ ഒരു ജനതയുടെ വിപ്ലവകരമായ ഒരു മാറ്റമാണ് ജാഥയിലെ മുദ്രാവാക്യങ്ങളിലൂടെ വെളിവാക്കപ്പെട്ടത്. ഒരു പെറ്റികേസ്സിന്റെ അന്വേഷണത്തിന് കയ്യൂരിലെത്തിയ റവന്യൂ ഇൻസ്പെക്ടർ ജാഥയിൽ മുഴങ്ങിക്കേട്ട മുദ്രാവാക്യങ്ങളിൽ പ്രകോപിതനായി. വൈകുന്നേരം നീലേശ്വരത്തേക്കുള്ള മടക്കയാത്രയിൽ കൂക്കോട്ട് വെച്ച് സാമ്രാജ്യത്വവിരുദ്ധ മുദ്രാവാക്യവുമായി ടി.വി.കുഞ്ഞമ്പുവിന്റെ നേതൃത്വത്തിലുള്ള ജാഥയെ വീണ്ടും കാണാനിടയായി. ശിപായിയുമൊന്നിച്ച് അതേ വഴിയിൽക്കൂടി പോകുകയായിരുന്ന റവന്യൂ ഇൻസ്പെക്ടറെ കണ്ടപ്പോൾ വളണ്ടിയർമാർ മുദ്രാവാക്യം വിളി നിർത്തുമെന്നും വഴിമാറിക്കൊടുത്ത് ബഹുമാനിക്കുമെന്നും ഇൻസ്പെക്ടർ പ്രതീക്ഷിച്ചു. പക്ഷെ ജാഥാംഗങ്ങൾ അങ്ങനെ ചെയ്തില്ലെന്ന് മാത്രമല്ല, കൂടുതൽ ഉച്ചത്തിൽ മുദ്രാവാക്യം മുഴക്കികൊണ്ട് മുന്നോട്ട് മാർച്ച് ചെയ്യുകയും ചെയ്തു. ഇത് ഉദ്യോഗസ്ഥനെ അപമാനിക്കുവാൻ വേണ്ടി കരുതിക്കൂട്ടി ചെയ്തതാ

ണെന്നും അതിനവരെ ഒരു പാഠം പഠിപ്പിക്കണമെന്നും ഉദ്യോഗസ്ഥൻ തീർച്ചയാക്കി. ജില്ലാ കളക്ടർക്കും പോലീസ് മേധാവികൾക്കും കെട്ടിച്ച മച്ച പല റിപ്പോർട്ടുകളും ഇൻസ്പെക്ടർ അയച്ചു. ഒരു ഫോറസ്റ്റ് ഗാർഡിന്റെ വകയായി മറ്റൊരു ആക്ഷേപവും ഗവൺമെന്റിലേക്ക് അയച്ചു. ഈ റവന്യൂ ഇൻസ്പെക്ടറും ഫോറസ്റ്റുഗാർഡും പ്രോസിക്യൂഷൻഭാഗം സാക്ഷികളായി കോടതിയിൽ പിന്നീട് മൊഴിക്കൊടുത്തിരുന്നു. റവന്യു ഇൻസ്പെക്ടർ നേതാക്കളുടെ പേര് കുറിച്ചെടുക്കുകയും പിറ്റേ ദിവസം പ്രസ്തുത നിയമവിരുദ്ധജാഥയെക്കുറിച്ച് ഉന്നതാധികാരികൾക്ക് റിപ്പോർട്ട് അയക്കുകയും ചെയ്തു. ഹോസ്ദുർഗ്ഗ് പോലീസ് സ്റ്റേഷനിലെ എസ്.ഐ. ജാഥനേതാക്കൾക്കെതിരെ ഡിഫൻസ് ഓഫ് ഇന്ത്യാ റൂൾസ് പ്രകാരം കേസ്സ് ചാർജ്ജ് ചെയ്തു. ചാർജ്ജ് ഷീറ്റിന്റെ അടിസ്ഥാനത്തിൽ ടി.വി. കുഞ്ഞമ്പു, കെ.പി. വെള്ളുങ്ങ, ടി.വി. കുഞ്ഞിരാമൻ, ചൂരിക്കാടൻ കൃഷ്ണൻ നായർ, പി.ടി. അമ്പാടികുഞ്ഞി, കോയിത്താറ്റിൽ ചിരുകണ്ഠൻ, കോയിത്താറ്റിൽ വളപ്പിൽ രാമൻ എന്നിവർക്കെതിരെ മംഗലാപുരം മജിസ്ട്രേറ്റ് അറസ്റ്റ് വാറണ്ട് പുറപ്പെടുവിച്ചു. കയ്യൂരിന്റെ സാമ്രാജ്യത്വവിരുദ്ധ സമരത്തിലെ ശ്രദ്ധേയമായ ഘട്ടമാണ് ഈ ജാഥയും കേസ്സും,

കയ്യൂരിൽ പോലീസ്സെത്തുന്നു

1941 മാർച്ച് 26ന് ചന്തേര ഔട്ട് പോസ്റ്റിലെ പോലീസ് കോൺസ്റ്റബിൾ ഗോവിന്ദൻ നമ്പ്യാർ കയ്യൂരിലെത്തി വാറണ്ടിനെകുറിച്ച് പട്ടേലറെ അറിയിക്കുന്നു. ഹോസ്ദുർഗ്ഗ് എസ്.ഐ. അർദ്ധരാത്രിയിൽ തോണിയിൽ കയ്യൂരിലെത്തി പ്രതികളെ അറസ്റ്റു ചെയ്യുമെന്ന് മുമ്പേ തന്നെ അറിയിച്ചിരുന്നു. കയ്യൂരിലെ പാർട്ടി സെല്ലും പ്രതിരോധത്തിനുള്ള ശ്രമം തുടങ്ങി. പോലീസിന്റെ നീക്കങ്ങൾ മനസ്സിലാക്കാൻ നദിക്കരയിലെ ചായക്കടയിൽ ചില പാർട്ടി പ്രവർത്തകർ തങ്ങി. അന്ന് രാത്രിയിൽ പട്ടേലറുടെ വീട്ടിൽ ഉറങ്ങിയിരുന്ന പോലീസുകാരനെ ആരോ കുത്തി പരിക്കേൽപിച്ചു. കൂടെയുണ്ടായിരുന്ന ഉഗ്രാണി തെറ്റിദ്ധരിച്ച്, കുത്തിയത് മഠത്തിൽ അപ്പുവാണെന്ന് പറഞ്ഞു. രാവിലെ മൂന്ന് മണിയോടെ എസ്.ഐ.യും സംഘവും കയ്യൂരിലെത്തി.

കയ്യൂരിലെ കടവിന് സമീപം മഠത്തിൽ അപ്പുവിന്റെ ചായപ്പീടികയിലാണ് പ്രവർത്തകർ കിടന്നുറങ്ങിയത്. ഒരു വേനൽക്കാല രാവായിരുന്നു അത്. സഖാക്കളെല്ലാം ഗാഢനിദ്രയിലാണ്ടു. രാത്രി ഏകദേശം മൂന്നു മണിയോടെ ബൂട്ട്സിന്റെ ചട,പടാ.... എന്ന ശബ്ദം നാലുപാടു നിന്നും കേട്ടു. പോലീസ് കുതിച്ചെത്തി ഉറങ്ങിക്കിടന്നവരെ അടിക്കാൻ തുടങ്ങി. സബ് ഇൻസ്പെക്ടർ നീക്കോളസ്സിന്റെ നേതൃത്വത്തിൽ കാഞ്ഞങ്ങാട്ടു നിന്ന് തോണി വഴി കരയ്ക്കിറങ്ങിയ ഒരു സംഘം പോലീസിന്റെ താണ്ഡവമായിരുന്നു പിന്നീട് അവിടെ നടന്നത്. നിരവധി സഖാക്കൾക്ക് ഭീകരമായ മർദ്ദനമേറ്റു. 20 മിനിട്ടുകളോളം പോലീസ് നടപടി തുടർന്നു.

അപ്രതീക്ഷിതമായ ആക്രമണമായിരുന്നതുകൊണ്ട് സഖാക്കൾക്കാണ് വലിയ മർദ്ദനമേറ്റത്. കെ.പി.വെള്ളുങ്ങയെപോലുള്ള ഏതാനും പേർ പോലീസിന്റെ പിടിയിൽ നിന്നും കുതറി രക്ഷപ്പെട്ടു. ചില വീടുകൾ പോലീസ് പരിശോധിച്ചു. ടി.വി.കുഞ്ഞമ്പു, ടി.വി.കുഞ്ഞിരാമൻ എന്നിവരെ അറസ്റ്റ് ചെയ്ത് കൊണ്ടുപോയി. മാർച്ച് 27 ഇങ്ങനെ കയ്യൂർ സമരത്തിൽ നിർണ്ണായകമായി മാറി.

രാത്രിയിൽ കിടന്നുറങ്ങുകയായിരുന്ന സഖാക്കളെ പോലീസ് മർദ്ദിച്ചുവെന്നും ടി.വി.കുഞ്ഞമ്പു, ടി.വി.കുഞ്ഞിരാമൻ എന്നിവരെ അറസ്റ്റ്ചെയ്തുകൊണ്ടു പോയെന്നുമുള്ള വാർത്ത നാടാകെ കാട്ടുതീപോലെ പടർന്നു പിടിച്ചു. കിടന്നുറങ്ങുകയായിരുന്ന സംഘം പ്രവർത്തകരെ ഓർക്കാപ്പുറത്ത് ആക്രമിച്ചതിൽ ജനങ്ങൾക്കുള്ള പ്രതിഷേധം ശക്തമായിരുന്നു. തങ്ങളുടെ പ്രിയപ്പെട്ട രണ്ട് നേതാക്കളെ രാത്രിവന്ന് അറസ്റ്റ് ചെയ്തതിലും ജനങ്ങൾക്ക് രോഷമുണ്ടായിരുന്നു. മർദ്ദനത്തിന്റേയും അറസ്റ്റിന്റേയും വിവരം ലഭിച്ചതോടുകൂടി കയ്യൂരിന്റെ നാനാഭാഗത്തുനിന്നും കർഷകപ്രവർത്തകൻമാരും വളണ്ടിയർ സഖാക്കളും കയ്യൂർ സെന്ററിൽ തടിച്ചുകൂടി. അന്ന് വൈകുന്നേരം കയ്യൂർ കൂക്കണ്ടത്തിൽ വെച്ച് ഗംഭീരമായ പൊതുയോഗം ചേർന്നു. അറസ്റ്റിലും മർദ്ദനത്തിലും പ്രതിഷേധം രേഖപ്പെടുത്തേണ്ടതാണെന്ന് തീരുമാനിച്ചു. യോഗത്തിനു മുമ്പ് നല്ലൊരു ജാഥ നടത്തണമെന്നും തീരുമാനിച്ചു. കിനാനൂർ, ക്ലായിക്കോട്, പാലായി പോലുള്ള സ്ഥലങ്ങളിലേക്കും യോഗത്തിന്റെ വിവരം അറിയിച്ചു.

പിറ്റേ ദിവസം മാർച്ച് 28ന് പോലീസ് വീണ്ടും കയ്യൂരിലെത്തി. മരത്തിൽ നിന്ന് വീണുമരിച്ച കോരൻ എന്ന ചെത്തുകാരന്റെ മരണം ഇൻക്വസ്റ്റ് നടത്തുന്നതിനാണ് അവരെത്തിയത്. ചായക്കടയിലെ ലാത്തി ചാർജ്ജിന് നേതൃത്വം കൊടുത്ത ചന്തേര ഔട്ട് പോസ്റ്റിലെ സുബ്രായനും സംഘത്തിലുണ്ടായിരുന്നു. ആഴ്ചകൾക്ക് മുമ്പ് മാത്രം ജോലിയിൽ പുനഃപ്രവേശിക്കപ്പെട്ട സുബ്രായന് കയ്യൂരിലെ രാഷ്ട്രീയ സ്ഥിതികൾ ഒന്നും അറിയില്ലായിരുന്നു. ഇൻക്വസ്റ്റ് പൂർത്തിയാക്കിയതിനുശേഷം ചായക്കട നടത്തിയിരുന്ന മൊടവൻ അമ്പുവിന് ലൈസൻസ് പുതുക്കാത്തതിന് നോട്ടീസ് കൊടുക്കാനുള്ള ശ്രമവും സുബ്രായൻ നടത്തി. ഇതിനുശേഷം മടക്കയാത്രയ്ക്ക് വേണ്ടി തൊട്ടടുത്ത കടയിൽ അയാൾ കാത്തുനിന്നു.

പോലീസ്സുകാരന്റെ മരണം

തലേദിവസത്തെ തീരുമാനപ്രകാരം വലിയ പ്രതിഷേധ സമ്മേളനത്തിനുള്ള ഒരുക്കങ്ങൾ കയ്യൂരിൽ നടന്നു. എല്ലാ ഭാഗത്തുനിന്നും ആളുകൾ അവിടെയെത്തി. സമ്മേളന സ്ഥലത്തേക്ക് മുദ്രാവാക്യം വിളികളോടെ ജാഥകളായി എത്തിച്ചേരാനായിരുന്നു തീരുമാനം. ചുവന്ന കൊടിയുമേന്തിയ പ്രതിഷേധ പ്രകടനം ഒരുമണിയോടെ കൂക്കണ്ടത്ത് സമ്മേളിച്ചു. ചൂരിക്കാടൻ കൃഷ്ണൻ നായരും അബൂബക്കറും സമ്മേളനത്തെ

അഭിസംബോധന ചെയ്തു. അവിടെ നിന്ന് ജാഥ ചെറിയകണ്ടത്തേക്ക് നീങ്ങി. 'ഇൻക്വിലാബ് സിന്ദാബാദ്' 'ബ്രിട്ടീഷ് ഭരണം നശിക്കട്ടെ', 'ജന്മിത്വം നശിക്കട്ടെ', 'സോവിയറ്റ് ഭരണം വിജയിക്കട്ടെ' തുടങ്ങിയ മുദ്രാവാക്യങ്ങളാണ് ജാഥയിൽ ഉയർന്നു കേട്ടത്. ഇരുന്നൂറോളം പേർ ജാഥയിലണിനിരന്നു. നൂറുപേരോളം കാക്കിയണിഞ്ഞ വാളണ്ടിയർമാരായിരുന്നു. വൈകുന്നേരം 3 മണിയോടുകൂടി പാലായി ഭാഗത്തു നിന്ന് വലിയൊരു ജാഥ കയ്യൂരിൽ എത്തി. കയ്യൂരിലെ സഖാക്കളും പാലായിൽ നിന്നുവന്നവരും കേന്ദ്രീകരിച്ചുകൊണ്ട് ഉശിരൻ ജാഥ കയ്യൂർ സെന്ററിൽ നിന്നും കിഴക്കോട്ട് ചെറിയാക്കര ഭാഗത്തേക്ക് നീങ്ങി. കയ്യൂർ സെന്ററിൽ നിന്നും പുഴക്കരയിൽ കൂടി ഏകദേശം ഒരു മൈൽ കിഴക്കോട്ട് പോയാൽ ചെറിയാക്കര എത്തും. നടപ്പാത വീതി കുറഞ്ഞതായിരുന്നു. വഴിയുടെ നല്ലൊരു ഭാഗം കുന്നിൻ ചരുവിൽക്കൂടിയാണ്. വഴിയിൽ നിന്നും പത്തോ പന്ത്രണ്ടോ അടി വടക്കോട്ടു നീങ്ങിയാൽ പുഴയിൽ ഇറങ്ങാൻ കഴിയും. ചെങ്കൊടികളുമേന്തി ആവേശകരമായ മുദ്രാവാക്യങ്ങളുമായി ജാഥ മുന്നോട്ട് മാർച്ച് ചെയ്ത് ചെറിയാക്കരയെത്തി.

ചെറിയാക്കര ഷാപ്പിൽ കള്ളുകുടിച്ചുകൊണ്ടിരുന്ന ചിലർ ജാഥയുടെ ശബ്ദം കേട്ട് പുറത്തിറങ്ങി. ഒപ്പം യൂണിഫോം ധരിച്ച ഒരു പോലീസുകാരനും അവരുടെ പിന്നാലെ പുറത്തിറങ്ങി. ജാഥയിലുള്ള ചിലർ പോലീസുകാരനെ കണ്ടു. തലേ ദിസം കിടന്നുറങ്ങുകയായിരുന്ന സഖാക്കളെ മർദ്ദിച്ചവരുടെ കൂട്ടത്തിൽ മുൻപന്തിയിലുണ്ടായിരുന്ന സുബ്രായനാണ് ഈ പോലീസുകാരനെന്ന് അവർ തിരിച്ചറിഞ്ഞു. പോലീസുകാരനെ കണ്ടതോടെ സഖാക്കളുടെ ദേഷ്യം കത്തിജ്ജ്വലിച്ചു. ചിലർ പോലീസുകാരന്റെ കയ്യിൽ നിന്ന് കത്തി തട്ടിപ്പറിച്ച് അവനെ പിടികൂടി. പൊതിരെ തല്ലി അയാളെ വിടണമെന്നായിരുന്നു ചിലരുടെ വാശി. മുതിർന്ന സഖാക്കൾ ഇടപെട്ട് അടിക്കരുതെന്ന് വിലക്കി. ധിക്കാരിയും മർദ്ദകനുമായ ആ പോലീസുകാരനെ വെറുതെ വിടുകയെന്നത് തികഞ്ഞ പന്തികേടായിരിക്കുമെന്ന അഭിപ്രായം എല്ലാവരും സ്വീകരിച്ചു.

ചെങ്കൊടി പിടിപ്പിച്ചുകൊണ്ട് ജാഥയുടെ മുമ്പിൽ കൂക്കണ്ടം വരെ സുബ്രയാനെ നടത്തിക്കാനുള്ള തീരുമാനമെടുത്തു. പോലീസുകാരനോട് കൊടിപിടിക്കാൻ പറഞ്ഞു. ഗത്യന്തരമില്ലാതെ പോലീസുകാരൻ കൊടി കയ്യിലെടുത്ത് ജാഥയുടെ മുമ്പിൽ വന്നുനിന്നു. ജാഥ കയ്യൂർ ഭാഗത്തേക്ക് നീങ്ങി. ആളുകൾ വഴിയോരത്ത് തടിച്ചുകൂടി ഈ അസാധാരണ കാഴ്ച കണ്ടു. ആളുകളുടെ ആർപ്പുവിളിയും കൂടി വർദ്ധിച്ചതോടെ പോലീസുകാരൻ നടക്കാൻ മടിച്ചു. ജാഥാംഗങ്ങൾ പിറകിൽ നിന്ന് പോലീസുകാരനെ ഭീഷണിപ്പെടുത്തി. ജാഥ ചെറിയാക്കരയുടേയും കയ്യൂരിന്റേയും മധ്യത്തിലുള്ള കുന്നിൻ ചെരുവിൽ എത്തിച്ചേർന്നു.

നാട്ടുകാരുടെ മുന്നിൽ കൂടുതൽ അപമാനിതനാകാതെ എങ്ങനെയെങ്കിലും രക്ഷപ്പെടാനുള്ള ചിന്ത സുബ്രായനിൽ വളർന്ന് വന്നു. വഴിയുടെ ഒരുഭാഗം കുന്നിൻപുറവും മറുഭാഗം പുഴക്കരയുമാണ്. ജാഥയുടെ

പിന്നിൽ നിരവധിയാളുകൾ. രക്ഷപ്പെടാൻ ഒരു മാർഗ്ഗവും അദ്ദേഹം കണ്ടില്ല. കയ്യിൽ പിടിച്ച കൊടിയും കൊണ്ട് സുബ്രായൻ മുന്നോട്ട് നടപ്പാതയിൽക്കൂടി മുന്നോട്ടോടി. ജാഥയുടെ മുമ്പിലുണ്ടായിരുന്ന ചിലർ പിന്നാലെ ഓടി. ഈ സന്ദർഭത്തിൽ മറ്റൊരുജാഥ കൂക്കോട്ട് നിന്ന് ചെറിയാക്കര ഭാഗത്തേക്ക് പൊടോര കുഞ്ഞമ്പുനായരുടെ നേതൃത്വത്തിൽ വരുന്നുണ്ടായിരുന്നു. രണ്ടു ജാഥകളുടേയും മധ്യത്തിൽപെട്ടിരിക്കുകയാണെന്നും ഇനി രക്ഷപ്പെടുവാൻ യാതൊരു മാർഗ്ഗവും ഇല്ലെന്നും മനസ്സിലാക്കിയ പോലീസുകാരൻ ഓട്ടം നിർത്തി. ചില വളണ്ടിയർമാർ പോലീസുകാരനെ കടന്നുപിടിച്ചു. കൊടികെട്ടിയ വടി പൊട്ടിച്ചെടുത്ത് സുബ്രായൻ മുറിയൻ കൊട്ടനു(മുറിയൻ കൊട്ടൻ)ൾപ്പടെയുള്ള ചിലരെ അടിച്ച് പരിക്കേൽപ്പിച്ചു. രണ്ടുഭാഗത്തുനിന്നും കൂടുതൽ ആളുകൾ തനിക്കുനേരെ ഓടിയടുക്കുന്നത് കണ്ട സുബ്രായൻ മറ്റൊരു പോംവഴിയും ഇല്ലെന്ന് കണ്ട് പുഴയിലേക്ക് എടുത്ത് ചാടി. കുറച്ച് ദൂരം നീന്തിയപ്പോഴേക്കും പോലീസുകാരൻ തളർന്നു. നല്ലൊരു നീന്തൽ വിദഗ്ധനായിരുന്നിട്ടുകൂടി യൂനിഫോം ധരിച്ചിരുന്നതുകൊണ്ട് സുബ്രായന് മുന്നോട്ട് നീന്താൻ കഴിഞ്ഞില്ല. അങ്ങനെ പോലീസുകാരൻ പുഴയിൽ മുങ്ങി മരിച്ചു. രണ്ട് ദിവസം കഴിഞ്ഞ് മാർച്ച് 30-നാണ് സുബ്രായന്റെ മൃതശരീരം കാര്യങ്കോട് പാലത്തിന് സമീപം പൊങ്ങിയത്.

പട്ടേലർ പിറ്റേ ദിവസം സബ്ബ് മജിസ്ട്രേറ്റിന് സംഭവത്തെക്കുറിച്ച് റിപ്പോർട്ട് അയച്ചു. ഒരു തോണിക്കാരനിൽ നിന്ന് വിവരമറിഞ്ഞ എളേരിയിലെ ഫോറസ്റ്റ് ഗാർഡ് കർഷകസംഘം നടത്തിയ കലാപത്തെക്കുറിച്ച് പോലീസിന് റിപ്പോർട്ട് ചെയ്തു. ഉന്നത പോലീസുദ്യോഗസ്ഥന്മാർ സ്ഥലത്തില്ലാത്തതിനാൽ അന്വേഷണ പ്രക്രിയ മണിക്കൂറുകൾ വൈകിയാണ് ആരംഭിച്ചത്.

പോലീസ് ഭീകരത

മാർച്ച് 28-ന് രാത്രി കയ്യൂരിലെങ്ങും എന്തെന്നില്ലാത്ത ശ്മശാന മൂകത നിലനിന്നു. എന്താണ് അടുത്ത ദിവസം സംഭവിക്കാൻ പോകുന്നത് എന്ന ഉൽക്കണ്ഠ എല്ലാവരുടെയും മുഖത്ത് നിഴലിച്ചിരുന്നു. അന്ന് രാത്രി ഒന്നും സംഭവിച്ചില്ല. പിറ്റേദിവസം പകലും പോലീസ് വന്നില്ല. തുറന്ന ഒരാക്രമണത്തിന് വേണ്ടുന്ന ഒരുക്കങ്ങൾ ഗവൺമെന്റിന്റെ ഭാഗത്തു നിന്ന് ദ്രുതഗതിയിൽ നടക്കുകയായിരുന്നു. നാനാഭാഗത്തേക്കും അനേകമനേകം കമ്പികൾ, എല്ലാ പോലീസ് സ്റ്റേഷനുകളിലും പ്രധാനപ്പെട്ട മറ്റു ഗവൺമെന്റ് ആഫീസുകളിലും ഫോൺകോളുകളുടെ തുടരെത്തുടരെയുള്ള മുഴക്കങ്ങൾ. നാട്ടു പ്രമാണിമാരുടേയും വെള്ളത്തൊപ്പിധരിച്ചവരും ധരിക്കാത്തവരുമായ പോലീസുകാരുടേയും ഇടയിൽ തിരക്കുപിടിച്ച ആലോചന. ജില്ലാ കലക്ടറുടേയും പോലീസ് സൂപ്രണ്ടിന്റേയും സാന്നിദ്ധ്യത്തിൽ ഉദ്യോഗസ്ഥൻമാരുടെ യോഗം അന്ന് ജില്ലാ ആസ്ഥാനത്തു

വെച്ച് നടന്നു.

മാർച്ച് 30 കയ്യൂരിന്റെ ചരിത്രത്തിൽ ഒരു കരിദിനമായിരുന്നു. രാവിലെ ജനങ്ങൾ ഞെട്ടിയുണർന്നത് പോലീസ് ബൂട്സിന്റെ ശബ്ദം കേട്ടാണ്. നാടുനിറയെ ഉരുക്ക് തൊപ്പി ധരിച്ച ആയുധധാരികളായ പോലീസ്. ഗ്രാമമാകെ വിജനമായിരുന്നു. പോലീസിന്റെ പിടിയിൽപെടാതിരിക്കുന്നതിന് വേണ്ടി ആളുകൾ അങ്ങുമിങ്ങുമോടി. പക്ഷെ ആ പ്രദേശം മുഴുവൻ പോലീസ് വലയത്തിലായിരുന്നു. ചിലർ കുന്നിൻ ചെരുവിൽക്കൂടിയും മറ്റും ഓടി രക്ഷപ്പെട്ടു. പലരേയും കണ്ടമാനം അടിച്ച് വലിച്ചിഴച്ച് പോലീസ് ക്യാമ്പിലെത്തിച്ചു. പുരുഷന്മാർ അടുത്ത ഗ്രാമങ്ങളിലോ കാടുകളിലോ അഭയം തേടിയിരുന്നു. അന്ന് തന്നെ ജില്ലാ മജിസ്ട്രേറ്റ് കയ്യൂരിലെത്തി സ്ഥിതിഗതികൾ വിലയിരുത്തി. 30 റിസർവ് പോലീസും 2 പ്ലാറ്റൂൺ എം.എസ്.പി.ക്കാരും കയ്യൂരിൽ ക്യാമ്പ് ചെയ്തു.

അപ്പോഴേക്കും കയ്യൂരിൽ പോലീസ് ക്യാമ്പ് തുറന്നിരുന്നു. ഗ്രാമാധികാരിയുടെ വീട്ടിൽ നിന്ന് ഏതാണ്ട് ഒരു ഫർലോങ്ങ് വടക്ക് പടിഞ്ഞാറ് ഭാഗത്ത് പുഴയുടെ കരയിൽ മുമ്പ് കർഷകസംഘത്തിന്റെ ആഫീസായി ഉപയോഗിച്ചിരുന്നതും ആൾത്താമസം ഇല്ലാതിരുന്നതുമായ ഒരു വീടാണ് പോലീസ് ക്യാമ്പായി ഉപയോഗിച്ചത്. ഗ്രാമത്തിന്റെ നാനഭാഗത്തു നിന്നും പലരേയും പിടികൂടി പോലീസുകാർ ക്യാമ്പിൽ കൊണ്ടുവന്നു. ലാത്തികൊണ്ടും ബൂട്സിട്ട കാലുകൊണ്ടും ക്രൂരമായി മർദ്ദിച്ചാണ് പിടികൂടിയവരെ ക്യാമ്പിലെത്തിച്ചത്. കയ്യൂർ കേസിൽ പ്രോസിക്യൂഷൻ ഭാഗം കേസ് തെളിയിക്കുന്നതിന് നീചവും നിന്ദ്യവുമായ അടവുകൾ സ്വീകരിക്കുന്നതിനും കണ്ണിൽ ചോരയില്ലാത്ത മർദ്ദനം അഴിച്ചുവിടുന്നതിനും നാട്ടിൽ കൊള്ളയും പിടിച്ചുപറിയും നടത്തിക്കുന്നതിനും പ്രധാനപ്പെട്ട പങ്ക് വഹിച്ച ഉദ്യോഗസ്ഥൻ കാസർകോട്ട് സർക്കിൾ ഇൻസ്പെക്ടർ രാമയായിരുന്നു.

പോലീസ് ക്യാമ്പിൽ ഈരണ്ടുപേരെ ഒന്നിച്ച് കൈയ്യാമം വെച്ചിരുന്നു. ചിലരെ തെങ്ങിനോട് ചേർത്ത് കെട്ടിയിട്ടിരുന്നു. ഇവരെയെല്ലാവരെയും പോലീസ് മൃഗീയമായി മർദ്ദിച്ചുകൊണ്ടിരുന്നു. എത്ര അടികൾ അടിക്കാമെന്നോ എത്ര സമയംവരെ അടിക്കാമെന്നോ യാതൊരു വ്യവസ്ഥയും ഇല്ല. കൈകൾ തളരുന്നത് വരെ പോലീസുകാർ അടിച്ചു. ആ സമയം ക്ലായിക്കോട്ടു നിന്നും പാലായിൽ നിന്നും കുറേയധികം നാട്ടുകാരേയും തെളിച്ചുകൊണ്ട് രണ്ടു വലിയ സംഘം പോലീസുകാർകൂടി സ്ഥലത്തെത്തി. അവരിൽ മിക്കപേരുടേയും മുഖങ്ങൾ അടികൊണ്ട് വീർത്തിരുന്നു. കടുത്ത മർദ്ദനത്തിന്റെ പാടുകൾ മിക്കവരുടേയും ദേഹത്തിൽ കാണാമായിരുന്നു.

പുതുതായി സ്ഥലത്തെത്തിയ പോലീസുകാർ മലബാർ സ്പെഷ്യൽ പോലീസുകാരായിരുന്നു. മംഗലാപുരത്തുനിന്നും മറ്റും സർക്കിൾ ഇൻസ്പെക്ടറുടെ നേതൃത്വത്തിൽ കയ്യൂരിൽ ആദ്യം എത്തിച്ചേർന്ന റിസർവ്വ് പോലീസുകാരേക്കാളും അരോഗദൃഢഗാത്രരും എന്ത്

ക്രൂരകൃത്യങ്ങളും ചെയ്യുന്നതിൽ പ്രത്യേകം പരിശീലനം നേടിയവരുമായിരുന്നു എം.എസ്.പിക്കാർ. പല തരത്തിലുള്ള മർദ്ദനമുറകളിലും പ്രത്യേക പരിശീലനം നേടിയിട്ടുള്ളവരാണവർ. മനുഷ്യത്വത്തിന്റെ മൃദുല വികാരമൊന്നും എം.എസ്.പിക്കാരിലുണ്ടാവില്ല.

റിസർവ്വ് പോലീസുകാരും സാധാരണ പോലീസ്സുകാരും അവിടെയുണ്ടായിരുന്ന ഒറ്റുകാരായ കോൺഗ്രസ് പ്രമാണികളും നോക്കിയിരിക്കെ തന്നെ എം.എസ്.പിക്കാർ അടി തുടങ്ങി. ഏറ്റവും ഘനമുള്ളതും മിന്നൽവേഗതയുള്ളതും വിദഗ്ദവുമായ അടികൾ. അടികൊണ്ടവർ പലരും ജീവച്ഛവങ്ങളായി മാറി. മരണം വരെ ഈ മർദ്ദനത്തിന്റെ ആഘാതത്തിൽ നിന്ന് അവർ മോചിതരായിരുന്നില്ല. പലരും ചോരതുപ്പിക്കൊണ്ടാണ് ജീവിതം കഴിച്ചുകൂട്ടിയത്. മനുഷ്യത്വമില്ലാത്ത മർദ്ദനമാണ് എംഎസ്പി നടത്തിയത്. അടികൊണ്ട് അവശരായവർ ഒരിറ്റ് വെള്ളത്തിന് വേണ്ടി ദയനീയമായി അപേക്ഷിച്ചപ്പോൾ ക്രൂരമായ അടിയാണ് പകരം ലഭിച്ചത്. കയ്യൂരിലെ സഖാക്കൾ അന്ന് അഭിമുഖീകരിച്ച മർദ്ദനം പിന്നീട് ഒരിക്കലും ഈ പ്രദേശത്തുള്ളവർ അനുഭവിച്ചിട്ടുണ്ടാവില്ല.

ഒറ്റുകാരും പോലീസ്സുകാരും നാട്ടിൽ നടത്തിയ പരാക്രമങ്ങൾ വിവരണാതീതമാണ്. പോലീസ് വീടുതോറും കയറി വീട്ടിലുള്ള അമ്മ പെങ്ങന്മാരെയും പിഞ്ചുകുട്ടികളെപോലും തല്ലിച്ചതച്ചു. മിക്ക വീടുകളിലെയും പുരുഷന്മാർ സ്ഥലം വിട്ടിരുന്നു. യുവതികൾ മിക്കവരും അയൽ നാടുകളിലുള്ള അവരുടെ ബന്ധുവീടുകളിലേക്ക് മാറിത്താമസിച്ചിരുന്നു. വൃദ്ധകളും ചെറിയ കുട്ടികളും മാത്രമായിരുന്നു മിക്ക വീടുകളിലും ബാക്കിയുണ്ടായിരുന്നത്.

അവരെല്ലാം ഭീകരമായ മർദ്ദനത്തിനും ഭീഷണിക്കും വിധേയരായി. വീടുകളിലെ വിലപിടിച്ച സാധനങ്ങൾ മുഴുവനും പോലീസും മറ്റു ഗുണ്ടകളും കവർച്ച ചെയ്തു. പാത്രങ്ങളെല്ലാം തല്ലിത്തകർത്തു. അമ്മിയും മറ്റും കിണറുകളിലെടുത്തെറിഞ്ഞു. വാഴകളും മറ്റും വെട്ടി നശിപ്പിച്ചു. തൊഴുത്തുകളിൽ കെട്ടിയിരുന്ന മുഴുവൻ കന്നുകാലികളേയും അഴിച്ചുവിട്ടു. വീടുകളിൽ ഒരൊറ്റ കോഴിയേയും ബാക്കിവെച്ചില്ല. പൊന്നും പണ്ടങ്ങളും പണവുമെല്ലാം അവർ കൈക്കലാക്കി. പത്തായങ്ങളെല്ലാം തല്ലിപ്പൊളിച്ചു. നെല്ല് വാരി മുറ്റത്തും പറമ്പിലും എറിഞ്ഞു. വിത്ത്പൊതികൾ, ഓട്ടുപാത്രങ്ങൾ, കുരുമുളക് ഇവയെല്ലാം വിറ്റ് കാശാക്കി.

പോലീസ് മർദ്ദനവും വീടുകൾ കൊള്ളയടിക്കലും കയ്യൂരിൽ മാത്രമായി ഒതുങ്ങി നിന്നില്ല. എം.എസ്.പി.ക്കാരുടെ ക്യാമ്പുകൾ കയ്യൂരിന് പുറമേ പയ്യന്നൂർ, ചെറുവത്തൂർ, കാഞ്ഞങ്ങാട് എന്നിവിടങ്ങളിലുമുണ്ടായിരുന്നു. ഏഴിമല, ചെറുവത്തൂർ, ക്ലായിക്കോട്ട് രാമൻചിറക്ക് തൊട്ടുകിടക്കുന്ന കുന്ന്, മഞ്ഞപ്പൊതിക്കുന്ന് എന്നിവിടങ്ങളിലെല്ലാം പോലീസ് സിഗ്നൽ ഏർപ്പെടുത്തി. എല്ലാ ഗ്രാമങ്ങളിലും വിപുലമായ തോതിൽ പോലീസ് സർച്ചും മർദ്ദനവും കൊള്ളയും അക്രമപ്രവൃത്തികളും ഒരു മാസത്തോളം നടന്നു. നാട്ടിലാകമാനം കൊടിയ ഭീതിപരത്തി. മൃഗീയമായ മർദ്ദനം അഴി

ച്ചുവിട്ടാൽ ജനങ്ങൾ പേടിച്ചരണ്ട് എന്നും അടങ്ങിയൊതുങ്ങി ജീവിച്ചു കൊള്ളുമെന്നും അവർ വിശ്വസിച്ചു. അങ്ങനെ തങ്ങളുടെ ഭരണം നില നിർത്താൻ കഴിയുമെന്ന് സാമ്രാജ്യത്വഗവൺമെന്റ് വിശ്വസിച്ചു. പക്ഷെ കാലം അത് തെറ്റാണെന്ന് പിന്നീട് തെളിയിച്ചു. എല്ലാ പീഡനങ്ങളെയും അതിജീവിച്ചുകൊണ്ട് കയ്യൂർ വീണ്ടും ഉയർത്തെണീറ്റു.

പോലീസിന്റെ നരനായാട്ട് ദിവസങ്ങളോളം കയ്യൂരിലും പരിസര പ്രദേശങ്ങളിലും നീണ്ടുനിന്നു. കമ്മ്യൂണിസ്റ്റ് പാർട്ടിയെയും കർഷകസം ഘത്തെയും അടിച്ചമർത്തുന്നതിനുള്ള സുവർണ്ണാവസരമായി ഇതിനെ അധികാരികൾ പ്രയോജനപ്പെടുത്തി. അതിനുവേണ്ടി കൃത്രിമമായി സാക്ഷികളെ ഉണ്ടാക്കി. വിവിധ ഗ്രാമങ്ങളിലെ വിപ്ലവകാരികളുടെ ലിസ്റ്റ് തയ്യാറാക്കാൻ പട്ടേലർമാരോട് അധികൃതർ ആവശ്യപ്പെട്ടു. ജാഥയിൽ പങ്കെടുക്കാത്തവർ പ്രതികളായി. ചില കോൺഗ്രസ്സുകാരും പ്രതികളാ യി. ചില പ്രാദേശിക കോൺഗ്രസ്സുകാരും പോലീസിനെ സഹായിക്കാൻ മുന്നോട്ടുവന്നിരുന്നു. ഗ്രാമീണരെ കേസിൽ നിന്നൊഴിവാക്കാൻ പോലീസ് കൈക്കൂലി വാങ്ങിച്ച സംഭവവുമുണ്ടായിട്ടുണ്ട്. വീടുകളിൽ നിന്ന് അരി, തേങ്ങ, കോഴി, പാൽ തുടങ്ങിയ സാധനങ്ങൾ ബലം പ്രയോഗിച്ച് പോലീസ് സ്വന്തമാക്കി. പോലീസ് ഭീകരത ജനങ്ങളുടെ സ്വസ്ഥത നശി പ്പിച്ചു. ഇതിനെതിരെ കോൺഗ്രസ്സ് നേതാവായ സി.കെ.രാഘവൻ നമ്പ്യാർ ഉന്നത പോലീസ് ഉദ്യോഗസ്ഥർക്ക് റിപ്പോർട്ട് അയച്ചു. നീലേശ്വരത്തെ മാതൃഭൂമി ലേഖകനായിരുന്ന വെള്ളൂർ പി.കെ. നാരായണൻ നമ്പ്യാർ ഈ റിപ്പോർട്ടിന്റെ കോപ്പി മാതൃഭൂമിയിൽ പ്രസിദ്ധീകരിച്ചു. ഇതിന്റെ പേരിൽ വെള്ളൂർ പി.കെ ഭീകരമർദ്ദനത്തിനിരയായി. ചെറുവത്തൂരിലെ പോലീസ് ക്യാമ്പിൽ ദിവസവും ഹാജരാകാൻ നിർബന്ധിക്കപ്പെട്ടു. പോലീസ് അതിക്രമങ്ങളെക്കുറിച്ച് മാതൃഭൂമി മുഖപ്രസംഗം എഴുതുക യുണ്ടായി.

സി.കെ. രാഘവൻ നമ്പ്യാർ തെക്കൻ കർണ്ണാടക ജില്ലാ ബോർഡിൽ അംഗമായിരുന്നു. കയ്യൂരും പരിസരവും നടക്കുന്ന പോലീസാക്രമണങ്ങൾ അന്വേഷിക്കാൻ ഒരു സമിതിയെ നിയോഗിക്കണമെന്ന് അദ്ദേഹം ആവ ശ്യപ്പെട്ടു. ഡിസ്ട്രിക്ട് ബോർഡ് പ്രസിഡണ്ട് വിട്ടൽ ഷെട്ടി, കോൺഗ്രസ്സ് എം.എൽ.എ വൈകുണ്ഠ ബാലിഗെ, ലീഗ് എം.എൽ.എ മുഹമ്മദ് ശംനാ ട്, കാർക്കള എം.എൽ.എ എച്ച്.എസ്. ഹുസൈൻ, പിയർസ് ലെസ്ലി കമ്പനി മാനേജർ ജെഫ്രി എന്നിവരടങ്ങിയ ഒരന്വേഷണ കമ്മിറ്റിയെ നിയ മിക്കുകയും ചെയ്തു. ജില്ലാ മജിസ്ട്രേറ്റ് അനുമതി നൽകിയെങ്കിലും മദ്രാസ് ഗവൺമെന്റ് സമ്മതം നൽകിയില്ല. സമിതിക്ക് പകരം മജിസ്ട്രേ റ്റിനോട് അന്വേഷണം നടത്തി റിപ്പോർട്ട് സമർപ്പിക്കാൻ ഗവൺമെന്റ് കൽപ്പിച്ചു. എങ്കിലും ബോർഡ് നിയമിച്ച സമിതി നീലേശ്വരത്ത് വന്ന് തെളിവെടുപ്പ് നടത്തി. ജില്ലാ മജിസ്ട്രേറ്റ് തന്റേതായ രീതിയിൽ അന്വേ ഷിച്ചു. മർദ്ദനത്തിനിരയായവരും നാശനഷ്ടങ്ങൾ സംഭവിച്ചവരും സമി തിയുടേയും മജിസ്ട്രേറ്റിന്റെയും മുമ്പിൽ തങ്ങൾക്കുണ്ടായ തിക്താനു

ഭവം വിവരിച്ചു. അവരിലൊരാൾ കൊറഗനായിരുന്നു. ആരേയും കിട്ടാത്ത ദേഷ്യത്തിനാണ് ആ സാധുവിനെപിടിച്ച് അടിച്ച് എല്ലൊടിച്ചത്. അന്വേഷണ റിപ്പോർട്ടിനെ പറ്റി സർക്കാർ നടപടിയുണ്ടായില്ലെങ്കിലും പോലീസതിക്രമങ്ങൾക്ക് തെല്ല് ശമനമുണ്ടായി. അന്വേഷണ കമ്മീഷനുകൾക്ക് മുമ്പിൽ ജനങ്ങളെ എത്തിക്കുന്നതിൽ രാഘവൻ നമ്പ്യാർ നടത്തിയ പ്രവർത്തനം ശ്ലാഘനീയമായിരുന്നു. ഇത്തരം ശ്രമങ്ങളുടെ ഫലമായി അവസാനം കയ്യൂരിൽ നിന്ന് സ്പെഷ്യൽ പോലീസ്സിനെ പിൻവലിച്ചു. ചെറുവത്തൂരിലെ പോലീസ് ക്യാമ്പും അവസാനിപ്പിച്ചു.

പോലീസ് ഭീകരതയിൽ നിന്ന് ജനങ്ങളുടെ ശ്രദ്ധ തിരിച്ചുവിടുന്നതിനു വേണ്ടി ചില ശ്രമങ്ങൾ അധികാരികളുടെ ഭാഗത്ത് നിന്ന് ഉണ്ടായി. ജനങ്ങൾ അനുഭവിക്കുന്ന ദുരിതങ്ങൾക്ക് കാരണം ചില പട്ടേലന്മാരാണെന്ന് പ്രചരിപ്പിക്കുകയും അവരിൽ ചിലർക്കെതിരെ നടപടിയെടുക്കുകയും ചെയ്തു. ഭീകരമായ ഈ പോലീസ് അതിക്രമങ്ങളെ അതിജീവിച്ചുകൊണ്ടാണ് കയ്യൂരിലെ സ്ത്രീകൾ പാർട്ടി പ്രവർത്തകരെയും പ്രസ്ഥാനത്തെയും കണ്ണിലെ കൃഷ്ണമണി പോലെ സംരക്ഷിച്ചത്.

കയ്യൂരിൽ പോലീസ് ക്യാമ്പായി ഉപയോഗിച്ച വീട്

കയ്യൂർ കേസ്

കയ്യൂരിലേയും പരിസരങ്ങളിലേയും കർഷക പ്രവർത്തകരേയും ഒരു കാലത്തും കർഷക പ്രസ്ഥാനവുമായോ മറ്റു ബഹുജന സംഘടനകളുമായോ പുലബന്ധം പോലുമില്ലാതാതിരുന്നവരെപ്പോലും പോലീസ് അറസ്റ്റുചെയ്തു ക്യാമ്പുകളിൽ തടങ്കലിൽ വെച്ചു. ചില സ്ഥാപിത താൽപര്യക്കാരെ സേവ പിടിച്ചും പോലീസ് മേധാവികൾക്ക് കനത്ത തുക കൈക്കൂലി കൊടുത്തും ചിലർ കേസ്സിൽ നിന്നും ഒഴിവായി.

ഒരു മാസത്തിനുശേഷം പ്രതികളെ അറസ്റ്റ് ചെയ്ത് ചാർജ്ജ് ഷീറ്റ് തയ്യാറാക്കി. കയ്യൂരും പരിസരങ്ങളിൽ നിന്നുമായി 61 പ്രതികളാണ് ഉണ്ടായിരുന്നത്. ഒന്നാം പ്രതി മഠത്തിൽ അപ്പു, രണ്ടാം പ്രതി വി.വി. കുഞ്ഞമ്പു, മൂന്നാം പ്രതി ഇ.കെ. നായനാർ എന്നിങ്ങനെയായിരുന്നു ചാർജ്ജ് ഷീറ്റിൽ പ്രതി ചേർക്കപ്പെട്ടത്. പക്ഷെ നായനാരെ അറസ്റ്റ് ചെയ്യാൻ കഴിയാതെ വന്നപ്പോൾ പ്രതിസ്ഥാനത്ത് നീക്കി പയ്യൻ കേളുനായർ മൂന്നാം പ്രതിയാക്കപ്പെട്ടു. അന്ന് കണ്ണൂരിലെ പോലീസ് സർക്കിൾ ഇൻസ്പെക്ടറായ ഗോവിന്ദൻ നമ്പ്യാരുടെ പ്രത്യേക ആവശ്യപ്രകാരമത്രേ ഇ.കെ.നായനാർ പ്രതിയാക്കപ്പെട്ടത്.

ഏപ്രിൽ 14ന് ചാർജ്ജ്ഷീറ്റ് നൽകി. 74 സാക്ഷികളാണ് ലിസ്റ്റിൽ ഉണ്ടായിരുന്നത്. എം.ബി. ശങ്കർറാവുവിനെ സ്പെഷ്യൽ മജിസ്ട്രേറ്റായി നിയമിച്ചു. മംഗലാപുരം സബ്ജയിൽ ഒരു ചെറിയ ജയിലാണ്. 200-ൽ അധികം ആളുകളെ അവിടെ തടവിലിടുന്നതിന് സൗകര്യമില്ല. മംഗലാപുരം സെഷൻസ് കോടതി, ജില്ലാ കോടതി മുതലായവ സെന്റ് അലോഷ്യസ് കോളേജ് സ്ഥിതി ചെയ്യുന്ന കുന്നിന്റെ ഒരു ഭാഗത്താണ്. കോടതിയിൽ നിന്ന് നാലോ അഞ്ചോ ഫർല്ലോങ്ങ് വടക്കുഭാഗത്താണ് സബ്ജയിൽ. ഏതാണ്ട് രണ്ടുമാസം കഴിഞ്ഞതിനുശേഷമാണ് കേസ് മജിസ്ട്രേറ്റ്

കോടതിയിൽ വിചാരണ ആരംഭിച്ചത്. മംഗലാപുരം ബന്തറിനു സമീപമാണ് മജിസ്ട്രേറ്റ് കോടതി. ഈരണ്ടുപേരെയായി കൈയ്യാമം വെച്ച് പോലീസ് വാനിലാണ് മജിസ്ട്രേറ്റ് കോടതിയിൽ ഹാജരാക്കിയത്. കോടതി വരാന്തകളിലും, മുറ്റത്തും പറമ്പിലും ധാരാളം ആളുകൾ കേസ് വിചാരണ സമയത്ത് തടിച്ചുകൂടിയിരുന്നു. റിസർവ് പോലീസുകാരാണ് മിക്കവാറും എല്ലാ ദിവസങ്ങളിലും പ്രതികളെ കേസ് വിചാരണക്കായി കോടതിയിൽ കൊണ്ടുപോയിരുന്നത്. ഒരു മാസത്തോളം നീണ്ടുനിന്ന മജിസ്ട്രേറ്റുകോടതിയിലെ വിചാരണ വെറും പേരിനുമാത്രമുള്ളതായിരുന്നു. പ്രതിഭാഗത്തുനിന്ന് സാക്ഷികളെ ക്രോസ്സ് ചെയ്യുന്നത് സെഷൻസ് കോടതിയിൽ മാത്രം മതിയെന്ന് മുൻകൂട്ടി തീരുമാനിച്ചിരുന്നു. മജിസ്ട്രേറ്റ് തന്നെയാണ് കേസു വിചാരണ നടത്തിയത്. വിചാരണയുടെ അവസാനഘട്ടത്തിൽ പ്രതികൾ ഓരോരുത്തരും മജിസ്ട്രേറ്റ് മുമ്പാകെ ഓരോ ചെക്ക് സ്റ്റേറ്റ്മെന്റ് കൊടുത്തു.

ജയിൽ ജീവിതം

ജയിൽ ജീവിതത്തിലെ അനുഭവങ്ങൾ വി.വി. കുഞ്ഞമ്പു തന്റെ 'കയ്യൂർ സമരം' എന്ന പുസ്തകത്തിൽ വിശദമാക്കുന്നുണ്ട്. "പലരേയും പല ദിവസങ്ങളിലായി അറസ്റ്റു ചെയ്തിട്ടാണ് ജയിലിൽ കൊണ്ടുവന്നത്. പോലീസ് പ്രതികളെ ജയിൽ കവാടത്തിനുള്ളിലേക്ക് തള്ളി വിട്ടാൽ വാർഡന്മാർ ഒരോരുത്തരെയായി സസൂക്ഷ്മം പരിശോധിച്ച ശേഷമേ ജയിൽ മുറികളിലേക്ക് കടത്തി ലോക്കപ്പു ചെയ്യുകയുള്ളൂ. മുഴുവൻ വസ്ത്രങ്ങളും അഴിച്ചുവെച്ച് നഗ്നരായി നിൽക്കണം. പിന്നീട് കുത്തിയിരിക്കുകയും എഴുന്നേൽക്കുകയുമെന്ന ചെറുകവാത്തു നടത്തണം. പിന്നീടാണ് ജയിൽ മുറികളിൽ ഇട്ടടയ്ക്കുക. ജയിൽ പറമ്പ് രണ്ട് താക്കു(തട്ടു)കളായിട്ടുള്ളതാണ്. അല്പം ഉയർന്ന ഒന്നാമത്തെ താക്കിൽ രണ്ട് വലിയ ബ്ലോക്കുകളും ഒരു ആശുപത്രിമുറിയും അതിനു തൊട്ട് വിശാലമായ മറ്റൊരു മുറിയുമാണ് ഉള്ളത്. വിശാലമായ മുറി സ്പെഷ്യൽ ക്ലാസ്സ് തടവുകാർക്കോ ഒന്നാം ക്ലാസ് തടവുകാർക്കോ മാത്രമുള്ളതാണ് എന്ന് പിന്നീട് മനസ്സിലാക്കാൻ സാധിച്ചു. രണ്ട് ബ്ലോക്കുകളിൽ ഒന്ന് ക്വാരന്റയിൻ എന്ന് വിളിക്കപ്പെടുന്ന ബ്ലോക്കാണ്. ക്വാരന്റയിനിൽ ഇടുമെന്ന് പറഞ്ഞാൽ തടവു പുള്ളികൾക്ക് പൊതുവിൽ ഭയമാണ്. സാധാരണയായി അവിടെ വെക്കുന്ന തടവുകാരെ വാർഡന്മാരും മറ്റും കൂടുതൽ മർദ്ദിക്കുമത്രേ. ക്വാരന്റയിനിൽ ഇടുക എന്നു പറഞ്ഞാൽ പ്രത്യേകം ഒരു ശിക്ഷയാണ്. പ്രത്യേകമായ നോട്ടപ്പുള്ളികളെയാണ് സാധാരണയായി ക്വാരന്റയിനിൽ ലോക്കപ്പു ചെയ്യാറുള്ളത്. ഞങ്ങളിൽ ആരെയും ക്വാരന്റയിനിൽ വെച്ചിരുന്നില്ല. ജയിൽ കോമ്പൗണ്ടിലേക്ക് പ്രധാനപ്പെട്ട ഒരു ഗേറ്റ് മാത്രമാണുള്ളത്. അതിനു തൊട്ട് ഒന്നാം താക്കിൽ തന്നെയാണ് ജയിലറുടെ മുറിയും ജയിൽ ഓഫീസും രണ്ടാമത്തെ താക്കിൽ ഒരു വലിയ ബ്ലോക്കും

അടുക്കള, കക്കൂസ്, കിണർ മുതലായവയുണ്ട്. വലിയ ബ്ലോക്കിലാണ് കയ്യൂർ കേസ്സിലെ പ്രതികളിൽ അധികപേരെയും പാർപ്പിച്ചിരുന്നത്. ഉയർന്ന താക്കിലെ ക്വാരന്റയിനിനു എതിർ വശത്തുള്ള സിങ്കിൾ സെല്ലുകളിൽ മുമ്മൂന്നു പേരെ ഓരോന്നിലും ഇട്ടടച്ചിരുന്നു. പരേതനായ സഖാവ് എൻ.ജി.കമ്മത്തിനേയും തൃക്കരിപ്പൂരിലെ കണ്ണൻ പണിക്കറേയും എന്നെയും ഒരൊറ്റ സെല്ലിലാണ് അടച്ചിരുന്നത്. സെല്ലുകൾക്ക് ഒരൊറ്റ ജനവാതിൽ പോലുമില്ല. മൂത്രച്ചട്ടിയും സെല്ലിന്റെ ഒരു മൂലക്ക് തന്നെ വെക്കണം. അത് വെക്കുന്ന സ്ഥലത്ത് പുറത്തേക്ക് ഒരു ചെറിയ ദ്വാരമുണ്ട്. സെല്ലിൽ മൂന്ന് പേർക്ക് കഷ്ടിച്ച് തൊട്ടുതൊട്ടു കിടക്കാൻ സ്ഥലമുണ്ട്. പക്ഷേ മൂത്രം മണത്ത് കൊണ്ട് എങ്ങനെ കിടന്നുറങ്ങും. അതുകൊണ്ട് ജയിലിൽ എത്തിയ ആദ്യദിവസം മുതൽ ഏതാനും ദിവസങ്ങളിൽ രാത്രിയിൽ ഞങ്ങൾ തീരെ ഉറങ്ങിയിട്ടില്ലെന്ന് തന്നെ പറയാം. സെല്ലിന്റെ വാതിലിനുള്ള ഇരുമ്പഴികളിൽ മുഖം ചേർത്തു പുറത്തേക്കു നോക്കി മണിക്കൂറുകളോളം അങ്ങനെ ഇരിക്കും. അക്കാലത്ത് ഞാൻ അധികം ബീഡി വലിക്കാറില്ല. ഏപ്പോഴെങ്കിലും ഓരോ ബീഡിവലിക്കുന്നതിൽ വിരോധമുണ്ടായിരുന്നില്ല. എന്നാൽ ഒരു ബീഡികുടിയൻ ഞങ്ങളുടെ കൂട്ടത്തിൽ ഉണ്ടായിരുന്നു. ദിവസേന രണ്ടും മൂന്നും കെട്ട് ബീഡികൾ വലിക്കുന്ന സ: എൻ.ജി.കമ്മത്ത്. അക്കാലത്ത് നിർഭാഗ്യവശാൽ ഒരു തുണ്ട് ബീഡിയോ മറ്റോ കയ്യിൽ കണ്ടാൽ അത് വലിയ കുറ്റമായി കരുതിപ്പോന്നു. വാർഡന്മാരുടെ ഭയങ്കര മർദ്ദനത്തിന് അത്തരക്കാരൻ പാത്രമാകുമെന്ന കാര്യത്തിൽ യാതൊരു സംശയവുമില്ല. ഒരു ബീഡി എങ്ങനെയെങ്കിലും സമ്പാദിക്കുകയെന്നതു തന്നെ സാഹസികമായ പണിയാണ്. അതു കിട്ടിയാൽ തന്നെ എങ്ങനെ തീ പിടിപ്പിക്കും. കൺവിക്റ്റ് വാർഡന്മാരുടേയോ മറ്റോ സേവപിടിക്കാതെ തീ കിട്ടുകയില്ല. ചക്കി എന്നു പറയാറുള്ള ഇരുമ്പു കഷണം സിമന്റിൽ ഉരച്ച് ഒരു തുണിക്കഷണത്തിൽ തീ പിടിപ്പിച്ച് കാര്യം ഒപ്പിക്കുന്ന പതിവും ജയിലിൽ സാധാരണയായിരുന്നു. പക്ഷെ സമർത്ഥന്മാരായ ജയിൽ പുള്ളികൾക്ക് മാത്രമേ അങ്ങനെ തീയുണ്ടാക്കി ഉപയോഗിക്കാൻ സാധിക്കുകയുള്ളൂ. ഞങ്ങളെ പോലുള്ളവർക്ക് അന്ന് അത് സാധ്യമായിരുന്നില്ല. മാത്രവുമല്ല ജയിൽ അധികൃതരുടെ ശ്രദ്ധയിൽപെടാതെ ആ കൃത്യം നിർവ്വഹിക്കാൻ സാധിക്കണമെങ്കിൽ അസാധാരണമായ ജാഗ്രതയും സംഘടനാ സാമർത്ഥ്യവും കൂടിയേ തീരൂ. പക്ഷേ സ: എൻ.ജി.കമ്മത്തിന് ചില കാര്യങ്ങളിൽ ഒരുതരം പ്രത്യേക സാമർത്ഥ്യം തന്നെയുണ്ടെന്ന് എനിക്ക് മനസ്സിലായി. മുമ്പ് തീരെ പരിചയമില്ലാതിരുന്ന വാർഡന്മാരിൽ നിന്ന് ആദ്യഘട്ടങ്ങളിൽ തീയും പിന്നീട് ബീഡിതന്നെയും വാങ്ങുന്നതിൽ അയാൾ വിജയിച്ചു. ഒരു ബീഡി കിട്ടിയാൽ ഞങ്ങൾ മൂവരും കൂടി അതിന്റെ അവസാനത്തെ പുകവരെ വലിച്ചകത്താക്കും. അപ്പോൾ തലയ്ക്കുവല്ലാത്ത ഒരു കറങ്ങൽ അനുഭവപ്പെടും.

ഏതാനും ദിവസങ്ങളോളം ഞങ്ങൾ ഒന്നിച്ച് കൂടി. രാവിലേയും

ഉച്ചയ്ക്കും വൈകുന്നേരവും ദിവസേന മൂന്ന് തവണമാത്രം ഞങ്ങളെ തുറന്നു വിടും. കക്കൂസിൽ പോകുന്നതിനും കുളിക്കുന്നതിനും ഭക്ഷണം കഴിക്കുന്നതിനും വേണ്ടിയാണങ്ങനെ തുറന്നു വിടുന്നത്. ഈ കൃത്യങ്ങളെല്ലാം ജാഗ്രതയോടുകൂടി ചെയ്തുകൊള്ളണമെന്നത് നിർബന്ധമാണ്. അത് കഴിഞ്ഞാൽ വീണ്ടും മുന്നേ പോലെ ലോക്കപ്പിലിടുന്നതായിരിക്കും. അങ്ങനെ ദേഹത്തിൽ വെളിച്ചവും കാറ്റും തട്ടുന്നത് ദിവസത്തിൽ അല്പം ചില മണിക്കൂറുകളിൽ മാത്രമാണ്. ജയിലിൽ നിന്ന് കിട്ടിയിരുന്ന ഭക്ഷണം കഷ്ടിച്ച് ജീവൻ നിലനിർത്തുന്നതിനു മാത്രമുള്ളതായിരുന്നു. രാവിലെ കുറച്ച് കഞ്ഞിയും ഒരു നെല്ലിക്കയോളം വലിപ്പത്തിലുള്ള ഒരു ഉരുള ചമ്മന്തിയും കിട്ടും. കാലത്താണെങ്കിൽ ആ കഞ്ഞി വളരെപ്പേരൊന്നും കുടിക്കുകയില്ല. കുടിച്ചാൽ ഓക്കാനം വരും. മറ്റു നിവൃത്തിയൊന്നും ഇല്ലാതിരുന്നതുകൊണ്ടു മാത്രം അതു കുടിച്ച് ശീലിച്ചു. 11 മണിക്ക് ഒരു ചെറിയ പടച്ചോറും ഒരു കറിയും കിട്ടും. പല പച്ചക്കറി സാധനങ്ങളും കുറച്ച് പരിപ്പും ചേർത്ത് ധാരാളം വെള്ളം ചേർത്ത ഒരു കറി. തടവുകാരുടെ മൂത്രമൊഴിച്ച് വളർത്തിയ ചീരയായിരിക്കും പച്ചക്കറികളിലെ പ്രധാന ഇനം. ചക്കയുള്ളകാലത്ത് അതിന്റെ പുറംതൊലി മാത്രം നീക്കി അങ്ങനെതന്നെ കൊത്തിയരിഞ്ഞ് കറിയിൽ ഇടും. ചക്കയുടെ വേവിച്ച ഒരു മടലോ കൂഞ്ഞലോ കറിയോടൊപ്പം കിട്ടുകയെന്നത് അസുലഭമായ ഒരു ഭാഗ്യമാണ്. തടവുകാർ ആർത്തിയോടുകൂടി അതൊക്കെ തിന്നുകൊള്ളും. വിശപ്പ് പകുതിപോലും മാറുകയില്ല. 80 ശതമാനത്തിലധികം വെള്ളം ചേർത്ത കുറച്ച് മോരുകൂടി അന്ന് കിട്ടിയിരുന്നു. ഭക്ഷണം തീരെ മതിയായിരുന്നില്ല. മിക്ക സഖാക്കളും അങ്ങനെതന്നെ തകർന്നു. ചൊറിയും ചിരങ്ങും പലർക്കും പിടിപ്പെട്ടു. വൈകുന്നേരം 4.30 ന് വീണ്ടും ഒരു പടച്ചോറും ഒരു കറിയും കിട്ടും. 5 മണിക്ക് തന്നെ ലോക്കപ്പ് ചെയ്യുകയും ചെയ്യും. ഉറങ്ങാൻ മാത്രം ധാരാളം സമയം ഉണ്ട്. മൂട്ടകളാകുന്ന ടാങ്കുകളുടേയും കൊതുകുകളാകുന്ന ഫൈറ്റർ പ്ലെയിനുകളുടേയും നിരന്തരമായ ആക്രമണങ്ങളെ സഹിച്ചുകൊണ്ടേ കിടന്നുറങ്ങാൻ പറ്റുകയുള്ളൂ. ഏതായാലും ഓരോരുത്തന്റേയും ദേഹത്തിലുള്ള രക്തത്തിന്റെ നല്ലൊരു ഭാഗം മേൽ പറഞ്ഞ നിലയ്ക്കാത്ത ആക്രമണങ്ങളുടെ ഫലമായി എന്നും നഷ്ടപ്പെടുത്തുവാൻ നിർബന്ധിക്കപ്പെട്ടിരുന്നു. അങ്ങനെ തടവുകാരുടെ ആരോഗ്യം തന്നെ മോശമായിക്കൊണ്ടിരുന്നു. പറയത്തക്ക വൈദ്യസഹായം കിട്ടുന്നതിനും സാധിച്ചിരുന്നില്ല. ജയിൽ അധികൃതരുടെ പെരുമാറ്റം പ്രത്യേകിച്ചും ആദ്യഘട്ടങ്ങളിൽ മോശമായിരുന്നു. പക്ഷേ ഭീഷണിയും മർദ്ദനവുംകൊണ്ട് കീഴടക്കാൻ കഴിയുന്ന ഒരു വിഭാഗം ജനങ്ങളല്ല തടവിലാക്കപ്പെട്ട കമ്യൂണിസ്റ്റുകാരും കർഷകപ്രവർത്തകന്മാരുമെന്ന് ജയിലധികൃതർക്ക് വളരെ വേഗം തന്നെ മനസ്സിലായി. ഒന്നുരണ്ടു തവണകളിൽ ഭക്ഷണം ബഹിഷ്ക്കരിക്കുകയും ഉണ്ടായിട്ടുണ്ട്. മറ്റു ചില കേസുകളിൽ ശിക്ഷിക്കപ്പെട്ട് കയ്യൂർ കേസ്സിലെ ചില പ്രതികളെക്കൊണ്ട് ജോലിചെയ്യിപ്പിക്കുന്നതിനും ജയിലധികൃതർ പരിശ്രമിച്ചുനോക്കിയിരുന്നു.

പക്ഷേ അതിലും അവർ പരാജയപ്പെടുകയാണ് ഉണ്ടായത്. തന്ത്രജ്ഞനായ അന്നത്തെ ജയിലർ കൂടുതൽ കുഴപ്പങ്ങൾ ഒഴിവാക്കുന്നതിന് വേണ്ടി പ്രശ്നങ്ങൾ സമാധാനപരമായി തീർക്കുന്നതിന് ശ്രമിക്കുകയാണുണ്ടായത്. അതോടുകൂടി തടവുകാരോടുള്ള പെരുമാറ്റത്തിൽ ഗണ്യമായ മാറ്റം വന്നു.

ഞങ്ങളെ ജയിലിൽ കൊണ്ടുപോയതിനുശേഷം മൂന്ന് മാസങ്ങളോളം ബാഹ്യലോകവുമായി യാതൊരു ബന്ധവും ഉണ്ടായിരുന്നില്ല. ഞങ്ങളുടെ ലോകമാകെ ആ ചെറിയ ജയിൽ മാത്രമായിരുന്നു. പ്രതികളുടെ ബന്ധുക്കൾ ചിലപ്പോഴെല്ലാം ഇന്റർവ്യൂ നടത്തുന്നതിന് വേണ്ടി ജയിലിൽ വരാറുണ്ട്. ജയിലറുടെ മുറിയിലെ ഒരു ചെറിയ ദ്വാരത്തിൽക്കൂടി പുറത്തുള്ള ബന്ധുക്കളോട് ചില ചില്ലറ കാര്യങ്ങൾ മാത്രം സംസാരിക്കാനനുവദിച്ചിരുന്നു. ജയിലർ സംസാരം മുഴുവൻ കേട്ടുക്കൊണ്ടിരിക്കും. അതുകൊണ്ട് കാര്യമൊന്നും സംസാരിക്കാനും തരപ്പെടുമായിരുന്നില്ല. ഈ ഒരു ദു:സ്ഥിതിക്ക് എങ്ങനെ പരിഹാരം കാണാൻ സാധിക്കും എന്നതിനെപ്പറ്റി ഞങ്ങൾ കാര്യമായി ആലോചിച്ചു. തടവുകാർക്ക് യാതൊരു പത്രവും വായിക്കുന്നതിനുള്ള അനുവാദം അക്കാലത്തുണ്ടായിരുന്നില്ല. സ്പെഷ്യൽ തടവുകാർക്കോ ഒന്നാം ക്ലാസ്സ് തടവുകാർക്കോ സ്വന്തം ചെലവിൽ പത്രം വരുത്തി വായിക്കാൻ അനുവാദം ഉണ്ടായിരുന്നു. കർശനമായ സെൻഷറിന് ശേഷമേ അതും സമ്മതിക്കുകയുള്ളു.

രണ്ടാം ലോകമഹായുദ്ധം നടന്നുകൊണ്ടിരുന്ന കാലമായിരുന്നു അത്. അതിവേഗം മാറിക്കൊണ്ടിരിക്കുന്ന സംഭവവികാസങ്ങൾ എന്തൊക്കെയാണെന്നറിയാനുള്ള ഉൽകണ്ഠ സ്വാഭാവികമായും ഞങ്ങളിൽ വളർന്നു വന്നു. എന്താണൊരു പോംവഴിയെന്ന് ഞങ്ങൾ തലപുകഞ്ഞാലോചിച്ചപ്പോൾ അവസാനം ഞങ്ങൾക്കൊരു യുക്തി തോന്നി. സ്പെഷ്യൽ ക്ലാസ്സ് അനുവദിക്കുന്നതിനുവേണ്ടി ഞാൻ ഹർജി അയക്കണമെന്ന് സഖാക്കൾ അഭിപ്രായപ്പെട്ടു. എനിക്കതിന് തീരെ ഇഷ്ടമുണ്ടായിരുന്നില്ല. കാരണം, മറ്റ് സഖാക്കളിൽ നിന്ന് ഒറ്റപ്പെട്ട് ഒരൊറ്റ മുറിയിൽ തനിച്ച് താമസിക്കുകയും മറ്റുള്ളവരെ അപേക്ഷിച്ച് കുറച്ചുകൂടി മെച്ചപ്പെട്ട രീതിയിൽ ജീവിക്കുകയും ചെയ്യുകയെന്നത് എന്നെ സംബന്ധിച്ചിടത്തോളം വേദനാജനകമായിരുന്നു. എങ്കിലും സഖാക്കളുടെ നിർബന്ധത്തിന് വഴങ്ങി അവസാനം സ്പെഷ്യൽ ക്ലാസ് അനുവദിക്കുന്നതിനുവേണ്ടി ഞാൻ ഒരു ഹർജി അയക്കുകയും അത് താമസംവിന അനുവദിക്കപ്പെടുകയും ചെയ്തു.

ഈ മാറ്റം പിന്നീട് പലതരത്തിലും ഞങ്ങളുടെ പ്രതീക്ഷയിൽ കവിഞ്ഞ ഗുണമാണ് ചെയ്തത്. ഇന്ത്യൻ എക്സ്പ്രസ് പത്രം എന്റെ സ്വന്തം ചെലവിൻമേൽ പിന്നീട് കൃത്യമായി വരുത്താൻ സാധിച്ചു. ഒരു സ്പെഷ്യൽ ക്ലാസ് തടവുകാരനെന്ന നിലയിൽ പകൽ സമയത്ത് എന്നെ ലോക്കപ്പ് ചെയ്യാതായി. ആദ്യ കുറച്ച് ദിവസം മാത്രം പേരിന് ചില നിയന്ത്രണങ്ങൾ ഉണ്ടായിരുന്നെങ്കിൽ പോലും പിന്നീട് ജയിലിൽനിന്ന് വിടു

ന്നവരെക്കും ജയിലിനുള്ളിൽ ഏതാണ്ട് ഞാൻ സ്വതന്ത്രനായിരുന്നു. ജയിലറും മറ്റും ബഹുമാനത്തോടും സ്നേഹത്തോടുകൂടിയുമാണ് എന്നോട് പെരുമാറിയത്. അതുകണ്ട് മനസ്സിലാക്കിയ വാർഡന്മാരും മറ്റും വലരെ സ്നേഹത്തോടു കൂടി പെരുമാറി. പൊതുവിൽ പ്രതികളോടെല്ലാം നന്നായി പെരുമാറുന്നതിന് അത് കാരണമാക്കി തീർത്തു. അതാതു ദിവസത്തെ പത്രങ്ങളിലെ പ്രധാനപ്പെട്ട വാർത്തകൾ പകൽ സമയത്ത് മറ്റു സഖാക്കളെ പറഞ്ഞു മനസ്സിലാക്കിക്കുന്നതിന് സാധിക്കുകയുണ്ടായി. ഭക്ഷണത്തിന്റെ കാര്യത്തിലും ചില്ലറ മെച്ചങ്ങളെല്ലാം വരുത്തുന്നതിനും സാധിച്ചു. ഇതിനെല്ലാം ഉപരിയായി ചികിത്സാ സൗകര്യത്തിലും കുറച്ചെല്ലാം മാറ്റങ്ങൾ വരുത്തി തീർക്കാൻ സാധിച്ചു. സ്പെഷ്യൽ ക്ലാസ് മുറിയുടെ തൊട്ടടുത്തായിട്ടാണ് ആശുപത്രി. ഗവൺമെന്റ് ആശുപത്രിയിൽ നിന്നും ആഴ്ചതോറും (ഞായറാഴ്ച ഒഴികെ) മറ്റെല്ലാ ദിവസങ്ങളിലും ഡോക്ടർ ജയിലാശുപത്രിയിൽ വരും. അങ്ങനെ വരുന്ന ഡോക്ടർമാരുമായി സംസാരിക്കുന്നതിനും അവരുടെ സ്നേഹം സമ്പാദിക്കുന്നതിനും എനിക്ക് കഴിഞ്ഞു. അതിന്റെ ഫലമായി പ്രതികളിൽ രോഗബാധിതരായവർക്ക് അവിടുത്തെ പരിസ്ഥിതിക്കനുസരിച്ച് പരമാവധി ചികിത്സ സൗകര്യങ്ങൾ കൊടുപ്പിക്കുന്നതിനും സാധിച്ചു എന്നത് ഒരു വലിയ നേട്ടമായിരുന്നു. അല്പം ചില സന്ദർഭങ്ങളിൽ ഡി.എം.ഒ.യും ജയിൽ സന്ദർശിച്ചിരുന്നു. കൂടുതൽ സുഖക്കേടുള്ള അല്പം ചിലരെ ഗവൺമെന്റാശുപത്രിയിൽ കൊണ്ടുപോയി അവിടെ വെച്ച് ഏതാനും ദിവസങ്ങളോളം ചികിത്സിപ്പിക്കുകയും ചെയ്തിരുന്നു. ജനാധിപത്യത്തിന്റെ പെരുമ്പറയടിക്കുന്ന ഇന്നത്തെ കോൺഗ്രസ് ഗവൺമെന്റിന്റെ കാലത്ത് ലഭിക്കുന്നതിനെക്കാളും മെച്ചമായിരുന്ന പെരുമാറ്റമായിരുന്നു അന്ന് ഞങ്ങൾക്ക് മംഗലാപുരം ജയിലിൽ സിദ്ധിച്ചിരുന്നത് എന്ന് പറയുന്നതിൽ തെറ്റുണ്ടെന്ന് തോന്നുന്നില്ല.......". ജയിലിനകത്തും പുറത്തും പീഡനമനുഭവിച്ചാണ് കയ്യൂർ സഖാക്കൾ പ്രതിസന്ധികളെ മറികടന്നത്. താഴെപ്പറയുന്ന കുറ്റങ്ങളാണ് പ്രതികൾക്കെതിരെ ചുമത്തിയത്.

കുറ്റപത്രം

1. മാരകമായ ആയുധങ്ങളുമായി കലാപം നടത്തൽ– സെക്ഷൻ 148 ഐ.പി.സി., എല്ലാ കുറ്റാരോപിതർക്കും ബാധകം
2. പൊതുസേവകരെ ജോലി ചെയ്യുന്നതിൽ നിന്ന് തടസ്സപ്പെടുത്താൻ കരുതിക്കൂട്ടി പരിക്കേൽപ്പിക്കൽ– സെക്ഷൻ 332–ഐ.പി.സി. കുറ്റാരോപിതരായ 1 മുതൽ 7,9,10,12,22,23,24,27,29,30,31,32,51,60.
3. പൊതുസേവകരെ ജോലി ചെയ്യുന്നതിൽനിന്ന് തടസ്സപ്പെടുത്താൻ ബോധപൂർവ്വം പരിക്കേൽപ്പിക്കൽ സെക്ഷൻ 332 ഉം സെക്ഷൻ 140 ഐ.പി.സി 8,11,13,21,25,26,28,33 to 50, 52 മുതൽ 59 വരെ.
4. കൊലപാതകം–പൊതുവായ ഉദ്ദേശ്യത്തോടെ– സെക്ഷൻ 302,

സെക്ഷൻ 34 ഐ.പി.സി– 1 മുതൽ 7 വരെ 9,10,11,13,23 മുതൽ 32,51,53,54,60.

5. കൊലപാതകം– പൊതു ഉദ്ദേശത്തോടെ – സെക്ഷൻ 302 കൂടെ സെക്ഷൻ 149 ഐ.പി.സി– 8,12, 14 മുതൽ 2,33 മുതൽ 50,52,55 മുതൽ 59 വരെയുള്ള പ്രതികൾക്കെതിരെ

കേസ് സെഷൻസ് കോടതിയിൽ

പ്രാഥമിക വിചാരണയ്ക്ക് ശേഷം കേസ് സെഷൻസ് കോടതിയിലേക്ക് മാറ്റി. സെഷൻസ് കോടതിയിൽ കേസ് വിചാരണയ്ക്കു വരുന്നത് നാലു മാസം കഴിഞ്ഞാണ്. പ്രതികളെ സബ്ജയിലിൽ തന്നെയാണ് ഇക്കാലളവിൽ പാർപ്പിച്ചത്. 1941 ഡിസംബർ 1ന് സെഷൻസ് കോടതിയിൽ വിചാരണ ആരംഭിച്ചു. കോടതിയിൽ ഫലപ്രദമായി വാദിക്കുന്നതിന് വേണ്ടി പ്രഗത്ഭരായ വക്കീലന്മാരെ ആവശ്യമുണ്ടായിരുന്നു. ഇങ്ങനെയുള്ളവരെ കണ്ടെത്താനും കേസ്സുകൾ ഏൽപ്പിക്കാനുമുള്ള ശ്രമം പുറത്തുള്ള പാർട്ടി നേതാക്കൾ ശ്രമിച്ചുകൊണ്ടിരുന്നു. പ്രധാനപ്പെട്ട നേതാക്കളെല്ലാം മൊറാഴ, മട്ടന്നൂർ, കയ്യൂർ കേസ്സുകളിൽപ്പെട്ട് ജയിലിലായിരുന്നു. അറസ്റ്റ് ചെയ്യപ്പെടാതിരുന്ന കെ. മാധവനെപ്പോലുള്ളവർ ഒളിവിലുമായിരുന്നു. ജയിലിലുണ്ടായിരുന്ന വി.വി. കുഞ്ഞമ്പു, എൻ.ജി. കമ്മത്ത് തുടങ്ങിയവരുമായി ആലോചിച്ച് പാർട്ടി പ്രവർത്തകർ ചില ഏർപ്പാടുകൾ ചെയ്തു. ഐ.പി.സി. സെക്ഷൻ 302 പ്രകാരം കൊലപാതകം, സെക്ഷൻ 148 പ്രകാരം മാരകായുധങ്ങൾ ഉപയോഗിക്കൽ, ജോലിക്ക് തടസ്സം സൃഷ്ടിക്കൽ (സെക്ഷൻ 332) തുടങ്ങിയ കുറ്റങ്ങളാണ് പ്രതിചേർക്കപ്പെട്ടവരുടെ പേരിൽ ചുമത്തിയത്.

കേസ്സിലെ എല്ലാ പ്രതികൾക്കും വേണ്ടി വാദിക്കുന്നതിന് ബാരിസ്റ്റർ ഏ.കെ.പിള്ളയെ പാർട്ടി നിയോഗിച്ചു. ഗവൺമെന്റ് തന്നെ ഇതിനുപുറമെ രണ്ടുവക്കീലൻമാരെ അനുവദിച്ചിരുന്നു. നരസപ്പയ്യ, ഗംഗാധരറാവു എന്നിവരായിരുന്നു സർക്കാർ വക്കീലന്മാർ. രങ്കറാവുവും വിചാരണയുടെ ആദ്യഘട്ടത്തിൽ പ്രതികൾക്ക് വേണ്ടി ഹാജരായിരുന്നു. വിചാരണ തുടങ്ങുന്നതിന് മുമ്പ് ഏ.കെ.പിള്ള ജയിലിൽ വന്ന് പ്രതികളെയെല്ലാം നേരിട്ട് കണ്ട് സംസാരിച്ചു. കേസ് വിചാരണ തീരുന്നതുവരേയും അദ്ദേഹം മംഗലാപുരത്ത് തന്നെ താമസിച്ചു.

ഗവൺമെന്റു ഭാഗം കേസ് വാദിച്ചത് ബാരിസ്റ്റർ എം.കെ. നമ്പ്യാരായിരുന്നു. അദ്ദേഹം അക്കാലത്ത് ഗവൺമെന്റ് പ്രോസിക്യൂട്ടറായിരുന്നു. പ്രോസിക്യൂഷൻ ഭാഗം തെളിയിക്കുന്നതിന് അദ്ദേഹം തന്റെ മുഴുവൻ കഴിവുകളും ഉപയോഗിച്ചു. എങ്കിലും വിചാരണ സമയത്ത് പകപോക്കൽ നയം അദ്ദേഹം സ്വീകരിച്ചതായി തോന്നിയില്ല എന്ന് വി.വി. കുഞ്ഞമ്പു രേഖപ്പെടുത്തുന്നുണ്ട്. പാർഥസാരഥി അയ്യങ്കാരായിരുന്നു സെഷൻസ് ജഡ്ജി. പ്രതികൾക്ക് നിൽക്കുന്നതിനു വേണ്ടി കോടതിയിൽ ഒരു വലിയ

ഗ്യാലറിതന്നെ പ്രത്യേകമായി കെട്ടി തയ്യാറാക്കിയിരുന്നു. രാവിലെ 11 മണിക്ക് വിചാരണ ആരംഭിച്ചാൽ തുടർച്ചയായി വിചാരണ നടക്കും. ഒരു മണിക്ക് കുറച്ച് സമയം മാത്രം ഒഴിവുണ്ടാകും. വീണ്ടും വിചാരണ ആരംഭിച്ച് നാലര മണിവരെ തുടരും. 4 മാസത്തോളം വിചാരണ നടന്നു.

90–ഓളം പേർ സാക്ഷിപ്പട്ടികയിൽ ഉണ്ടായിരുന്നു. കരിവെള്ളൂരിൽ നിന്നും കൊടക്കാട്ടു നിന്നും കള്ളസാക്ഷിപറയാൻ ആരെയും പോലീസിനു കിട്ടിയിരുന്നില്ല. തിമിരി, ക്ലായിക്കോട്, കയ്യൂർ, നീലേശ്വരം തുടങ്ങിയ പ്രദേശങ്ങളിൽ നിന്നായിരുന്നു സാക്ഷികൾ അധികവും. കാക്കി ട്രൗസറും വെള്ള ബനിയനും തലയിൽ ചുകന്ന പട്ടുകൊണ്ട് ഒരു കെട്ടും ,കയ്യിൽ ഒരു ലാത്തിയും കൊണ്ടായിരുന്നു പ്രതികൾ ജാഥയിൽ പങ്കെടുത്തതെന്ന് സാക്ഷികൾ കള്ളമൊഴി നൽകി. കള്ളസാക്ഷി പറയാൻ പോലീസ് പ്രത്യേകം പരിശീലനം തന്നെ നൽകിയിരുന്നു. പക്ഷെ കോടതി മുറിയിലെത്തുമ്പോൾ പരിഭ്രമം മൂലം പോലീസ് പറഞ്ഞ് കൊടുത്തതുപോലെ പലർക്കും പറയാൻ കഴിഞ്ഞില്ല. അതിനാൽ പല സാക്ഷികളും പ്രോസിക്യൂഷൻ ഭാഗത്തെ നിരാശപ്പെടുത്തി. സാക്ഷികൾക്ക് പ്രതികളെക്കുറിച്ച് യാതൊരു ധാരണയുമുണ്ടായിരുന്നില്ല. ചന്തു ആഫീസറെ ചൂണ്ടി പള്ളിക്കാൽ അബൂബക്കറാണ് എന്ന് ഒരു സാക്ഷി മൊഴി നൽകുകയുണ്ടായി. പരസ്പരവിരുദ്ധമായ പലകാര്യങ്ങളാണ് ക്രോസ് വിസ്താരത്തിൽ സാക്ഷികൾ പറഞ്ഞത്. എ.കെ. പിള്ളയും ഗവൺമെന്റ് അഭിഭാഷകരും കേസ് നന്നായി പഠിക്കുകയും വാദിക്കുകയും ചെയ്തു.

പോലീസു ഭാഗം സാക്ഷികളോട് പ്രതികളെ ഓരോരുത്തരെയായി ചൂണ്ടിക്കാണിക്കുന്നതിന് പ്രോസിക്യൂട്ടർ ആവശ്യപ്പെട്ടപ്പോഴും സാക്ഷികൾ പല തെറ്റുകളും വരുത്തിയിരുന്നു. സുബ്രായൻ വെള്ളത്തിൽ ചാടിയ സ്ഥലത്തു വഴിയുടെ രണ്ടുഭാഗത്തും ആർക്കും തന്നെ നിൽക്കുവാനോ എന്തെല്ലാമാണ് നടന്നതെന്ന് പറയുവാനോ തീരെ സാധ്യമല്ല. കാരണം ഭൂമിയുടെ കിടപ്പ് അത്തരത്തിലുള്ളതാണ് . ഒരു ഭാഗം തികച്ചും കുറ്റിക്കാടുകളും മുള്ളുകൊണ്ടു നിറഞ്ഞ കുത്തനെയുള്ള കുന്ന്. വഴിയുടെ പുഴയോടു തൊട്ടു കിടക്കുന്ന മറ്റെ ഭാഗമാണെങ്കിൽ ഒരു വലിയ താഴ്വരപോലുള്ളതും. വഴിയിൽ നിന്ന് പുഴയുടെ ഭാഗത്തേക്ക് അബദ്ധത്തിൽ ഒന്നു കാൽ ഇടറിയാൽ മരണം വരെ സംഭവിക്കും. ഈ സ്ഥലത്ത് വെച്ചു കുറേ പ്രതികൾ പോലീസുകാരനെ അടിക്കുകയും ഇടിക്കുകയും കുത്തുകയും എടുത്തു വെള്ളത്തിൽ എറിയുകയും ചെയ്യുന്നത് സ്വന്തം കണ്ണുകൊണ്ട് കണ്ടിരുന്നു എന്ന് ഒന്നലധികം സാക്ഷികൾ പറഞ്ഞിട്ടുണ്ട്.

വിചാരണ വേളയിൽ സാക്ഷികളിൽ പലരും കൂറുമാറി നിജസ്ഥിതി വ്യക്തമാക്കി. വളണ്ടിയർമാരുടെ കാക്കിയൂണിഫോം, ഹോസ്ദുർഗ്ഗ് താലൂക്ക് കോൺഗ്രസ്സ് കമ്മറ്റി മെമ്പർമാരുടെ ലിസ്റ്റ്, മലബാർ കർഷക സംഘം റസീറ്റ്, കെ.പി.സി.സിയുടെ വരിസംഖ്യ റസീറ്റ്, കയ്യൂർ കോൺഗ്രസ്സ് കമ്മിറ്റിയുടെ റിപ്പോർട്ട് പുസ്തകം തുടങ്ങിയവ തെളിവായി കോടതിയിൽ ഹാജരാക്കപ്പെട്ടു. പ്രതികൾ കുറ്റം ചെയ്തതായി തങ്ങൾ

വിശ്വസിക്കുന്നില്ലെന്ന ജൂറിമാർ ഐകകണ്ഠ്യേന അഭിപ്രായപ്പെട്ടു.

നിയമോപദേഷ്ടാക്കളും അഭിപ്രായങ്ങളും

ജഡ്ജിയെ സഹായിക്കാൻ ചില വ്യക്തികളെ ജൂറിമാരായി ഗവൺമെന്റ് നിയമിച്ചിരുന്നു. കെ. ശ്രീനിവാസ ഭണ്ഡാക്കർ (ഗൗഡ സാരസ്വത ബ്രാഹ്മണൻ), കെ. നാരായണ നായക് (ഗൗഡ സാരസ്വത ബ്രാഹ്മണൻ), ലക്ഷ്മണ വൈകുണ്ഠ ഭക്ത (ഗൗഡ സാരസ്വത ബ്രാഹ്മണൻ), എം.പി. അനന്ത ഭട്ട് (ഗൗഡ സാരസ്വത ബ്രാഹ്മണൻ) എന്നിവരായിരുന്നു അവർ.

പ്രതികളായ ഒന്ന്, 32,51 പ്രതികൾ മാത്രമാണ് ഒന്നാമത്തെ കുറ്റത്തിന്റെ ഭാഗമായി വരുന്നതെന്ന് ഒന്നും രണ്ടും നിയമോപദേഷ്ടാക്കൾ അഭിപ്രായപ്പെട്ടു. നാലും അമ്പത്തിയൊന്നും പ്രതികളാണ് ഈ വകുപ്പിൽ കുറ്റക്കാർ എന്ന് നാലാമത്തെ ഉപദേഷാടാവ് അഭിപ്രായപ്പെട്ടു. ചെറുതായി മുറിവേല്പ്പിക്കുന്നതിനുള്ള സെക്ഷൻ 323 ഐ.പി.സി വകുപ്പിൽ 1,5,9,23,30,31,32,51 പ്രതികൾ കുറ്റക്കാരാണെന്ന് ഒന്നാം ഉപദേഷ്ടാവ് അഭിപ്രായപ്പെട്ടു. രണ്ടാമത്തെ കുറ്റം രണ്ട്, നാല് ഉപദേഷ്ടാക്കളുടെ അഭിപ്രായത്തിൽ പ്രതികൾ അതിൽ കുറ്റക്കാരല്ല. ഉപദേഷ്ടാക്കളായ 1,2,3 എന്നിവർ മൂന്ന്, നാല്, അഞ്ച് വകുപ്പ് പ്രകാരമുള്ള കുറ്റകൃത്യം പ്രതികൾ നടത്തിയിട്ടില്ലെന്ന് അഭിപ്രായപ്പെട്ടു. മൂന്നാമത്തെ ഉപദേഷ്ടാവിനെ ചുമതലയിൽ നിന്നു ഒഴിവാക്കി.

ജഡ്ജിയുടെ കണ്ടെത്തലും വിധിയും

1942 ഫെബ്രുവരി 1-ന് സെഷൻസ് കോടതി വിധി പറയുമെന്നാണ് മുൻകൂട്ടി അറിയിച്ചിരുന്നത്. എന്നാൽ അന്ന് കോടതി വിധിപ്രസ്താവന നടത്തിയില്ല. ഫെബ്രുവരി 2-നാണ് ചരിത്ര പ്രസിദ്ധമായ കയ്യൂർ കേസ് വിധി പറഞ്ഞത്. വിധി പ്രസ്താവന കേൾക്കുന്നതിന് കോടതിക്കകത്തും പുറത്തും ധാരാളം ആളുകൾ തടിച്ചുകൂടിയിരുന്നു. വൈകുന്നേരം 5 മണിക്ക് കോടതി വിധിപ്രസ്താവന നടത്തി. അത് വിശദമായ ജഡ്ജ്മെന്റായിരുന്നു. പ്രൊസിക്യൂഷൻ ഹാജരാക്കിയ സാക്ഷികളിൽ പലരും കള്ളസാക്ഷികളാണെന്ന് ജഡ്ജ് അസന്ദിഗ്ധമായി പ്രഖ്യാപിച്ചു. വി.വി.കുഞ്ഞമ്പു അടക്കമുള്ള 38 പേർ നിരപരാധികളാണെന്നും അവരെ നിരുപാധികം വിട്ടിരിക്കുന്നുവെന്നും ജഡ്ജി പ്രഖ്യാപിച്ചു. അവശേഷിക്കുന്നവരിൽ 18 പേർക്കെതിരെ സാക്ഷിമൊഴികളുടെ അടിസ്ഥാനത്തിൽ വിവിധ കാലയളവിലേക്ക് ജയിൽശിക്ഷ വിധിച്ചു.

പ്രതികളായ 1,13,31,32,52 എന്നിവർ സെക്ഷൻ 302, സെക്ഷൻ 34, സെക്ഷൻ 148, 132 ഐ.പി.സി പ്രകാരം കുറ്റക്കാരാണ്. 26-ാമത്തെ പ്രതി സെക്ഷൻ 148 ഐ.പി.സി പ്രകാരം കുറ്റക്കാരനാണ്. നാലാംപ്രതി സെക്ഷൻ 148, 332 ഉം സെക്ഷൻ 119 ഐ.പി.സി പ്രകാരം കുറ്റക്കാര

നാണ്. പ്രതികളായ 3,5,9,23,24,28,29,30 എന്നിവർ സെക്ഷൻ 148, 332 ഐ.പി.സി പ്രകാരം കുറ്റവാളികളാണ്. 4,5,35,36,41,44,49 പ്രതികൾ സെക്ഷൻ 148 ഐ.പി.സി പ്രകാരം കുറ്റം ചെയ്തവരാണ്. പ്രതികളായ 2,7,8,10,11,12,14 മുതൽ 22,25,27,33,34,37, മുതൽ 40 വരെ 42,43,45,46,48,50,52 മുതൽ 60 വരെയുള്ള പ്രതികൾ ഒരു വകുപ്പ് പ്രകാരവും കുറ്റക്കാരല്ല. 1,13,31,51 പ്രതികൾക്ക് ഹൈക്കോടതിയുടെ സ്ഥിരീകരണത്തിന് വിധേയ മായി സെക്ഷൻ 302, സെക്ഷൻ 34 ഐ.പി.സി പ്രകാരം വധശിക്ഷയും മൂന്നു വർഷത്തെ കഠിനതടവിനും 2 വർഷത്തെ തടവിനും യഥാക്രമം സെക്ഷൻ 148,332 ഐ.പി.സി പ്രകാരം ശിക്ഷ വിധിച്ചു. അവസാനത്തെ രണ്ട് ശിക്ഷകളും അനുക്രമമായും എന്നാൽ വധശിക്ഷയോടൊപ്പം അനു ഭവിക്കേണ്ടതാണ്. 1920 മദ്രാസ് ആക്ട് 4, സെക്ഷൻ 27 പ്രകാരം 32–ാം പ്രതികളുടെ കാര്യം പരിഗണിക്കുന്നതിന് ഗവർമെന്റിലേക്ക് അയക്കാൻ വിധിച്ചു. 26,47 പ്രതികളെ മൂന്ന് വർഷത്തേക്ക് സീനിയർ സർട്ടിഫെയ്ഡ് സ്കൂളിലേക്ക് അയക്കാൻ നിർദ്ദേശിച്ചു. 3,5,9,23,24,28,29,30 പ്രതികൾക്ക് യഥാക്രമം സെക്ഷൻ 148, 332 ഐ.പി.സി പ്രകാരം മൂന്നു വർഷത്തെ കഠിനതടവിനും രണ്ടു വർഷത്തെ തടവിനും വിധിച്ചു. രണ്ടുവിധികളും അനുക്രമമായി അനുഭവിക്കണം. 4,6,35,36,41,44,49 പ്രതികളായ ഓരോരു ത്തരേയും സെക്ഷൻ 148 പ്രകാരം മൂന്നുവർഷത്തെ കഠിന തടവിന് ശിക്ഷിച്ചു. 2,7,8,10, മുതൽ 12,14 മുതൽ 22,25,27,33,34.37 മുതൽ 40,42,43,45,46,48,50,52 മുതൽ 60 വരെയുള്ള കുറ്റവിമുക്തരാക്കി. 1,5,7,10 മുതൽ 17,21,23,33,37,39,42,46 പ്രതികൾക്കു വേണ്ടി ആർ.ആർ.തൽച്ചേർക്കർ ഹാജരായി. 2,6,24,28,29,30,35,36,38,40,48,59,60 എന്നിവർക്ക് എ.കെ. പിള്ളയും യു. ഹമ്മാബയും(സ്വകാര്യ ഡിഫൻസ്) , 18 മുതൽ 20,34,41,43,44,45,47,49,50,52 മുതൽ 58 വരെയുള്ളവർക്ക് എസ്.സരസ പൈയും ഹാജരായി.

മഠത്തിൽ അപ്പു, പൊടോര കുഞ്ഞമ്പു നായർ, കോയിത്താറ്റിൽ ചിരുകണ്ഠൻ, ചൂരിക്കാടൻ കൃഷ്ണൻ നായർ, പള്ളിക്കാൽ അബൂബ ക്കർ എന്നിവരെ കോൺസ്റ്റബിളിന്റെ മരണത്തിന് ഉത്തരവാദികളായി കണ്ടെത്തിയ കോടതി അവരെ മരണം വരെ തൂക്കിക്കൊല്ലാൻ വിധിച്ചു. ചൂരിക്കാടൻ കൃഷ്ണൻ നായർ ഇതേ കുറ്റമാണ് ചെയ്തതെങ്കിലും മൈന റായതുകൊണ്ട് അഞ്ച് കൊല്ലത്തേക്ക് കോടതി ശിക്ഷിച്ചു. ശിക്ഷിക്കപ്പെട്ട വരെയെല്ലാം കണ്ണൂർ സെൻട്രൽ ജയിലിലാണ് പാർപ്പിച്ചത്. വിധിപ്രസ്താ വിച്ച ഫെബ്രുവരി 2–ാം തീയ്യതി തന്നെ അവരെയെല്ലാം സെൻട്രൽ ജയി ലിലേക്ക് കൊണ്ടുപോയി. വധശിക്ഷയ്ക്ക് വിധിക്കപ്പെട്ട നാലു സഖാക്ക ളേയും പ്രത്യേക ബ്ലോക്കിൽ അടുത്തടുത്ത് നാലു സെല്ലുകളിലാണ് പാർപ്പിച്ചത്.

മദ്രാസ് ഹൈക്കോടതിയിൽ അപ്പീൽ കേൾക്കുന്നതിന് ഏതാണ്ട് അഞ്ചു മാസങ്ങൾ കഴിയേണ്ടിവന്നു. പ്രതികൾക്ക് വേണ്ടി കെ. ഭാഷ്യം അയ്യങ്കാർ, എ.കെ.പിള്ള, ജെ.ആർ. ഗുണ്ടപ്പറാവു എന്നിവർ ഹാജരായി.

കേസ്സിന്റെ രാഷ്ട്രീയ സ്വഭാവം പരിഗണിക്കാൻ കോടതി തയ്യാറായില്ല. പ്രതികളെ ക്രിമിനലുകളായി കണ്ടാണ് പെരുമാറിയത്. വധശിക്ഷ ജീവപര്യന്തമാക്കി കുറച്ചു കിട്ടുമെന്ന പ്രതീക്ഷ ഉണ്ടായിരുന്നെങ്കിലും സെഷൻസ് കോടതി വിധിയിൽ മാറ്റമുണ്ടായില്ല. അപ്പീൽ തള്ളിക്കൊണ്ട് ഹൈക്കോടതി വിധിവന്നു.

വിധിക്കെതിരെ രാജ്യവ്യാപകമായ പ്രചരണം നടന്നു. നീതിക്ക് വേണ്ടി ഓരോ വാതിലും മുട്ടി. 1942 ജൂലൈ 26ന് കമ്മ്യൂണിസ്റ്റ് പാർട്ടിയുടെ മേലുള്ള നിരോധനം നീക്കി. ഇത് പൊതുജനാഭിപ്രായ രൂപികരണത്തിന് പാർട്ടി പ്രവർത്തകരെ സഹായിച്ചു. കോഴിക്കോട് ടൗൺഹാളിൽ നടന്ന സമ്മേളനം കയ്യൂർ കേസിൽ നീതിനടപ്പാക്കണമെന്ന് ഗവൺമെന്റിനോട് ആവശ്യപ്പെട്ടു. ആഗസ്റ്റ് 2 കയ്യൂർ പ്രതികളുടെ ദിനമായി ആചരിക്കാൻ കൃഷ്ണപിള്ള ജനങ്ങളോട് അഭ്യർത്ഥിച്ചു. കോഴിക്കോട് മുനിസിപ്പൽ ചെയർമാനും എം.എൽ.സിയുമായ കെ. മാധവമേനോൻ പ്രതികളോട് ദയകാണിക്കണമെന്ന് അധികൃതരോട് അഭ്യർത്ഥിച്ചു. പല ഭാഗത്തുനിന്നും ഇത്തരത്തിലുള്ള അഭ്യർത്ഥന ഉണ്ടായി. തമിഴ്നാട് കമ്മ്യൂണിസ്റ്റ് പാർട്ടി സെക്രട്ടറി മോഹൻകുമരമംഗലം ഇത്തരം അഭ്യർത്ഥനയുമായി മുന്നോട്ടുവരുവാൻ എല്ലാ രാഷ്ട്രീയ സംഘടനകളോടും ആവശ്യപ്പെട്ടു. മംഗലാപുരത്തുനിന്ന് കെ.ബി. ദിനരാജ് ഹെഗ്ഡെയും മറ്റ് അഞ്ച് എം.എൽ.എമാരും ഈ ആവശ്യം ഉന്നയിച്ച് സർക്കാരിന് നിവേദനം നൽകി. കുടുംബാംഗങ്ങളുടെ ദയാഹർജി ഗവൺമെന്റിലേക്ക് അയച്ചു. ഗവർണർക്കും ഗവർണർജനറലിനും ജയിൽ അധികൃതരിലൂടെ പ്രതികൾ നിവേദനം നൽകി. ചെറിയ മാറ്റത്തോടെ വീണ്ടുമൊരു നിവേദനം പ്രതികൾ ഇവർക്ക് സമർപ്പിച്ചു. രാജ്യത്തിന്റെ വിവിധ ഭാഗങ്ങളിൽ നിന്ന് തൊഴിലാളി-കർഷക-വിദ്യാർത്ഥി സംഘടനകൾ ദയാപൂർവ്വമായ നീതി പ്രതികൾക്ക് നൽകണമെന്ന് ഗവൺമെന്റിനോട് അഭ്യർത്ഥിച്ചു. ഈ പരാതികളും അഭ്യർത്ഥനകളുമെല്ലാം ഹോം ഡിപ്പാർട്ട്മെന്റ് പരിശോധിക്കുകയും അവയെല്ലാം തള്ളുകയും ചെയ്തു. ഹൈക്കോടതിയുടെ വിധി പുനപരിശോധിക്കേണ്ടതില്ലെന്ന അഭിപ്രായത്തോടെ ഈ പരാതികൾ ഗവർണർ ജനറലിന് അയച്ചുകൊടുത്തു. "ഇന്ത്യയിലെങ്ങും പോലീസ് ഓഫീസർമാർ ആക്രമിക്കപ്പെടുകയും രാഷ്ട്രീയത്തിന്റെ മറവിൽ വധിക്കപ്പെടുകയും കത്തിക്കപ്പെടുകയും ചെയ്യുമ്പോൾ, ശിക്ഷയിൽ വരുത്തുന്ന ഇളവ് ഒരു തെറ്റായിരിക്കുമെന്ന് വിധിക്കുവാൻ ഞാനാഗ്രഹിക്കുന്നു" എന്നായിരുന്നു 1942 സെപ്തംബർ 9-ന് ഗവർണ്ണറുടെ കുറിപ്പ്.

മഹാത്മാഗാന്ധി അടക്കമുള്ള കോൺഗ്രസ് നേതക്കളെല്ലാം അന്ന് ജയിലിലായിരുന്നു. സ: കെ.പി.ആറിന്റെ വധശിക്ഷ ഗാന്ധിയടക്കമുള്ള നേതാക്കൾ ഇടപെട്ടതിന്റെ ഫലമായി റദ്ദ് ചെയ്യിപ്പിക്കാൻ സാധിച്ചിരുന്നു. പക്ഷെ കയ്യൂർ സഖാക്കളുടെ കാര്യത്തിൽ കോൺഗ്രസ് നേതാക്കന്മാർ ഇടപെട്ടില്ല. ക്വിറ്റിന്ത്യാ സമരം നടക്കുന്ന കാലമായിരുന്നു അത്. സോവിയറ്റ് യൂണിയനെ ജർമ്മനി നേരിട്ട് ആക്രമിക്കാൻ തുടങ്ങിയതോ

ടുകൂടി യുദ്ധത്തിന്റെ സ്വഭാവത്തിൽ മൗലികമായ മാറ്റം വന്നിരിക്കുന്നു വെന്നും സാമ്രാജ്യത്വയുദ്ധം ജനകീയ യുദ്ധമായി മാറിയിരിക്കുന്നു വെന്നും, കമ്മ്യൂണിസ്റ്റ് പാർട്ടി പ്രത്യേക നിലപാടെടുത്ത സന്ദർഭമായിരുന്നുവത്. ക്വിറ്റിന്ത്യാ സമരം ഫാസിസത്തെ സഹായിക്കുകയാണ് ചെയ്യുകയെന്നും കമ്മ്യൂണിസ്റ്റ് പാർട്ടി അഭിപ്രായപ്പെട്ടു. പാർട്ടിയുടെ ഈ സമീപനമായിരിക്കാം ചിലപ്പോൾ കോൺഗ്രസ് നേതാക്കളെ കയ്യൂർ സഖാക്കളുടെ പ്രശ്നത്തിൽ ഇടപെടുന്നതിൽ നിന്ന് പിന്തിരിപ്പിച്ചത്.

കേസ് പ്രിവി കൗൺസിലിൽ

പരാതി അവസാനം പ്രിവി കൗൺസിലിന് മുമ്പാകെ എത്തി. ബ്രിട്ടീഷ് കമ്മ്യൂണിസ്റ്റ് പാർട്ടിയും പാർലിമെന്റിലെ ചില ലിബറൽ പാർട്ടി അംഗങ്ങളും കയ്യൂർ കേസിൽ താൽപര്യമെടുത്തു. ലോക പ്രശസ്ത ക്രിമിനൽ വക്കീൽ ഡി.എൻ. പ്രിറ്റിന്റെ സഹായം ഇവർ തേടി. പ്രിറ്റിനെ സഹായിക്കാൻ വി.കെ. കൃഷ്ണമേനോൻ മുന്നോട്ടുവന്നു. ബ്രിട്ടനിലെ തൊഴിലാളി സംഘടനകൾ കുടുംബസഹായ ഫണ്ട് പിരിച്ചു നൽകി. മാർച്ച് 4ന് ജുഡീഷ്യൽ കമ്മിറ്റിക്ക് മുമ്പാകെ പെറ്റീഷൻ വന്നു. പക്ഷെ കമ്മിറ്റി പെറ്റീഷൻ തള്ളുകയും കീഴ്ക്കോടതിയുടെ വിധി അംഗീകരിച്ചുകൊണ്ട് ഉത്തരവ് പുറപ്പെടുവിക്കുകയും ചെയ്തു. നീതിയുടെ നേർക്ക് തെറ്റായ സമീപനം ഉണ്ടായിട്ടുണ്ടെന്ന് വിശ്വസിക്കുവാൻ തങ്ങൾ തയ്യാറായില്ലെന്നായിരുന്നു ജുഡീഷ്യൽ കമ്മിറ്റിയുടെ വീക്ഷണം. ഇതായിരുന്നു പ്രിവി കൗൺസിലിന്റെ തീരുമാനമായി മാറിയത്. ബ്രിട്ടീഷ് സെക്രട്ടറി ഓഫ് സ്റ്റേറ്റ് ഫോർ ഇന്ത്യയെ കാണാൻ ഒരു നിവേദക സംഘത്തെ ബ്രിട്ടീഷ് കമ്മ്യൂണിസ്റ്റ് പാർട്ടി അയച്ചു. റവ. സോറൻസൺ നേതൃത്വം കൊടുത്ത സംഘത്തിൽ സ്റ്റാബോൾജി പ്രഭു, എസ്.ഒ. ഡേവിഡ്, ജോൺ പാർക്കർ എന്നിവർ അംഗങ്ങളായിരുന്നു. പക്ഷെ അവരെ കാണാൻ സെക്രട്ടറി അമേരി പ്രഭു തയ്യാറായില്ല.

കേസ് ബക്കിങ് ഹാം കൊട്ടാരത്തിൽ

ജുഡീഷ്യൽ കമ്മിറ്റി റിപ്പോർട്ട് ബക്കിങ് ഹോം കൊട്ടാരത്തിലെ രാജാവിന്റെ കോടതി ബഞ്ചിലെത്തുന്നു. അവിടെയും പ്രതികൾക്ക് നീതി നിഷേധിക്കപ്പെട്ടു. കോടതിയിലെ നടപടിക്രമം ചുവടെ ചേർക്കുന്നു.

ബാക്കിങ്ഹാം കൊട്ടാരത്തിലെ കോടതി

1943 മാർച്ച് 11

1943 മാർച്ച് 4-ലെ പ്രിവി കൗൺസിലിന്റെ ജുഡീഷ്യൽ കമ്മിറ്റിയുടെ താഴെപ്പറയുന്ന വാക്കുകളോടെയുള്ള റിപ്പോർട്ട് വായിച്ചു.

എഡ്വേർഡ് ഏഴാമൻ രാജാവ് തിരുമനസ്സിന്റെ 1909 ഒക്ടോബർ 18 ലെ ഉത്തരവുപ്രകാരം ഈ കമ്മറ്റിക്ക് മുമ്പാകെ 1). മഠത്തിൽ അപ്പു 2). പൊടവര കുഞ്ഞമ്പുനായർ 3). ചിരുകണ്ഠൻ 4). അബുബക്കർ പാലായി

എന്നിവർ കൊലപാതത്തിനും മറ്റു കുറ്റങ്ങൾക്കുമായി സൗത്ത് കനറ സെഷൻസ് ജഡ്ജിയുടെ വിധി പ്രകാരം തടവിലാക്കപ്പെട്ടതു സംബന്ധിച്ച് കൗൺസിലിൽ തിരുമനസ്സ് മുമ്പാകെ അപ്പീൽ സമർപ്പിക്കാനായി പ്രത്യേക അവധി അനുവദിക്കാനുള്ള ദയാഹർജി 1942 ജൂലൈ 24ന് മദിരാശി ഹൈക്കോടതി മുമ്പാകെ സമർപ്പിച്ചതിന്റെ വിധി:

ബഹു: തിരുമനസ്സിന്റെ വിധിതീരുമാനപ്രകാരം കമ്മറ്റിയിലെ പ്രഭുക്കന്മാരുടെ സമിതി പ്രസ്തുത ദയാഹർജി പരിഗണിക്കുകയും അതിനനുകൂലമായ വാദമുഖങ്ങൾ ശ്രവിക്കുകയും ചെയ്തതിനുശേഷം ഇന്നേ ദിവസം തിരുമനസ്സിന് അവരുടെ നേരത്തെ പറഞ്ഞ ഹർജി തള്ളിക്കളയണമെന്ന് തീരുമാനിച്ചതായി ഇതിനാൽ റിപ്പോർട്ട് ചെയ്തുകൊള്ളുന്നു. തിരുമനസ്സ് സൂചിപ്പിച്ച റിപ്പോർട്ട് പരിഗണിക്കുകയും, പ്രിവി കൗൺസിലിന്റെ തീരുമാനത്തിൽ സന്തുഷ്ടിയും അംഗീകാരവും പ്രകടിപ്പിച്ചുകൊണ്ട് നേരത്തെ നൽകിയ വധത്തിനുള്ള ഉത്തരവ് കൃത്യമായി അനുസരിക്കാനും നടപ്പിലാക്കാനും ഉത്തരവായിരിക്കുന്നു. മദിരാശിയിലെ അപ്പോഴത്തെ ഹൈക്കോർട്ട് ജഡ്ജിമാരും ബന്ധപ്പെട്ട മറ്റെല്ലാ ആൾക്കാരും ഇത് മാനിക്കേണ്ടതും അതനുസരിച്ച് പ്രവർത്തിക്കേണ്ടതുമാകുന്നു. ഈ വിവരം 09.03.1943 ലെ കമ്പി അനുസരിച്ചുള്ളതും അതിന്മേലെ 24.03.1943 ലെ G.O No.678 (ആഭ്യന്തരം) അനുസരിച്ചുള്ളതും ആകുന്നു. ഇത് പ്രസ്തുത ഗവ: ഉത്തരവിന്റെ കൂടെ ഫയൽചെയ്യേണ്ടതും സൂക്ഷിച്ച് വെക്കേണ്ടതും ആകുന്നു. (കടപ്പാട്: കെ.കെ.എൻ. കുറുപ്പ്)

ഹൗസ് ഓഫ് കോമൺസിൽ പ്രശ്നം സജീവമായ ചർച്ചയ്ക്ക് വന്നു. ചർച്ചയുടെ വിശദാംശങ്ങൾ രേഖപ്പെടുത്തിയിട്ടുണ്ട്. അത് ചുവടെ ചേർക്കുന്നു.

ബ്രിട്ടീഷ് ഹൗസ് ഓഫ് കോമൺസ് രേഖകളിൽ നിന്ന്

കുറ്റം ചെയ്ത തടവുകാർ– കയ്യൂർ

34. മിസ്റ്റർ സോറെൻ സെൻ ഇന്ത്യൻ സ്റ്റേറ്റ് സെക്രട്ടറിയോട് അദ്ദേഹത്തിന് കയ്യൂർ കേസിലെ കുറ്റാരോപിതരായ തടവുകാരെപ്പറ്റിയുള്ള എന്തെങ്കിലും കൂടുതൽ വിവരങ്ങളുണ്ടോ എന്നാരാഞ്ഞു.

മിസ്റ്റർ അമേറി: ഒരിന്ത്യൻ പോലീസുകാരൻ മദ്രാസിലെ കയ്യൂരിൽ ഒരു വാറന്റ് കൊടുക്കാൻ പോയ അവസരത്തിൽ ഒരു ജനക്കൂട്ടത്താൽ ആക്രമിക്കപ്പെട്ട കേസിലെ വസ്തുതകളാണ് ബഹുമാനപ്പെട്ട മെമ്പർ സൂചിപ്പിക്കുന്നത്. അയാൾ മർദ്ദിക്കപ്പെടുകയും പുഴയിൽ എറിയപ്പെടുകയും (ജനക്കൂട്ടത്തിൽ) കല്ലേറിനാൽ പുഴയിൽ മുങ്ങി മരിക്കുകയുമായിരുന്നു. ഒരുപാട് പേർ അറസ്റ്റ് ചെയ്യപ്പെടുകയും അതിൽ നാലു പേർ മരണശിക്ഷയ്ക്ക് വിധിക്കപ്പെടുകയും ചെയ്തു. ഈ വിധി മദ്രാസ് ഹൈക്കോടതി ശരിവെക്കുകയും അടുത്തകാലത്ത് അപ്പീലിന് പോകാനുള്ള (പ്രതികളുടെ) അപേക്ഷ പ്രിവി കൗൺസിലിന്റെ ജുഡീഷ്യൽ കമ്മിറ്റി പരിഗണിച്ച് തള്ളിക്കളയുകയും ചെയ്തിട്ടുള്ളതാണ്.

"മാരകമായ പ്രഹരമേൽപ്പിച്ച ആളെ ഒരു കൂട്ടത്തിൽ തിരഞ്ഞെ

ടുക്കാനോ കോടതിയുടെ മുമ്പിൽ ഹാജരാക്കാനോ" പറ്റില്ലെന്ന സെഷൻസ് ജഡ്ജിയുടെ പരാമർശം ഈ കേസിൽ നീതി നിഷേധിക്കപ്പെട്ടുവെന്ന പൂർണമായും തെറ്റായ ഒരു തോന്നൽ ഉണ്ടാക്കിയിട്ടുണ്ട്.

ഈ കേസിൽ എന്ന പോലെത്തന്നെ ഇരയുടെ മരണത്തിന് കാരണമായ പ്രവൃത്തി ഒന്നോ, ഒന്നിലധികം പേരോ, ഒരു പൊതുവായ ഉദ്ദേശ്യപ്രകാരം ചെയ്തതിനാൽ, അവരിൽ ഓരോരുത്തരും മരണത്തിന് ഉത്തരവാദികളായ കുറ്റവാളികളാണെന്ന് കണക്കാക്കേണ്ടിവരും, അതിലാരുടെ കൈകൊണ്ടാണ് മരണപ്പെട്ടതെന്നറിയില്ലെങ്കിലും.

മിസ്റ്റർ സോറെൻസൻ: വടക്കൻ അയർലാണ്ടിൽ സമാനമായ കുറ്റം ചെയ്ത ആളുകൾ ഒഴിവാക്കപ്പെട്ടിട്ടുള്ള കാര്യം ബഹുമാന്യവ്യക്തിക്ക് അറിവുള്ളതാണോ? വൈസ്രോയിയുടെ ശ്രദ്ധ ഇക്കാര്യത്തിലേക്ക് ക്ഷണിച്ചിട്ടുണ്ടോ എന്ന കാര്യം അയാൾക്ക് പറയാൻ കഴിയുമോ? വൈസ്രോയി ദയ നൽകാനുള്ള അവകാശം ഉപയോഗിക്കുമോ എന്ന കാര്യം അയാൾ അന്വേഷിക്കുമോ?

മിസ്റ്റർ ആമേറി: ഇല്ല. സർ. ഇതുമായി ബന്ധപ്പെട്ട വ്യക്തിക്ക് വേണ്ടി ദയാഹർജി എല്ലായ്പ്പോഴും അയക്കാവുന്നതാണ്.

മിസ്റ്റർ റിഡ്ലി: കൊലപാതകം ചെയ്തിട്ടുണ്ടെന്ന് തെളിയിക്കാൻ കഴിയാത്ത സാഹചര്യത്തിൽ ഒരാൾക്ക് ശിക്ഷവിധിക്കാൻ കഴിയുമോ എന്ന നിയമപ്രശ്നം ബഹുമാനപ്പെട്ട മെമ്പർ പരിഗണിക്കുമോ.

മിസ്റ്റർ അമേറി: ദയാഹർജിയുമായി ബന്ധപ്പെട്ട ഏത് ചോദ്യവും വൈസ്രോയിക്ക് പോകുന്നു. അത്തരമൊരു അപ്പീൽ ഉണ്ടായിട്ടുണ്ടോ എന്ന കാര്യം എനിക്കറിയില്ല.

മിസ്റ്റർ ഗല്ലചർ: തൂക്കിലേറ്റാൻ വിധിക്കപ്പെട്ട നാലു പേരാണോ അതോ സംഭവത്തിൽ പങ്കെടുത്ത എല്ലാവരും കുറ്റക്കാരാണ് എന്നോ നാം മനസ്സിലാക്കേണ്ടത്? നാലുപേർ തൂക്കിലേറ്റപ്പെടുകയാണെങ്കിൽ എന്തുകൊണ്ട് ബാക്കിയുള്ള എല്ലവരേയും തൂക്കിലേറ്റുന്നില്ല?

മിസ്റ്റർ അമേറി: കേസ്സ് വിചാരണ ചെയ്ത ജഡ്ജാണ് ഇക്കാര്യം പറയേണ്ടത്.

പാർലമെന്ററി ഡിബേറ്റ്സ്, ഹൗസ് ഓഫ് കോമൺസ്, 18 മാർച്ച് (വാമൊഴി ഉത്തരങ്ങൾ) കടപ്പാട്: ദി കയ്യൂർ റയട്ട്, ഡോ. കെ.കെ.എൻ. കുറുപ്പ്).

ചുരുക്കത്തിൽ എല്ലാ ദയാഹർജികളും തള്ളപ്പെടുകയായിരുന്നു. 1943 മാർച്ച് 24ന് ജയിൽ സൂപ്രണ്ടിന് വിധി നടപ്പാക്കാനുള്ള ഉത്തരവ് അയച്ചു. ഉത്തരവിന്റെ പകർപ്പ് മാർച്ച് 26ന് ജയിലിൽ ലഭിച്ചു. 28ന് ഉത്തരവ് പ്രതികളെ അറിയിച്ചു. ഈ സന്ദർഭത്തിലാണ് വധശിക്ഷയ്ക്ക് വിധിക്കപ്പെട്ട കയ്യൂരിന്റെ വീരപുത്രന്മാരെ കാണുവാൻ പാർട്ടി സെക്രട്ടറി പി.സി. ജോഷി, പി. സുന്ദരയ്യ, പി. കൃഷ്ണപിള്ള, വി.വി. കുഞ്ഞമ്പു തുടങ്ങിയവർ കണ്ണൂർ സെൻട്രൽ ജയിൽ സന്ദർശിച്ചത്. അവരോടൊപ്പം ഒരു ചിത്രകാരനുമുണ്ടായിരുന്നു. അദ്ദേഹമാണ് രക്തസാക്ഷികളുടെ ചിത്രം വരച്ച

ത്. കയ്യൂർ സഖാക്കളെ പാർപ്പിച്ച സെല്ലുകൾക്ക് സമീപം ചെന്ന് നാലു പേരെയും കണ്ട് അവർ സംസാരിച്ചു. അഭിമുഖത്തിന്റെ വിശദാംശങ്ങൾ സ: ജോഷിയുടെ ലേഖനത്തിൽ വിവരിച്ചിട്ടുണ്ട്. ജയിലിൽ നിന്ന് അവർ നേരെ പോയത് കയ്യൂരിലേക്കാണ്. ചെറുവത്തൂരിലേക്ക് തീവണ്ടിയിലും അവിടെ നിന്ന് തോണിയിലുമാണ് കയ്യൂരിലേക്ക് യാത്ര ചെയ്തത്. ചെറുവത്തൂർ റെയിൽവെ സ്റ്റേഷനിൽ പാർട്ടി നേതാക്കൾക്ക് വൻസ്വീകരണം നൽകി. അന്ന് ഒളിവിലായിരുന്ന പാർട്ടി താലൂക്ക് സെക്രട്ടറി കെ. മാധവനും സുബ്രഹ്മണ്യം തിരുമുമ്പിന്റെ ഭാര്യ പി.സി. കാർത്ത്യായനിക്കുട്ടിയമ്മയും നേതാക്കളോടൊപ്പം ഉണ്ടായിരുന്നു.ആദ്യം പാലായിലെ അബൂബക്കറിന്റെ വീട്ടിലെത്ത് കുടുംബാംഗങ്ങളെ കണ്ട് ആശ്വസിപ്പിച്ചു. തുടർന്ന് കയ്യൂരിലെത്തി മറ്റു കുടുംബങ്ങളെ കാണുകയും പാർട്ടിയുടെ ഐക്യദാർഢ്യം പ്രകടിപ്പിക്കുകയും ചെയ്തു.

മാർച്ച് 29ന് രാവിലെ 6 മണിക്ക് കയ്യൂരിന്റെ വീരപുത്രന്മാരെ കൊലമരത്തിലേറ്റി. ഇൻക്വിലാബ് സിന്ദാബാദ്, കമ്മ്യൂണിസ്റ്റ് പാർട്ടി സിന്ദാബാദ്, സാമ്രാജ്യത്വം നശിക്കട്ടെ, ജന്മിത്വം തകരട്ടെ എന്ന മുദ്രാവാക്യം വിളിച്ചുകൊണ്ട് ഉറച്ച കാൽവെപ്പോടെ അവർ കൊലമരത്തിലേക്ക് നീങ്ങി. ആദ്യം ചിരുകണ്ഠനും അബൂബക്കറും അരമണിക്കൂർ കഴിഞ്ഞ് കുഞ്ഞമ്പുനായരും അപ്പുവും തൂക്കിലേറി. "യഥാർത്ഥ രാജ്യസ്നേഹികളായി അവർ ജീവിച്ചു; മഹാന്മാരായ രക്തസാക്ഷികളായി അവർ മരണം വരിച്ചു" പി.സി.ജോഷിയുടെ വാക്കുകളാണിത്.

കയ്യൂരിലെ നാല് കർഷകസഖാക്കളുടെ അന്ത്യമായിരുന്നു അത്. ധീരോദാത്തമായ രക്തസാക്ഷിത്വം നാടെങ്ങുമെത്തി. 1943ൽ പഞ്ചാബിൽ ചേർന്ന അഖിലേന്ത്യാ കിസാൻ സഭ സമ്മേളനം കയ്യൂർ രക്തസാക്ഷികളെ ആദരിച്ചു. മാർച്ച് 29ന് കയ്യൂർ ദിനം അഖിലേന്ത്യ കർഷകദിനമായി രാജ്യവ്യാപകമായി ആചരിക്കാൻ സമ്മേളനം തീരുമാനിച്ചു. രക്തസാക്ഷികളുടെ കയ്യൂർ ചരിത്രത്തിലേക്ക്.....

കയ്യൂർ കേസിലെ

പേര്	സ്ഥലം	സമുദായം
1	2	3
1. മാത്തിൽ അപ്പു	കയ്യൂർ	തീയ്യ
2. വി.വി.കുഞ്ഞമ്പു	കരിവെള്ളൂർ	വണ്ണാത്തൻ
3 .പയ്യൻ കേളു നായർ	ചെറുവത്തൂർ	നായർ
4. കോട്ള കുഞ്ഞിക്കോരൻ	കയ്യൂർ	തീയ്യ
5. കൊടക്കരവളപ്പിൽ വെള്ളുങ്ങ	കയ്യൂർ	തീയ്യ
6. കുണ്ടന്റെ വളപ്പിൽ രാമൻ	കയ്യൂർ	തീയ്യ
7. കോരൻമാസ്റ്റർ	ചെറുവത്തൂർ	തീയ്യ
8. നാലിലാം കണ്ടത്തിൽ രാമൻ	അരയക്കിൽ തിമിരി	തീയ്യ
9. മാധവൻ അമ്പു	കയ്യൂർ	തീയ്യ
10. കാരവീട്ടിൽ കുഞ്ഞിരാമൻ നായർ	ക്ലായിക്കോട്	നായർ
11. പൊടവര കേളുനായർ	ക്ലായിക്കോട്	നായർ
12. ചൂരിക്കാടൻ അമ്പുനായർ	ക്ലായിക്കോട്	നായർ
13. പൊടവര കുഞ്ഞമ്പു നായർ	ക്ലായിക്കോട്	നായർ
14. കുറുവാടൻ കൃഷ്ണൻ നായർ	ക്ലായിക്കോട്	നായർ
15. കുറുവാടൻ രാമൻ നായർ	ക്ലായിക്കോട്	നായർ
16. കുറുവാടൻ നാരായണൻ നായർ	ക്ലായിക്കോട്	നായർ
17. ഒറ്റപ്പുരക്കാൽ അമ്പു മണിയാണി	ക്ലായിക്കോട്	മണിയാണി
18. കണിശൻ അമ്പു	ക്ലായിക്കോട്	കണിശൻ
19. കൃഷ്ണ വാര്യർ	ക്ലായിക്കോട്	വാരിയർ
20. നീലൻ വീട്ടിൽ രാഘവൻ	ക്ലായിക്കോട്	തീയ്യ
21. അയ്യങ്കി അമ്പു	തിമിരി	തീയ്യ
22. വണ്ണാൻ കണ്ണൻ	ക്ലായിക്കോട്	വണ്ണാൻ
23. വണ്ണാത്തൻ ചന്തു	കിനാനൂർ	വണ്ണാത്തൻ
24. കരിമ്പു വളപ്പിൽ അമ്പു	കിനാനൂർ	തീയ്യ
25. ചെറൂട്ട അമ്പു നായർ	കിനാനൂർ	നായർ
26. കോരൻ(കൊവ്വൽ)	കിനാനൂർ	തീയ്യ
27. വേങ്ങയിൽ മാലിങ്കൻ നായർ	കിനാനൂർ	നായർ
28. പൊക്കായി (തൊണ്ടിയിൽ)	കയ്യൂർ	തീയ്യ
29. കണ്ടത്തിൽപ്പുരയിൽ വെള്ളുങ്ങ	കയ്യൂർ	തീയ്യ

പ്രതികൾ

വയസ്സ്	തൊഴിൽ	ശിക്ഷ
4	5	6
23	കൃഷി	വധശിക്ഷ
36	തൊഴിൽരഹിതൻ	വെറുതേ വിട്ടു
35	കൃഷി	5 വർഷം കഠിനതടവ്
23	കൃഷി	2 വർഷം കഠിനതടവ്
28	കൃഷി	5 വർഷം കഠിനതടവ്
45	കൃഷി	2 വർഷം കഠിനതടവ്
22	അധ്യാപനം	വെറുതേ വിട്ടു
27	കൃഷിയും	വെറുതെ വിട്ടു
24	കൃഷിയും കച്ചവടവും	5 വർഷം കഠിനതടവ്
23	കൃഷി	വെറുതേ വിട്ടു
38	കൃഷി	വെറുതേ വിട്ടു
40	കൃഷി	വെറുതേ വിട്ടു
29	കൃഷി	വധശിക്ഷ
20	കൃഷി	വെറുതേ വിട്ടു
39	കൃഷി	വെറുതേ വിട്ടു
15	കൃഷി	വെറുതേ വിട്ടു
32	കൃഷി	വെറുതേ വിട്ടു
38	ജ്യോത്സ്യൻ	വെറുതേ വിട്ടു
16	നെയ്ത്തുകാരൻ	വെറുതേ വിട്ടു
23	കൃഷി	വെറുതേ വിട്ടു
23	കൃഷി	വെറുതേ വിട്ടു
17	വൈദ്യൻ	വെറുതേ വിട്ടു
29	കച്ചവടം	5 വർഷം കഠിനതടവ്
50	കച്ചവടം	5 വർഷം കഠിനതടവ്
23	കച്ചവടം	വെറുതേ വിട്ടു
16	കൂലിപ്പണി	3 വർഷം ദുർഗുണപരിഹാര പാഠശാലയിലേക്ക് അയച്ചു
19	കൃഷി	വെറുതേ വിട്ടു
23	കൃഷി	5 വർഷം കഠിനതടവ്
20	കൃഷി	5 വർഷം കഠിനതടവ്

കയ്യൂർ കേസിലെ

പേര്	സ്ഥലം	സമുദായം
1	2	3
30 അമ്പാടികുഞ്ഞി.പി.ടി	കയ്യൂർ	തീയ്യ
31. ചിരുകണ്ഠൻ കോയിത്താറ്റിൽ	കയ്യൂർ	തീയ്യ
32. ചൂരിക്കാടൻ കൃഷ്ണൻ നായർ	കയ്യൂർ	നായർ
33. പരിയാരത്ത് കൃഷ്ണൻ നായർ	ക്ലായിക്കോട്	നായർ
34. വാണിയൻ ശങ്കരൻ മാസ്റ്റർ	കൊടക്കാട്	വാണിയൻ
35. കൊയ്യൻ കണ്ണൻ	കൊടക്കാട്	തീയ്യ
36. എലിച്ചി കണ്ണൻ	കൊടക്കാട്	തീയ്യ
37. പി.സി.കുഞ്ഞിരാമൻ അടിയോടി	പിലിക്കോട്	അടിയോടി
38. പൊക്കൻ മലയരുമ്പത്ത്	കയ്യൂർ	തീയ്യ
39. ഗണപതി കാമത്ത്	നീലേശ്വരം	ബ്രാഹ്മണൻ
40. ചന്ദ്രശേഖരൻ (ചന്ദ്രൻ)	നീലേശ്വരം	തീയ്യ
41. കുഞ്ഞമ്പുകിഴക്കേ മഠത്തിൽ	നീലേശ്വരം	തീയ്യ
42. നീലായി കുഞ്ഞമ്പു	നീലേശ്വരം	തീയ്യ
43. കണിശൻ അമ്പുക്കൻ	നീലേശ്വരം	കണിശൻ
44. താഴത്ത് അമ്പാടി	നീലേശ്വരം	തീയ്യ
45. കാര്യമ്പ ു(വളപ്പാറ)	നീലേശ്വരം	തീയ്യ
46. വണ്ണാത്തൻ ചന്തുകുട്ടി	നീലേശ്വരം	വണ്ണാത്തൻ
47. കൊട്ടൻ മഠത്തിൽ	നീലേശ്വരം	തീയ്യ
48. ചേനൻകുന്നുമ്മൽ കുഞ്ഞിരാമൻ	നീലേശ്വരം	തീയ്യ
49. കണ്ണങ്കയ് ചീയ്യേനി പൊക്കൻ	നീലേശ്വരം	തീയ്യ
50. കൊവ്വൽ അമ്പാടി പണിക്കർ	നീലേശ്വരം	തീയ്യ
51. പള്ളിക്കൽ അബൂബക്കർ	നീലേശ്വരം	മുസ്ലീം
52. കുണ്ടിൽ വീട്ടിൽ അമ്പു	കിനാനൂർ	തീയ്യ
53. കുതിരുമ്മൽ അയമ്മദ്	നീലേശ്വരം	മുസ്ലീം
54. അനേകുന്നത്ത് അമ്പുഞ്ഞി	നീലേശ്വരം	തീയ്യ
55. കണിശൻ ചന്തു	നീലേശ്വരം	കണിശൻ
56. താഴത്ത് കുഞ്ഞമ്പു	നീലേശ്വരം	തീയ്യ
57. മീത്തൽ വീട്ടിൽ രാമൻ		തീയ്യ
58. അനേകുന്നത്ത് പക്കീരൻ	നീലേശ്വരം	തീയ്യ
59. വണ്ണാത്തൻ കണ്ണൻ	ക്ലായിക്കോട്	വണ്ണാത്തൻ
60. കണ്ണൻ	ക്ലായിക്കോട്	തീയ്യ

പ്രതികൾ

വയസ്സ്	തൊഴിൽ	ശിക്ഷ
4	5	6
24	കൃഷി	5 വർഷം കഠിനതടവ്
20	കൃഷി	വധശിക്ഷ
17	കൃഷി	വധശിക്ഷ(മൈന റായതുകൊണ്ട് ഇളവ് ലഭിച്ചു)
25	കൃഷി	വെറുതേ വിട്ടു
38	അധ്യാപനം	വെറുതേ വിട്ടു
33	കച്ചവടം	2 വർഷം കഠിനതടവ്
51	കൃഷി	2 വർഷം കഠിനതടവ്
30	അധ്യാപനം	വെറുതേവിട്ടു
19	കാലി വളർത്തൽ	വെറുതേവിട്ടു
21	തൊഴിൽ രഹിതൻ	വെറുതേവിട്ടു
34	കൃഷി	വെറുതേവിട്ടു
26	കൃഷി	2 വർഷം കഠിനതടവ്
24	കൃഷി	വെറുതേവിട്ടു
33	ജോത്സ്യൻ	വെറുതേവിട്ടു
44	കൃഷി	2 വർഷം കഠിനതടവ്
27	കൃഷി	വെറുതേവിട്ടു
22	തൊഴിൽ രഹിതൻ	വെറുതേവിട്ടു
16	കൃഷി	3 വർഷം ദുർഗുണപരിഹാര പാഠശാലയിലേക്ക് അയച്ചു
23	കൃഷി	വെറുതേവിട്ടു
53	കൃഷി	2 വർഷം കഠിനതടവ്
35	കൃഷി	വെറുതേവിട്ടു
22	കച്ചവടം	വധശിക്ഷ
20	കൃഷി	വെറുതേവിട്ടു
20	തോണിക്കാരൻ	വെറുതേവിട്ടു
25	ടാപ്പിങ്	വെറുതേവിട്ടു
22	ജോത്സ്യം	വെറുതേവിട്ടു
27	കൃഷി	വെറുതേവിട്ടു
18	കച്ചവടം	വെറുതേവിട്ടു
19	കാലി വളർത്തൽ	വെറുതേവിട്ടു
30	കൃഷി	വെറുതേവിട്ടു
39	പൂരക്കളിപരിശീലനം	വെറുതേവിട്ടു

സ: നായനാർ കേസിൽ പ്രതിയാണ്

കയ്യൂർ സമരത്തിൽ നായനാർ പ്രതിയല്ലെന്ന് പറഞ്ഞ് പല പത്രങ്ങളും പല തവണ റിപ്പോർട്ട് കൊടുത്തു. അതു സംബന്ധിച്ച് പുസ്തകം തന്നെ വന്നു. പക്ഷേ, 1941 മെയ് രണ്ടിനും ജൂൺ നാലിനും *മാതൃഭൂമി* പ്രസിദ്ധപ്പെടുത്തിയ റിപ്പോർട്ടുകൾ അതേപടി നിൽക്കുന്നു.

1941 മെയ് രണ്ടിന്റെ *മാതൃഭൂമി* ഇങ്ങനെ റിപ്പോർട്ട് ചെയ്തു- *കയ്യൂർ കൊലക്കേസിൽ ഇനി പിടികിട്ടുവാനുള്ള വി.വി. കുഞ്ഞമ്പു (മലബാർ ഡിസ്ട്രിക്ട് ബോർഡ് മെമ്പർ), ഇ. കെ. നായനാർ (കല്ല്യാശ്ശേരി), വേങ്ങയിൽ മാലിങ്കൻ (കിണാവൂർ), അമ്പാടിക്കുഞ്ഞി (കയ്യൂർ) മുതലായവരെ പിടികിട്ടായ്കയാൽ അവരുടെ ഇളകുന്ന സ്വത്തുക്കൾ ജപ്തി ചെയ്യുവാൻ ഹൊസ്ദുർഗ്ഗ് മജിസ്ട്രേറ്റ് കല്പന പുറപ്പെടുവിച്ചിരിക്കുന്നു.*

1941 ജൂൺ നാലിന്റെ *മാതൃഭൂമി* റിപ്പോർട്ട് ഇങ്ങനെ പറയുന്നു. കയ്യൂർ കൊലക്കേസ് പ്രതികളുടെ പേർ വിവരം.നീലേശ്വരം, ജൂൺ-2 *കയ്യൂർ കൊലക്കേസിലെ പ്രതികളെ മെയ് 30 വരെയായിരുന്നു റിമാന്റിൽ വെച്ചിരുന്നത്. റിമാന്റിന്റെ കാലാവധി ഇപ്പോൾ ജൂൺ 9 വരെ നീട്ടിയിരിക്കുന്നു. കയ്യൂർ കൊലക്കേസിൽ ആകെ 61 പ്രതികളാണുള്ളത്. പ്രതികളുടെ പേർ വിവരങ്ങൾ താഴെ ചേർക്കുന്നു.*

1) മഠത്തിൽ അപ്പു, 2) വി.വി. കുഞ്ഞമ്പു, ബി. എ.,കരിവെള്ളൂർ 3) ഇ.കെ. നായനാർ, കല്ല്യാശ്ശേരി, 4) പയ്യൻ കേളുനായർ...

പ്രതികളിൽ മൂന്നാമത്തെയും 28-ാമത്തെയും (വേങ്ങയിൽ മാലിങ്കൻ, കിണാവൂർ) ആളുകളെ ഒഴിച്ച് ബാക്കി എല്ലാവരെയും പോലീസിന് പിടികിട്ടിയിരുന്നു. 52- ാമത്തെ പ്രതി അവ്വക്കർക്ക് മാത്രമേ ഇതിൽ 302-ാം വകുപ്പ് ബാധിക്കുന്നുള്ളൂ. ബാക്കി 60 പ്രതികളുടെ പേരിൽ ഇന്ത്യൻ ശിക്ഷാ നിയമം. 148,149 എന്നീ വകുപ്പുകളാണ് ചാർജ് ചെയ്തിട്ടുള്ളത്...

കയ്യൂരിന്റെ സ്ത്രീപർവ്വം

കയ്യൂർ നടത്തിയ ചെറുത്തുനിൽപ്പിൽ സ്ത്രീകളുടെ സജീവ പങ്കാളിത്തമുണ്ടായിരുന്നു. കൊടകരവളപ്പിൽ ചെമ്മരത്തി അരിവാളും നാടൻ തോക്കും ഉപയോഗിക്കാനറിയാവുന്ന സഖാവായിരുന്നു. ഒളിവിലെ സഖാക്കളുടെ ചുമതല അവർക്കായിരുന്നു. കയ്യൂർ സംഭവത്തിന് ശേഷം നാട്ടിലുള്ള ആണുങ്ങളെ മുഴുവൻ അറസ്റ്റുചെയ്യുകയും എം എസ് പിക്കാർ കൃഷി നശിപ്പിക്കുകയും ചെയ്തപ്പോൾ ചെമ്മരത്തിയുടെ നേതൃത്വത്തിൽ സ്ത്രീകൾ സംഘടിപ്പിച്ച പ്രതിരോധം ചരിത്രത്തിലെ ഉജ്ജ്വല അധ്യായമാണ്. കോയിത്താറ്റിൽ പാറു, ടി.വി. കൊറുമ്പി, മണത്തിൽ മാണിക്കം, പൊടവര ചിരുതേയി തുടങ്ങിയവരുടെ പേരുകൾ കയ്യൂരിന്റെ എഴുതാത്ത ചരിത്രത്തിൽ ജ്വലിച്ചുനിൽക്കുന്നു. ഗ്രാമമാകെ പോലീസ് വലയത്തിലാകുകയും മൃഗീയമായ നരവേട്ട ആരംഭിക്കുകയും ചെയ്തതോടെ പലരെയും പോലീസ് അറസ്റ്റുചെയ്യുകയും നിരവധിപേർ ഗ്രാമം വിടു

കയും ചെയ്തപ്പോൾ കയ്യൂരിലെ സ്ത്രീകളാണ് കമ്മ്യൂണിസ്റ്റ് പ്രസ്ഥാനത്തെ ഉൾക്കരുത്തോടെ സംരക്ഷിച്ചത്. സ: ജോഷിയുൾപ്പടെയുള്ള പാർട്ടി നേതാക്കൾ കയ്യൂരിലേക്ക് വന്നപ്പോൾ തിരുമുമ്പിന്റെ സഹധർമ്മിണി കാർത്യായനിക്കുട്ടിയമ്മയും അവരോടൊപ്പമുണ്ടായിരുന്നു. കൊടക്കാട് സമ്മേളനത്തിലും മറ്റും സജീവമായ പങ്കാളിത്തം വഹിച്ചവരാണ് കാർത്യായനികുട്ടിയമ്മ.

പ്രോസിക്യൂഷൻ സാക്ഷികൾ

1. ഡോ. സീതാരാമ റാവു(സബ് അസിസ്റ്റന്റ് സർജൻ)
2. കെ. അച്ചുത വാര്യർ
3. ടി. ചിണ്ടൻ നായർ
4. കെ. കുഞ്ഞമ്പു പൊതുവാൾ
5. കണ്ടൻകോരൻ പണിക്കർ
6. കെ. കോരൻ
7. ചണ്ടാലത്ത് കാരിക്കുട്ടി
8. കടവത്ത് കണ്ണൻ
9. തണ്ടാലത്ത് അമ്പാടി
10. രൈരുനായർ
11. ബി. രാമണ്ണ നായക്(ഫോറസ്റ്റ് ഗാർഡ്)
12. കുഞ്ഞിപൊരയിൽ അമ്പാടി
13. പുതിയപുരയിൽ അമ്പാടി
14. കരുപ്പത്ത് ബെൽത്തമ്പാടി
15. അമ്പാടി എന്ന ചമിണിയൻ
16. കാഴങ്കൽ ചന്തൻ
17. കറുവൻ
18. തൊട്ടിലവളപ്പിൽ കണ്ണണൻ
19. പൊക്കവെളപ്പിൽ ചിരുവണ്ടൻ
20. കല്ലായി അമ്പൂഞ്ഞി
21. പ്രാക്കാവിൽ അഹമ്മദ് കുഞ്ഞി
22. പറമ്പത്ത് ഇബ്രായിൻ
23. കെ. കേളപ്പൻ നമ്പ്യാർ (ക്ലർക്ക്, സബ് മജിസ്ട്രേറ്റ് കോടതി, ഹോസ്ദുർഗ്ഗ്)
24. കെ. അസീസുദ്ദീൻ(ഡെസ് വാച്ചർ)
25. കോട്ടപ്പുറം പയേപ്പാട്ടില്ലത്ത് അബ്ദുൾ റഹിമാൻ
26. എൻ.പി. റോഡ്രിഗ്സ് (ഹെഡ് കോൺസ്റ്റബൾ 519)

കയ്യൂർ രക്തസാക്ഷികൾ

മഠത്തിൽ അപ്പു

കയ്യൂരിലെ ദരിദ്ര കർഷക കുടുംബത്തിൽ 1917 ൽ അപ്പു ജനിച്ചു. അച്ഛൻ മഠത്തിൽ അമ്പാടി അന്തിത്തിരിയൻ, അമ്മ ചിരുത; ചെറുപ്പത്തിലേ ധീരനും സാഹസികനുമായിരുന്ന അപ്പു കയ്യൂർ കേസിൽ ഒന്നാം പ്രതിയായിരുന്നു. കയ്യൂർ എൽ.പി സ്കൂളിൽനിന്നു പ്രാഥമിക വിദ്യാഭ്യാസം നേടിയ അപ്പു കളരിപ്പയറ്റും അഭ്യസിച്ചിരുന്നു. പഠനശേഷം കൃഷിയും കച്ചവടവുമായി കഴിഞ്ഞു കൂടുന്നതിനിടയിലാണ് നാട്ടിൽ കോൺഗ്രസും അഭിനവ ഭാരത യുവക് സംഘവും കർഷക സംഘവും മറ്റും ഉടലെടുത്തത്. അവയിലെല്ലാം അംഗമായ അപ്പു സഹജമായ ചുറുചുറുക്കും കർമകുശലതയുംകൊണ്ട് വളരെ വേഗത്തിൽ സജീവ പ്രവർത്തകനായി മാറി. കയ്യൂർ കോൺഗ്രസ് കമ്മിറ്റിയുടെ ആഭിമുഖ്യത്തിൽ സംഘടിപ്പിച്ച വളണ്ടിയർ പരിശീലന ക്യാമ്പിൽ പങ്കെടുത്തത് ജീവിതത്തിൽ വഴിത്തിരിവായി. എല്ലാ ബഹുജന സംഘടനകളുടേയും മുൻനിര പ്രവർത്തകനായി അപ്പു വളർന്നു. 1939 ൽ കമ്മ്യൂണിസ്റ്റ് പാർട്ടി അംഗമായി. 1941 മാർച്ച് 26–ന് രാത്രി അപ്പുവിന്റെ പുഴവക്കത്തെ ചായക്കടയിലേക്കാണ് ഹോസ്ദുർഗ്ഗ് എസ്. ഐ നിക്കോളാസിന്റെ നേതൃത്വത്തിലുള്ള പോലീസ് സംഘം ആദ്യമെത്തിയത്. അവിടെ കിടന്നുറങ്ങുകയായിരുന്ന അപ്പുവട

ക്കമുള്ള വളണ്ടിയർമാരെ പോലീസ് മൃഗീയമായി തല്ലിച്ചതച്ചു. പോലീസുകാരുമായി മൽപിടുത്തം നടത്തി അപ്പു സഖാക്കളെ രക്ഷിക്കുകയായിരുന്നു. ഈ സംഭവത്തിൽ അപ്പുവിന്റെ തലയ്ക്ക് സാരമായി മുറിവേറ്റു. അപ്പു മൂന്നു തവണ വിവാഹം കഴിച്ചിരുന്നു. പയ്യങ്കുളത്തെ അമ്പുവിന്റെ മകൾ വെള്ളച്ചിയെയാണ് ആദ്യം വിവാഹം കഴിച്ചത്, ഈ ബന്ധം അഞ്ചോ ആറോ മാസമേ ഉണ്ടായിരുന്നുള്ളൂ. പിന്നീട് രക്തസാക്ഷി ചിരുകണ്ടന്റെ സഹോദരി പാറുവിനെ വിവാഹം കഴിച്ചു. ഈ ദാമ്പത്യവും അതികകാലം നീണ്ടുനിന്നില്ല. പൊടോത്തുരുത്തിയിലെ വെള്ളച്ചിയാണ് മൂന്നാം ഭാര്യ. കയ്യൂർ സംഭവം നടക്കുമ്പോൾ ഇവരായിരുന്നു അപ്പുവിനൊപ്പം. മഠത്തിൽ കുഞ്ഞിരാമൻ, ഏറുവാടി എന്നിവർ സഹോദരങ്ങൾ.

കോയിത്താറ്റിൽ ചിരുകണ്ടൻ

1922 ൽ പാവപ്പെട്ട കർഷക കുടുംബത്തിലാണ് ജനനം. അമ്മ കോയിത്താറ്റിൽ ചിരുതക്കുഞ്ഞി. രക്തസാക്ഷി അപ്പുവിന്റെ ഉറ്റതോഴനും സന്തതസഹചാരിമായിരുന്നു ചിരുകണ്ടൻ. കയ്യൂർ സ്കൂളിൽനിന്ന് പ്രാഥമിക വിദ്യാഭ്യാസം പൂർത്തിയാക്കിയ ശേഷം കാർഷിക വൃത്തിയുമായി കഴിഞ്ഞു വന്ന ചിരുകണ്ടനെ പൊതുപ്രവർത്തനരംഗത്തേക്ക് നയിച്ചതും അപ്പുവുമായുള്ള ഈ ആത്മബന്ധം തന്നെ. കോൺഗ്രസ്, അഭിനവ ഭാരത യുവക് സംഘം, കർഷക സംഘം എന്നിവയിൽ അംഗമായ ചിരുകണ്ടൻ വളണ്ടിയർ പരിശീലനവും നേടി. 1939 ൽ കമ്യൂണിസ്റ്റ് പാർട്ടിയിൽ അംഗമായി. 1941 മാർച്ച് ആദ്യം റവന്യൂ ഇൻസ്പെക്ടറുടെ അപ്രീതിക്കിരയായ, പ്രസിദ്ധമായ പ്രകടനത്തിന് മുൻകൈ എടുത്തത് ചിരുകണ്ടനായിരുന്നു. ഇതേ തുടർന്ന് മറ്റു അഞ്ചുപേരോടൊപ്പം രാജ്യരക്ഷാറൂൾ പ്രകാരം കേസിൽ പ്രതിയായി. ഈ കേസിലെ പ്രതികളെ അറസ്റ്റ് ചെയ്യാനാണ് മാർച്ച് 26-ന് രാത്രി ഹോസ്ദുർഗ്ഗ് എസ്. ഐ നിക്കോളാസും സംഘവും കയ്യൂരിലെത്തിയത്. കയ്യൂർ കേസ് വിചാരണയ്ക്കിടെയായിരുന്നു ഈ കേസിന്റേയും വിചാരണ. ഇതിൽ രണ്ടു വർഷത്തെ തടവു ശിക്ഷ കിട്ടി. കയ്യൂർ കേസിൽ 31-ാം പ്രതിയായിരുന്നു. പിടിയിലായ ശേഷം ഏറ്റവും കൂടുതൽ പോലീസ് മർദ്ദനം ഏൽക്കേണ്ടി വന്നതും ചിരുകണ്ടനായിരുന്നു. ക്രൂരമായ മർദ്ദനം മൂലം 1943 മാർച്ച് 29-ന് തൂക്കിലേറ്റുന്നത് വരേയും സഖാവിന് വിട്ടുമാറാത്ത അസുഖമായിരുന്നു. പുന്നാരത്ത് കുഞ്ഞിപ്പെണ്ണിനെ വിവാഹം ചെയ്തിരുന്നെങ്കിലും അധിക കാലം ഈ ബന്ധം നിലനിന്നില്ല.

പൊടോര കുഞ്ഞമ്പുനായർ

കയ്യൂരിനടുത്ത ക്ലായിക്കോട് 1911–ലാണ് കുഞ്ഞമ്പു നായർ ജനിച്ചത്. അച്ഛൻ കുറുവാടൻ ചന്തൻ നായർ, അമ്മ പൊടോര ചിരുതേയി അമ്മ. ആറുമക്കളിൽ രണ്ടാമനായിരുന്നു കുഞ്ഞമ്പു നായർ. കയ്യൂർ കേസിൽ 13–ാം പ്രതി ജ്യേഷ്ഠം സഹോദരൻ പൊടോര കേളുനായർ കേസിൽ 11–ാം പ്രതിയായിരുന്നു. 1931 –32 ൽ ജ്യേഷ്ഠനോടൊപ്പം കള്ള് ഷാപ്പ് പിക്കറ്റിങ്ങിൽ പങ്കെടുത്താണ് കുഞ്ഞമ്പു നായർ പൊതു രംഗത്തേക്ക് വന്നത്. കോൺഗ്രസിലൂടെ, കർഷക സംഘത്തിലൂടെ, കമ്മ്യൂണിസ്റ്റ് പാർട്ടിയുടെ ഉശിരൻ പ്രവർത്തകനായി മാറുകയായിരുന്നു. കള്ളുഷാപ്പ് പിക്കറ്റിങ്ങിൽ പങ്കെടുത്തതിനെതുടർന്ന് അധികൃതർ കള്ള കേസിൽ കുടുക്കി പീഡിപ്പിച്ചതിനാൽ ഈ കുടുംബം സാമ്പത്തികമായി തകർന്നു. അങ്ങനെ എളേരിയിൽ പോയി പുനംകൃഷി നടത്തി കുടുംബം പോറ്റാൻ നിർബന്ധിതനായി. ഒടുവിൽ അവിടെതന്നെ താമസമായി. എളേരി മലയോരങ്ങളിൽ കോൺഗ്രസ്സും കർഷക പ്രസ്ഥാനവും കെട്ടിപ്പടുക്കുന്നതിൽ അദ്ദേഹം ത്യാഗനിർബരമായ പ്രവർത്തനം നടത്തി. കയ്യൂർ കേസിന് കാരണമായ പ്രകടനത്തിൽ കുഞ്ഞമ്പുനായർ പങ്കെടുത്തിരുന്നില്ല. പ്രകടനത്തിന് അഭിമുഖമായി വന്ന ചെറുസംഘത്തിലായിരുന്നു അദ്ദേഹം. കള്ള സാക്ഷി പറയിച്ച് ശിക്ഷിക്കുകയായിരുന്നു. സി.പി.ഐ നേതാവായ പി.എ.നായരുടെ അമ്മ മാണിയമ്മ, പോടോരകുഞ്ഞിരാമൻ നായർ, പൊടോര ചാത്തുനായർ, കാഞ്ഞങ്ങാട്ടെ അഭിഭാഷകൻ പി.കെ.നായർ എന്നിവരാണ് കുഞ്ഞമ്പു നായരുടെ മറ്റ് സഹോദരങ്ങൾ.

പള്ളിക്കാൽ അബൂബക്കർ

നീലേശ്വരം പാലായിൽ 1918 ലാണ് അബൂബക്കർ ജനിച്ചത്. അങ്ങേയറ്റം ദരിദ്രമായ കുടുംബം, ഉമ്മ കുഞ്ഞാമിന. കൂലിവേല എടുത്താണ് കുടുംബം പോറ്റിയിരുന്നത്. അബൂബക്കറിന് രണ്ടു അനുജന്മാരുണ്ടായിരുന്നു. കർഷകതൊഴിലാളിയായി ജീവിതം ആരംഭിച്ച അബുബക്കർ പാലായിൽ എൻ.കെ.കുട്ടൻ, ചന്തു ആപ്പീസർ എന്നിവരുടെ നേതൃത്വത്തിൽ

ആരംഭിച്ച വളണ്ടിയർ ക്യാമ്പിലൂടെ കോൺഗ്രസ്സുമായും കർഷകസംഘവുമായും ബന്ധപ്പെടുകയായിരുന്നു. തുടർന്ന് കമ്മ്യൂണിസ്റ്റ് പാർട്ടി പ്രവർത്തകനായി. നിയമവിരുദ്ധ പ്രവർത്തനങ്ങളിൽ സമർത്ഥനായിരുന്ന അബുബക്കർ മികച്ച സംഘാടകനുമായിരുന്നു. ടി.എസ്.തിരുമുമ്പിന്റെ നേതൃത്വത്തിൽ 1938 ൽ മംഗലാപുരത്തേക്ക് നടത്തിയ കർഷക ജാഥയിൽ അബൂബക്കർ അംഗമായിരുന്നു. 1941 ലെ പാലായി വിളകൊയ്ത്തു കേസിൽ പ്രതിയായ അബൂബക്കറെ തടവിന് ശിക്ഷിച്ചെങ്കിലും പിന്നീട് ശിക്ഷ റദ്ദാക്കി. കയ്യൂർ കേസിൽ 51–ാം പ്രതിയായിരുന്നു.

ജയിലിൽ നിന്നുള്ള കത്തുകൾ

കയ്യൂർ സമരത്തെത്തുടർന്ന് അറസ്റ്റ് ചെയ്യപ്പെടുകയും ജയിലിൽ അടയ്ക്കപ്പെടുകയും ചെയ്ത പ്രവർത്തകർ ജയിൽവാസം എങ്ങനെ അനുഭവിച്ചുവെന്ന് നമുക്ക് വലിയ അറിവില്ല. ആത്മവിശ്വാസത്തോടെ പ്രതിസന്ധികളെ തരണം ചെയ്തോ അതോ നിരാശരായിത്തീർന്നോ? സഹതടവുകാരോടും വീട്ടുകാരോടും ബന്ധം പുലർത്തുന്നതിൽ അവർ വൈമനസ്യം പ്രകടിപ്പിച്ചുവോ എന്നതും പ്രധാനമാണ്. ജയിലിൽ നിന്നുള്ള കത്തുകൾ ഇത് സൂചിപ്പിക്കുന്നു. ജയിലിൽ കഴിഞ്ഞവരെല്ലാം ആത്മവിശ്വാസത്തോടെയാണ് എല്ലാം അഭിമുഖീകരിച്ചതെന്ന് നാം മനസ്സിലാക്കുന്നു. ജയിൽ കുറിപ്പുകൾ വളരെ പ്രധാനപ്പെട്ടതാണ്. ഇറ്റാലിയൻ കമ്മ്യൂണിസ്റ്റ് പാർട്ടി നേതാവും മാർക്സിസ്റ്റ് ചിന്തകനുമായ അന്റോണിയോ ഗ്രാംഷി മാർക്സിസത്തെയും സംസ്കാരത്തെയും സംബന്ധിച്ച് വികസിപ്പിച്ചെടുത്ത ആശയങ്ങൾ ലോകമറിഞ്ഞത് തന്റെ നീണ്ട കാരഗൃഹ വാസകാലത്ത് ജയിലിൽ നിന്നെഴുതിയ കുറിപ്പുകളിലൂടെയാണ്. അത്തരത്തിലുള്ള ദാർശനികമായ കത്തുകളല്ല കയ്യൂർ സഖാക്കൾ അയച്ചത്. അവരുടെ കുറിപ്പുകൾ ജീവിതത്തെ കുറിച്ചുള്ളതാണ്. ജയിലിൽ നിന്നുള്ള കുറിപ്പുകൾ അവരുടെ മനോഭാവങ്ങളിലേക്ക് വിരൽ ചൂണ്ടുന്നു. കത്തുകൾ കാലത്തേയും വ്യക്തിയേയും ചരിത്രത്തിൽ അടയാളപ്പെടുത്തുന്നു. കയ്യൂർ സഖാക്കളിൽ ചിലരെഴുതിയ കത്തുകളും സ: കൃഷ്ണപിള്ള *ദേശാഭിമാനി*യിലെഴുതിയ ചില കത്തുകളും ചുവടെ ചേർക്കുന്നു.

1. കുറവാടൻ കൃഷ്ണൻനാർ അമ്മയ്ക്ക് എഴുതിയ കത്ത്

ശ്രീ 7-12-1941

മംഗാലാപുരം

സുഖമെന്നു കരുതി സന്തോഷിക്കുന്നു. കേസിന്റെ ആവശ്യാർത്ഥം ചില രേഖകൾ ഹാജരാക്കേണ്ടതാകയാൽ വാര്യരുടെ മറുപടി ഉടനെ പകർത്തെടുത്ത് ഉടനെ അയക്കണം. ലേശം മാത്രം ഉപേക്ഷ ചെയ്യരുത്. ചൂരിക്കാടൻ ചന്തന്റെ അടുക്കൽ പുറ്റക്കാട്ടെ വകയായി മണ്ണെടുപ്പി ക്കേണ്ടുന്ന രേഖകൾ അവർ തന്നത് ചന്തന്റെ അടുക്കൽ ഉണ്ട്. അച്ച്യുത വാര്യരെ പറ്റി താലൂക്കിൽ നിന്നുമെടുക്കേണ്ടുന്ന രേഖയുടെ ചിലവ് എല്ലാ വരോടും പറഞ്ഞ് എടുപ്പിക്കാൻ ശ്രമിക്കേണം. കേസിനെ പറ്റിയും മറ്റും ഇത്ര പേർക്ക് എത്ര ഉറുപ്പിക ചെലവായിട്ടുണ്ട് ?. കിഴക്കേ പണി കഴി ഞ്ഞിട്ടുണ്ടോ ? കൃഷിപ്പണിയെല്ലാം ന്യായമായി പ്രവർത്തിച്ചിട്ടുണ്ടെന്നും കേട്ടു. ചെയ്തുകൊണ്ട് എല്ലാ സംഗതിക്കും ഒരു മറുപടി ഉടനെ അയച്ചു തരികയും വേണം. സെഷ്യസ്സിൽ കേസ് 1.12.41 മുതൽ ആരംഭിച്ചു. മൊഴ ക്കോത്തെ സാക്ഷികളെല്ലാം തീരെ കളവ് തന്നെയാണ് പറഞ്ഞത്. സത്യം ജയിക്കും എന്നുള്ള സമാധാനത്തോടുകുടി മനഃസമാധാനം ചെയ്യുന്നു. വാര്യരെ പറ്റിയുള്ള രേഖകൾ പകെർത്തെടുക്കുന്നതിൽ ഒട്ടും ഉപേക്ഷ വരുത്തരുത് എന്നു വീണ്ടും അറിയിച്ചുകൊണ്ട് നിർത്തുന്നു. പകർത്തെടുത്ത രേഖകളെയെല്ലാം ഉടനെ വരുന്നവരുടെ കൈയിൽ അയ ക്കുവാൻ താമസിക്കരുത്. കണിശൻ എന്നവർ എന്റെ അടുക്കൽനിന്നും ജയിലിലേക്ക് പണം കൊടുക്കുന്ന രശീതിയും കയനി അപ്പുവിന്റെ അടു ക്കൽ നിന്നും പടിഞ്ഞാറേ പറ എന്റെ അമ്മ രശീട്ട് കൊണ്ടുകൊടുക്കാൻ സമ്മതിച്ചു. കിട്ടിയ രശീതിയും യുദ്ധഫണ്ടിലേക്കുള്ള രശീതിയും തെര ഞ്ഞെടുത്ത് ഇങ്ങോട്ട് വരുന്നവരുടെ കൈയിൽ അയക്കുവാൻ പറയണം. പൂന്തോടൻ കണ്ണങ്കോട് വാര്യരുടെ രേഖ പകർത്തെടു (കത്ത്) ക്കാൻ വരും.

ക്ലായിക്കോട് ഗ്രാമത്തിൽ മൊഴക്കോത്ത്
താമസിക്കും കുറുവാടൻ പാർവതി
അമ്മക്ക് കൊടുക്കാൻ
X നീലേശ്വരം SK

2. കുറവാടൻ കൃഷ്ണനായർ അമ്മയ്ക്ക് വീണ്ടും എഴുതുന്നു

ശ്രീ 18.6.41

അമ്മ വായിച്ചറിയുവാൻ മക്കൾ കൃഷ്ണൻ നായർ എഴുതി അറി യിക്കുന്നത് . ഞങ്ങൾ വന്നതിന്റെ ശേഷം നിങ്ങളോട് വിവരം പറയാത്ത തിൽ വ്യസനിക്കുന്നു. കണ്ടക്കോരൻ തരുവാനുള്ള പൈസ വക ഉറു പ്പിക ഏഴും കാവുതീയൻ രാമൻ തരുവാൻ നിശ്ചയിച്ച പത്തു ഉറുപ്പി

കയും പലിശയും വാങ്ങണം. കേസ് വാദിക്കുന്ന കാര്യത്തിൽ അമാന്തം കാണിക്കരുത്. കുറുവാടൻ ചന്തൻ കാരണവരെ കൂക്കോട്ട് അമ്പുക്കന്റെ അടുക്കൽ അയച്ചു എല്ലാവരോടും കൂടി മേടിക്കുന്ന പ്രകാരം ചെലവ് ചെയ്യണം. പണത്തിന്റെ കാര്യത്തിൽ മനിയേരി കേളുമൂപ്പരുമായി ഏൽപ്പിച്ച വക കണ്ടക്കോരന്റെ കൈയിൽ ആവശ്യാർത്ഥം പണം ഉണ്ടാക്കിച്ചു തരുവാൻ മൂപ്പരോട് പറഞ്ഞു വാങ്ങിക്കണം. തല്ക്കാലം നിവൃത്തിക്കുവാനും വല്ല പാടങ്ങളും പണയം വെച്ചിട്ടെങ്കിലും ഇരുപഞ്ച് ഉറുപ്പിക ഒരുക്കി വെക്കണം. പ്രായമായ ഏട്ടന്റെ കൈയിൽ മാത്രമേ കൊടുക്കാവൂ. കുന്നുമ്മൽ കണ്ടക്കോരന്റെ പണം ഉടനെ നിങ്ങൾക്ക് കൊണ്ടു തരുന്ന വിവരം അറിയാൻ കണ്ണൂരിലേക്ക് പോലീസ് ചെയ്തതിനെപ്പറ്റിയും കൊണ്ടുപോയ കടലാസുകളുടേയും വിവരം അന്വേഷിക്കുന്ന കമ്മിറ്റി മുമ്പാകെ അറിയിക്കണം. രണ്ട് പ്രോനോട്ടും പത്ത് ഉറുപ്പികയും പോയത് പ്രത്യേകം പറയണം. വീട്ടിൽ സമാധാനം പോയതും പറയണം. കൃഷിക്കാര്യത്തിൽ എന്തെന്നില്ലാത്ത നഷ്ടങ്ങൾ വന്നിട്ടും വിവരം അറിയിക്കുന്ന കാര്യം, എല്ലാവരുടെ വാഴയുടെ സ്ഥിതിയും ഉൾക്കൊള്ളിച്ചതുമായ ഒരു മറുപടി അറിയിക്കണം. നാട്ടുകാരോട് എന്റെ കാര്യം മാത്രം അറിയിക്കണം. മഴകൊണ്ട് നാട്ടിൽ മുഴുവൻ നഷ്ടവും അറിയാനായി. പെരിയാരത്ത് രാമൻ നായരുടെ സുഖവിവരം എഴുത്തിൽ കാട്ടണം. പല പ്രവൃത്തിയും നടത്തിയിട്ടുള്ളതായി അറിയിക്കണം. എല്ലാ സഹായത്തിനും കുറുവാടൻ കുഞ്ഞാതയും കൃഷ്ണനേയും പ്രമാണം ഏൽപ്പിക്കണം.

കൃഷ്ണൻ നായർ, സബ് ജയിൽ
ലാക്കോല് –മംഗലാപുരം

3. കുറുവാടൻ കൃഷ്ണൻനായർ അമ്മയ്ക്ക് എഴുതിയ കത്ത്

ശ്രീ 7.10.41

മംഗലാപുരം സബ്ജയിൽ

എന്റെ അമ്മ വായിച്ചറിയുവാൻ മകൻ കൃഷ്ണൻ എഴുതിയത്. നിങ്ങൾ ഇതിനിടയിൽ അയച്ച കത്തുകൾ വായിച്ചു. വിവരം അറിഞ്ഞതിൽ സന്തോഷിക്കുന്നു. കത്തിൽ പ്രസ്താവിച്ച പ്രകാരമുള്ള ഒരു ബന്ധു ഉണ്ടെങ്കിൽ ഇന്നുനിലയൊന്നും വന്നുചേരുക ഇല്ലായിരുന്നു. പൊടോരുത്തിന്ന് തരുവാനുള്ള 57 പറ നെല്ലും രണ്ട് കൊല്ലത്തെ പൊലുവും വാങ്ങണം. മൊയ്തീൻകുട്ടിയുടെ കൈയിൽനിന്ന് വാങ്ങേണ്ടത് 6 അണ 6 പൈസയാണ്. അതിൽ 5 ക.കൂട്ടി പശുവിനെ മടക്കികൊടുത്തു എന്നു കണ്ടു. ബാക്കി 1 അണ 6 പൈസ നിങ്ങൾ തന്നെ വാങ്ങണം. നാപ്പയിൽ കണ്ടക്കോരന്റെ കൈയിൽനിന്ന് വരവ് കാഴ്ച എനി 13ക 2 ണ വരുവാനുണ്ടെന്നതും വാങ്ങണം. പൂട്ടുവാൻ കാലികളെ വാങ്ങിയിട്ടുണ്ടോ , എല്ലാ വിവരത്തിനും മറപടി അയക്കുക. എരുതിനെ ചുമലൊക്കുന്ന വിധത്തിലായിരിക്കണം എരുതിനെ വാങ്ങുന്നത്. ചുരിക്കാടൻ കുഞ്ഞമ്പുവിന് 15

വിത്ത് കൊടുത്തിട്ടുണ്ട്. അതിന് നെല്ലും 6 പൊലുവും തരുവാനാണ് നിശ്ചയം. അതിൽ 2 അണ അവിടെ കൊടുക്കണം. പൊടോരത്ത്ന്ന് 7 അണയും കിട്ടാനുണ്ട്. ഇത് ചാമയുടെ വകയാണ്. മുമ്പ് കേളുജ്യേഷ്ഠൻ എഴുതിയ കത്തിൽ എല്ലാം അതിശയോക്തികളായ വാചകങ്ങൾ കണ്ടു. എല്ലാവരും ചിരിച്ചു. അതിന്റെ യഥാർത്ഥമൊന്നും മനസിലാക്കുന്നില്ല. ഞങ്ങൾക്ക് 3 പേർക്കും 3 മുണ്ടും 3 ഷർട്ടും അയച്ചു തരണം. മേൽസംഗതികളെല്ലാം വേണ്ടവിധത്തിൽ നിറവേറ്റുക. മറുപടി അയക്കുക. കൃഷ്ണൻ നായർ

ക്ലായിക്കോട് ഗ്രാമത്തിൽ
മൊഴക്കോത്ത് താമസിക്കും
കുറുവാടൻ പാർവ്വതി
അമ്മക്ക് കൊടുക്കാൻ
X നീലേശ്വരം

4. കെ.പി. വെള്ളൂങ്ങ അച്ഛന് അയച്ച കത്ത്

ശ്രീ 9.1. 42

മംഗലാപുരം സബ്ജയിൽ

അച്ഛൻ വായിച്ചറിയുവാൻ മകൻ വെള്ളുങ്ങ അറിയിക്കുന്നത്. എന്തെന്നാൽ കേസ് വിചാരണ കഴിയാറായി. എനി മൂന്ന് സാക്ഷികളെ വിചാരണ ചെയ്യ്വാൻ ബാക്കിയുള്ളതെന്നും നാളെയുംകൊണ്ട് കഴിയും. പിന്നീട് വാഗ്വാദം ഒരാഴ്ചയ്ക്കകം കഴിയും. വാഗ്വാദം കഴിഞ്ഞാൽ ഉടനെ വക്കീലിന് പോകുന്നതിന് മുമ്പായി വക്കീലർക്ക് നിശ്ചയിച്ചപ്രകാരമുള്ള ഉറുപ്പിക മുഴുവൻ കൊടുക്കണം. ഈ വിവരം വക്കീലർ എന്നോട് പറഞ്ഞിരിക്കുന്നു. വക്കീലർക്ക് എത്ര ഉറുപ്പിക കൊടുക്കാൻ നിശ്ചയിച്ചു എന്നും ഞാൻ അറിയുകയില്ലല്ലോ. എന്താണ് ഇതിന്റെ രഹസ്യം എന്നു ഞാൻ അറിയുന്നില്ല. അതുകൊണ്ട് ഈ എഴുത്ത് കിട്ടിയ ഉടനെ വക്കീലർക്ക് കൊടുക്കാൻ നിശ്ചയിച്ചിട്ടുള്ള ഉറുപ്പികയോടുകൂടി ഇങ്ങൾ വന്ന് എനക്ക് 63 പണം കൊടുക്കണം. മുമ്പ് കേസിന് പണം കൊടുത്തിട്ടുണ്ടോ ഇപ്പോൾ എത്ര കൊടുത്തു, ഇനി എത്ര കൊടുക്കാൻ ബാക്കിയുണ്ട് എന്ന് ഞാൻ അറിയുന്നില്ല. അതുകൊണ്ട് അതുംകൊണ്ടൊരാൾ ഇങ്ങോട്ട് വരണം. അമ്മയ്ക്കും ശേഷമുള്ളവർക്കും സുഖമെന്ന് കരുതി സന്തോഷിക്കുന്നു. എനിക്കിപ്പോൾ ദേഹത്തിനു സുഖക്കേട് ഒന്നും തന്നെയില്ല.

എന്ന് വെള്ളുങ്ങ
കണ്ടത്തിൽ പുരയിൽ പൊക്കൻ
എന്നവർകൾ, കയ്യൂർ ഗ്രാമത്തിൽ
കയ്യൂര് താമസം
X നീലേശ്വരം SK

5. കെ.പി.വെള്ളൂങ്ങ അച്ഛനും ജ്യേഷ്ഠനും അയച്ച കത്ത്

ശ്രീ

23.4.42

കണ്ണൂർ സെൻട്രൽ ജയിൽ

എന്റെ പ്രിയപ്പെട്ട അച്ഛനും ജ്യേഷ്ഠനും വായിച്ചറിയേണ്ടതിലേക്ക്–

ഇതിനിടെ കുഞ്ഞിപ്പൊക്കനേയും മറ്റും മുഖതാവിൽ കണ്ടപ്പോൾ ഇവിടുത്തെ വർത്തമാനങ്ങളെല്ലാം പറഞ്ഞറിയിച്ചിട്ടുള്ളതാണല്ലോ. കോരൻ മാസ്റ്ററുടെ ശിക്ഷാവിധി ഇന്ന് കഴിയുന്നത് കൊണ്ട് നിങ്ങളെയെല്ലാം ഒന്ന് മുഖതാവിൽ വന്ന് കാണാൻ ഞങ്ങൾ അയാളെ ഏൽപ്പിച്ചിരിക്കയാണ്. എനിക്കും കയ്യൂർ കേസിലെ മറ്റ് ചങ്ങാതിമാർക്കും പറയത്തക്ക യാതൊരു അസുഖങ്ങളുമില്ല. ഈ ജയിൽ ജീവിതത്തെ ആവുന്നതും പ്രയോജനകരമായ നിലയിൽ കഴിച്ചുകൂടുവാൻ ഞാൻ ശ്രദ്ധിക്കുന്നുണ്ട്. ഇംഗ്ലീഷ് പഠിക്കാനാരംഭിച്ചിട്ടുണ്ട്. എതായാലും ഉത്സാഹിച്ചു നോക്കാം. എത്രത്തോളം പലപ്രദമാകുമെന്ന് അനുഭവം കൊണ്ടുതന്നെ അറിയേണ്ടതാണല്ലോ.

വരുന്ന ചൊവ്വാഴ്ച കൊടക്കാട്ന്ന് കോയ്യൻ ഗോവിന്ദനും മറ്റും കൊടക്കാട്ടെ കണ്ണൻ മൂപ്പരേയും കുഞ്ഞിക്കണ്ണനേയും മറ്റും കാണാൻ ഇങ്ങോട്ട് വരുന്നുണ്ടാവും. കൂട്ടത്തിൽ ഈ കോരൻമാസ്റ്ററും ഉണ്ടായിരിക്കും. പല ചെറിയ സൗകര്യങ്ങൾക്കുമായി എനിക്ക് ഇവിടെ ഒരു ചെറിയ സംഖ്യ ആവശ്യമുണ്ട്. 5 (അഞ്ച്) ഉറുപ്പിക ഏത് വിധത്തിലും ഈ കോരൻമാസ്റ്ററുടെ കൈയിൽ ഇന്ന് തന്നെ കൊടുക്കണം. എന്നാൽ ചൊവ്വാഴ്ചയ്ക്ക് ഇവർ കൂടികാഴ്ചയ്ക്ക് വരുമ്പോൾ എനിക്ക് ഇതിനകത്ത് കിട്ടുന്നതായിരിക്കും. അവരുടെ കൈയിൽ കൊടുത്താലാണ് എനിക്ക് ഇവിടെ കിട്ടുക എന്നതൊക്കെ മാസ്റ്റർക്ക് നല്ലപോലെ അറിയാം. അതുകൊണ്ട് എനിക്ക് കിട്ടാതെ നഷ്ടപ്പെടുമെന്ന് ഭയപ്പെടേണ്ട. നിങ്ങളാരും തൽക്കാലം ഇങ്ങോട്ട് വരണ്ട. എനിക്ക് രണ്ടുമാസം കഴിഞ്ഞേ കൂടികാഴ്ച അനുവദിക്കുകയുള്ളൂ. ഈ സംഖ്യ അയക്കുന്ന കാര്യത്തിൽ ഒട്ടും ഉപേക്ഷചെയ്യാതിരിക്കാൻ പ്രത്യേകം അപേക്ഷ.

നിങ്ങൾക്ക് എല്ലാവർക്കും സുഖമാണെന്നറിഞ്ഞതിൽ എനിക്ക് അതിയായ സന്തോഷമുണ്ട്. എന്നെച്ചൊല്ലി നിങ്ങളാരും ദുഃഖിക്കാതിരിക്കണമെന്നേ എനിക്ക് പ്രാർത്ഥനയുള്ളൂ. ഏതായാലും ഈ ശിക്ഷാക്കാലം മുഴുവനും ഇവിടെ തന്നെ കഴിച്ചുക്കൂട്ടേണ്ടിവരുമെന്ന് ഞാൻ വിശ്വസിക്കുന്നില്ല. ലോകത്തിന്റെ സ്ഥിതി അത്രയ്ക്കും മാറിമറഞ്ഞ് കാണുന്നുണ്ട്. അമ്മയെ പ്രത്യേകിച്ചും പറഞ്ഞ് സമാധാനിപ്പിക്കുമല്ലോ.

അധിക വിവരം അടുത്ത കത്തിൽ അറിയിച്ചുകൊള്ളാം. നാട്ടിലെ എല്ലാ വിവരത്തിനും ഒരു മറുപടിക്കുറിപ്പ് ഈ മാസ്റ്ററുടെ കൈവശം കൊടുത്താൽ അത് എനിക്ക് കിട്ടുന്നതായിരിക്കും. ഇന്ന് തന്നെ ഈ സംഖ്യയും കൊടുക്കണം എന്ന പ്രത്യേകം അപേക്ഷയുണ്ട്.

എന്ന് സ്വന്തം

കണ്ടത്തിൽ പൊരയിൽ വെള്ളുങ്ങ.
കണ്ടത്തിൽ പൊരയിൽ പൊക്കനും
മകൻ രാമനും വായിച്ചറിയേണ്ടതിലേക്ക്
കയ്യൂര് ഗ്രാമം

പി. കൃഷ്ണപിള്ളയുടെ കത്തുകൾ

1. *ദേശാഭിമാനി* വാരിക

1945 ഫെബ്രുവരി 25

ആദ്യ കയ്യൂർ നാട്ടിൽനിന്ന് പാർട്ടിഫണ്ട് പിരിവാരംഭിക്കുന്നു. കേരളത്തിൽ കയ്യൂർ സഖാക്കളുടെ നാട്ടിൽനിന്നാണ് ഒന്നാമതായി ഫണ്ട് പിരിവ് തുടങ്ങിയത്. നമ്മുടെ ലക്ഷ്യം നിങ്ങൾ നിറവേറ്റുമെന്നും ജനകീയ ഭരണം സൃഷ്ടിക്കുമെന്നും ഞങ്ങൾക്കുറപ്പുണ്ടെന്ന അന്തിമ സന്ദേശം തന്നതുകൊണ്ടാണ് രണ്ടുകൊല്ലം മുൻപ് കയ്യൂർ രക്തസാക്ഷികൾ അവരുടെ പരമത്യാഗത്തിനൊരുങ്ങിയത്. ആ രക്തസാക്ഷികളുടെ സഹപ്രവർത്തകരും നാട്ടുകാരും തങ്ങളുടെ പാർട്ടിക്കുവേണ്ടി ത്യാഗം ചെയ്യുന്നതിൽ ആർക്കും പിന്നിലാവാൻ ഇടയുണ്ടോ? ഒരിക്കലുമില്ല. ക്ലായിക്കോട് പാർട്ടിശാഖാ സെക്രട്ടറി സ: കുഞ്ഞികൃഷ്ണൻ ഞങ്ങൾക്കെഴുതുന്നു.

3–2–45 ന് ശാഖയുടെ യോഗം കൂടി. കയ്യൂർ സഖാക്കളുടെ വീരപാരമ്പര്യമുള്ള നാട്ടിൽ നിന്നായിരിക്കണം കേരളത്തിൽ ആദ്യമായി പാർട്ടി ഫണ്ട് പിരിവ് തുടങ്ങാൻ എന്നുള്ളവാശിയോടും ഉത്സാഹത്തോടുംകൂടി അന്നുതന്നെ പാർട്ടി ഫണ്ടിനെപ്പറ്റിയാലോചിച്ചു. സഖാക്കൾ ആദ്യം അങ്ങേയറ്റം സ്വന്തം പാർട്ടിക്ക് കൊടുത്തതിന് ശേഷം മാത്രമേ ബഹുജനങ്ങളോട് പിരിക്കാവൂ എന്ന് തീർച്ചപ്പെടുത്തി. അന്നുതന്നെ സഖാക്കൾ സ്വന്തം സംഭാവനകൾ രേഖപ്പെടുത്തി. 12 സഖാക്കൾ 18 ക. 8ണയും അഞ്ചനുഭാവികൾ 4ക 4 ണയും സാധാരണ കൃഷിക്കാർ 1 ക. 10 ണയും തന്നു. 11–2–45 ന് കൂടിയ ശാഖായോഗത്തിൽ ഇതെല്ലാം ശേഖരിച്ച് 12–ാം തീയതി തന്നെ സംസ്ഥാനക്കമ്മിറ്റിക്ക് മണിയോർഡർ അയച്ചു. നാടിന്റെ നാനാഭാഗത്തും പാർട്ടി ഫണ്ടിനെപ്പറ്റി സഖാക്കൾ സംസാരിക്കാൻ തുടങ്ങിയിട്ടുണ്ട്.

പാർട്ടി സഖാക്കളെ, ശാഖാസെക്രട്ടറിമാരെ കയ്യൂർ സഖാക്കൾ നിങ്ങൾക്ക് മാതൃക കാണിച്ചുകഴിഞ്ഞു. മാർച്ച് 1–ാം തീയതിക്ക് മുമ്പ് നിങ്ങളുടെവരി നൽകുക. നാട്ടുകാരുടെ അടുത്തേക്ക് പോകാൻ തയ്യാറാവുക.

മലബാറിലെ ഓരോ പാർട്ടി സഖാവും 5 ക വീതം പാർട്ടിക്ക് ത്യാഗം ചെയ്താൽ നമ്മുടെ ക്വാട്ട 10,000ക. തികയുമെന്ന് നിങ്ങൾ മറക്കരുത്.

ലാൽ സലാം

2. പാർട്ടിഫണ്ട്

ദേശാഭിമാനി വാരിക,
1945 ജൂൺ 3

ഇന്ത്യൻ കമ്മ്യൂണിസ്റ്റ് പാർട്ടിയെ കോരിത്തരിപ്പിക്കുന്ന ഒരു സംഭാവന ഞങ്ങൾക്ക് കിട്ടിയിരിക്കുന്നു. വീരസ്വർഗം പ്രാപിച്ച സഖാവ് മഠത്തിൽ അപ്പു– ആ കയ്യൂർ സഖാക്കളെ ഞങ്ങൾ ചുവപ്പ് കൊടികൊണ്ട് അഭിവാദ്യം ചെയ്യുന്നു– തൂക്കിലേറിയ സമയം ശരീരത്തിലുണ്ടായിരുന്ന സ്വർണ്ണം, കടുക്കനാണെന്നാണ് തോന്നുന്നത്, വിറ്റ വക 6.ക 7 ണ സർക്കാരിൽനിന്ന് സഖാവിന്റെ വീരപിതാവിന് അയച്ചുകൊടുക്കുകയുണ്ടായി. ആ സംഖ്യ അദ്ദേഹം പാർട്ടി ഫണ്ടിലേക്ക് സംഭാവന ചെയ്തു. പുത്രന്റെ ജീവനും അവശേഷിച്ച സ്വർണ്ണവും പാർട്ടിക്ക് എന്നു കാണുന്നത് മഠത്തിൽ അമ്പാടി അന്തിത്തിരയൻ എന്ന ആ വീരപിതാവാണ്. അദ്ദേഹത്തിന്റെ പാർട്ടിക്കൂറിന് മുൻപിൽ നാം നമസ്ക്കരിക്കുക.

3. കയ്യൂർ നാട്ടിൽ സോഷ്യലിസ്റ്റ് മത്സരം

ദേശാഭിമാനി,
1945 മാർച്ച് 11

കയ്യൂർ പാർട്ടി സെക്രട്ടറിയാണ് സംസാരിക്കുന്നത്' കഴിഞ്ഞ ലക്കം (25–5–45) *ദേശാഭിമാനി*യിൽ 'പാർട്ടി ഫണ്ട് പിരിവ് കയ്യൂർ നാട്ടിൽനിന്നും തുടങ്ങുന്നു 'എന്ന റിപ്പോർട്ട് കണ്ടപ്പോൾ ഞങ്ങൾക്കസൂയയാണുണ്ടായത്. പാർട്ടി ഫണ്ടു പിരിവിൽ കയ്യൂർവില്ലേജ് ബ്രാഞ്ചിന് മുൻകൈ എടുക്കാൻ സാധിച്ചില്ലല്ലോ എന്നതായിരുന്നു ഞങ്ങളുടെ വ്യസനം. 28–2–45ന് ഞങ്ങൾ ബ്രാഞ്ച് യോഗം ചേർന്നു. പന്ത്രണ്ട് പാർട്ടി സഖാക്കൾ 24ക. തന്നു. ഓരോ സഖാവും 5ക. എന്ന മുദ്രാവാക്യ പ്രകാരം കൊടുക്കാൻ കഴിവുള്ളവർ വളരെ കുറച്ചേ ഈ ബ്രാഞ്ചിലുള്ളൂ. വരുന്നാഴ്ച പാർട്ടി ഫണ്ടിന് വേണ്ടി ഇന്നാട്ടിലെ കൃഷിക്കാരെ സമീപിക്കാൻ ഞങ്ങൾ തീരുമാനപ്പെടുത്തിയിരിക്കുന്നു".

പാർട്ടി സെക്രട്ടറിമാരെ, മാർച്ച് പത്താം തീയതിയായി നിങ്ങളുടെ ശാഖാമെമ്പർമാരുടെ വരി നിശ്ചയിച്ചിട്ട് റിപ്പോർട്ട് ചെയ്യാൻ ഇനിയും അമാന്തം വയ്യ.

കയ്യൂർ സമരസേനാനികൾ

മഠത്തിൽ അപ്പു (1-ാം പ്രതി)

ജനനം : 1917 , നീലേശ്വരം
മരണം : 1943 മാർച്ച് 29
അച്ഛൻ : മഠത്തിൽ അമ്പാടി അന്തിതിരിയൻ
അമ്മ : ചിരുത

കർഷക കുടുംബത്തിൽ ജനിച്ചു. പ്രാഥമിക വിദ്യാഭ്യാസം നേടി. കയ്യൂരിൽ കോൺഗ്രസ്സ് സംഘടന വില്ലേജ് കമ്മിറ്റിയും കർഷകസംഘവും രൂപീകരിച്ചപ്പോൾ അപ്പു അതിൽ അംഗമായി. കോൺഗ്രസ്സ് സംഘടനയുടെ വളണ്ടിയർ ക്യാമ്പിൽ അംഗമായി. കർഷക സമരങ്ങളിൽ പങ്കെടുത്തു. കയ്യൂർ കേസിൽ ഒന്നാം പ്രതിയായി. വധശിക്ഷയ്ക്ക് വിധിക്കപ്പെട്ടു. ഇൻക്വിലാബ് സിന്ദാബാദ് എന്നു വിളിച്ചുകൊണ്ട് തൂക്കിലേറി. കണ്ണൂർ സെൻട്രൽ ജയിലിൽ തൂക്കിലേറി.

കുഞ്ഞമ്പു.വി.വി (2-ാം പ്രതി)

ജനനം : 1907
മരണം : 1972
അച്ഛൻ : ധേർമ്മൻ
ഭാര്യമാർ : മാണി, ജാനകി

ധനിക കർഷക കുടുംബത്തിൽ ജനിച്ചു. ബി.എ.വരെ പഠിച്ചു. കുറച്ചുകാലം കരിവെള്ളൂരിൽ അദ്ധ്യാപകനായിരുന്നു. അഭിനവ ഭാരത് യുവക് സംഘത്തിലൂടെയാണ് വി.വി.യുടെ രാഷ്ട്രീയപ്രവർത്തനം സജീവമാകുന്നത്.

യുവക് സംഘവും കർഷകസംഘവും ജന്മിമാരുടെ മർദ്ദനത്തിനെതിരെ കർഷകരെ അണിനിരത്തിയപ്പോൾ അതിന്റെ മുൻപന്തിയിൽ കേരളീയൻ, എ.വി.കുഞ്ഞമ്പു എന്നിവരോടൊപ്പം വി.വി.യുമുണ്ടായിരുന്നു.

കയ്യൂർ സംഭവത്തിൽ പ്രതിയായിരുന്നു. ആദ്യത്തെ അറസ്റ്റ് ഇതോടനുബന്ധിച്ചായിരുന്നു. പത്തുമാസം മംഗലാപുരം സബ്ജയിലിൽ കഴിഞ്ഞു. കരിവെള്ളൂർ കേസിലും പ്രതിയായിരുന്നു. ആറുവർഷം ഒളിവിൽ കഴിഞ്ഞു. കയ്യൂർ സംഭവത്തോടെ ചിറയ്ക്കൽ താലൂക്കിൽനിന്നും വി.വി. തന്റെ പ്രവർത്തന മേഖല കാസർഗോട്ടേക്ക് മാറ്റി. *കയ്യൂർ സമര ചരിത്രം* എന്നൊരു പുസ്കമെഴുതിയിട്ടുണ്ട്.

ചെറുവത്തൂർ പഞ്ചായത്ത് പ്രസിഡന്റ്, കോ-ഓപ്പറേറ്റീവ് സ്റ്റോർ പ്രസിഡന്റ് മലബാർ ജില്ല് ബോർഡ് മെമ്പർ തുടങ്ങിയ സ്ഥാനങ്ങൾ വഹിച്ചിട്ടുണ്ട്. നീലേശ്വരം നിയോജകമണ്ഡലത്തിൽനിന്ന് കേരള നിയമസഭയിലേക്ക് വി.വി. തിരഞ്ഞെടുക്കപ്പെട്ടിട്ടുണ്ട്. (1965,1968,1971)

പയ്യൻ കേളു നായർ (3-ാം പ്രതി)

ജനനം	:	1908
മരണം	:	1961
ഭാര്യ	:	തുള്ളുവൻ വീട്ടിൽ അക്കു അമ്മ

പാർട്ടി അംഗമായിരുന്നു. കർഷകസംഘം സെക്രട്ടറിയായി പ്രവർത്തിച്ചു.

കുഞ്ഞിക്കോരൻ കയ്യാലത്ത് വളപ്പിൽ (4-ാം പ്രതി)

ജനനം	:	1918 ആഗസ്റ്റ് , കയ്യൂർ
അച്ഛൻ	:	കയ്യാലത്ത് വളപ്പിൽ കോരൻ
അമ്മ	:	ചെനംകുന്നുമ്മൽ ചിരുത

കർഷക കുടുംബത്തിലാണ് ജനനം. കയ്യൂർ ബോർഡ് എലിമെന്ററി സ്ക്കൂളിൽ പ്രാഥമിക വിദ്യാഭ്യാസം. കേരളീയൻ, ടി.എസ്. തിരുമുമ്പ് തുടങ്ങിയവരുടെ രാഷ്ട്രീയ പ്രസംഗങ്ങളിൽനിന്നും ദേശീയസമരാവേശം

ഉൾക്കൊണ്ടു. ഇരുപത്തിരണ്ടാമത്തെ വയസ്സിൽ കോൺഗ്രസ് വളണ്ടിയർ പരിശീലനം നേടി. കയ്യൂർ കേസിൽ അറസ്റ്റു ചെയ്യപ്പെട്ടു. കാഞ്ഞങ്ങാടും, മംഗലാപുരത്തുമായി പത്തുമാസം റിമാന്റിൽ കഴിഞ്ഞു. തുടർന്ന് കണ്ണൂർ ജയിലിൽ 3 കൊല്ലം കഠിന തടവും. പിൽക്കാലത്ത് കമ്മ്യൂണിസ്റ്റ് പാർട്ടിയുടെ പ്രവർത്തകനായി.

കൊടകരവളപ്പിൽ വെള്ളൂങ്ങ (5–ാം പ്രതി)

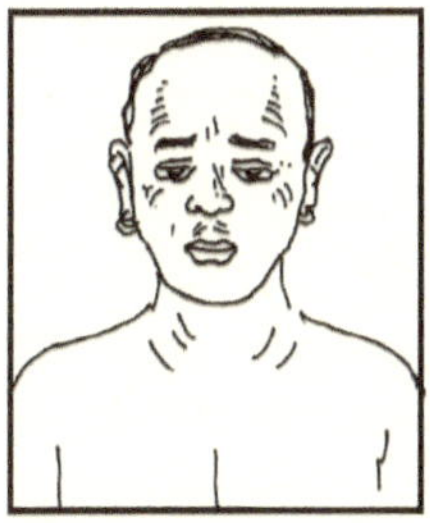

ജനനം	:	1923
മരണം	:	1978
ഭാര്യ	:	സരോജിനി

കുണ്ടന്റെ വളപ്പിൽ രാമൻ (കുട്ടന്റെ വളപ്പിൽ രാമൻ) (6–ാം പ്രതി)

ജനനം	:	1898
മരണം	:	....
ഭാര്യ	:	പി.വി.പാറു എന്ന ചിരുത

കർഷകസംഘം പ്രവർത്തകൻ, പാർട്ടി മെമ്പർ

കോരൻ മാസ്ററർ. കെ (7–ാം പ്രതി)

ജനനം	:	1920 മാർച്ച് 20, തിമിരി
അച്ഛൻ	:	കണ്ണൻ
അമ്മ	:	കാരിച്ചി

ഒരു ചെറുകിട കർഷക കുടുംബത്തൽ ജനിച്ചു. എട്ടാംതരം വരെ പഠിച്ചു. മൂന്നു കൊല്ലം കളരി വിദ്യയഭ്യസിച്ചു. കള്ളുഷാപ്പ് പിക്കറ്റിങ്ങും പയ്യന്നൂരിൽ വെച്ച് ഗാന്ധിജിയുടേയും നെഹ്റുവിന്റേയും പ്രസംഗം കേട്ടതും ദേശീയ പ്രസ്ഥാനത്തിൽ ആഭിമുഖ്യം ജനിപ്പിച്ചു.

തിമിരി എലിമെന്ററി സ്ക്കൂളിൽ അദ്ധ്യാപകനായിരിക്കെ 1936 ൽ വില്ലേജ് കോൺഗ്രസ്സ് കമ്മിറ്റി സെക്രട്ടറിയായി. രാഷ്ട്രീയ പ്രവർത്തന സ്വാതന്ത്ര്യവും അദ്ധ്യാപക ജോലിയും ഒത്തുപോവില്ലെന്ന നില വന്നപ്പോൾ ജോലി രാജി വെച്ചു. പിന്നീട് കർഷകപ്രസ്ഥാനത്തിലായി പ്രവർത്തനം. കമ്യൂണിസ്റ്റ് പാർട്ടി രൂപംകൊണ്ടപ്പോൾ പാർട്ടി പ്രവർത്തകനായി മാറി. ഒരു സർക്കാർ വിരുദ്ധ ലഘുലേഖ പ്രചരിപ്പിച്ചതിനു അറസ്റ്റ് വാറന്റുണ്ടായപ്പോൾ ഒളിവിൽ പോയി. കുടുംബം നിരന്തരമായ ഭീഷണിക്കിരയായപ്പോൾ പോലീസിൽ ഹാജരായി. ആലിപുരം–കണ്ണൂർ ജയിലുകളിലായി ഒരു കൊല്ലത്തെ കഠിന തടവ് അനുഭവിച്ചു. കയ്യൂർ കേസിൽ പ്രതിയായിരുന്നു.

എന്നാൽ വെറുതേ വിട്ടു.

കോരൻമാസ്റ്റർ 1948 ൽ വീണ്ടും അദ്ധ്യാപകനായി. കൊവ്വൽ യു. പി.സ്ക്കുളിൽനിന്നു 1975 ൽ ഹെഡ് മാസ്റ്ററായി റിട്ടയർ ചെയ്തു.

നാലിലാംകണ്ടത്തിൽ രാമൻ (8–ാം പ്രതി)

ജനനം	:	1916
മരണം	:	....
ഭാര്യമാർ	:	പാവൂർ ചിരുത , മാണിക്കം

മാധവൻ അമ്പു (9–ാം പ്രതി)

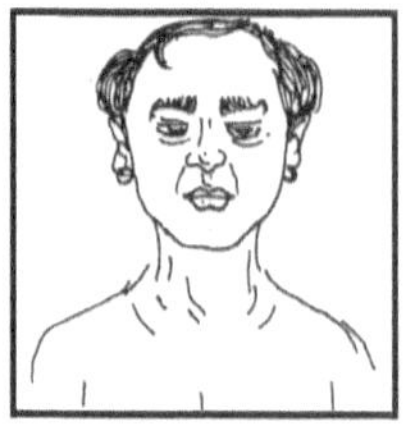

ജനനം	:	1919
മരണം	:	1979
ഭാര്യമാർ	:	കുണ്ടേന കുഞ്ഞാത, പാറു കുണ്ടൂർ

പാർട്ടി അനുഭാവി, കർഷകസംഘം പ്രവർത്തകൻ

കാരവീട്ടിൽ കുഞ്ഞിരാമൻ നായർ (10–ാം പ്രതി)

ജനനം	:	1913 , കയ്യൂർ
അച്ഛൻ	:	കൊട്ടൻ
അമ്മ	:	കുമ്പച്ചി
ഭാര്യ	:	കുഞ്ഞിപ്പെണ്ണ്

നാലാംതരം വരെ പഠിച്ചശേഷം കൃഷിപ്പണി തുടങ്ങി. കർഷകസംഘത്തിന്റെ ആദ്യകാല പ്രവർത്തകനായിരുന്നു. സർക്കാർ വിരുദ്ധപ്രവർത്തനങ്ങളിൽ ഏർപ്പെട്ടുവെന്ന കാരണത്താൽ കയ്യൂർ സംഭവത്തിന്റെ തലേ ദിവസം തന്നെ അറസ്റ്റ് ചെയ്യപ്പെട്ടിരുന്നു. ശിക്ഷയുടെ ഭൂരിഭാഗവും അനുഭവിച്ചത് ആലിപുരം ജയിലിൽ. തൊഴിൽ കൃഷി.

പൊടോര കേളുനായർ ക്ലായിക്കോട് (11–ാം പ്രതി)

ജനനം	:	1902
മരണം	:	1983
ഭാര്യമാർ	:	വടക്കേരത്ത്

ചെറിയമ്മ,
ചിരുതൈ അമ്മ
പാർട്ടി അംഗം, കർഷകസംഘം വില്ലേജ് കമ്മിറ്റി അംഗം

ചൂരിക്കാടൻ അമ്പു നായർ ക്ലായിക്കോട് (12 -ാം പ്രതി)

ജനനം	:	1903
മരണം	:	1992 ആഗസ്ത് 14
ഭാര്യമാർ	:	കുറുവാട്ട് പാർവ്വതി അമ്മ, ലക്ഷ്മി, പയ്യാടക്കത്ത് ചെറിയമ്മ

കർഷകസംഘം പ്രവർത്തകൻ.

കുഞ്ഞമ്പു നായർ പൊടോര (13 -ാം പ്രതി)

ജനനം	:	1917, ക്ലായിക്കോട്
മരണം	:	1943 മാർച്ച് 29
അച്ഛൻ	:	കുറുവാടൻ ചന്തൻ നായർ

കർഷക കുടുംബത്തിൽ ജനിച്ചു. പ്രാഥമിക വിദ്യാഭ്യാസം പൂർത്തിയാക്കിയശേഷം കർഷകവൃത്തിയിൽ ഏർപ്പെട്ടുക്കൊണ്ടിരിക്കെ കുഞ്ഞമ്പു നായർ കർഷക സംഘത്തിലേക്ക് ആകൃഷ്ടനായി. കർഷക സംഘത്തിന്റെ പ്രവർത്തനങ്ങളിലൂടെ രാഷ്ട്രീയ ജീവിതവും ആരംഭിച്ചു. ഉജ്ജ്വലമായ രാഷ്ട്രീയ പ്രവർത്തനം തുടരവെ കുഞ്ഞമ്പു നായർ കയ്യൂർ കേസിൽ പ്രതിയായി . ഇദ്ദേഹത്തെ അറസ്റ്റ് ചെയ്ത് വധശിക്ഷയ്ക്ക് വിധിച്ച് ഇൻക്വിലാബ് സിന്ദാബാദ് എന്ന മുദ്രാവാക്യം വിളിച്ച് കണ്ണൂർ സെൻട്രൽ ജയിലിൽ തൂക്കിലേറി.

കുറുവാടൻ കൃഷ്ണൻ നായർ ക്ലായിക്കോട് (14-ാം പ്രതി)

ജനനം	:	1920
മരണം	:	1971
ഭാര്യ	:	മനിയേരി കല്ല്യാണി അമ്മ

പാർട്ടി മെമ്പറായി പ്രവർത്തിച്ചു. കർഷക സംഘം പ്രവർത്തകനായിരുന്നു.

കുറുവാടൻ രാമൻ നായർ (15–ാം പ്രതി)

ജനനം : 1904
മരണം : 1982
ഭാര്യ : ചുരിക്കാട്ട് ചെറിയമ്മ
കർഷകസംഘം പ്രവർത്തകനായിരുന്നു.

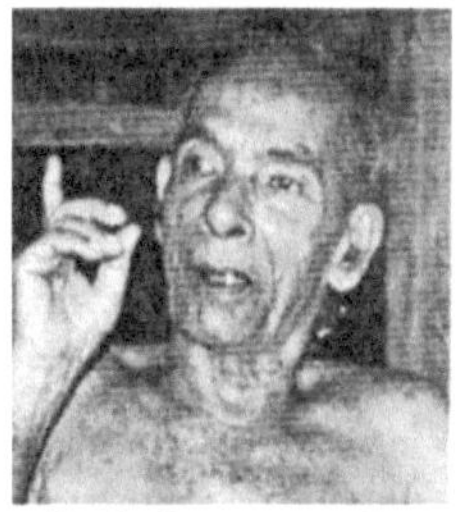

നാരായണൻ നായർ കുറുവാടൻ (16 –ാം പ്രതി)

ജനനം : 1923
അച്ഛൻ : രാഘവവാര്യർ
അമ്മ : പാർവ്വതി അമ്മ
ഭാര്യ : മാധവി അമ്മ

നാലാംതരം വരെ പഠിച്ചശേഷം കൃഷി ജോലിയിൽ പ്രവേശിച്ചു. കർഷക പ്രസ്ഥാനം രൂപംകൊണ്ടപ്പോൾ സജീവപ്രവർത്തകനായി. കയ്യൂർ കേസിലെ പ്രതി. 10 മാസം 10 ദിവസം റിമാന്റിലായിരുന്നു.

ഒറ്റപ്പുരയ്ക്കാൽ അമ്പു മണിയാണി ക്ലായിക്കോട് (17–ാം പ്രതി)

ജനനം : 1911
മരണം : 1988
ഭാര്യ : പാട്ടിയമ്മ

കണിശൻ അമ്പു (18–ാം പ്രതി)

ജനനം : 1905
മരണം : 1976
ഭാര്യ : കെ.വി.പാർവ്വതി

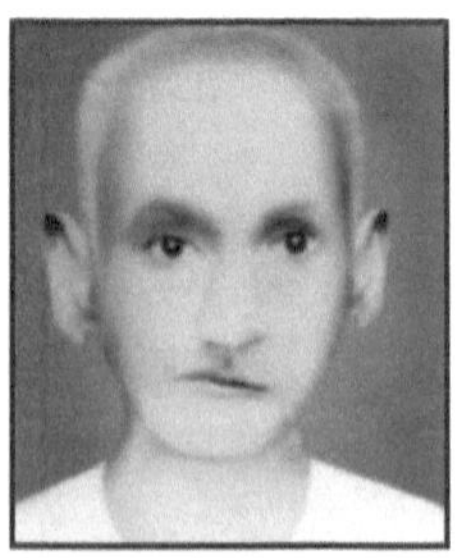

കൃഷ്ണവാരിയർ കൊടവലത്ത് മഠത്തിൽ (19-ാം പ്രതി)

ജനനം	:	1923 ഫെബ്രുവരി , ക്ലായിക്കോട്
അച്ഛൻ	:	തെക്കില്ലത്ത് ഈശ്വരൻ നമ്പൂതിരി
അമ്മ	:	പാർവ്വതി വാരസ്യാർ
ഭാര്യ	:	പാർവ്വതി വാരസ്യാർ

ഒരു സാധാരണ കുടുംബത്തിൽ ജനിച്ച കൃഷ്ണവാരിയർ ക്ലായിക്കോട് ഹയർ എലിമെന്ററി സ്ക്കൂളിൽനിന്ന് നാലാംതരം പാസായി. സാമ്പത്തിക വിഷമം മൂലം ഉപരിപഠനം നടത്താൻ കഴിഞ്ഞില്ല. അമ്മാവനായ എൻ.എൻ.വാരിയരുടെ സ്വാധീനം മൂലം ദേശീയപ്രസ്ഥാനത്തിലേക്ക് ആകൃഷ്ടനായി.

കരിവെള്ളൂരിൽ എ.വി.കുഞ്ഞമ്പുവിന്റെ നേതൃത്വത്തിൽ സംഘടിപ്പിക്കപ്പെട്ട അഭിനവ ഭാരത യുവക് സംഘത്തിന്റെ പ്രവർത്തകനായിട്ടാണ് കൃഷ്ണ വാരിയർ രാഷ്ട്രീയ രംഗത്തേക്ക് കടന്നുവന്നത്. വീട്ടുകാരുടെ ശക്തമായ എതിർപ്പുകളുണ്ടായിട്ടും സംഘടനാപ്രവർത്തനം സജീവമായി തുടർന്നു. കേരളീയൻ, എ.വി.കുഞ്ഞമ്പു, വി.വി.കുഞ്ഞമ്പു, എൻ.കെ.കുട്ടൻ എന്നിവരുമായുള്ള നിരന്തര സമ്പർക്കം ഇദ്ദേഹത്തെ കർഷകസംഘത്തിലേക്കാകർഷിച്ചു. കലക്ടർക്ക് നിവേദനം കൊടുക്കാൻ പോയതിന് ആദ്യമായി അറസ്റ്റ് ചെയ്യപ്പെട്ടു. പിന്നീട് വിട്ടയച്ചു. കയ്യൂർ കേസിൽ വീണ്ടും അറസ്റ്റിലായി മംഗലാപുരം സബ് ജയിലിൽ പത്തരമാസം റിമാന്റിൽ കഴിഞ്ഞു. ജയിൽ വിമോചിതനായപ്പോൾ അമ്പലത്തിലുണ്ടായിരുന്ന കഴക ജോലി തുടരാൻ യാഥാസ്ഥിതികരായ ക്ഷേത്രഭാരവാഹികൾ അനുവദിച്ചില്ല.

ജോലി നഷ്ടപ്പെട്ടപ്പോൾ നെയ്ത്തുകാരനായി ഉപജീവനത്തിനുള്ള മാർഗ്ഗം കണ്ടുപിടിച്ചു. പിന്നീട് ഇ.എസ്.എസ്.എൽ.സി.യും നെയ്ത്തിൽ രണ്ടുകൊല്ലത്തെ കോഴ്സും പൂർത്തിയാക്കി.

നീലിയൻ വീട്ടിൽ രാഘവൻ ക്ലായിക്കോട്
(20-ാം പ്രതി)

ജനനം	:	1920
മരണം	:	1997
ഭാര്യ	:	എം.വി. പാറു

കർഷകസംഘം പ്രവർത്തകനായിരുന്നു.

കുഞ്ഞമ്പു അയ്യങ്കി (21 -ാം പ്രതി)

ജനനം	:	1921 ജനുവരി , മുഴക്കോത്ത്
അച്ഛൻ	:	നാപ്പയിൽ കണ്ടക്കോരൻ
അമ്മ	:	അയ്യങ്കി ചിറ്റെ
ഭാര്യ	:	നാരായണി

ഒരു കർഷക കുടുംബത്തിൽ ജനിച്ചു. സ്ക്കൂൾ വിദ്യാഭ്യാസം തരപ്പെട്ടില്ല. കോൺഗ്രസ് വളണ്ടിയറായിരുന്നു. സർദാർ ചന്ദ്രോത്തിന്റെ നേതൃത്വത്തിൽ സംഘടിപ്പിച്ച പരിശീലന ക്യാമ്പിൽ അംഗമായിരുന്നു. കർഷക പ്രസ്ഥാനം കമ്മ്യൂണിസ്റ്റ് പാർട്ടിയുടെ നേതൃത്വത്തിലായപ്പോൾ കുഞ്ഞമ്പു പാർട്ടി പ്രവർത്തകനായി. കയ്യൂർ സംഭവത്തിൽ അറസ്റ്റ് ചെയ്യപ്പെട്ടു. പത്തുമാസം റിമാന്റിൽ കഴിഞ്ഞു. പിന്നീട് വിട്ടയക്കപ്പെട്ടു.

വണ്ണാൻ കണ്ണൻ ക്ലായിക്കോട് (22-ാം പ്രതി)

ജനനം	:	1926
മരണം	:	2003
ഭാര്യ	:	എം. പി.ചിരുത

ബാലസംഘം സെക്രട്ടറി, കർഷകസംഘം പ്രവർത്തകൻ, പാർട്ടി അംഗം.

വണ്ണാത്തൻ ചന്തു (23-ാം പ്രതി)

ജനനം	:	1905 ജൂലൈ 27, കിണാവൂർ
അച്ഛൻ	:	വി.ചന്തു
അമ്മ	:	ചെറിയ
ഭാര്യ	:	ഉമ്പിച്ചി

നിർദ്ധന കുടുംബത്തിൽ ജനിച്ചു. കിണാവൂർ എൽ.പി. സ്ക്കൂളിൽ അഞ്ചാംതരംവരെ പഠിച്ചു. കീഴ്മാല ബോർഡ് സ്ക്കൂളിൽ മൂന്നു വർഷക്കാലം അദ്ധ്യാപകനായിരുന്നു. ചില പ്രത്യേക സാഹചര്യങ്ങളിൽ സ്ക്കൂൾ പൂട്ടേണ്ടിവന്നു. ഈ അവസരം ചന്തു ദേശീയപ്രസ്ഥാനത്തിലാകൃഷ്ടനായി.

ഉപ്പു സത്യാഗ്രഹ സമരത്തിൽ പങ്കു ചേർന്നു. കിണാവൂരിൽ വെച്ച് അറസ്റ്റ് വരിച്ചു. ഏഴു ദിവസത്തെ റിമാന്റിനു ശേഷം വിട്ടയച്ചു. കാഞ്ഞങ്ങാട് വിദേശ വസ്ത്രഷാപ്പു പിക്കറ്റു ചെയ്തു(1932). പോലീസ് മർദ്ദന

മേറ്റു. കൂടാതെ കാസർഗോഡ് സബ്ജയിലിൽ പതിനാലു ദിവസത്തെ റിമാണ്ടും.

മദിരാശി മന്ത്രി കോങ്ങോട്ട് രാമൻ മേനോൻ 1936 ൽ നീലേശ്വരം സന്ദർശിച്ചു. തദവസരത്തിൽ കാസർഗോഡ് താലൂക്ക് മലബാർ ജില്ലയിൽ ഉൾപ്പെടുത്തണമെന്ന ആവശ്യവുമായി മന്ത്രിയെ സമീപിച്ച നിവേദക സംഘത്തിലെ ഒരംഗമായിരുന്നു ചന്തു. ഇതിനു വേണ്ടി ടി.എസ്.തിരുമുമ്പിനൊപ്പം ഹോസ്ദുർഗ്ഗ് താലൂക്കിലെ ഗ്രാമാന്തരങ്ങളിൽ പ്രചരണം നടത്തി. നീലേശ്വരം പള്ളിക്കരയിൽ 1939 ൽ ഒന്നരമാസം വളണ്ടിയർ പരിശീലനം നേടി. ഇതോടൊപ്പം വി.ചന്തു , ചന്തു ഓഫീസറായി അറിയപ്പെട്ടു. തുടർന്ന് ചന്തു ഓഫീസറുടെ നേതൃത്വത്തിൽ പതിനഞ്ചോളം ഗ്രാമങ്ങളിൽ വളണ്ടിയർ പരിശീലനം നടന്നു.

കർഷക സംഘത്തിന്റ സംഘാടകനായി. യുദ്ധവിരുദ്ധ പ്രചരണം നടത്തി. യുദ്ധത്തിനെതിരായി, ഗീതങ്ങൾ രചിച്ചു. ഹോസ്ദുർഗ്ഗ് ഹജ്ജൂർ കച്ചേരിയിൽ 1938 ജനുവരി 25 ന് അർദ്ധരാത്രിയിൽ പോലീസുകാരുടെ കണ്ണുവെട്ടിച്ച് ത്രിവർണ്ണ പതാക ഉയർത്തി, ധീരനായ ചന്തു. ഈ സംഭവം ബ്രിട്ടീഷ് മേധാവികളെ വിഷമിപ്പിച്ചു.

കയ്യൂർ കേസുമായി ബന്ധപ്പെട്ട് കാഞ്ഞങ്ങാട് വെച്ച് 1942 ൽ അറസ്റ്റ് ചെയ്യപ്പെട്ടു. പത്തരമാസം മംഗലാപുരം റിമാന്റിൽ കഴിഞ്ഞു. അഞ്ചു വർഷം കണ്ണൂർ സെൻട്രൽ ജയിലിൽ കഠിനതടവനുഭവിച്ചു. ശിക്ഷ കഴിഞ്ഞ് നാട്ടിലെത്തിയ ചന്തു ബഹുജനങ്ങൾക്കായി ഒരു റേഷൻകട തുറന്നു. തൃശ്ശൂരിൽ 1946 ൽ നടന്ന സംസ്ഥാന കോൺഗ്രസ്സ് സമ്മേളനത്തിൽ കാസർഗോഡ് താലൂക്കിനെ പ്രതിനിധീകരിച്ച മൂന്നംഗങ്ങളിൽ എൻ.കെ. ബാലകൃഷ്ണൻ, സി.കെ.രാഘവൻ നമ്പ്യാർ എന്നിവരോടൊപ്പം ചന്തുവും പങ്കെടുത്തു. കോൺഗ്രസ്സിന്റെ കിണാവൂർ മണ്ഡലം സെക്രട്ടറിയായിരിക്കെ 1947 ൽ കോൺഗ്രസ്സിൽ നിന്ന് രാജി വെച്ച് കമ്യൂണിസ്റ്റ് പാർട്ടിയിൽ ചേർന്നു.

കരിന്തളം നെല്ലെടുപ്പ് കേസിൽ അറസ്റ്റിലായി. മംഗലാപുരം ജയിലിൽ റിമാന്റിൽ കഴിഞ്ഞു. കിണാവൂർ പഞ്ചായത്ത് മെമ്പർ, കർഷക സംഘം കണ്ണൂർ ജില്ലാ കമ്മിറ്റി മെമ്പർ, കിണാവൂർ സഹകരണ ബാങ്ക് ഡയറക്ടർ എന്നീ നിലകളിൽ പ്രവർത്തിച്ചിട്ടുണ്ട്. ചായ്യോത്ത് സർക്കാർ ഹൈസ്ക്കൂൾ, തപാലാഫീസ്, കിണാവൂർ ഹോമിയോ ആശുപത്രി തുടങ്ങിയ സാമൂഹിക സ്ഥാപനങ്ങളുടെ പ്രാരംഭ പ്രവർത്തനങ്ങളിൽ ചന്തുവിന്റെ പങ്ക് പ്രാധാനമാണ്. കാസർഗോഡ്-ഹോസ്ദുർഗ്ഗ് പ്രദേശങ്ങളിൽ ചന്തു ഓഫീസർ എന്ന പേര് സുപരിചിതമാണ്.

കരിമ്പുവളപ്പിൽ അമ്പു കിണാവൂർ (24-ാം പ്രതി)

ജനനം : 1893
മരണം : 1995 സെപ്തംബർ 30
ഭാര്യ : കുഞ്ഞാത

കർഷകസംഘം പ്രവർത്തകൻ , പാർട്ടി അംഗം

ചെറൂട്ട അമ്പു നായർ സി. (25-ാം പ്രതി)

ജനനം : 1915
അച്ഛൻ : കണ്ണപൊതുവാൾ
അമ്മ : ചിരുതൈ
ഭാര്യ : കുഞ്ഞമ്മാർ

രണ്ടാം തരം വരെ മാത്രം പഠിച്ചു. ആദ്യകാലത്ത് തന്നെ കർഷകപ്രസ്ഥാനത്തിൽ ചേർന്നു. കയ്യൂർ കേസിലെ പ്രതിയായിരുന്നുവെങ്കിലും ശിക്ഷിക്കപ്പെട്ടില്ല. പത്തുമാസത്തെ റിമാന്റിനു ശേഷം വിട്ടയക്കപ്പെട്ടു.

കുഞ്ഞിക്കോരൻ കരപ്പാത്ത് (26 -ാം പ്രതി)

ജനനം : 1923 , കിണാവൂർ
അച്ഛൻ : കൊവ്വൽ കോരൻ
അമ്മ : മാണിക്കം
ഭാര്യ : ചിരുത

കർഷകതൊഴിലാളി കുടുംബം. കിണാവൂർ ഗവൺമെന്റ് എൽ.പി.സ്ക്കൂളിൽ നാലാംതരം വരെ പഠനം. സാമ്പത്തിക വിഷമങ്ങൾ തുടർന്ന് പഠിക്കുന്നതിന് തടസ്സമായി. പതിനഞ്ചാമത്തെ വയസ്സിൽ കോൺഗ്രസ്സിൽ വളണ്ടിയറായി. എൻ.കെ. കുട്ടന്റെ നേതൃത്വത്തിൽ കിണാവൂരിൽ നടന്ന വളണ്ടിയർ ക്യാമ്പിൽ പരിശീലനം നേടി. പിന്നീട് കർഷക സംഘത്തിൽ ചേർന്നു. കയ്യൂർ കേസിൽ കുഞ്ഞിക്കോരനെ അറസ്റ്റ് ചെയ്തു. ഒരാഴ്ച കാഞ്ഞങ്ങാട് റിമാന്റ് ചെയ്തു. പിന്നീട് മംഗലാപുരത്ത് പത്തരമാസവും, തുടർന്ന് ചിങ്കൽപേട്ട ജയിലിൽ അഞ്ചുവർഷം തടവനുഭവിച്ചു

കുഞ്ഞിക്കോരൻ 1971 മുതൽ 1977 വരെ കിണാവൂർ സർവ്വീസ് സഹകരണ ബാങ്ക് ഡയറക്ടറായിരുന്നു.

വേങ്ങയിൽ മാലിങ്കൻ നായർ (27-ാം പ്രതി)

ജനനം	:	1924
മരണം	:	1983
ഭാര്യ	:	കെ.ആർ ദാക്ഷായണി അമ്മ

കർഷകസംഘം പ്രവർത്തകൻ എന്ന നിലയിൽ പ്രവർത്തിച്ചു.

പൊക്കായി തൊണ്ടിയിൽ (28-ാം പ്രതി)

ജനനം	:	1905
മരണം	:	1998
ഭാര്യ	:	ചിറ്റയി

പാർട്ടി മെമ്പർ , കർഷകസംഘം പ്രവർത്തകൻ.

വെള്ളൂങ്ങ കണ്ടത്തിൽ പുരയിൽ (29-ാം പ്രതി)

ജനനം	:	1923
മരണം	:	1988
ഭാര്യ	:	കുഞ്ഞാത, പുറു, മാണിക്കം

കയ്യൂർ വില്ലേജ് കോൺഗ്രസ് സെക്രട്ടറി, കർഷക സംഘം സെക്രട്ടറി എന്നീ നിലകളിൽ പ്രവർത്തിച്ചു. കോൺഗ്രസ് വളണ്ടിയർ ഓഫീസറായിരുന്നു. കയ്യൂർ കേസിൽ പ്രതിയായി. പത്തര മാസത്തെ റിമാന്റിനു ശേഷം, മംഗലാപുരം കോടതി അഞ്ചുകൊല്ലത്തെ കഠിനതടവിനു ശിക്ഷിച്ചു. ഹൈക്കോടതി ശിക്ഷ രണ്ടുകൊല്ലമാക്കി ചുരുക്കി.

പി.ടി. അമ്പാടിക്കുഞ്ഞി (30-ാം പ്രതി)

ജനനം	:	1919
മരണം	:	1994 ജൂലൈ 20
ഭാര്യ	:	പി.വി.കുഞ്ഞാത

കർഷകസംഘം പ്രവർത്തകൻ. പാർട്ടി മെമ്പർ

ചിരുകണ്ടൻ കോയിത്താറ്റിൽ (31-ാം പ്രതി)

ജനനം : 1922 കയ്യൂർ
മരണം : 1943 മാർച്ച് 29

കർഷക കുടുംബത്തിൽ ജനിച്ചു. പ്രാഥമിക വിദ്യാഭ്യാസം നേടി. ബാലസംഘം പ്രവർത്തകനായി പൊതുരംഗത്ത് വന്നു. തുടർന്ന് കോൺഗ്രസ് അംഗമായി. കർഷക സംഘം പ്രവർത്തകനായ, ചിരുകണ്ടൻ 1940 ൽ കമ്യൂണിസ്റ്റ് പാർട്ടിയിൽ ചേർന്നു. കയ്യൂർ സമരത്തിലും സജീവപങ്കാളിത്തം, അതോടനുബന്ധിച്ച് കേസ്സിലെ പ്രതിയാക്കി. വധ ശിക്ഷയ്ക്ക് വിധിക്കപ്പെട്ട ചിരുകണ്ടൻ ഇൻക്വിലാബ് സിന്ദാബാദ് എന്ന മുദ്രാവാക്യം വിളിച്ച് കണ്ണൂർ സെൻട്രൽ ജയിലിൽ തൂക്കിലേറി.

കൃഷ്ണൻ നായർ ചൂരിക്കാടൻ (സി.കെ.നായർ) (32-ാം പ്രതി)

ജനനം : 1924 ഒക്ടോബർ , കയ്യൂർ
അച്ഛൻ : വേങ്ങയിൽ അമ്പു നായർ
അമ്മ : ചൂരിക്കാട് മാണി അമ്മ
ഭാര്യ : പരിയാരത്ത് മാധവി

കർഷക കുടുംബത്തിൽ പിറന്നു. കൃഷ്ണൻനായർ കയ്യൂരിലും നീലേശ്വരത്തുമായി എട്ടാംതരം വരെ പഠിച്ചു. ബാലസംഘവുമായി ബന്ധപ്പെട്ട് 1938 ൽ പ്രസ്ഥാനത്തിൽ ആകൃഷ്ടനായി. കെ.പി.സി.സി.യുടെ വളണ്ടിയറായിരുന്നു. രണ്ടാം ലോകമഹായുദ്ധക്കാലത്ത് യുദ്ധവിരുദ്ധപ്രചാരവേലയിൽപ്പെട്ട് 1942 ൽ അറസ്റ്റ് ചെയ്യപ്പെട്ടു. കോടതി വധശിക്ഷ വിധിച്ചെങ്കിലും മൈനർ എന്ന കാരണത്താൽ നായരുടെ ശിക്ഷ ജീവപര്യന്തമായി ചുരുങ്ങി. മദിരാശി മന്ത്രിസഭ അധികാരത്തിൽ വന്നപ്പോൾ 1946 ൽ വിട്ടയച്ചു.

പിൽക്കാലത്ത് കമ്മ്യൂണിസ്റ്റ് പാർട്ടിയുടെ ഹോസ്ദുർഗ്ഗ് താലൂക്ക് കമ്മിറ്റി മെമ്പർ, കയ്യൂർ വില്ലേജ് കർഷക സംഘം സെക്രട്ടറി, കമ്മ്യൂണിസ്റ്റ് പാർട്ടി സെക്രട്ടറി, പഞ്ചായത്ത് മെമ്പർ തുടങ്ങിയ നിലകളിൽ സേവനമനുഷ്ഠിച്ചിട്ടുണ്ട്.

കൃഷ്ണൻ നായർ പരിയാരത്ത് (33 -ാം പ്രതി)

ജനനം : 1916 ഏപ്രിൽ 25 , കൊടക്കാട്
മരണം : 1982 ഫിബ്രവരി 2
അച്ഛൻ : പൊടോര കണ്ണൻ നായർ
അമ്മ : പെരിയാരത്ത് ചെറിയമ്മ
ഭാര്യ : കൊക്കിനി വീട്ടിൽ ചിരുതമ്മ

ഒരു സാധാരണ കർഷകകുടുംബത്തിൽ പിറന്ന കൃഷ്ണൻ നായർ

പ്രാഥമിക വിദ്യാഭ്യാസം നേടി. കോൺഗ്രസ് വളണ്ടിയറായി രാഷ്ട്രീയ പ്രവർത്തനത്തിന് തുടക്കമിട്ടു. എ.വി.കുഞ്ഞമ്പു, വി.വി.കുഞ്ഞമ്പു എന്നിവരുടെ സ്വാധീനത്തിൽ കർഷകസംഘം പ്രവർത്തകനായി. കയ്യൂർ കേസിൽ 1942 ഏപ്രിൽ 13 നു കൃഷ്ണൻനായർ അറസ്റ്റ് ചെയ്യപ്പെട്ടു. തുടർന്ന് പത്തരമാസം മംഗലാപുരം സബ്ജയിലിൽ തടവിലായി. ക്ലായിക്കോട് തീവെപ്പു കേസിൽ (1948) പ്രതിയായിരുന്നു. ഒരു വർഷം മംഗലാപുരം ജയിലിൽ റിമാന്റിൽ കഴിഞ്ഞു. പിൽക്കാലത്ത് മാർക്സിസ്റ്റ് പാർട്ടിയിൽ തുടർന്ന് പ്രവർത്തിച്ചു.

ശങ്കരൻ ടി.വി. (34-ാം പ്രതി)

ജനനം	:	1903 സെപ്തംബർ 15 കൊടക്കാട്
മരണം	:	1977 ജൂലായ് 6
അച്ഛൻ	:	പി.വി.രാമൻ നായർ
അമ്മ	:	തെക്കേ വീട്ടിൽ ചിരി
ഭാര്യ	:	ആനിക്കാടി കുമ്പ

അഞ്ചാംതരം വരെ പഠിച്ചശേഷം അദ്ധ്യാപക പരിശീലനം നേടി. അഭിനവ ഭാരത് യുവക് സംഘത്തിലൂടെയാണ് പൊതുപ്രവർത്തനമാരംഭിച്ചത്. തുടർന്ന് കർഷക സംഘത്തിലും പ്രവർത്തിച്ചു തുടങ്ങി. 1936 ലെ പട്ടിണി ജാഥയിൽ പങ്കെടുത്തിരുന്നു. കയ്യൂർ കേസിൽ പ്രതിയാണെന്നറിഞ്ഞപ്പോൾ ഒളിവിൽപോയി. പക്ഷേ, രണ്ടുമാസം കഴിഞ്ഞപ്പോൾ അറസ്റ്റ് ചെയ്യപ്പെട്ടു. 10 മാസം റിമാന്റിലായിരുന്നു. പിന്നീട് വിട്ടയച്ചു.

ടി.എസ്. തിരുമുമ്പ് , കോയ്യൻ കണ്ണൻ, എലിച്ചി കണ്ണൻ തുടങ്ങിയവരോടൊപ്പം പ്രവർത്തിച്ചുവെങ്കിലും ഔദ്യോഗിക സ്ഥാനങ്ങൾ വഹിച്ചിട്ടുള്ളത് വളരെ ചുരുക്കമാണ്. പല സ്ക്കൂളുകളിലായി ജോലി ചെയ്യുകയുണ്ടായി.

കുഞ്ഞിക്കണ്ണൻ കോയ്യൻ (35-ാം പ്രതി)

ജനനം	:	1909 ആഗസ്റ്റ് , കൊടക്കാട്
അച്ഛൻ	:	കുഞ്ഞിപ്പുരയിൽ അമ്പു
അമ്മ	:	കുഞ്ഞാത
ഭാര്യ	:	എം.ജാനകി

സമ്പന്നമായൊരു കർഷക കുടുംബമായിരുന്നു കുഞ്ഞിക്കണ്ണന്റേത്. കരിവെള്ളൂർ ഹയർ എലിമെന്ററി സ്ക്കൂളിൽ എട്ടാം തരത്തിൽ വെച്ച്

പഠനം നിർത്തി അച്ഛനെ കാർഷികവൃത്തിയിൽ സഹായിച്ചു. എ.വി. കുഞ്ഞമ്പുവിന്റെ നേതൃത്വത്തിലാരംഭിച്ച കരിവെള്ളൂരിലെ അഭിനവ ഭാരത യുവക് സംഘത്തിലും അതുവഴി കർഷകസംഘത്തിലും പ്രവർത്തിച്ചുകൊണ്ടാണ് രാഷ്ട്രീയരംഗത്തേക്ക് കടന്നുവന്നത്. ഗാന്ധിയൻ ആദർശങ്ങളോട് പ്രത്യേക ആഭിമുഖ്യമുണ്ടായിരുന്നതിനാൽ കള്ളുഷാപ്പ് പിക്കറ്റിങ്ങ് തുടങ്ങിയ സമര പരിപാടിയിൽ പങ്കെടുത്തു.

എൻ.ജി രങ്ക, കാമേശ്വരറാവു, അബ്ദുൾറഹിമാൻ സാഹേബ്, ഇ. മൊയ്തുമൗലവി തുടങ്ങിയ പ്രമുഖ നേതാക്കൾ പങ്കെടുത്ത അഭിനവ ഭാരത് യുവക് സംഘത്തിന്റേയും കർഷകസംഘത്തിന്റേയും കൊടക്കാട് സമ്മേളനത്തിന്റെ (1939) സ്വാഗതസംഘം ഖജാൻജി കുഞ്ഞിക്കണ്ണനായിരുന്നു. കയ്യൂർ സംഭവകാലത്ത് ഹോസ്ദുർഗ്ഗ് താലൂക്ക് കർഷകസംഘത്തിന്റെ ഖജാൻജിയായിരുന്നു. കയ്യൂർ കേസിൽ അറസ്റ്റ് ചെയ്യപ്പെട്ട് മംഗലാപുരം സബ്ജയിലിൽ പത്ത് മാസം റിമാന്റിലും കണ്ണൂർ സെൻട്രൽ ജയിലിൽ രണ്ടുമാസം കഠിനതടവിലും കഴിഞ്ഞു. എ.വി. കുഞ്ഞമ്പു, വി.വി.കുഞ്ഞമ്പു, വിഷ്ണുഭാരതീയൻ, കേരളീയൻ, കെ.മാധവൻ തുടങ്ങിയവരുടെ കൂടെ അക്കാലത്ത് കുഞ്ഞിക്കണ്ണൻ സഹപ്രവർത്തകനായിരുന്നു. പിന്നീട് കോൺഗ്രസിൽ പ്രവർത്തനം തുടർന്നു. കുറച്ചുകാലം ഹൊസ്ദുർഗ്ഗ് താലൂക്ക് കോൺഗ്രസ് കമ്മിറ്റി ഖജാൻജിയായിരുന്നു. സി. കെ.രാഘവൻ നമ്പ്യാർ, സി.പി.കൃഷ്ണൻ നായർ എന്നിവരോടൊപ്പമായിരുന്നു പ്രവർത്തനം.

അമ്പതുകളുടെ ആരംഭത്തോടെ കുഞ്ഞിക്കണ്ണൻ സജീവ രാഷ്ട്രീയത്തിൽനിന്നു പിന്മാറി. തുടർന്ന് മത-സാംസ്ക്കാരിക രംഗങ്ങളുമായി ബന്ധപ്പെട്ടു. സ്വാമി സദാനന്ദസരസ്വതിയുടെ യു.സി.വൈ.എൽ പ്രസ്ഥാനത്തിലും കുഞ്ഞിക്കണ്ണൻ പ്രവർത്തിച്ചിട്ടുണ്ട്.

കണ്ണൻ എലിച്ചി (36-ാം പ്രതി)

ജനനം	:	1908 മെയ്, കൊടക്കാട്
മരണം	:	1972 ഏപ്രിൽ 10
അച്ഛൻ	:	അമ്പു
അമ്മ	:	മാണിക്കം
ഭാര്യ	:	ചിരി

കർഷകതൊഴിലാളി കുടുംബത്തിൽ ജനിച്ചു. നാലാംതരം വരെ പഠിച്ചു. മലബാറിൽ കർഷക പ്രസ്ഥാനത്തിന്റെ ആദ്യകാല പ്രവർത്തന കേന്ദ്രങ്ങളിലൊന്നായ കൊടക്കാട് പ്രദേശത്തെ പ്രവർത്തനങ്ങളിലൂടെ എ.വി.കുഞ്ഞമ്പു തുടങ്ങിയ നേതാ

ക്കന്മാരോടൊപ്പം കണ്ണൻ രാഷ്ട്രീയരംഗത്ത് വന്നു. കള്ളുഷാപ്പ് പിക്കറ്റിങ്ങിൽ പങ്കെടുത്തു. കയ്യൂർ കേസിൽ പ്രതിയായി അറസ്റ്റു ചെയ്യപ്പെട്ടു. മൂന്നു കൊല്ലത്തോളം കണ്ണൂർ സെൻട്രൽ ജയിലിൽ തടവു ശിക്ഷ അനുഭവിച്ചു.

കുഞ്ഞിരാമൻ അടിയോടി പി.സി. (37 -ാം പ്രതി)

ജനനം	:	1905 , പിലിക്കോട്
മരണം	:	1980
അച്ഛൻ	:	ശങ്കരൻ ഉണിത്തിരി
അമ്മ	:	ലക്ഷ്മി അമ്മ
ഭാര്യ	:	ദേവകി അമ്മ

എസ്. എസ്.എൽ.സി വരെ പഠിച്ചു. അദ്ധ്യാപകനായി ജോലിയിൽ പ്രവേശിച്ചു. പയ്യന്നൂരിൽ, ഉപ്പുസത്യാഗ്രഹത്തിൽ പങ്കെടുത്തു. പോലീസിന്റെ കഠിനമായ മർദ്ദനത്തിന്റെ പരിണിതഫലമായി കേൾവി ശക്തി നഷ്ടപ്പെട്ടു. 1930 ൽ പിലിക്കോട് നടന്ന സത്യാഗ്രഹ ക്യാമ്പിൽ കുഞ്ഞിരാമൻ അടിയോടിയുടെ പങ്കാളിത്തം സജീവമായിരുന്നു. ഡോ. ഗണേശ പൈ ഡിക്ടേറ്ററായിരുന്ന പ്രസ്തു ക്യാമ്പിന്റെ സെക്രട്ടറി ഇദ്ദേഹമായിരുന്നു.

പടുവളം(പിലിക്കോട്) കള്ളുഷാപ്പ് പിക്കറ്റിങ്ങ്, വിദേശ വസ്ത്രബഹിഷ്ക്കരണം, കാടകം വന സത്യാഗ്രഹം തുടങ്ങിയ സമരപരിപാടികളിൽ ഇദ്ദേഹം ശ്രദ്ധേയമായ പങ്കുവഹിക്കുകയുണ്ടായി. ഉപ്പു സത്യാഗ്രഹത്തിനു ആറുമാസം തടവുശിക്ഷയും കയ്യൂർ കേസുമായി ബന്ധപ്പെട്ട് പത്തുമാസം റിമാന്റും അനുഭവിച്ചു. കോൺഗ്രസിൽനിന്നും വഴിമാറി കോൺഗ്രസ്സ് സോഷ്യലിസ്റ്റു പാർട്ടിയിൽ ചേർന്ന ഇദ്ദേഹം പിൽക്കാലത്ത് കമ്മ്യൂണിസ്റ്റ് പാർട്ടിയുമായി ബന്ധപ്പെട്ടു. അദ്ധ്യാപകനായി തുടർന്നു.

പൊക്കൻ മലയരുവത്ത് (38-ാം പ്രതി)

ജനനം	:	1924
മരണം	:	....
ഭാര്യ	:	കുഞ്ഞിപാറ്റ

കർഷകസംഘം പ്രവർത്തകൻ

ഗണപതി കമ്മത്ത്.എൻ (39-ാം പ്രതി)

ജനനം	:	1920 , നീലേശ്വരം
മരണം	:	1958
അച്ഛൻ	:	എൻ. വെങ്കിടറാവു
അമ്മ	:	പത്മാവതി അമ്മ

ഇടത്തരം കർഷക കുടുംബത്തിൽ ജനിച്ച് കാസർഗോഡ് ബോർഡ് ഹൈസ്ക്കുളിൽ അദ്ധ്യയനം പൂർത്തിയാക്കി. ചെറുപ്പത്തിൽതന്നെ കോൺഗ്രസ്സ് സംഘടനയുമായി ബന്ധപ്പെടാനിടയായി. നീലേശ്വരം വില്ലേജ് കമ്മിറ്റി സെക്രട്ടറിയായി ഇദ്ദേഹം പൊതുരംഗത്ത് എൻ.ജി.കമ്മത്ത് എന്ന പേരിൽ അറിയപ്പെട്ടു. എൻ. കെ. ബാലകൃഷ്ണനായിരുന്നു വില്ലേജ് കമ്മിറ്റിയുടെ പ്രസിഡന്റ്. സുഭാഷ് ചന്ദ്രബോസിന്റെ ആരാധകനായിരുന്ന കമ്മത്ത് ക്രമേണ കോൺഗ്രസ്സ് സോഷ്യലിസ്റ്റ് പാർട്ടിയിൽ ചേർന്നു. തുടർന്ന് കമ്യൂണിസ്റ്റ് പാർട്ടിയിലും നീലേശ്വരത്ത് 1940 ൽ രൂപീകരിക്കപ്പെട്ട് മൂന്നംഗ പാർട്ടി സെല്ലിൽ കമ്മത്ത് അംഗമായിരുന്നു. കർഷക സംഘത്തിൽ പ്രവർത്തിക്കവെ കയ്യൂർ കേസിൽ അറസ്റ്റിലായി. മംഗലാപുരത്ത് പത്തരമാസത്തെ റിമാന്റിനുശേഷം വിട്ടയച്ചു. വീണ്ടും കമ്മ്യൂണിസ്റ്റ് പാർട്ടിയിൽ തുടർന്നു. കർണ്ണാടകത്തിലും മലയാളത്തിലും പ്രസംഗിക്കാനുള്ള പാടവവും ആത്മാർത്ഥമായ പൊതുപ്രവർത്തനവും കമ്മത്തിനെ കാസർഗോഡ് താലൂക്കിലെ ജനങ്ങൾക്ക് പ്രിയങ്കരനാക്കി. ഇദ്ദേഹം 1955 ൽ ദക്ഷിണ കർണ്ണാടക ജില്ലാ ബോർഡിലേക്ക് തിരഞ്ഞെടുക്കപ്പെട്ടിരുന്നു.

ചന്ദ്രശേഖരൻ നീലേശ്വരം (40-ാം പ്രതി)

ജനനം	:	1909
മരണം	:	....
ഭാര്യ	:	മാണിക്കം

കർഷകസംഘം പ്രവർത്തകൻ.

കിഴക്കേമൊത്തിൽ കുഞ്ഞമ്പു (41-ാം പ്രതി)

ജനനം	:	1917
മരണം	:	1957
ഭാര്യ	:	ചിറ്റയി

കുഞ്ഞമ്പു നീലായി (42-ാം പ്രതി)

ജനനം	:	1915 , നീലേശ്വരം
അച്ഛൻ	:	കോയിത്താട്ടിൽ അമ്പാടി
അമ്മ	:	നീലായി പുതിയപുരയിൽ ചിറ്റേയി
ഭാര്യ	:	പാറു

ഇടത്തരം കർഷക കുടുംബത്തിൽ ജനിച്ചു. കിണാവൂർ എലിമെന്ററി സ്ക്കുളിൽ മൂന്നാം തരം വരെ പഠിച്ചു. കോൺഗ്രസ്സ് വളണ്ടിയർ പരിശീലനം നേടിയ കുഞ്ഞമ്പു ടി.എസ്.തിരുമുമ്പിനോടൊപ്പം കർഷക സംഘത്തിൽ പ്രവർത്തിച്ചു. കർഷകസംഘം ചെറുവത്തൂർ ഫർക്കാ സെക്രട്ടറി, നീലേശ്വരം വില്ലേജ് സെക്രട്ടറി എന്നീ സ്ഥാനങ്ങളിൽ ഇദ്ദേഹം പ്രവർത്തിച്ചിട്ടുണ്ട്. നീലേശ്വരത്ത് കോൺഗ്രസ്സ് സോഷ്യലിസ്റ്റ് പാർട്ടി രൂപീകരിക്കുന്നതിൽ മുഖ്യ പങ്കാളിയായിരുന്നു. പി.കൃഷ്ണപിള്ളയുമായുമായുള്ള സമ്പർക്കം ഇദ്ദേഹത്തെ കമ്മ്യൂണിസ്റ്റ് പാർട്ടിയിലെത്തിച്ചു. കയ്യൂർ സംഭവത്തെതുടർന്ന് കയ്യൂരിൽ വെച്ച് അറസ്റ്റിലായി. പാലായിലെ വീട് പോലീസ് ആക്രമിച്ചു. പത്തരമാസം മംഗലാപുരം സബ്ജയിലിൽ തടവിൽ കഴിഞ്ഞു. കരിവെള്ളൂർ കേസിൽ അറസ്റ്റ് ചെയ്യപ്പെട്ടു. പോലീസ് മർദ്ദനത്തിന്നു വിധേയനായി. കരിന്തളം നെല്ലെടുപ്പ് കേസിനോടനുബന്ധിച്ചും (1948) കുഞ്ഞമ്പു അറസ്റ്റിലായി. വീണ്ടും പോലീസ് മർദ്ദനമമേറ്റു.

കണിശൻ അമ്പുക്കൻ നീലേശ്വരം (43-ാം പ്രതി)

ജനനം	:	1910
മരണം	:	1986
ഭാര്യ	:	ലക്ഷ്മി അമ്മ

കർഷകസംഘം പ്രവർത്തകൻ

താഴത്ത് അമ്പാടി 44-ാം പ്രതി)

ജനനം	:	1899
മരണം	:	1957
ഭാര്യമാർ	:	കുഞ്ഞാത, പാറുകണ്ണക്കൈ മാണിക്കം

കർഷകസംഘം പ്രവർത്തകൻ

കാര്യമ്പു കാലത്ത് (45–ാം പ്രതി)

ജനനം	:	1907 ജൂലായ് 8 , നീലേശ്വരം
അച്ഛൻ	:	തോട്ടത്തിൽ അമ്പാടി കാരണവർ
അമ്മ	:	പള്ളിരവളപ്പിൽ കുഞ്ഞാത
ഭാര്യ	:	കാലത്ത് ഉണ്ടച്ചി

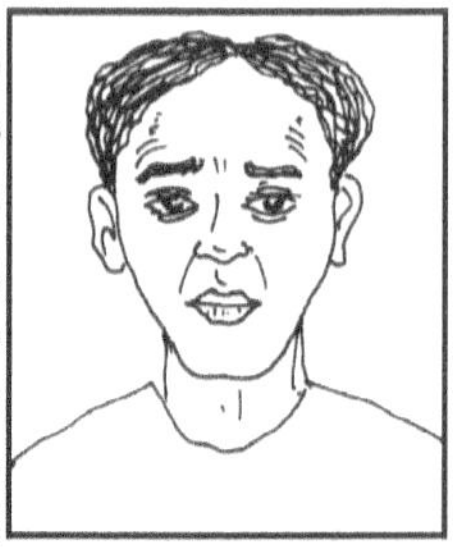

കർഷകകുടുംബത്തിലാണ് ജനനം . സ്ക്കൂൾ വിദ്യാഭ്യാസം നേടാനൊത്തില്ല. കർഷകപ്രസ്ഥാനവുമായുള്ള ബന്ധത്തിലൂടെ കോൺഗ്രസ് സംഘടനയിലേക്ക് വന്നു. എൻ.കെ. കുട്ടന്റേയും വി.ചന്തുവിന്റേയും നേതൃത്വത്തിൽ വളണ്ടിയർ പരിശീലനം നേടി. കയ്യൂർ സംഭവത്തെ തുടർന്ന് അറസ്റ്റിലായ കാര്യമ്പു മംഗലാപുരം സബ്ജയിലിൽ പത്തരമാസം റിമാന്റിൽ കഴിഞ്ഞു. പിൽക്കാലത്ത് കമ്മ്യൂണിസ്റ്റ് പാർട്ടിയുടെ സജീവ പ്രവർത്തകനായി.

വണ്ണാത്തൻ ചന്തുക്കുട്ടി (46–ാം പ്രതി)

1919 ഫെബ്രുവരി 5 ന് നീലേശ്വരം പാലക്കാട്ട് ജനിച്ചു. അച്ഛൻ ചിണ്ടൻ, അമ്മ ചിരുതേയി. കയ്യൂർ കേസ്സിൽ 46–ാം പ്രതിയായിരുന്നു. വെറുതേ വിട്ടു. നീലേശ്വരം രാജാസ് ഹൈസ്ക്കൂളിൽ വിദ്യാർത്ഥിയായിരിക്കെ തന്നെ കോൺഗ്രസുമായി ബന്ധപ്പെട്ടു പ്രവർത്തിച്ചു. എ.വി.കുഞ്ഞമ്പു, വി.വി.കുഞ്ഞമ്പു, ടി. എസ്. തിരുമുമ്പ് തുടങ്ങിയവരുടെ സ്വാധീനവും കെ.മാധവനുമായുള്ള പരിചയവുമാണ് പ്രചോദനമായത്. വി.വി. കുഞ്ഞമ്പു ബന്ധു കൂടിയാണ്. എസ്.എസ്.എൽ. സി. പാസായശേഷം 1938 ൽ നീലേശ്വരം വില്ലേജ് കോൺഗ്രസ് പ്രസിഡന്റായി. കർഷകസംഘം പ്രവർത്തനങ്ങളിലും സജീവമായിഇടപെട്ടു.

കയ്യൂരിലെ പ്രകടനത്തിൽ പങ്കെടുത്തിരുന്നില്ല. കേസിൽ വിട്ടയക്കപ്പെട്ടശേഷം രണ്ടുമാസത്തോളം ഒളിവിൽ കഴിഞ്ഞു. പിന്നീട് പോലീസിൽ ഹാജരായി. കസ്റ്റഡിയിൽ എടുത്തശേഷം നേരിട്ട് മംഗലാപുരത്തേക്ക് കൊണ്ടുപോകുകയായിരുന്നു. പത്തരമാസം അവിടെ റിമാന്റിൽ കഴിഞ്ഞു.

പുറത്ത് കുറച്ചുകാലം രാഷ്ട്രീയപ്രവർത്തനം തുടർന്നു. പിന്നീട് നാടുവിട്ടു. 1943 ൽ പട്ടാളത്തിൽ ചേർന്നു. പിരിഞ്ഞശേഷം 47 ൽ കസ്റ്റംസ് ആന്റ് സെൻട്രൽ എക്സൈസിൽ ഇൻസ്പെക്ടറായി ചേർന്നു. 1977 ൽ സൂപ്രണ്ടായി റിട്ടയർ ചെയ്തു. ഇപ്പോൾ കണ്ണൂർ ജില്ലയിലെ അലവിൽ വിശ്രമജീവിതം നയിക്കുന്നു. ഭാര്യ കെ. യശോദ . മൂന്നു മക്കൾ.

കൊട്ടൻ മഠത്തിൽ (47-ാം പ്രതി)

ജനനം	:	1923 മാർച്ച് 12 നീലേശ്വരം
അച്ഛൻ	:	വയലപ്ര കൊട്ടൻ
അമ്മ	:	മഠത്തിൽ ചെമ്മരത്തി
ഭാര്യ	:	ചെമ്മരത്തി

ജനനം സാധാരണ കർഷക തൊഴിലാളി കുടുംബത്തിൽ. വിദ്യാഭ്യാസം എഴുത്തു പള്ളിക്കൂടത്തിൽ. എൻ.കെ.കുട്ടൻ, വി.ചന്തു എന്നിവരുമായുള്ള സമ്പർക്കം കൊട്ടനെ രാഷ്ട്രീയത്തിലേക്ക് നയിച്ചു. എൻ.കെ. കുട്ടന്റെ നേതൃത്വത്തിൽ 1936 ൽ പാലായിൽ വെച്ച് കോൺഗ്രസ്സ് വളണ്ടിയർ പരിശീലനം നേടി. കയ്യൂർ സംഭവത്തെ തുടർന്ന് ഒളിവിലായി. പോലീസുകാർ വീടു കൊള്ളയടിച്ചു. വിവരമറിഞ്ഞെത്തിയ കൊട്ടൻ പോലീസിന്റെ പിടിയിലായി. മംഗലാപുരം സബ്ജയിലിൽ പത്തുമാസം റിമാണ്ടിലും എൻ.ജി.കമ്മത്ത്, എൻ.കെ.കുട്ടൻ എന്നിവരോടൊപ്പം മൂന്നുകൊല്ലം ചിങ്കൽപേട്ട ജയിലിലും കഠിനതടവനുഭവിച്ചു. കൊട്ടൻ 1947 മുതൽ 52 വരെ കമ്മ്യൂണിസ്റ്റ് പാർട്ടിയുടെ നീലേശ്വരം കമ്മിറ്റി സെക്രട്ടറിയായിരുന്നു.

കുഞ്ഞിരാമൻ ചേനംകുന്നുമ്മൽ (48-ാം പ്രതി)

ജനനം	:	1920 സെപ്തംബർ, നീലേശ്വരം
മരണം	:	1983 മെയ് 21
അച്ഛൻ	:	മാട്ടുമ്മൽ അമ്പാടി
അമ്മ	:	കാരിച്ചി
ഭാര്യ	:	മാണിക്കം

ഒരു സാധാരണ കർഷക കുടുംബത്തിൽ പിറന്ന കുഞ്ഞിരാമന് സ്ക്കൂൾ വിദ്യാഭ്യാസം ലഭിച്ചില്ല. കർഷക സംഘം പ്രവർത്തനത്തിലൂടെ രാഷ്ട്രീയ രംഗത്തേക്ക് വന്നു. കോൺഗ്രസ് വളണ്ടിയറായി പരിശീലനം നേടി. കയ്യൂർ സംഭവത്തിൽ അറസ്റ്റിലായി. മംഗലാപുരം സബ് ജയിലിൽ പത്തരമാസം റിമാന്റിൽ കഴിഞ്ഞു.

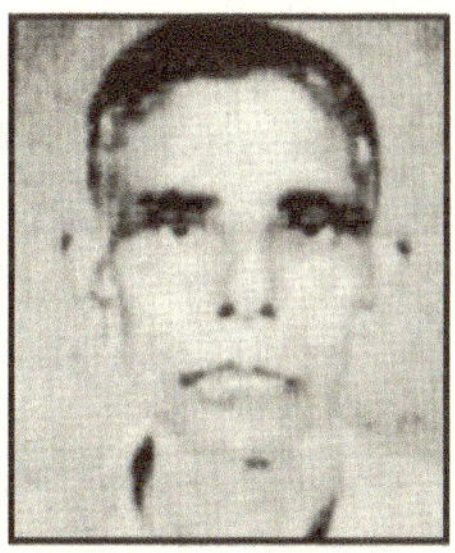

പൊക്കൻ കണ്ണങ്കൈ (49-ാം പ്രതി)

ജനനം : 1889 , നീലേശ്വരം
മരണം : 1973
അച്ഛൻ : മനിയേരി കണ്ണൻ
അമ്മ : കണ്ണങ്കൈ പാറ്റ
ഭാര്യ : ചിരുത

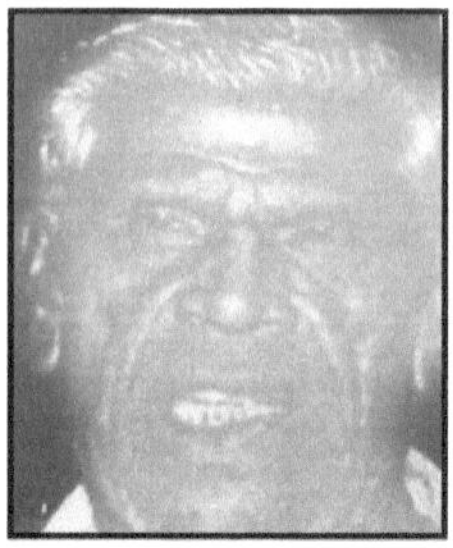

ഇടത്തരം കർഷക കുടുംബത്തിൽ പിറന്ന പൊക്കൻ കർഷക സംഘം പ്രവർത്തനത്തിലൂടെ രാഷ്ട്രീയ രംഗത്തുവന്നു. കയ്യൂർ കേസിൽ അറസ്റ്റ ചെയ്യപ്പെട്ടു. കാഞ്ഞങ്ങാട് ലോക്കപ്പിലും പത്തര മാസം മംഗലാപുരം സബ് ജയിലിലും റിമാൻഡിൽ കഴിഞ്ഞു. തുടർന്ന് കണ്ണൂർ സെൻട്രൽ ജയിലിൽ രണ്ടരക്കൊല്ലത്തെ കഠിനതടവനുഭവിച്ചു. പിൽക്കാലത്ത് കർഷക സംഘത്തിലും കമ്മ്യൂണിസ്റ്റ് പാർട്ടിയിലും പ്രവർത്തിച്ചു.

കൊവ്വൽ അമ്പാടി പണിക്കർ (50-ാം പ്രതി)

ജനനം : 1908
മരണം : .....
ഭാര്യ : ഉണ്ടച്ചി

അബൂബക്കർ പള്ളിക്കാൽ (51 -ാം പ്രതി)

ജനനം : പാലായി
മരണം : 1943 മാർച്ച് 29
അമ്മ : കുഞ്ഞാമിനയുമ്മ

സാമ്പത്തികമായി സാമാന്യം ഭേദപ്പെട്ട കുടുംബത്തിലാണ് ജനനം. പ്രാഥമിക വിദ്യാഭ്യാസം മാത്രം. പാലായിലെ വിളകൊയ്ത്ത് സമരവുമായി ബന്ധപ്പെട്ട് കർഷകസംഘത്തിന്റെ പ്രവർത്തകനായി. തുടർന്ന് കമ്മ്യൂണിസ്റ്റ് പാർട്ടി അംഗവും. കയ്യൂർ സമരത്തിലുണ്ടായ സജീവപങ്കാളിത്തം കാരണം കേസിൽ പ്രതിയായി. തൂക്കിക്കൊല്ലാൻ വിധിക്കപ്പെട്ടു. ഇൻക്വിലാബ് സിന്ദാബാദ് എന്നു വിളിച്ചുകൊണ്ട് കണ്ണൂർ സെൻട്രൽ ജയിലിൽ തൂക്കിലേറി.

കുണ്ടുവീട്ടിൽ അമ്പു (52-ാം പ്രതി)

ജനനം : 1917 നീലേശ്വരം
അച്ഛൻ : മാട്ടുമ്മൽ കൊട്ടൻ

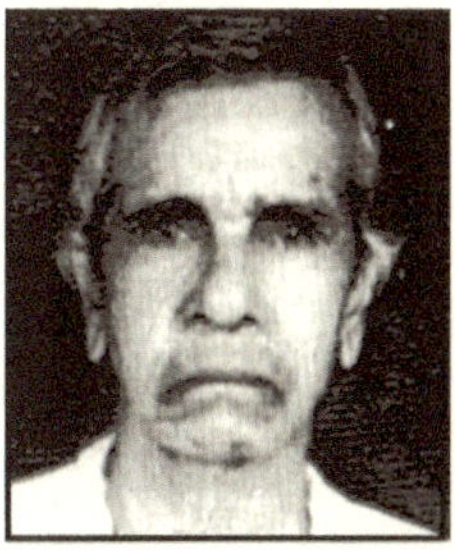

അമ്മ : ചിരുത
ഭാര്യ : മാണിക്കം

അമ്പുവിന്റെ കുടുംബം നിർദ്ധനമായിരുന്നു. വിദ്യാഭ്യാസം അതുകൊണ്ട് തന്നെ അപ്രാപ്യവും. എൻ.ജി. കമ്മത്ത്, വി.വി. കുഞ്ഞമ്പു, എൻ.കെ. കുട്ടൻ എന്നിവരുമായുള്ള സമ്പർക്കം അമ്പുവിന്ന് രാഷ്ട്രീയാവേശം നൽകി. കർഷകസംഘത്തിൽ പ്രവർത്തിച്ചു. കയ്യൂർ സംഭവത്തിൽ പ്രതിയായി. ഒളിവിൽ കഴിഞ്ഞ അമ്പുവിനെ പാലായിൽ വെച്ച് അറസ്റ്റ് ചെയ്തു. പത്തുമാസം മംഗലാപുരത്ത് റിമാന്റിൽ കഴിഞ്ഞു. കുറേ ക്കാലം കമ്യൂണിസ്റ്റ് പാർട്ടിയിൽ പ്രവർത്തിച്ചു.

അഹമ്മദ് കുതിരുമ്മൽ (53 -ാം പ്രതി)

ജനനം : 1918 മാർച്ച് , നീലേശ്വരം
അച്ഛൻ : കുതിരുമ്മൽ അന്ത്രു
അമ്മ : അലി ഉമ്മ

ഭാര്യ : ആയിഷ

ജനനം തൊഴിലാളി കുടുംബത്തിൽ. വിദ്യാഭ്യാസമില്ല. നീലേശ്വരത്ത് രൂപീകൃതമായ കർഷക സംഘത്തിന്റെ പ്രവർത്തകനായി. പാലായിൽ നടന്ന കർഷക സംഘം വളണ്ടിയർ ക്യാമ്പിൽ പരിശീലനം നേടി. കയ്യൂർ സംഭവത്തെ തുടർന്ന് അഹമ്മദ് അറസ്റ്റ് ചെയ്യപ്പെട്ടു. മംഗലാപുരം സബ് ജയിലിൽ പത്തു മാസം റിമാന്റിൽ കഴിഞ്ഞു.

അമ്പുഞ്ഞി ആനംകുന്നത്ത് (54-ാം പ്രതി)

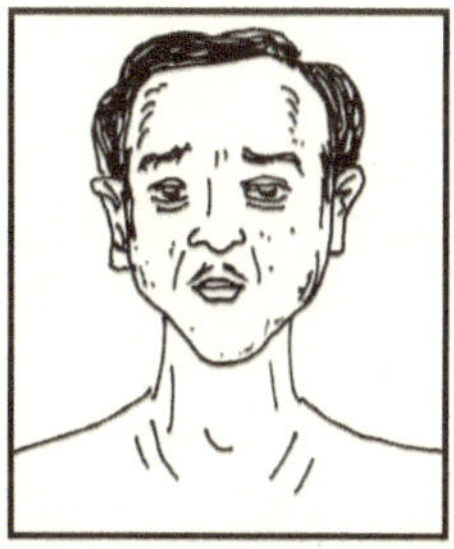

ജനനം : 1906 , നീലേശ്വരം
മരണം : 1972
അച്ഛൻ : ആനംകുന്നത്ത് കണ്ണൻ
അമ്മ : ചിരുത
ഭാര്യ : മാധവി

ഒരു നിർദ്ധന കാർഷിക തൊഴിലാളി കുടുംബത്തിൽ ജനിച്ച അമ്പുഞ്ഞിക്ക് സ്കൂളിൽ പഠിക്കാൻ അവസരമുണ്ടായിരുന്നില്ല. വി.വി.കുഞ്ഞമ്പു,

വി.ചന്തു എന്നിവരുടെ സ്വാധീനം മൂലം കർഷക സംഘം പ്രവർത്തക്നായി. കയ്യൂർ കേസിൽ അറസ്റ്റിലായി. പത്തരമാസം മംഗലാപുരം സബ് ജയിലിൽ റിമാന്റിൽ കഴിഞ്ഞു. പിൽക്കാലത്തും കർഷക സംഘത്തിൽ തുടർന്നു.

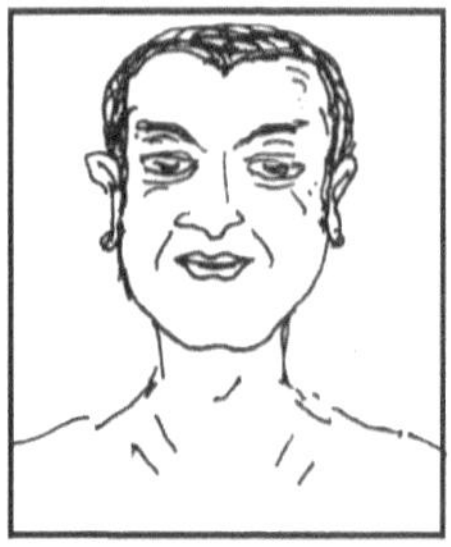

കണിശൻ ചന്തു (55-ാം പ്രതി)

ജനനം : 1921
മരണം : ......
ഭാര്യ : ലക്ഷ്മി(കുഞ്ഞമ്മ)

പാർട്ടി അംഗം, കർഷകസംഘം പ്രവർത്തകൻ

താഴത്ത് കുഞ്ഞമ്പു (56-ാം പ്രതി)

ജനനം : 1916
മരണം : 1963
ഭാര്യ : മെട്ടക്ക് പാറ്റ

കുഞ്ഞിരാമൻ ഒറ്റപ്പുരക്കാൽ മീത്തലെ വീട്ടിൽ (57 -ാം പ്രതി)

ജനനം : 1926 ജൂൺ 22 , നീലേശ്വരം
അച്ഛൻ : തണ്ടാലത്ത് അമ്പാടി
അമ്മ : ചെമ്മരത്തി
ഭാര്യ : നാരായണി.

സമ്പന്നമല്ലാത്തൊരു കർഷകകുടുംബമായിരുന്നു കുഞ്ഞിരാമന്റേത്. ഔപചാരിക വിദ്യാഭ്യാസം നേടാനൊത്തില്ല. എൻ.ജി.കമ്മത്തിന്റേയും എൻ.കെ.കുട്ടന്റേയും സ്വാധീനം കുഞ്ഞിരാമനെ കർഷക സംഘവുമായി ബന്ധപ്പെടുത്തി. കയ്യൂർ സംഭവത്തെ തുടർന്ന് ഒളിവിലായി. പോലീസ് വീടു കൈയേറി. വിവരമറിഞ്ഞു നാട്ടിലെത്തി അറസ്റ്റിലായി. ഒരാഴ്ച കാഞ്ഞങ്ങാട് ലോക്കപ്പിലും പത്തുമാസം മംഗലാപുരം സബ്ജയിലിലും റിമാന്റിൽ കഴിഞ്ഞു.

കുഞ്ഞിരാമൻ നീലേശ്വരം പഞ്ചായത്ത് മെമ്പർ (1952-64), വില്ലേജ് കർഷകസംഘം സെക്രട്ടറി (1955-60), കമ്മ്യൂണിസ്റ്റ് പാർട്ടി വില്ലേജ് കമ്മിറ്റി സെക്രട്ടറി എന്നീ നിലകളിൽ പ്രവർത്തിച്ചു.

പക്കീരൻ ആനികുന്നത്ത് (58 -ാം പ്രതി)

ജനനം	:	1921 സെപ്തംബർ , നീലേശ്വരം
മരണം	:	1982 സെപ്തംബർ
ഭാര്യ	:	പാറ്റ

പാവപ്പെട്ടൊരു കർഷകകുടുംബത്തിൽ പിറന്ന് പക്കീരൻ പ്രാഥമിക വിദ്യാഭ്യാസത്തിനുശേഷം കാർഷികവൃത്തിയിൽ ഉപജീവനമാർഗ്ഗം കണ്ടെത്തി. എ. സി.കണ്ണൻ നായരുടെ രാഷ്ട്രീയ പ്രവർത്തനങ്ങൾ പക്കീരനെ കോൺഗ്രസിലേക്കാകർഷിച്ചു.

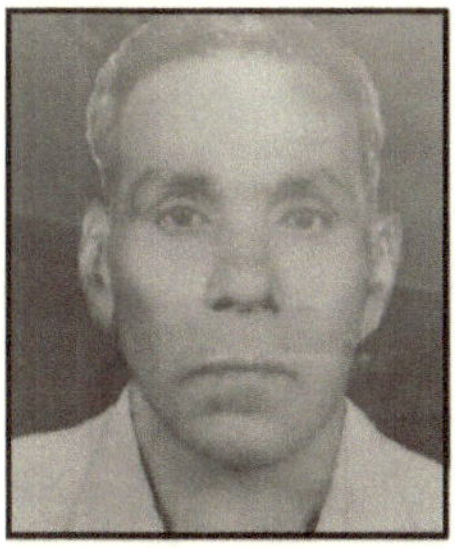

ക്വിറ്റ് ഇന്ത്യാ സമരത്തിൽ പങ്കെടുത്തു. കാഞ്ഞങ്ങാടുവെച്ച് അറസ്റ്റിലായി. പതിനൊന്നു മാസം മംഗലാപുരം സബ്ജയിലിൽ തടവനുഭവിച്ചു. പിൽക്കാലത്ത് സജീവരാഷ്ട്രീയത്തിൽനിന്നു മാറിനിന്നു.

വണ്ണാത്തൻ കണ്ണൻ (59-ാം പ്രതി)

ജനനം	:	1913
മരണം	:	....
ഭാര്യ	:	ചിരുതൈ അമ്മ

കണ്ണൻ ക്ലായിക്കോട് (60-ാം പ്രതി)

ജനനം	:	1920
മരണം	:	1960

പുരക്കളി പണിക്കർ, കേസിൽ വെറുതെവിട്ടു.

ടി.വി.കുഞ്ഞിരാമൻ

കയ്യൂരിലേയും പരിസരപ്രദേശങ്ങളിലേയും കർഷകമുന്നേറ്റങ്ങളിൽ നേതൃത്വപരമായ പങ്കുവഹിച്ച ആളാണ് ടിവി.കുഞ്ഞിരാമൻ. കയ്യൂർ കേസിന് കാരണമായ പ്രകടനത്തിൽ പങ്കെടുക്കുകയോ കേസിൽ പ്രതിയാവുകയോ ചെയ്യാതെ തന്നെ കയ്യൂർ സമരനായകരിൽ പ്രഥമഗണനീയനായിത്തീർന്നു അദ്ദേഹം.

1913 ൽ കൊട്ടന്റെയും കുമ്പച്ചിയുടേയും മകനായി ഒരു പാവപ്പെട്ട കർഷകകുടുംബത്തിൽ ജനിച്ചു. കയ്യൂർ എലിമെന്ററി സ്ക്കൂളിൽ നാലാം തരം വരെ പഠിച്ചശേഷം അച്ഛനോടൊപ്പം കൃഷിപ്പണിയിലേർപ്പെട്ടു. 1930 കളുടെ ഒടുവിൽ കർഷക സംഘം പ്രവർത്തനം കയ്യൂരിലേക്ക് വ്യാപിക്കുമ്പോൾ കുഞ്ഞിരാമൻ അതിന്റെ മുൻ നിര പ്രവർത്തകരിൽ ഒരാളായി. തുടർന്ന് കമ്യൂണിസ്റ്റ് പാർട്ടിയിലുമെത്തി.

കയ്യൂർ കേസിന് മുന്നോടിയായി ദേശരക്ഷാ നിയമമനുസരിച്ച് കേസിൽ കുടുക്കിയ ആറുപേരിൽ ഒരാൾ കുഞ്ഞിരാമനാണ്. ഇവരെ അറസ്റ്റു ചെയ്യുന്നതിനാണ് 1941 മാർച്ച് 26 ന് രാത്രി ഹോസ്ദുർഗ്ഗ് എസ്.ഐ.നിക്കോളാസിന്റെ നേതൃത്വത്തിൽ പോലീസ് സംഘം എത്തിയത്. അരയാക്കടവിലെ ആറങ്ങാടിയിൽ കിടന്നുറങ്ങുകയായിരുന്ന കർഷക സംഘം വളണ്ടിയർമാരെ ഇരുട്ടിന്റെ മറപറ്റിയെത്തിയ പോലീസ് ഭീകരമായി മർദ്ദിച്ചു. കുഞ്ഞിരാമനേയും ഒപ്പമുണ്ടായിരുന്ന ടി.വി.കുഞ്ഞമ്പുവിനേയും അറസ്റ്റ് ചെയ്തു. രക്തസാക്ഷി മഠത്തിൽ അപ്പു ഉൾപ്പെടെയുള്ള മറ്റു പ്രവർത്തകർ പിടികൊടുക്കാതെ രക്ഷപ്പെട്ടു.

പോലീസ് മർദ്ദനത്തിൽ പ്രതിഷേധിച്ചും അറസ്റ്റിലായ ടി.വി.കുഞ്ഞിരാമനേയും, ടി.വി.കുഞ്ഞമ്പുവിനെയും വിട്ടയക്കണമെന്നാവശ്യപ്പെട്ട് മാർച്ച് 28 ന് സംഘടിപ്പിച്ച പ്രകടനമാണ് കയ്യൂർ കേസിന് കാരണമായത്. ലോക്കപ്പിലായതിനാൽ കുഞ്ഞരാമന് പ്രകടനത്തിൽ പങ്കെടുക്കാൻ കഴിഞ്ഞില്ല. കേസിൽപ്പെടുത്താൻ പോലീസിനും നിർവ്വാഹമില്ലായിരുന്നു. റിമാന്റ് ചെയ്ത് മംഗലാപുരം ജയിലിലേക്കയച്ച കുഞ്ഞിരാമനെ 9 മാസത്തെ തടവിന് ശിക്ഷിച്ച് ആലിപുരം ജയിലിലേക്ക് മാറ്റി. ബല്ലാരി, കണ്ണൂർ സെൻട്രൽ ജയിലുകളിലും കഴിഞ്ഞിട്ടുണ്ട്.

പുറത്ത് വന്ന് മുഴുവൻ സമയപാർട്ടി പ്രവർത്തനങ്ങളിൽ മുഴുകി. കരിന്തളം നെല്ലെടുപ്പ് കേസ്, കിണാവൂർ തീവെപ്പ് കേസ്, കയ്യൂരിൽ കോൺഗ്രസ് ജാഥ തടഞ്ഞ കേസ് ഇവയിലെല്ലാം പ്രതിയായി, അറസ്റ്റ് ചെയ്യപ്പെട്ട് മൂന്ന് മാസം റിമാന്റിൽ കഴിഞ്ഞു. 1961 ലെ കർഷകസംഘം, 68 ലെ ട്രാൻസ്പോർട്ട് സമരം , 71 ലെ മിച്ച ഭൂമി സമരം, എന്നിവയിലും ജയിവാസം അനുഭവിക്കേണ്ടി വന്നു. 1987 മാർച്ച് 27 ന് നിര്യാതനായി. ഭാര്യ കുഞ്ഞിപ്പെണ്ണ്. അഞ്ചു മക്കൾ.

ടി.വി.കുഞ്ഞമ്പു

കയ്യൂരിൽ കർഷക സംഘം രൂപംകൊണ്ടഘട്ടത്തിൽ വളണ്ടിയർ ആഫീസറുടെ ചുമതലയായിരുന്നു ടി.വി. കുഞ്ഞമ്പുവിന്. നീലേശ്വരത്ത് എൻ.കെ.കുട്ടന്റെ നേതൃത്വത്തിലുള്ള വളണ്ടിയർ ക്യാമ്പിൽ പരിശീലനം നേടിയ അദ്ദേഹം മികച്ച വളണ്ടിയർ ആഫീസറെന്ന് പേരെടുത്തിരുന്നു.

കയ്യൂരിലും പരിസര പ്രദേശങ്ങളിലും കർഷകസംഘവും കമ്യൂണിസ്റ്റ് പാർട്ടിയും കെട്ടിപ്പടുക്കുന്നതിൽ മുന്നിട്ടു പ്രവർത്തിച്ചു.

1941 മാർച്ച് 26 ന് രാത്രി രാജ്യരക്ഷാ നിയമപ്രകാരം അറസ്റ്റ് ചെയ്യപ്പെട്ടു. ഈ അറസ്റ്റും മർദ്ദനവുമാണ് കയ്യൂർ കേസിന് കാരണമായ ചരിത്രപ്രസിദ്ധമായ പ്രകടനത്തിലും സുബ്ബരായൻ എന്ന പോലീസുകാരന്റെ മരണത്തിനും വഴി വെച്ചത്. മംഗലാപുരം സബ്ജയിലിൽ റിമാന്റിലായിരുന്നു. ശിക്ഷിക്കപ്പെട്ടതിനെതുടർന്ന് ബെല്ലാരി ജയിലിലേക്ക് മാറ്റി.

സി.പി.ഐ.എം ചീമേനി ലോക്കൽ സെക്രട്ടറി, നീലേശ്വരം ഏരിയാ കമ്മിറ്റി അംഗം എന്നീ നിലകളിൽ പ്രവർത്തിച്ചിട്ടുണ്ട്. 1979 ആഗസ്ത് 5 ന് നിര്യാതനായി. ഭാര്യ മാണിക്കം. എട്ടു മക്കളുണ്ട്.

കയ്യൂർ കേസിനെ തുടർന്ന് ജയിലിലടക്കപ്പെട്ട അറുപത് പേരെ കൂടാതെ നിരവധിയാളുകൾ പോലീസിന്റെ മൃഗീയമായ മർദ്ദനത്തിന് വിധേയരായിട്ടുണ്ട്. കിനാനൂരിലെ കെ. നാരായണനുൾപ്പെടെയുള്ളവർ അനുഭവിച്ച ത്യാഗം വിലമതിക്കാനാവാത്തതാണ്. കേസിൽ പ്രതികളായവരുടെ കുടുംബാംഗങ്ങളും പലതരത്തിലുള്ള പീഡനങ്ങൾക്ക് വിധേയരായി. മർദ്ദനത്തിന്റെയും അതിനെതിരെയുള്ള ചെറുത്തുനിൽപ്പിന്റെയും തെളിച്ചമുള്ള ചിത്രം കുടുംബാംഗങ്ങൾ പങ്ക് വെക്കുന്നുണ്ട്.

ഓർമ്മക്കുറിപ്പുകൾ

ദേവദാസ് (68 വയസ്സ്)

കയ്യൂർ കേസിലെ പ്രതി കരിമ്പുവളപ്പിൽ അമ്പുവിന്റെ മകൻ. കിനാനൂർ താമസം.

അമ്മ പറഞ്ഞ അനുഭവമാന്ന് എനിക്ക്. ഈട വീട്ടിൽ കിടന്നുറങ്ങാൻ പറ്റൂല. വേറെ വീട്ടിലാന്ന് കിടക്കൽ. വീട്ടിന്റെ ഓട് എല്ലാം പൊളിച്ച് വാതിലെല്ലാം അന്ന് ഗുണ്ടകളും പോലീസും പൊളിച്ച് കളഞ്ഞിന്. കയ്യൂർ സമരം സ്വാതന്ത്ര്യ സമരമല്ല എന്ന് പറയുന്നപ്യ ഇന്ത്യക്കാരനല്ല എന്ന് അച്ഛൻ പറഞ്ഞതായി *കൗമുദി* പത്രത്തിൽ വന്നിട്ടുണ്ടായിനി.

ചെമ്മരത്തി (74 വയസ്സ്)

കയ്യൂർ കേസിലെ 40-ാം പ്രതി ചന്ദ്രശേഖരന്റെ മകൾ. കാര്യങ്കോട് താമസം.

അച്ഛൻ അന്നത്തെ സംഭവത്തെപറ്റിയൊന്നും അങ്ങനെ പറഞ്ഞിരുന്നില്ല. അച്ഛന്റെ കുറ്റ് വല്ല്യതാന്ന്.കേൾക്കുമ്പോൾ നമ്മൾക്ക് തന്നെ പേടിയാവും. ഫോട്ടോയൊന്നും ഇല്ല.

കെ.കുമാരൻ (64 വയസ്സ്)

കയ്യൂർ കേസിലെ പ്രതി പൊക്കായിയുടെ മകൻ. ചായ്യോത്ത് താമസം.

കയ്യൂർ കേസുമായി ബന്ധപ്പെട്ട് കുറച്ചുകാര്യങ്ങളെ ലഭ്യമായിട്ടുള്ളു. ചില സാക്ഷിമൊഴികളുണ്ട്. കിനാനൂരിലെ ശങ്കരൻ എന്നയാൾ അതിൽ സാക്ഷിയാന്ന്. അയാൾ കൊടുത്ത മൊഴിയിൽ കെ.പി. വെള്ളു

ങ്ങയെയും അച്ഛനെയും രണ്ട് വർഷമായിട്ട് അറിയാമെന്നാന്ന് പറഞ്ഞത്. എന്നാൽ ആളെ തിരിച്ചറിയാൻ പറഞ്ഞപ്പോൾ തിരിച്ചറിയാൻ പറ്റാത്ത സ്ഥിതിയാന്ന് ഉണ്ടായത്. ജഡ്ജ്മെന്റിൽ സാക്ഷിമൊഴി അപര്യാപ്ത മാണ് എന്ന് രേഖപ്പെടുത്തിയിട്ടുണ്ട്. അച്ഛന്റെ രണ്ടാമത്തെ കല്ല്യാണത്തിലാന്ന് കുട്ടികൾ ഉണ്ടായത്. അത് ആറ് മക്കൾ 2 പെണ്ണും 4 ആണും. അന്ന് ജീവിച്ചിരുന്നത് വളരെയധികം ദാരിദ്ര്യം അനുഭവിച്ചായി രുന്നു. ജീവിതത്തിൽ വലിയ തകർച്ച അനുഭവിച്ചതിനാൽ ജയിലിൽ നിന്ന് കിട്ടിയ ചില ക്ലാസുകളിൽനിന്ന് കുട്ടികൾക്ക് നല്ല വിദ്യാഭ്യാസം കൊടു ക്കണം എന്നത് അച്ഛൻ നടപ്പിലാക്കാൻ ശ്രമിച്ചിട്ടുണ്ട്. അതിന്റെ ഭാഗ മായി മൊറവിൽ രാമൻമൂസറുടെ 2 മക്കളെ സ്കൂളിൽ പോകാൻ പ്രേരി പ്പിച്ചിരുന്നു. ഇത് പാർട്ടിയിൽ നിന്നും കിട്ടിയ അറിവായിരുന്നു. അതി ലൊരനുഭവം എന്ന രീതിയിൽ രാമൻമൂസറുടെ കുട്ടികളെ സ്കൂളിൽ പോകാൻ പറഞ്ഞപ്പോൾ കുപ്പായം ഇടാൻ പറയണ്ടേ പൊക്കായി എന്ന് രാമൻമൂസറ് പറഞ്ഞതായി ഒരു കേൾവിയുണ്ട്. രണ്ട് ചെറിയ തെച്ചം മുണ്ടുടുത്താണ് അവർ സ്കൂളിൽ പോയത്. അന്ന് സ്കൂളിൽ പോകു മ്പോൾ കുപ്പായം ഇടണം എന്നത്പോലും അന്നത്തെ സാധാരണജ നത്തിനറിയില്ലായിരുന്നു എന്ന് വേണം മനസ്സിലാക്കാൻ. സംഭവവുമായി ബന്ധപ്പെട്ട് സുബ്രയ്യന്റെ തൊപ്പി തോർത്തിൽ കെട്ടി നടന്നു എന്നൊരുനു ഭവം ഉണ്ട്. പിന്നീടത് സഖാക്കളുടെ ശ്രദ്ധയിൽപെട്ടതിന്റെ അടിസ്ഥാന ത്തിൽ പുഴയുടെ അരികിലെവിടയോ കുഴിച്ചിടുകയായിരുന്നു.. കുഴിച്ചിട്ടു എങ്കിലും അത് പൊന്തിപ്പോകുന്ന സ്ഥിതി ഉണ്ടായി. കേസിൽ 28 -ാം പ്രതി എന്ന നിലയിൽ 5 വർഷം കഠിനതടവ് ആണ് വിധിച്ചത്. പിന്നീ ടത് 3 വർഷമായി ചുരുക്കി. ശവം പുഴയിൽ കെട്ടിത്താക്കാൻ തീരുമാ നിച്ചു. അതിനായി ചെറിയാക്കര ചമിണിയൻ എന്നയാളെ ചുമതലപ്പെ ടുത്തി. എന്നാൽ അത് വേണ്ടത്ര ഫലം കണ്ടില്ല. പിന്നീടത് കണിയാട യിൽ പൊന്തിവരുന്ന സ്ഥിതി ഉണ്ടായി. ചായ്യോത്ത് വച്ച് ചന്തു ഓഫീസ റും അച്ഛനും പോലീസ് നമ്മളെയാണ് വേട്ടയാടുന്നുന്ന് എന്ന് തിരിച്ച റിഞ്ഞ് ചന്തു ഓഫീസറെ വീട്ടിലേക്ക് പോയി. അവിടെ എല്ലാം നശിപ്പി ക്കപ്പെട്ട സ്ഥിതിയായിരുന്നു. പിന്നീട് ചന്തു ഓഫീസറെ മടിക്കൈയിലെ വീട്ടിലേക്ക് പോയി. അവിട്ന്ന് എളേരികാട്ടിലെ ഒളിവ് കേന്ദ്രത്തിലേക്ക് പോയി അച്ഛൻ അവിടെ കഴിഞ്ഞ് കൂടി. ചന്തു ഓഫീസർ മടിക്കൈ യിലെ ബന്ധുവീട്ടിലേക്ക് പോയി. അച്ഛൻ മടിക്കൈയിലെ വടക്കം തോട്ട ത്തിന്റെ വീട്ടിലേക്കാണ് പിന്നീട് പോയത്. അവിടെനിന്ന് കൂക്കോട്, കുണ്ഠ്യം എന്നീ സ്ഥലത്തേക്ക് പോയി. കരിമ്പു വളപ്പിൽ അമ്പുവും അവിടെ എത്തി പിന്നീട് രണ്ടുപേരും ഒന്നിച്ചാണ് പോയത്. പല സ്ഥലത്തും ഒളിച്ച് ഇരുന്നിരുന്നു.

കെ.ടി.ചന്തു (88 വയസ്സ്)

കയ്യൂർ കേസിലെ സാക്ഷി. കയ്യൂരിൽ താമസം.

ചെറിയാക്കരക്കാണ് ജാഥയ്ക്ക് പോയത്. ജാഥ തുടങ്ങിയപ്പോൾ അയാൾ പുഴയിൽ വീണു ഒന്നുരണ്ട് തവണ വെള്ളത്തിന്റെ മുകളിൽ അയാൾ പൊന്തിവന്നിന്. പിന്നെ അയാൾ താണുപോയി. പിന്നെ ജാഥ കഴിഞ്ഞ് നമ്മൾ മഠത്തിൽ മീറ്റിംഗ് കൂടി പിരിഞ്ഞുപോയി ഞാൻ എന്റെ വീട്ടിൽ വന്നു. പിന്നെ രണ്ടു മൂന്ന് ദിവസം കഴിഞ്ഞപ്പോൾ വീട് പോലീസ് ക്യാമ്പാക്കി എം.എസ്.പി ക്കാരും ഉണ്ടായിനി. ഞാൻ കാട്ടിലാണ് ഉണ്ടായത്. കാട്ടിൽനിന്നും അച്ഛൻ വന്ന് എന്നെ കൂട്ടിക്കൊണ്ട് വന്നു. ഇട്ടമലെ ക്യാമ്പിലേക്കാന്ന് കൊണ്ടുപോയത്. ഇട്ടമ്മൽ ക്യാമ്പിൽ 9 ദിവസം നിന്നു. 10–ാം ദിവസം മംഗലാപുരം ക്യാമ്പിലേക്ക് കൊണ്ടുപോയി. സാക്ഷി പറയിക്കാൻ പിന്നെ പതിനൊന്നാം ദിവസം പ്രതികളെ കണ്ണൂരിൽ നിന്നും മംഗലാപുരത്തേക്ക് കൊണ്ടു വന്നു. എന്നെ മൈനർ എന്ന രീതിയിൽ ഒഴിവാക്കി. കുഞ്ഞിക്കണ്ണനെയും ഒഴിവാക്കി. ഞങ്ങളെ നാട്ടിലേക്ക് വിട്ടു. ഒന്നേമുക്കാൽ ഉറുപ്പിക വണ്ടിച്ചെലവ് തന്നു. വരുമ്പോൾ പോലീസുകാർ നാട്ടിൽ തന്നെ ഉണ്ടായിനി. അപ്പുവിന്റെ അങ്ങാടീന്ന് പോലീസുകാരുമായി അടി ഉണ്ടായിനി. രണ്ട് ജാഥ ഉണ്ടായിനി ഒന്ന് പാലായിക്കാരാന്ന് നയിച്ചത്. കർഷക സംഘം ജയിക്കട്ടെ ബ്രിട്ടീഷ് ഗവൺമെന്റ് നശിക്കട്ടെ അതാണ് മുദ്രാവാക്യം. മംഗലാപുരത്തേക്ക് പോയി അടിമകൾ അല്ല നമ്മൾ എന്ന പാട്ടെല്ലാം പാടിയാണ് പോയത് എന്ന് ഇന്ന് ചെറിയ ഓർമ്മയുണ്ട്.

കെ.വി.അമ്പാടികുഞ്ഞി (82 വയസ്സ്)

ചായ്യോത്ത് താമസം. മുൻകാല പാർട്ടി അംഗം.

പി. എന്ന് വിശേഷിപ്പിക്കപ്പെടുന്ന കെ. കേശവൻ എന്നയാളെ പിടിക്കാൻ പോലീസ് ശ്രമിച്ചിരുന്നു.എന്നാൽ പലപ്പോഴും അയാൾ അതിൽ നിന്നും ഊരിപ്പോയിട്ടുണ്ട്. കയ്യൂർ സംഭവത്തിന് ശേഷം പോലീസ് മർദ്ദനം സഹിക്കാൻ കഴിയാതെ ജനങ്ങളെല്ലാം നാട്ടിൽനിന്നും പോയി. അമ്മ എന്നെ എടുത്തിട്ടാണ് അന്ന് ഞങ്ങൾ കുന്നുകേറി പോയത്. തിരിച്ചു വന്നപ്പോൾ അച്ഛൻ വീട്ടിൽ തന്നെ ഉണ്ടായിരുന്നു. എന്നാൽ അച്ഛൻ പറഞ്ഞത് "നിങ്ങപോയപ്പോൾ പട്ടക്കാർ (പോലീസുകാരെ പറയുന്നത് അങ്ങനെയാണ്) എന്നെ ഇട്ടമ്മൽ കൊണ്ടുപോയി കുനിച്ച് നിർത്തി പുറത്ത് ഇടിച്ചു. പിന്നെ അധികാരിയുടെ വീട്ടിന്റെ അടുത്ത വീട്ടുകാരനായത് കൊണ്ട് വേഗം പറഞ്ഞുവിട്ടു എന്ന്." പോലീസുകാർ കുളിക്കാൻ വീട്ടിലേക്ക് ആണ് വരാറ്. എത്താംകൊട്ടയുപയോഗിച്ചാന്ന് അന്ന് വെള്ളം കോരി കുളിക്കാറുണ്ടായിരുന്നത്. സംഭവം നടക്കുമ്പോൾ എനിക്ക് 4 വയസ്സേയുള്ളു. ചിരുകണ്ഠൻ എന്റെ വീട്ടിൽ വരുമ്പോൾ പാലും കാപ്പിക്കുരുവും കൊണ്ടുവന്ന് കാപ്പിവെയ്ക്കും. എന്നോട് നാരോത്തിൻ ചപ്പ്കൊണ്ടുവരാൻ പറയും. അത് കാപ്പിയിൽ ഇട്ട് കുടിക്കാൻ നല്ല സ്വാദാണ്.ചിരുകണ്ഠനെ പോലീസ് പിടിച്ച് കൊണ്ടുപോയപ്പോൾ എന്റെ വീട്ടിൽ ഏറ്റിന് വരുന്നയാൾ എന്നോട് മാമനെ ഇറക്കിക്കൊണ്ടുവരണ്ടെ

എന്ന് ചോദിച്ചത് ഇന്നും ഞാൻ ഓർക്കുന്നു. പിന്നെ അവരെ തൂക്കിക്കൊന്നപ്പോൾ എന്റെ വീട്ടിൽ എല്ലാം അന്ന് സ്വന്തം വീട്ടിൽ ഒരാൾ മരിച്ച രീതിയായിരുന്നു എന്നത് ഞാൻ ഇന്ന് ഓർക്കുന്നു. പിന്നീടാണ് ഞാൻ ഇത് മനസ്സിലാക്കുന്നത്.

കുമാരൻ ഇരിയൽ (70 വയസ്സ്)

കയ്യൂർ കേസിലെ പ്രതി മൊടോൻ അമ്പുവിന്റെ മകൻ. കയ്യൂരിൽ താമസം.

മൊടോൻ അമ്പു എന്നാന്ന് എന്റെ അച്ഛന്റെ പേര്. ഞങ്ങ പയ്യം കുളം എന്ന സ്ഥലത്താണ് താമസം. ചെറിയാക്കര മാട്ടുമ്മ കച്ചോടം ഉണ്ടായിന്. പോലീസുകാർ പോയി എല്ലാം വലിച്ച് ചാടി. ചെമ്പും പീടി കയിലെ സകലതും പുഴയിലേക്ക് വലിച്ച് ചാടി നശിപ്പിച്ചു. അച്ഛൻ ശരിക്കും കീഴ്മാലക്കാരനാന്ന്. കയ്യൂർ സംഭവത്തിന് ശേഷം ജയിൽ ശിക്ഷ കഴിഞ്ഞ് വന്നതിന് ശേഷമാണ് അച്ഛൻ കല്ല്യാണം കഴിക്കുന്നത്. നമ്മ 2 മക്കൾ.

കുഞ്ഞമ്പു മാസ്റ്റർ കരിമ്പു വളപ്പിൽ (83 വയസ്സ്)

കയ്യൂർ കേസിലെ പ്രതി കരിമ്പുവളപ്പിൽ അമ്പുവിന്റെ മകൻ. കിനാനൂർ താമസം.

കയ്യൂർ കേസിൽ അച്ഛനെ പോലീസിന് പിടിക്കാൻ കിട്ടിയില്ല. പിന്നീട് പിടി കൊടുത്തതാണ്.3 വർഷം മംഗലാപുരം ജയിലിലാണ് കിടന്നത്. എന്റെ ചെറു പ്രായത്തിൽ അച്ഛൻ എപ്പോഴും ഒളിവിലാന്ന്. പോലീസ് എപ്പോഴും ചോദിച്ച് വീട്ടിൽവരും. മടിക്കൈയിലും കയ്യൂരുമാണ് അച്ഛൻ ഒളിവിൽ കഴിഞ്ഞത്. ഈ സമരത്തിന്റെയും ത്യാഗത്തിന്റെയും നേട്ടം വരുകാലത്ത് ഉണ്ടാവും എന്നാണ് അച്ഛൻ അന്ന് പറയാറ്. കറക്കുന്ന പശുവിനെ അഴിച്ച് വിടുന്ന രീതിയും വാതിലടച്ച് വെച്ചാൽ അത് ചവിട്ടി പൊളിക്കൽ, മൺകലങ്ങൾ ചവിട്ടിപൊളിക്കൽ ഇതെല്ലാമാന്ന് പോലീസ് അന്ന് നടത്തിയ മർദ്ദനമുറകൾ. താമ്രപത്രം അച്ഛന് ലഭിച്ചിട്ടുണ്ട്. അതൊഴികെ മറ്റൊരു രേഖയും അച്ഛന്റേതായിട്ട് സൂക്ഷിക്കപ്പെട്ടിട്ടില്ല.

നാരായണൻ (65 വയസ്സ്)

കയ്യൂർ കേസിലെ പ്രതി ആനീംകുന്നത്ത് പക്കീരന്റെ മകൻ. കൊന്നക്കാട് താമസം.

അച്ഛന്റെ ശരിക്കും പേര് ഭാസ്കരൻ എന്നാണ്. പഴയ വിളിപ്പേരാണ് പക്കീരൻ. പിന്നീട് ആധാരത്തിലെല്ലാം പക്കീരൻ എന്ന ഭാസ്കരൻ എന്നാണ് കാണുന്നത്.ജാഥയിൽ അച്ഛൻ പങ്കെടുക്കുത്തതിന് ശേഷം കേസെല്ലാം കഴിഞ്ഞാണ് അച്ഛൻ പിന്നെ ഈട താമസം ആയത്.

പി.വി.ഗോപാലൻ (83 വയസ്സ്)

കയ്യൂർ കേസിലെ പ്രതി കുണ്ടുവളപ്പിൽ രാമന്റെ മകൻ. കയ്യൂരിൽ താമസം.

ടി.എസ്.തിരുമുമ്പും കാർത്യായനികുട്ടിഅമ്മയും അന്ന് നമ്മളെ വീട്ടിൽ വരും. അന്ന് നമ്മളെ ചാണം തേച്ച നിലത്താന്ന് അവർ കിടന്നുറങ്ങല്. പിന്നെ കയ്യൂരിൽ ജാതിയെല്ലാം ഇല്ലാതായത് ഈ സമരത്തിന് ശേഷമാണ് എന്നാണ് എനിക്ക് തോന്നുന്നത്. ഇട്ടമ്മലാന്ന് അന്ന് പോലീസ് ക്യാമ്പ് നടത്തിയത്. ക്യാമ്പിൽ കഞ്ഞിവെയ്ക്കുന്നത് അമ്മയാന്ന്. കിണ്ടിയിലെ വെള്ളത്തിൽ ഉപ്പിട്ട് പോലീസ് പിടിച്ച് കൊണ്ടുവന്ന സഖാക്കൾക്ക് കൊടുക്കും. അത് കയ്യൂരിന്റെ സ്നേഹമാണ്. പത്രങ്ങളും പോലീസും കെട്ടിച്ചമച്ചതാണ് കയ്യൂർ കേസ്. കൊലപാതകം നടന്നിട്ടില്ല. 42 കഷണം പറമ്പ് ആണ് കയ്യൂർ എന്ന് തെയ്യത്തിന്റെ കഥയിൽ ഉണ്ട്. ഇവിടെ അന്ധവിശ്വാസങ്ങൾ പാടില്ല എന്ന് അച്ഛൻ പറയാറുണ്ട്. കയ്യൂർ സമരം നടക്കുമ്പോൾ എനിക്ക് 6 വയസ്സേ ആയിട്ടുള്ളു. അന്ന് എന്റെ അനുജത്തി കാർത്യായനിക്ക് 4 വയസ്സാണ്. അന്ന് നമ്മളെയുംകൊണ്ട് പല സ്ഥലത്തും മാറി മാറി താമസിക്കേണ്ടി വന്നിട്ടുണ്ട്. എല്ലാ രക്തസാക്ഷി ദിന പരിപാടിയിലും ഞാൻ പങ്കെടുക്കാറുണ്ട്. അതിലൂടെയാന്ന് എനിക്ക് രാഷ്ട്രീയ വിവരം ലഭിക്കുന്നത്.

സുമിത്രൻ (65 വയസ്സ്)

കെ. നാരായണന്റെ മകൻ. കിനാനൂർ താമസം.

അച്ഛൻ ആദ്യം കേസിൽ പ്രതിയായിരുന്നു. പിന്നെ ഒഴിവാക്കി. അച്ഛനെ അന്ന് തൊണ്ടച്ചൻ മാപ്പ് പറഞ്ഞ് വിളിപ്പിച്ചതായിരുന്നു. അവിടെവച്ച് അച്ഛനെ ഏത്തം ഇടിപ്പിച്ചതായിരുന്നു. അത് പരസ്പരം ചെവി പിടിച്ചാന്ന് ചെയ്തിരുന്നത്. അച്ഛൻ വളണ്ടിയർ ക്യാപ്റ്റനായിരുന്നു. അതിന്റെ പേരിൽ കൊടിയ മർദ്ദനം തന്നെ ഏൽക്കേണ്ടി വന്നിട്ടുണ്ട്. അണ്ടോളിൽ ഒളിവിൽ കഴിഞ്ഞിട്ടുണ്ട്.

ടി.അമ്പാടികുഞ്ഞി (85 വയസ്സ്)

കയ്യൂർ സമരത്തിലെ അനുഭസ്ഥൻ. പാലായിൽ താമസം.

കയ്യൂർ സമരത്തിൽ കർഷക സംഘത്തിന്റെ ഏറ്റവും വലിയ മുന്നേറ്റമാണ് കാണുന്നത്. സുബ്രായേൻ നടത്തിയ അക്രമണത്തിന്റെ ഭാഗമായിട്ടാണ് അയാൾക്കെതിരെ ജനങ്ങൾ തിരിയാൻ കാരണമായത്. കോട്ടപ്പുറത്ത് നിന്ന് ചീനയ്ക്കാണ് ഇയാൾ പാലായി പുരക്കളി പന്തലിലേക്കാന്ന് വന്നത്.അവിടെ വന്ന് തോക്ക് ചൂണ്ടി ഭയപ്പെടുത്തി. കോതോളി കുഞ്ഞമ്പു പണിക്കരെ ഭീഷണിപ്പപ്പെടുത്തി. അന്ന് നമ്മളെ അച്ഛൻ കണ്ണൻ കൂട്ടായ്ക്കാരാണ്. അവിടെനിന്ന് കുട്ടികളായ നമ്മൾ പേടിച്ച് ഓടി. അവിടെനിന്നും പിടിച്ച് കൊണ്ടുവന്ന ചെറുപ്പക്കാരെ പരസ്പരം കാത് പിടിപ്പിച്ച് ഏത്തം ഇടുവിച്ചു. അതിന്റെ ഭാഗമായി മർദ്ദനവും നടന്നു.

പിന്നെ കോട്ടപ്പുറത്ത് നിന്നും വന്ന മാപ്പിളമാർ എല്ലാം കൊള്ളയടിച്ച് കൊണ്ടു പോയി. കാരണം ഇവിടെ ആരും പേടിച്ച് പുറത്തിറങ്ങുന്നില്ല ല്ലോ. അബൂബക്കർ എന്നാൽ നല്ല സഖാവായിരുന്നു. നല്ല പ്രവർത്തക നായിരുന്നു. ഒരു കസവ് മുണ്ട് തലയ്ക്ക് കെട്ടും. നല്ല ധീരനായ സഖാ വാണ്. എന്റെ എളേപ്പൻ കാര്യമ്പു കേസിൽ പ്രതിയാന്ന്. കയ്യൂർ കണ്ട കോരൻ അന്തിത്തിരിയൻ കേസിൽ പ്രതിയായിരുന്നു. അദ്ദേഹം പോലീസ് കേസുമായി ബന്ധപ്പെട്ട് ഷർട്ട് ഇട്ട് ഇവിടെ വന്നത് ഓർമ്മ യുണ്ട്. അന്ന് ആചാരക്കാരൻ എന്ന രീതിയിൽ അമ്പലത്തിൽ കേറ്റാൻ തയ്യാറായില്ല. പാലാത്തടത്തെ കാലനമ്പൂഞ്ഞിയാണ് പോലീസുകാരന്റെ തൊപ്പി കൈകാര്യം ചെയ്തത് എന്ന് പറഞ്ഞ് കേട്ടിട്ടുണ്ട്. ടി.എസ്.തിരു മുമ്പ്, നായനാർ എന്നിവർ കൊടക്കാല വീട്ടിൽ ഒളിവിൽ നിന്നിട്ടുണ്ട്. നായ നാരെ നീലായി കുഞ്ഞിപൊക്കൻ എന്നാൾ തോണി കടത്തിയിട്ടുണ്ട്. നായനാർ മുഖ്യമന്ത്രിയായപ്പോൾ പലായിൽ വന്നപ്പോൾ കുഞ്ഞിപൊ ക്കനെ ചേർത്ത് നിർത്തിയത് ഇന്നും ഓർമ്മയിലുണ്ട്. മഠത്തിൽ കൊട്ടൻ എന്ന സഖാവിന് അന്ന് സുബ്രായൻ പോലീസിന്റെ മർദ്ദനം ഏറ്റ് തലയ്ക്ക് മുറിവ് പറ്റുകയും അത് ചികിത്സിക്കാൻ അന്നത്തെ വൈദ്യന്മാർ തയ്യാ റാവാതിരിക്കുകയും തലയിലെ മുറിവ് പഴുത്ത് പുഴുവരിക്കുകയും ചെയ്തിട്ടുണ്ട്. പിന്നീട് അദ്ദേഹം ഒഴുകുന്ന ചാലുവെള്ളത്തിൽ മുറിവ് കഴുകിയപ്പോൾ പൂത്ത മുറിവിൽനിന്നും പുഴുക്കൾ ഒഴുകിപ്പോയിരുന്നു എന്നും പറഞ്ഞ് കേട്ടിട്ടുണ്ട്. അതേപോലെ തന്നെ വിശപ്പ് സഹിക്കാൻ പറ്റാതെ ഒരു വീട്ടിൽ കുട്ടികൾ തനിച്ചുള്ളപ്പോൾ പോയി ചോറ് മുണ്ടിന്റെ മട്ടത്തിൽ ഇട്ട് അതിൽ വെള്ളരിക്ക ഓലൻ കറിയും ഇട്ട് തിന്നു എന്നും. പോലീസ് പിടിക്കാതിരിക്കാനുള്ള ഒളിവ് ജീവിതത്തിലാണ് ഈ സംഭവം.ധീരനായ ഒരു സഖാവായിരുന്നു മഠത്തില് കൊട്ടൻ പിന്നീട് ഇദ്ദേഹം മുറിയൻ കൊട്ടൻ എന്നാണ് അിറയപ്പെട്ടത്. ഇട്ടമ്മൽ കർഷക സംഘം ഓഫീസാണ് പിന്നീട് പോലീസ് ക്യാമ്പ് ആയി മാറിയത്. നമ്മളെ അമ്മാവന് അന്നത്തെ സർക്കിൾ ഇൻസ്പെക്ടറുമായി ബന്ധം ഉള്ളത് കൊണ്ട് നമ്മൾ അന്ന് വലിയ മർദ്ദനങ്ങളിൽനിന്നും ഒഴിവാക്കപ്പെട്ടിരുന്നു.

ടി.സുശീല (68 വയസ്സ്)

രക്തസാക്ഷി മഠത്തിൽ അപ്പുവിന്റെ സഹോദര പുത്രി. കയ്യൂരിൽ താമസം.

പൂരക്കളി സ്ഥലത്ത് നിന്നാണ് സമരത്തിലേക്ക് സഖാക്കൾ പോയത് എന്ന് ആണ് അറിഞ്ഞത്. പോലീസുകാരൻ വെള്ളത്തിൽ ചാടിയപ്പോൾ ഉയർന്നുവന്ന അയാളുടെ തൊപ്പി വെള്ളത്തിൽ ചവിട്ടിത്താക്കാൻ ചുമ തലപ്പെടുത്തിയ വണ്ണത്താൻ വളപ്പിൽ മൊട്ടുമ്മൻ എന്ന ആൾ അത് പേടി കൊണ്ടോ എന്തോ താഴ്ത്തിയത് പിന്നീട് പൊങ്ങിവരുന്ന സ്ഥിതി യുണ്ടായി. അപ്പുവിന്റെ ഏട്ടന്റെ ഭാര്യയാണ് എന്റെ അമ്മ. അപ്പു നല്ലൊരു കളരി അഭ്യാസി കൂടിയായിരുന്നു. നല്ലൊരു പൂരക്കളി കലാകാരൻ കൂടി

യായിരുന്നു. നല്ലോരു പൂരക്കളിക്കാരനായ അപ്പുവിനും സഹോദരനും പൈസ കിട്ടുമായിരുന്നു. കോട്ടപ്പുറത്തു നിന്നും അടക്ക വാങ്ങാൻ വന്ന വർ എണ്ണി തോൽപ്പിച്ചപ്പോൾ ഉടനെ അയാളെ തച്ച കഥ അപ്പുവിന് ഉണ്ട്. അങ്ങനെ തെറ്റു കണ്ടാൽ ഉടൻ പ്രതികരിക്കുന്ന ശീലം അപ്പുവി നുണ്ട്.അതുപോലെ തന്നെ ഒറ്റക്കോലത്തിന് അതിന്റെ കോയ്മയായ പള്ളിക്കര നായർ അതിന്റെ വരവെല്ലാം കൊണ്ടു പോകുന്ന രീതി നില വിലുണ്ടായിരുന്നു. അതിന് എതിരെ പ്രതികരിച്ചതും അപ്പു ആയിരുന്നു. അത് തിരിച്ച് പിടിച്ച് അമ്പലത്തിന് തന്നെ കൊടുത്തത് ചരിത്രമാണ്. പോലിസിന്റെ തല്ല് കൊണ്ട് ചോര ഒലിപ്പിച്ച് ഇവിടെ വന്ന് ഏട്ടത്തീ പോലീസ് വരുന്നുണ്ട് ഏട്ടനോട് മാറാൻ പറ എന്ന് പറഞ്ഞത് എന്റെ ഓർമ്മയിലുണ്ട്. അമ്പലത്തിലെ ആചാരക്കാരനായ അച്ഛനോട് മോനെ ഹാജരാക്കാൻ പോലീസ് പറഞ്ഞു. ഇല്ലെങ്കിൽ അമ്പലം പൊളിക്കും നിന്റെ തോലു പൊളിക്കും എന്നും മറ്റും പറഞ്ഞിരുന്നു. നമ്മളെ വീട്ടിൽ വന്ന് പോലീസ് നടത്തിയത് നരനായാട്ട് തന്നെയായിരുന്നു. സമരത്തിന് ശേഷം തൃക്കരിപ്പൂരിലേക്ക് പോകുമ്പോൾ വഴിയിൽ നിന്നും പേടിച്ച് വെള്ളം പോലും കയ്യൂർക്കാർക്ക് തരാത്ത സ്ഥിതി ഉണ്ട്. ചെറിയാക്കര മാണി എന്നയാൾ ഒളിവിലെ സഖാക്കൾക്ക് ഭക്ഷണം നൽകുന്നതിന് ശ്രമിച്ചിരുന്നു. ചെമ്മരത്തി ഏട്ടിയും അമ്മയും എല്ലാം വിറകിനു പോകുന്ന കുട്ടയിൽ ഭക്ഷണം കൊണ്ടുപോയി വഴിയിൽ വെച്ച് കൈകൊട്ടി വിളി ക്കും. അപ്പോൾ ഒളിവിലെ സഖാക്കൾ വന്ന് ഭക്ഷണം എടുക്കും എന്ന് കേട്ടിട്ടുണ്ട്. ടി.വി. മാണിക്കവും ഭക്ഷണം കൊടുക്കാൻ മുന്നോട്ട് വന്നി ട്ടുണ്ട്. സുന്ദരനും ധീരനുമായിരുന്നു അപ്പു എന്നാണ് പറഞ്ഞു കേട്ടിട്ടു ള്ളത്. ചിരുകണ്ഠൻ അപ്പുവിന്റെ സ്ഥിരം ചങ്ങാതിയാണ്. എ.വി യും, തിരുമുമ്പും, എൻ.ജി. കമ്മത്തും ചന്തു ഓഫീസറും, മാധവേട്ടനും, കുട്ടേ ട്ടനും ഇവിടെ വരാറുണ്ട്. പുരുഷന്മാരെല്ലാം ഒളിവിൽ പോയപ്പോൾ കയ്യൂ രിലെ സ്ത്രീകളായിരുന്നു എല്ലാം സഹിച്ചത്. വീട് വിട്ട് കുട്ടികൾക്ക് ഭക്ഷണം കണ്ടെത്താനും ഒളിവിലെ സഖാക്കൾക്ക് ഭക്ഷണം കൊടു ക്കാനും എല്ലാം സ്ത്രീകളായിരുന്നു. സ്തീകൾ സംഘടിതമായി പോലീ സിനെതിരെ നീങ്ങാൻ തീരുമാനിച്ചിരുന്നു. ഇതൊക്കെ എന്റെ അമ്മ പറഞ്ഞ കഥയാണ്. 2008 ലാണ് അമ്മ മരിച്ചത്. മരിക്കുംവരെ അമ്മക്ക് കുഞ്ഞപ്പുവിന്റെ കഥ പറയാൻ ഉണ്ടായിരുന്നു. കയ്യൂർ സഖാക്കളുടെ തൂക്ക് ശിക്ഷ കഴിഞ്ഞ് മൃത ശരീരം ഏറ്റുവാങ്ങാൻ പോയ എന്റെ അച്ഛൻ ഉൾപ്പെടെയുള്ളവർ പിന്നീട് കുറെ ദിവസം എഴുന്നേറ്റിട്ടേയില്ല. പിന്നെ സ്ത്രീകൾ സംഘടിച്ച് കുടുംബങ്ങളിലേക്ക് ആശ്വസിപ്പിക്കാൻ പോയിരുന്നു. തിരുമുമ്പിന്റെ ഭാര്യ കാർത്യായനി കുട്ടിയമ്മയും കയ്യൂ രിൽ വന്ന് ആശ്വസിപ്പിച്ചിരുന്നു. കണ്ണൂരിൽ നിന്നും യശോദ ടീച്ചറും ആശ്വ സിപ്പിക്കാൻ വന്നിരുന്നു.

ലക്ഷ്മി (85 വയസ്സ്)

ചൂരിക്കാടൻ കൃഷ്ണൻ നായരുടെ ആദ്യ ഭാര്യ. ക്ലായിക്കോട് താമസം.

ചെറിയാക്കര കൊടക്കവെളപ്പിൽ നമ്മക്ക് അങ്ങാടി ഉണ്ടായിരുന്നു. കുറുവാടൻ കൃഷ്ണൻ നായർ ആണ് എന്റെ അച്ഛൻ. ഇവിടെ വന്ന, ചുവന്ന പോലീസ്കാരനെ പറഞ്ഞുവിട്ടതിനു ശേഷമാണ് സമരക്കാർ വന്നത്. അച്ഛൻ കൃഷ്ണൻ നായരോട് പറഞ്ഞു എന്തിനാ നിങ്ങൾ ഈ വേണ്ടാത്ത പണി ചെയ്യുന്നത് എന്ന്. പിന്നീട് കുറച്ചുകഴിഞ്ഞപ്പോൾ പോയ പോലീസുകാരനെ മുന്നിൽ ചുവന്ന കൊടി പിടിച്ചുകൊണ്ട് വരുന്നത് കണ്ടു. നമ്മുടെ കളത്തിലൂടെ തന്നെ ജാഥ പോയി. പോലീസുകാരൻ വെള്ളത്തിൽ തുള്ളി അതോടുകൂടി എല്ലാവരും പിരിഞ്ഞ് കുന്ന്കേറി പിന്നീടാണ് പ്രശ്നം തുടങ്ങുന്നത്. പിന്നെ അച്ഛനെയെല്ലാം കേസിൽ പ്രതിയാക്കി. പോലീസുകാർ നാലു ഭാഗത്തു നിന്നും വരാൻ തുടങ്ങി. അമ്മ നമ്മളെയും കൂട്ടി മലപ്പച്ചേരിയിലേക്ക് പോയി. അങ്ങാടിയെല്ലാം പൊളിച്ച് കളഞ്ഞു. പൂരം കഴിഞ്ഞാണ് പിന്നെ നമ്മൾ നാട്ടിലേക്ക് വരുന്നത്. പിന്നെ പോലീസ് വീട്ടിൽ എപ്പോഴും വരും. കോഴിയെയെല്ലാം പിടിച്ച് കൊണ്ടുപോകും. കവുങ്ങ്, വാഴ എല്ലാം പോലീസ് തകർത്ത് പോകും. ഭീകര നായാട്ട് തന്നെ പോലീസും ഗുണ്ടകളും നടത്തിയിരുന്നു. കാട്ടിലാണ് എല്ലാവരും രാത്രി കിടക്കൽ. അസമയത്ത് പോലീസ് എല്ലാം തച്ച് പൊളിക്കല്. എടത്തിലെ കടവിലാന്ന് പോലീസുകാരൻ മുങ്ങി മരിച്ചത്. അത് അന്ന് എല്ലാവരും പോയി നോക്കിയിരുന്നു. നല്ല സുന്ദരനായ ചെറുപ്പക്കാരൻ ആയിരുന്നു അപ്പു. അപ്പു ഒഴികെ ഞാൻ ആരെയും കണ്ടിട്ടില്ല. ഇവരെല്ലാ പഠിച്ചവരാന്ന് എന്ന് പറഞ്ഞ് കേട്ടിട്ടുണ്ട്. കയ്യൂർ താഴെയാണ് അന്ന് സ്കൂൾ ഉണ്ടായിരുന്നത്. പിന്നീടാണ് മീത്ത സ്കൂൾ തുടങ്ങിയത്. നാടുവാഴിത്തവും ജന്മിത്തവുമില്ലാത്ത ഈ കാലഘട്ടമാണ് നല്ലത്.

കാർത്യായനി (60 വയസ്സ്)

കയ്യൂർ കേസിലെ പ്രതി അരയാക്കിൽ രാമന്റെ മകൾ. തിമിരി നാലിലാംകണ്ടത്ത് താമസിക്കുന്നു.

കയ്യൂർ സംഭവത്തിന് ശേഷം അച്ഛൻ ഒളിവിലായിരുന്നു.പിന്നെ ചില രാത്രികളിൽ അച്ഛൻ വന്നുപോയിട്ടുണ്ട് എന്നു അമ്മ പറഞ്ഞിരുന്നു. രാത്രി കാട്ടിൽ ചോറ് കൊണ്ടു കൊടുത്തു എന്നും അത് നിന്ന നിൽപ്പിൽ വാരിത്തിന്നലാണ് എന്നും അമ്മ പറഞ്ഞിട്ടുണ്ട്. സ്വാതന്ത്ര്യസമര പെൻഷൻ ലഭിച്ചിരുന്നു. എന്റെ അമ്മയുടെ പേര് മാണിക്കം.

നാരായണി (65 വയസ്സ്)

കയ്യൂർ കേസിലെ പ്രതി കുണ്ടിൽ വീട്ടിൽ അമ്പുവിന്റെ മകൾ.

പാലായിയിൽ താമസം.

കയ്യൂർ സംഭവത്തിൽ കർഷക സംഘത്തിന്റെ പ്രകടനം വരുമ്പോൾ പോലീസുകാരനെ കാണുകയും അയാൾക്ക് കൊടി പിടിക്കാൻ കൊടുക്കുകയും ചെയ്തതാന്ന്. പേടിയും അപമാനവും കൊണ്ട് അയാൾ പുഴയിലേക്ക് ചാടിയതാന്ന്. പൂരക്കളി കളിക്കുന്ന സ്ഥലത്തു നിന്നാണ് എല്ലാവരും ജാഥയ്ക്ക് പോയത്. പിന്നെ എല്ലാവരും വന്ന് വീണ്ടും മറത്ത്കളി കളിച്ചു. അതിനു ശേഷം പോലീസ് അവരെ അറസ്റ്റ് ചെയ്തിന് എന്ന് അച്ഛൻ പറയുന്നത് കേട്ടിന്. അടിപതറുകയില്ല ഞങ്ങൾ അടിയുറപ്പിച്ച് നിൽക്കും. എന്ന മുദ്രാവാക്യം അന്ന് വിളിച്ചതായി അച്ഛൻ പറഞ്ഞിട്ടുണ്ട്. നായനാർ ഉൾപ്പെടെ ഇവർ 60 ഓളം ആളുകൾ പ്രതികളായിട്ട് ഉണ്ടായിനിന്ന് പറയുന്നത് കേട്ടിട്ടുണ്ട്. പാലായിക്കാർ കുറെ ആളുകൾ ഉണ്ടായിട്ടുണ്ട്. അമ്മ നേരത്തെ മരിച്ചതു കൊണ്ട് കൂടുതലൊന്നും അറിയാൻ കയ്ഞ്ഞിറ്റ്ല്ല. മുറിയൻ കൊട്ടനാന്ന് അച്ഛന്റെ അടുത്ത സുഹൃത്ത്. രണ്ട്പേരും പ്രതികളാണ്. അവസാനകാലംവരെയും അച്ഛനും ഓറും ഒന്നിച്ചുതന്നെയായിരുന്നു.

നാരായണി (70 വയസ്സ്)

കയ്യൂർ കേസിലെ പ്രതി മഠത്തിൽ കൊട്ടന്റെ (മുറിയൻ കൊട്ടൻ) മകൾ. പാലായിയിൽ താമസം.

അച്ഛൻ കയ്യൂർ സംഭവത്തിൽ പങ്കെടുത്ത് ജയിൽവാസം അനുഭവിച്ചിട്ടുണ്ട്. കയ്യൂർ സംഭവത്തിൽ പോലീസ് അടിച്ച് പൊട്ടിയ നിലയിൽ വൈദ്യരുടെ അടുത്ത് പോയപ്പോൾ ഈടെ പോലീസ് വരും വേഗം പോയ്ക്കോ കുഞ്ഞിക്കൊട്ടാ ഈടെ പോലീസ് വരും എന്നാണ് പറഞ്ഞത് പിന്നെ അച്ഛനോട് എന്തെങ്കിലും ചോദിച്ചാൽ എല്ലാം നിങ്ങക്കറിയില്ലെ എന്നേ പറയാറുള്ളൂ.സിങ്കൽപേട്ട ജയിലിൽ നിന്ന് കിട്ടിയ വിദ്യാഭ്യാസമാണ് അച്ഛന്റെ വിവരം. കേന്ദ്രഗവൺമെന്റിന്റെയും കേരള ഗവൺമെന്റിന്റെയും പെൻഷൻ ലഭിക്കാറുണ്ടായിരുന്നു.

കെ.വി. ഗംഗാധര വാര്യർ (65 വയസ്സ്)

എൻ.എൻ. വാര്യരുടെ മകൻ. മൊഴക്കോത്ത് താമസം.

ഓർമ്മ വളരെ കുറവാണ്. 1936 കൊടക്കാട് സമ്മേളനത്തിനു ശേഷമാണ് കർഷകസംഘം ഇവിടെ പ്രവർത്തനം തൊടങ്ങിയത്. ഇവിടെ കോൺഗ്രസ് ഏരിയയാണ്. ഇവിടെ തിരുമുമ്പാണ് പ്രവർത്തനത്തിന് നേതൃത്വം കൊടുത്തത്. പിന്നെ പട്ടേലർക്ക് വിരോധമുള്ളവരെയെല്ലാം കേസിൽ പ്രതി ചേർക്കുന്ന സ്ഥിതി ഉണ്ടായി. കുണ്ട്യത്തിൽ നടന്ന ഒരു അതിർത്തി തർക്കം എ.വി.കുഞ്ഞമ്പവും വി.വി കുഞ്ഞമ്പുവുമായി സംസാരിച്ച് തീർക്കുകയുണ്ടായി. അപ്പോഴാണ് നമുക്കും ഒരു സംഘം വേണം എന്ന അഭിപ്രായം ഉണ്ടാവുന്നത്. അങ്ങനെ കുക്കോട്ടാണ് ആദ്യയോഗം നടക്കുന്നത്. നിലമ്പത്തിന്റെ വീട്ടിലാണ് യോഗം നടന്നത്. ക

യ്യൂർ സംഭവം നടക്കുമ്പോൾ അച്ഛൻ സ്ഥലത്തില്ലായിരുന്നു. മടിക്കുന്നുമ്മൻ എത്തുന്ന കലക്ടർക്ക് നിവേദനം കൊടുക്കാൻ അച്ഛൻ പോയിരുന്നു.പിന്നീടാന്ന് ഇവരെ അറസ്റ്റ് ചെയ്യുന്നത്. മംഗലാപുരം കോടതിയിൽ നിന്ന് ബല്ലാരി ജയിലിലേക്കും മാറ്റി. കണ്ണൂർ ജയിലിൽ നിന്നാണ് 1943 ൽ അച്ഛൻ മോചിതനാകുന്നത്. അതുകൊണ്ട് കയ്യൂർ സംഭവത്തിൽ അച്ഛൻ പങ്കെടുത്തില്ല. ആട്, കോഴി എന്നിവയെ പിടിച്ച് കോൺഗ്രസ്സ് ഗുണ്ടകൾ പോലീസ്ക്യാമ്പിൽ എത്തിച്ചു കൊടുക്കും. നായനാരും, അച്ഛനും, കൃഷ്ണൻനായരും എല്ലാംകൂടി കാട് കേറി എളേരിക്ക് പോയതാന്ന്. അന്ന് നായനാരുടെ കയ്യിൽ ഒരു കാലൻകുട ഉണ്ടായിരുന്നുപോലും. ഗുണ്ടകൾ അച്ഛനേയും, കൃഷ്ണൻ നായരെയും എല്ലാം കീഴടക്കിയപ്പോൾ നായനാർ ആ കുട കാണിച്ച് പേടിപ്പിച്ചാന്ന് കാട് കേറി രക്ഷപ്പെട്ടത് എന്ന് പറയുന്നത് കേട്ടിട്ടുണ്ട്. ഇവിടെ ഒരു ഗുഹ ഉണ്ടായിരുന്നു അത് സിലം എന്ന പേരിലാന്ന് അറിയപ്പെട്ടത്. അതുപോലെ പൊടോര വീട് ഒരു ഒളി സങ്കേതമാണ്. എല്ലാ നേതാക്കന്മാരും അവിടെ ഒളിവിൽ ഉണ്ടായിരുന്നു. മാധവേട്ടൻ കോടോത്ത് എശ്മാന്റെ വീട്ടിൽ കല്ല്യാണം കഴിച്ചത് കൊണ്ട് പോലീസിന്റെ എതിർപ്പ് ഏൽക്കേണ്ടി വന്നിട്ടില്ല. കരിവെള്ളൂർ സമരത്തിന്റെ ഭാഗമായി പോലീസ് റെയിഡ് പേടിച്ച് അച്ഛൻ എല്ലാ രേഖകളും കത്തിച്ച് കളഞ്ഞിരുന്നു. കേസിൽ പെടാതിരിക്കാൻ ക്ലായിക്കോട്ടെ പട്ടേലറുടെ വീട്ടിൽ ചാണകം വാരാനും മറ്റും ദാസ്യപണി ചെയ്തവർ ഉണ്ടായിരുന്നു.അങ്ങനെ ഒഴിവാക്കപ്പെട്ടരും ഉണ്ട്. വിവാഹ ജീവിതവും വീടും എല്ലാം ഒഴിവാക്കി പാർട്ടി പ്രവർത്തനത്തിന് ഇറങ്ങിയ ആളായിരുന്നു അച്ഛൻ. പിന്നീട് കൽക്കത്ത തിസീസിന്റെ ഭാഗമായി പാർട്ടി തീരുമാനത്തിന്റെ ഭാഗമായി അതാത് പ്രദേശത്ത് പ്രവർത്തിക്കണം എന്ന തീരുമാനത്തിന്റെ ഭാഗമായാണ് അച്ഛൻ പിന്നീട് തിരിച്ചു വരുന്നത്. പിന്നീടാണ് കുടുംബക്കാരനായി മാറുന്നത്.ചെറുവത്തൂർ ക്യാമ്പിൽ കൊണ്ടു പോയി തലയിൽ മോസ്കോ റോഡ് വെട്ടി റോഡിലൂടെ നടത്തിച്ചു.

കെ.പി. ഗംഗാധരൻ (72 വയസ്സ്)

കയ്യൂർ കേസിലെ പ്രതി കണിശൻ ചന്തുറിന്റെ മകൻ. പാലായിയിൽ താമസം.

കയ്യൂർ കേസിൽപെട്ട് ജയിൽ ശിക്ഷ കഴിഞ്ഞ് വന്നതിനു ശേഷമാണ് അച്ഛൻ എന്റെ അമ്മയെ വിവാഹം കഴിക്കുന്നത്. പോലീസിന്റെ ക്രൂര മർദ്ദനത്തിന്റെ ഭാഗമായിട്ടാണ് അച്ഛൻ പെട്ടെന്ന് മരിക്കുന്നത്. എനിക്ക് 8 വയസ്സുള്ളപ്പോൾത്തന്നെ അച്ഛൻ മരിച്ചു. അതുകൊണ്ട് തന്നെ കൂടുതൽ കാര്യങ്ങൾ എനിക്കറിയില്ല. റിമാന്റ് തടവുകാരനായി 55 –ാം പ്രതിയായിട്ടണ് അച്ഛൻ ജയിൽവാസം അനുഭവിച്ചത്. മറ്റുവിവരങ്ങൾ ഒന്നും എനിക്കറിയില്ല.

കെ.ആർ. മധുസൂദനൻ (58 വയസ്സ്)

കയ്യൂർ കേസിലെ പ്രതി വേങ്ങയിൽ മാലിങ്കൻ നായരുടെ മകൻ. കയ്യൂരിൽ താമസം.

കയ്യൂർ സംഭവത്തിന്റെ ഭാഗമായി നാട്ടിൽ ഭയങ്കര മോഷണവും പിടിച്ചുപറിയും പോലീസും കോൺഗ്രസ്സ് ഗുണ്ടകളും നടത്തി. എതിർക്കേണ്ട ആളുകളെല്ലാം ഒളിവിലും ജയിലിലുമായിരുന്നല്ലോ. എന്റെ അമ്മയും പെങ്ങളും സ്വർണ്ണാഭരണങ്ങൾ കിണറ്റിൽ എറിഞ്ഞുഎന്ന് പറയുകയുണ്ടായി. പോലീസിനെ പേടിച്ചിട്ട്. നായനാരെയും അച്ഛനെയും പിടികിട്ടാപുള്ളിയായി പ്രഖ്യാപിച്ചതായിരുന്നു എന്നാൽ വീട്ടിൽ അമ്മയെയും പെങ്ങളെയും ശക്തമായി പോലീസ് പീഡിപ്പിക്കുന്നതറിഞ്ഞ് അച്ഛൻ കീഴടങ്ങുകയായിരുന്നു. കോൺഗ്രസ്സിൽ നിന്നും സോഷ്യലിസ്റ്റ് പ്രവർത്തനത്തിലേക്കും കമ്മ്യൂണിസ്റ്റ് പ്രവർത്തനത്തിലേക്കുമുള്ള മാറ്റത്തിന്റെ കാലഘട്ടമായിരുന്നു അത്. അച്ഛന്റെ പുറത്ത് ബ്രിട്ടീഷ് പോലീസ് ചവിട്ടിയതിന്റെ പാട് അച്ഛൻ കാണിക്കുമായിരുന്നു. 1983 ൽ അച്ഛൻ മരിച്ചു.

കെ. രവീന്ദ്രൻ (58 വയസ്സ്)

കയ്യൂർ കേസിലെ പ്രതി ടി.വി. കുഞ്ഞിരാമൻ മകൻ. കയ്യൂരിൽ താമസം.

കയ്യൂർ സംഭവത്തിനു ശേഷം വസൂരി പിടിപെട്ടു എന്ന് പറയുന്നുണ്ടായിരുന്നു. ബല്ലാരി ജയിലിലാണ് തടവ് അനുഭവിച്ചത് എന്ന് പറയുന്നുണ്ടായിന്. അച്ഛൻ എഴുതിയത് കുറെ ഉണ്ടായിന്. അത് വീട് പൊളിക്കുമ്പോൾ നഷ്ടപ്പെട്ടുപോയി .

കാലത്ത് അമ്പു (67 വയസ്സ്)

കയ്യൂർ കേസിലെ പ്രതി കാര്യമ്പുവിന്റെ മകൻ. പാലായിയിൽ താമസം.

കയ്യൂർ സംഭവത്തെ തുടർന്ന് അച്ഛൻ പ്രതിയായിരുന്നു. വലിയച്ഛനും അച്ഛനും ഒരേ സമയം ജയിലിൽ കിടന്നിട്ടുണ്ട്. ജയിലിലെ കിണറിൽ നിന്നും വലിയച്ഛന് വെള്ളം കോരിക്കൊടുത്തതിന് പോലീസ് അച്ഛനെ മർദ്ദിക്കുകയും അതിന്റെ വേദന ജീവിതകാലം മുഴുവൻ അച്ഛൻ അനുഭവിക്കുകയും ചെയ്തിരുന്നു. അത് അച്ഛൻ എന്നോട് പറഞ്ഞിട്ടുണ്ട്. വലിയച്ഛന് വെള്ളം കൊടുത്തതിന് കിട്ടിയതാണ് എന്ന് പറയാറുണ്ട്. കയ്യൂർ സംഭവത്തിന് ശേഷം നാടാകെ മാറിയിട്ടുണ്ട് എന്ന കാര്യത്തിൽ സംശയമില്ല. നാട് ഇങ്ങനെ മാറിയത് ആ സംഭവത്തിന് ശേഷമാണ്.

കല്ല്യാണി കെ.പി (70 വയസ്സ്)

കയ്യൂർ കേസിലെ പ്രതി അമ്പാടിയുടെ മകൾ. പാലായിയിൽ താമസം.

കയ്യൂർ സംഭവുമായി ബന്ധപ്പെട്ട് അച്ഛൻ ജയിലിൽ കിടന്നു എന്ന് പറഞ്ഞിട്ടുണ്ട്. മറ്റൊന്നും പറഞ്ഞതായി ഓർക്കുന്നില്ല. അമ്മയ്ക്ക് പെൻഷൻ കിട്ടിയിട്ടുണ്ട്. താമ്രപത്രം കിട്ടിയിട്ടില്ല.

കാരിച്ചി (96 വയസ്സ്)

സ്വാതന്ത്ര്യസമര സേനാനി മൂലച്ചേരി കൃഷ്ണൻ നായരുടെ ഭാര്യ. കിനാനൂർ താമസം.

പ്രകടനക്കാരെ പേടിച്ചാണ് പോലീസുകാരൻ പുഴയിൽ തുള്ളുന്നത്. നീന്തലറിയാത്തതു കൊണ്ട് ഇയാൾ കുറെ പ്രാവശ്യം വെള്ളത്തിനു മുകളിൽ പൊന്തി വന്നിന്. പിന്നെ കാണാതായി. നമ്മ പിള്ളമ്മാർ കണ്ടിന് ഇതെല്ലാം. പിന്നെ അയാൾ ചത്തതിനു ശേഷം പോലീസുകാരുടെ വിളയാട്ടം തന്നെയായിരുന്നു. പിറ്റേന്ന് ഉറങ്ങിയെണീക്കുമ്പളേക്ക് രണ്ട് ചീന പോലീസ് അമ്പലത്തിന്റെ കടവിൽ വീട്ടിൽ വന്നിറ്റ് മതീടാ ഉറങ്ങിയത്, പായ എടുത്ത് തോളിൽ വച്ചോ നടക്കെടാ എന്ന് പറഞ്ഞ് നടത്തിച്ചു. പെരുവട്ട്യൻ മൂപ്പൻ പട്ടേലറുടെ അടുത്ത് കൊണ്ടുപോയി അങ്ങനെ കിടക്കുന്ന പായോടെ പിടിച്ച് കൊണ്ടോയി. കുടുമയും കുടുമയും പിടിച്ച് കെട്ടി നടത്തിക്കല്. അങ്ങനെ ഇന്നത് ചെയ്യാം എന്ന് കണക്കും കാര്യവുമില്ല. വട്ടത്തിൽ നിർത്തിയിട്ട് ഏത്തം ഇടാനാക്കി. കുറ്റം ചെയ്തവരെ ശിക്ഷിക്കണം ഇതെന്തിന് ഈ വയസ്സൻമാരെ കൊണ്ടോയിന് എന്നെല്ലാം നാട്ടിൽ സംസാരമായി. വാല്യക്കാരെ പറ്റെയും കൊണ്ടുപോയിന്. അമ്പലത്തിന് കിഴക്ക് കേമ്പാക്കിന്. ആട്ന്നാന്ന് ചോദ്യം ചെയ്യലും അടിയും. ചെയ്യാവുന്ന ദ്രോഹംപറ്റ അന്ന് കോൺഗ്രസ്സുകാരും പോലീസും ചെയ്തിന്.

കൊട്ടുവാല കുഞ്ഞിക്കണ്ണൻ (85 വയസ്സ്)

പാലായിയിൽ താമസിക്കുന്നു. പഴയകാല പാർട്ടി പ്രവർത്തകൻ.

കയ്യൂർ സംഭവത്തിന് ശേഷം പാലായിലും പോലീസിന്റെ നരനായാട്ടായിരുന്നു. വീട്ടിന്ന് നമ്മൾ പുള്ളമ്മാരെല്ലാം കാട് കേറാൻ നിൽക്കുമ്പോൾ അമ്മയും അച്ഛനും കൂടി നമ്മളെ തിരിച്ചു വിളിച്ചു വന്ന് നോക്കുമ്പോൾ പോലീസ് അച്ഛന് അടി കൊടുത്തു കഴിഞ്ഞിന്. നമ്മളെ വീടിന്റെ അടുത്താണ് ഓന്റെവീട് .അബൂബക്കറിന്റെ അനിയൻ എന്റെ പ്രായമാണ്. കാണാൻ നല്ല ഭംഗിയുള്ള ചെക്കനൊന്ന് ഓൻ. ലോക കമ്മ്യൂണിസ്റ്റ് പാർട്ടി. ഒരു തുക സ്വരൂപിച്ച് രക്തസാക്ഷി കുടുംബത്തിന് കൊടുത്തിട്ടുണ്ട്. നീലായി കുഞ്ഞമ്പു തുടങ്ങിയവരാണ് അന്ന് പാർട്ടിക്ക് നേതൃത്വം കൊടുത്തിരുന്നത്.

കെ. കൃഷ്ണൻ നായർ (60 വയസ്സ്)

കയ്യൂർ കേസിലെ പ്രതികളായ കുറുവാൻ കൃഷ്ണൻ നായർ, രാമൻ

നായർ, നാരായണൻ നായർ എന്നിവരുടെ മരുകൻ. മൊഴക്കോം താമസിക്കുന്നു.

എനിക്ക് കയ്യൂർ സംഭവവുമായി നേരിട്ട് ബന്ധമോ അനുഭവമോ ഇല്ല. കേട്ട അനുഭവമേ ഉള്ളു. പോലീസുകാർ ചെയ്ത ദ്രോഹങ്ങൾ മാത്രമെ അന്ന് പറയുന്നത് കേട്ടിട്ടുള്ളു. വീട് പൊളിക്കൽ, വീട്ട് സാധനങ്ങൾ കിണറ്റിൽ എറിയൽ ഭക്ഷണം ആക്കിയാൽ എടുത്ത് കളയൽ കുഞ്ഞുങ്ങളെ പേടിപ്പിക്കൽ എന്നു വേണ്ട നാട്ടിൽ മൊത്തം ഭീകരത സൃഷ്ടിക്കലായിരുന്നു അവർ. ആളുകളെ മാനസികമായി പീഢിപ്പിക്കുന്ന രീതി. 14-ാം പ്രതി കൃഷ്ണൻനായർ 15-ാം പ്രതി രാമൻ നായർ 16-ാം പ്രതി നാരായണൻ നായർ മൂന്ന് പേരും എന്റെ നേരമ്മാവന്മാരാണ്. നാട്ടിൽ കുറച്ച് ഉശിരുള്ളവരെയെല്ലാം കേസിൽ ഉൾപ്പെടുത്തുന്ന രീതിയായിരുന്നു. പട്ടേലർ ആണ് ഇവരുടെയെല്ലാം പേരു കൊടുക്കുന്നത്. നാട്ടിൽ പട്ടേലരെ എതിർക്കുന്നവരെയെല്ലാം കേസിൽ പ്രതിചേർത്തിട്ടുണ്ട്.

പി.കെ. കുഞ്ഞിക്കോരൻ (75 വയസ്സ്)

കയ്യൂർ കേസിലെ പ്രതി എരോത്ത് വളപ്പിൽ കുഞ്ഞിരാമന്റെ മരുമകൻ. പാലായി താമസം.

കയ്യൂർ ഒരു ജാഥയുണ്ട് നിങ്ങൾ ആളുകൾ വരണം പാലായിന്ന് എന്ന് പറഞ്ഞതിന്റെ അടിസ്ഥാനത്തിലാന്ന് ഈട്ന്ന് കുറെ ആളുകൾ അങ്ങോട്ട് പോകുന്നത്. അതിൽ എന്റെ അമ്മാവൻ ഉൾപ്പെടെ ഉള്ളവർ ആണ്പോയത്. പോയവർ എല്ലാവരും പ്രതികൾ ആയിട്ടില്ല. പട്ടേലറെ സ്വാധീനിക്കാൻ കഴിയുന്നവരെ കേസിൽ ഉൾപ്പെടുത്തിയിരുന്നില്ല. പ്രതികളെ പിടിക്കാൻ വന്നപ്പോഴാണ് പൂരക്കളി പന്തൽ പോലീസ് വളഞ്ഞത്. പൂരക്കളി കഴിഞ്ഞ ശേഷമാണ് അറസ്റ്റ് ചെയ്തത്. പിന്നെ പോലീസ്കാർ വന്ന് കോഴി,ആട് എല്ലാം പിടിച്ച് കൊണ്ടുപോകുന്ന രീതി ഉണ്ടായിന്. പാലായിലെ കെ.കെ കുഞ്ഞമ്പു എന്നയാളാണ് യഥാർത്ഥത്തിൽ പ്രതി. എന്നാൽ പേര് മാറിയാണ് പൊടോര കുഞ്ഞമ്പുനായർ പ്രതിയാവുന്നത്. കെ.കെ.കുഞ്ഞമ്പു പൊടോര എന്ന സ്ഥലത്തായിരുന്നു താമസം.

സി. കുഞ്ഞമ്പുനായർ (66 വയസ്സ്)

കയ്യൂർ കേസിലെ പ്രതി ചൂരിക്കാടൻ കൃഷ്ണൻ നായരുടെ മരുമകൻ. മൊഴക്കോത്ത് താമസം.

ഇന്നത്തെ പോലെ നല്ല വീടൊന്നുമായിരുന്നില്ല അന്ന്. ആണുങ്ങളെ പിടിക്കാൻ വരുമ്പോൾ ആണുങ്ങൾ ഇല്ലാത്ത വീടുകൾ തകർക്കുന്ന രീതിയുണ്ടായി. ഈ സംഭവത്തിന്റെ പേരിൽ കർഷക സംഘം പ്രവർത്തനം പൂർണ്ണമായി ഇല്ലാതാക്കാനുള്ള ശ്രമമായിരുന്നു നടന്നത്. ആണുങ്ങളെ മുഴുവൻ പിടിച്ച് കൊണ്ടുപോയി നാട്ടിൽ ഭീകരത സൃഷ്ടിക്കുക എന്നതായിരുന്നു അവർ പ്രയോഗിച്ച രീതി. നെല്ലു കുത്തുന്ന ഉരൽ,

ഉലക്ക, കത്തി, അമ്മിക്കല്ല്, എല്ലാം കിണറ്റിൽ പറക്കിയിടുക. മൺകലങ്ങൾ തല്ലിപ്പൊളിക്കൽ കൂടാതെ വീടുകളിൽ ഒളിവിൽ കഴിയുന്നവർ വരുന്നുണ്ടോ എന്ന് നോക്കാൻ ഗുണ്ടകളെയും ഏൽപ്പിച്ചിരുന്നു. ഈ കേസിന്റെ സമയത്താണ് എന്റെ അമ്മ എന്നെ പ്രസവിക്കുന്നത്. അപ്പോൾ പോലീസ് എന്താന്ന് കുഞ്ഞി എന്ന് ചോദിക്കുകയും ആണാണെങ്കിൽ അതിനെ കൊല്ലണം എന്ന് പറയുകയും ചെയ്തിരുന്നു. ആ കാലഘട്ടത്തിൽ ഊർജ്ജം എന്നും നമ്മുടെ മനസ്സിൽ ജ്വലിച്ചുകൊണ്ടിരിക്കും. അന്ന് തൂക്കിലേറ്റിയവരുടെ ചിത്രം നമ്മുടെ മനസ്സിൽ നിന്നും പോകില്ല. ആ ചരിത്ര രേഖ പുതിയ തലമുറയെ പഠിപ്പിക്കണം. അവരുടെ ത്യാഗം എത്ര തലമുറ കഴിഞ്ഞാലും ജ്വലിച്ചു നിൽക്കണം. നമ്മളെ മുറ്റത്തെ ഒരു കൊല കൊത്താൻ കഴിയില്ല. വീട്ടിലെ കോഴിയെല്ലാം ഗുണ്ടകളും പോലീസും എടുത്തുകൊണ്ടുപോകുന്നു. മാർച്ച് 29 ന് പൂരത്തിന് പുഷ്പം കൈയിലെടുക്കുമ്പോൾ ഇന്നും ശരീരം വിറച്ചു പോകുന്നു. അതാണ് അവർ ഈ നാടിന് നൽകിയ വീര്യം. എത്ര പാടിയാലും പറഞ്ഞാലും തീരാത്തതാണ് ആ വിപ്ലവകാലം.

ടി. കുഞ്ഞിരാമൻ (66 വയസ്സ്)

കയ്യൂർ കേസിലെ പ്രതി കെ.പി. വെള്ളുങ്ങയുടെ മകൻ. ചായ്യോത്ത് താമസം.

മംഗലാപുരം ജയിലിലായിരുന്നു കിടന്നത്. കൂടുതലായി നമ്മൾ പിന്നെ അതൊന്നും അറിഞ്ഞില്ല.. ആ സമരാവേശമാണ് നമ്മളും ഈ കമ്മ്യൂണിസ്റ്റ് പ്രസ്ഥാനത്തിന്റെ ഭാഗമായത് എന്ന കാര്യത്തിൽ സംശയമില്ല..

കെ.വി.കെ എളേരി (60 വയസ്സ്)

കയ്യൂർ കേസിലെ പ്രതി പരിയാരത്ത് കൃഷ്ണൻ നായരുടെ മകൻ. നീലേശ്വരത്ത് താമസം.

മംഗലാപുരം ജയിലിലേക്ക് അച്ഛനെ കൊണ്ടുപോകുമ്പോൾ പോലീസ് മർദ്ദനത്തിൽ അച്ഛന് കണ്ണിന് പരിക്ക് പറ്റിയിരുന്നു. ബൂട്ട് ഇട്ട കാലു കൊണ്ടു ചവിട്ടി അച്ഛന്റെ കണ്ണ് പുറത്തേക്ക് തള്ളിയിരുന്നു പോലും. അച്ഛൻ കേസിൽപെട്ടതിന്റെ ഭാഗമായി കൊടിയ പീഢനങ്ങൾ ഏറ്റ് വാങ്ങി. അതു കൊണ്ട്തന്നെ പിന്നീട് അച്ഛൻ കമ്മ്യൂണിസ്റ്റ് പാർട്ടിയുടെ ഭാഗമായി മാറി. നായനാർ ഉൾപ്പടെ നേതാക്കൾമാർ എളേരിയിലെത്തിയാൽ അച്ഛനായിരുന്നു പ്രധാന ആശ്രയം. കുണ്ടം എന്ന സ്ഥലത്ത് ഒരു സ്ഥലത്ത് നിലമ്പത്ത് കണ്ണനും എന്റെ അച്ഛൻ പെരിയാരത്ത് കൃഷ്ണൻ നായരും തമ്മിലുണ്ടായ അതിർത്തി തർക്കം വിവിയുടെ നേതൃത്വത്തിൽ രമ്യമായി പറഞ്ഞ് തീർത്തു. അതിനുശേഷം കയ്യൂർക്കാർക്കും സംഘം വേണം എന്നതിന്റെ അടിസ്ഥാനത്തിലാണ് കർഷകസംഘം കയ്യൂരിൽ രൂപീകരിക്കുന്നത്. ഒളിവിലെ സഖാക്കൾക്ക്

കുരൃയിൽ ചോറ് ഉണ്ടാക്കി ഉലക്കുണ്ടിൽ കൊണ്ടു വെയ്ക്കും. രാത്രി ഒളിവ് സഖാക്കൾ വന്ന് അതെടുത്ത് കഴിക്കും. എന്നാൽ അതും പോലീസ് കണ്ടുപിടിക്കുന്നുണ്ട്. സ്ത്രീകൾ ഉൾപ്പടെ ഉള്ളവർക്ക് കൊടിയ മർദ്ദനം നൽകും. തല്ലി ബോധം പോവുമ്പോൾ വെള്ളം ഒഴിക്കും. വീണ്ടും ബോധം വരുമ്പോൾ തല്ലും. കാലിയെ കെട്ടുന്ന കുണ്ടത്തിൽ കെട്ടി പോലും മർദ്ദിച്ചിട്ടുണ്ട്. സിൽവ, ചാലിയൻ രാമൻ, എന്നിവരാണ് പ്രധാന മർദ്ദക വീരന്മാരായ പോലീസുകാർ.

കെ.വി.കെ പത്മനാഭൻ (65 വയസ്സ്)

കയ്യൂർ കേസിലെ പ്രതി പരിയാരത്ത് കൃഷ്ണൻ നായരുടെ മകൻ. എളേരിയിൽ താമസിക്കുന്നു.

കയ്യൂർ കേസുമായി ബന്ധപ്പെട്ട് എളേരിയിൽ പരിയാരത്ത് കൃഷ്ണൻ നായരും കുറുവാടൻ രാമൻനായരും കുറുവാടൻ നാരായണൻനായരും കുറുവാടൻ കൃഷ്ണൻനായരും ഇത്രയും ആളുകളാണ് ഇവിടെ ഉള്ളത്. ഇവർ വിചാരണവരെ തടവിൽ കഴിഞ്ഞ് കുറ്റ വിമുക്തരാക്കപ്പെട്ടവരാണ്. അതിൽ പരിയാരത്ത് കൃഷ്ണൻ നായർ പൊടോര കുഞ്ഞമ്പുനായരുടെ അമ്മാവന്റെ മകനാണ്. ഇവരെ ഒരു ജയിലിലാണ് ഹാജരാക്കിയതും. വിധിപറയും വരെ ഒരു മുറിയിൽ ആയിരുന്നു ഇവർ. ഒരു വികാരനിർഭരമായ രംഗമായാന്ന് അന്ന് അച്ഛൻ അതിനെ പറയുന്നത്. അഭിനവ് ഭാരത് യുവത് സംഘത്തിന്റെ പ്രവർത്തകനാന്ന് അച്ഛൻ. മുഴക്കോത്തെ നാരായണവാര്യർ ആണ് അന്നത്തെ പ്രധാന പ്രവർത്തകൻ. കുണ്ടത്തെ അതിർത്തി പ്രശ്നത്തിന്റെ ഭാഗമായി എ വിയും, നാരായണവാര്യരും വി വിയും പ്രശ്നം പറഞ്ഞു തീർത്തു. അതിന്റെ ഭാഗമായി സംഘം പ്രവർത്തനം നമ്മക്ക് വേണം ഞങ്ങക്കും സംഘം വേണം എന്നാണ് വിദ്യാഭ്യാസം ഇല്ലാത്ത കയ്യൂർക്കാർ അന്ന് ആവശ്യപ്പെട്ടത്. അന്നാണ് കയ്യൂർ സംഘത്തിന്റെ പ്രവർത്തനം ആരംഭിക്കുന്നത്. അന്ന് പത്രവായനയും ഗ്രന്ഥപഠനവും നടന്നുവരുന്നതിനിടയിലാന്ന് സംഭവം നടന്നത്. പൊടോര കുഞ്ഞമ്പുനായരുടെ വീടിന്റെ മച്ചിൻ മുകളിലാണ് നായനാർ ഉൾപ്പടെ സഖാക്കൾ ഒളിവിൽ കഴിഞ്ഞത്. രാത്രി വീട്ടിൽ എല്ലാവരും ഉറങ്ങിയാൽ അച്ഛൻ വീട്ടിൽ നിന്നും ഇറങ്ങും. ഇവിടെ നിന്നും കിട്ടുന്ന രഹസ്യ സന്ദേശം ചീമേനിയിൽ ഒരു കല്ലച്ച് പാർട്ടി രഹസ്യമായി തയ്യാറാക്കിയിട്ടുണ്ട്. അവിടെ കൊണ്ടുപോയി പ്രിന്റ് ചെയ്ത് പിലിക്കോട് പടുവളത്തെത്തിക്കണം. ഒരു ബീഡിപോലും വലിക്കരുത് യാത്രയിൽ ഒരു ബീഡി വലിക്കണമെങ്കിൽ ശ്മശാനത്തിലെ തീക്കൊള്ളിക്കടുത്ത് നിന്ന് വലിച്ച് തീർത്താണ് നടന്നു പോവുക. പടുവളത്ത് ഒരു സ്ഥലത്ത് എല്ലാ ദിവസവും ഒരാൾ സന്ധിക്കും. സന്ദേശം പരസ്പരം കൈമാറും ഒന്നും സംസാരിക്കാൻ പാടില്ല. പേര് പോലും ഇവർ രണ്ടു പേർക്കും പരസ്പരം അറിയില്ല. വീട്ടിൽ ഉണരുന്നതിന് മുമ്പ് ഈ പ്രവർത്തനം കഴിഞ്ഞ് തിരിച്ചെത്തണമായിരുന്നു. വീട്ടീൽ എല്ലാ

വരും ഉണരുന്നതിന് മുമ്പ് വീട്ടിൽ എത്തി കിടക്കണം. ഇങ്ങനെ അവിടെ രഹസ്യമായ ജാഗ്രതയുള്ള പ്രവർത്തനമാണ് നടത്തിയത്. മുദ്രാവാക്യം വിളിക്കാതെ എന്റെ തൊണ്ട വിങ്ങുന്നു എന്ന് പറഞ്ഞാണ് അച്ഛൻ ജാഥ യിൽ പങ്കെടുക്കുന്നത്. വെള്ളത്തിൽ വീണ പോലീസുകാരനെ മർദ്ദി ക്കാൻ ശ്രമിക്കുന്ന ജാഥക്കാരെ പിൻതിരിപ്പിക്കാനാണ് അച്ഛൻ ശ്രമിച്ചത്. സമരസഖാക്കളുടെ കുടുംബങ്ങളിലെ കൊടിയ പീഢനത്തെ തുടർന്ന് പലരും കീഴടങ്ങുകയാണ് ചെയ്തത്. പോലീസിന്റെ ബൂട്ടിന്റെ ചവിട്ടേറ്റ് കണ്ണിന് പരിക്ക് പറ്റിയ അച്ഛനെ കാഞ്ഞങ്ങാട് ആശുപത്രിയിൽ ചികി ത്സിക്കാൻ ഡോക്ടർ തയ്യാറായില്ല എന്ന് അച്ഛൻ പറഞ്ഞിരുന്നു. കുറു വാട്ടെ മൂന്ന് സഹോദരന്മാരും എളേരിയിൽ തിരിച്ച് വന്ന് കൃഷിയുമായി ജീവിച്ചു. എന്റെ അച്ഛനും എളേരിയിൽ വന്ന് താമസിക്കുന്നത് പിന്നീടാ ണ്. സംഭവം നടക്കുമ്പോൾ മുഴക്കോത്തായിരുന്നു താമസം. മുഴ ക്കോത്തെ പാർട്ടിയുടെ പ്രധാനപ്പെട്ട കുടുംബം ആയിരുന്നു ഞങ്ങളു ടെത് . മുഴക്കോത്തെയും കയ്യൂരിലെയും ഈ പ്രവർത്തനം മാതൃകയാണ്. ആനംകുന്നത്ത് പക്കീരന്റെ താമസം കൊന്നക്കാട് ആയിരുന്നു. ഈ സംഭ വത്തിന്റെ ഭാഗമായി അനുഭവിച്ച പീഢനം പറഞ്ഞാൽ തീരില്ല. മുഴക്കോത്തെ പ്രധാന കുടുംബങ്ങളായ പെരിയാരത്ത്, പൊടോര, കുറു വാട് എന്നിവിടങ്ങളിൽ പോലീസ് നടത്തിയ പീഢനം പറഞ്ഞറിയിക്കാൻ പറ്റുന്നതല്ല. പൊടോര ഇത് കുറെ പറഞ്ഞുതരും. നായനാർ സഞ്ചരി ക്കാത്ത സ്ഥലം എളേരിയിലില്ല. എളേരി കുണ്ടം പൊയിൽ എന്ന സ്ഥലത്ത് കല്ലിടുക്ക് ഉണ്ട് അതിനകത്ത് ഒളിച്ചിരിക്കാൻ കഴിയും. അതു പോലെ തന്നെ കാവൽ പുരയും ഉണ്ട്. നായനാർ അവിടെ ഒളിവിൽ കഴിഞ്ഞിട്ടുണ്ട്. ബ്രിട്ടീഷ് ലേബർ പാർട്ടി മേൽ കോടതിയിൽ കേസ് ഫയൽ ചെയ്യാൻ സാമ്പത്തിക സ്വരൂപണം നടത്തി. എന്നാൽ അതിനു മുമ്പ് തന്നെ വിധി നടപ്പിലാക്കിയതിനാൽ സ്വരൂപിച്ച തുക രക്തസാക്ഷി കുടുബങ്ങൾക്ക് നൽകി. കൃഷ്ണപിള്ള, സുന്ദരയ്യ, പി.സി.ജോഷി എന്നി വരാണ് വന്ന് കൊടുത്തത്. അച്ഛന് താമ്രപത്രം കിട്ടിയിട്ടില്ല.പെൻഷൻ കിട്ടിയിട്ടുണ്ട്. 1982 ലാന്ന് അച്ഛൻ മരിക്കുന്നത്. 1981 ൽ നടന്ന സ്വാത ന്ത്ര്യസമരസേനാനികളുടെ കുടംബ സംഗമത്തിൽ അച്ഛൻ സുഖമില്ലാ ത്തുകൊണ്ട് അനിയനാന്ന് പങ്കെടുത്തത്. അച്ഛൻ സൗമ്യമായി തമാ ശയോടെയാണ് സംസാരിക്കുന്നത്. നർമ്മം കൊണ്ട് ആരെയും കയ്യി ലെടുക്കാൻ അദ്ദേഹത്തിന് കഴിഞ്ഞിരുന്നു. എട്ടു സഹോദരന്മാരുടെ മൂത്തവനായി ജീവിത പ്രാരാബ്ധങ്ങളോട് പോരാടുമ്പോഴും അച്ഛൻ തന്റേ ടത്തോടെ ജീവിച്ചു. കറുത്ത് നല്ല ഉയരമുള്ള ശരീര പ്രകൃതമായിരുന്നു അച്ഛന്റെത്.

വി. ലക്ഷ്മി (70 വയസ്സ്)

കയ്യൂർ കേസിലെ പ്രതി ചെറൂട്ട അമ്പുനായരുടെ മകൾ. കുമ്പള പ്പള്ളി താമസിക്കുന്നു.

കയ്യൂർ സംഭവത്തിൽ അച്ഛൻ പ്രതിയായിരുന്നു. കൂടുതലൊന്നും അച്ഛൻ പറഞ്ഞതായി ഓർക്കുന്നില്ല. പെൻഷൻ അച്ഛന് കിട്ടിയിട്ടുണ്ടായിരുന്നു പിന്നെ അത് അമ്മയ്ക്ക് കിട്ടിയിട്ടുണ്ട്.

ടി. ലക്ഷ്മി (85 വയസ്സ്)

കയ്യൂർ കേസിലെ പ്രതി കോരൻ മാസ്റ്ററുടെ ഭാര്യ. ചെറുവത്തൂർ താമസം.

കിണറിനകത്താണ് ഒളിവിൽ കഴിഞ്ഞിരുന്നത്. അതിനകത്ത് ചോറും മറ്റും എത്തിച്ചു കൊടുക്കും. പുറത്തു കണ്ടാൽ പോലീസ് പിടിക്കുന്ന കാലം കയ്യൂർ സംഭവത്തിനു ശേഷമാണ് എന്നെ കല്ല്യാണം കഴിക്കുന്നത്. പിന്നെ പാർട്ടി കാര്യമൊന്നും എന്നോട് പറയുല. നമ്മൾക്ക് അഞ്ച് മക്കളുണ്ട്.

എം. ലളിത (57 വയസ്സ്)

കയ്യൂർ കേസിലെ പ്രതി കുഞ്ഞിക്കോരന്റെ മകൾ. കാഞ്ഞങ്ങാട് കിഴക്കുംകര താമസം.

പോലീസിനെ പേടിച്ച് ഒരുപാട്കാലം വെള്ളരിക്കണ്ടത്തിൽ കമിഴ്ന്ന് കിടക്കും എന്ന് പറഞ്ഞുകേട്ടിട്ടുണ്ട്. കുവലിലെ വെള്ളവും വെള്ളരിക്കയും കഴിച്ച് ഏറെ ദിവസം നിന്നിട്ടുണ്ട്. എന്ന് പറഞ്ഞിട്ടുണ്ട്. മംഗലാപുരം ജയിലിലാണ് ശിക്ഷ കിട്ടിയത്. പ്രായം തികയാത്തത് കൊണ്ട് ശിക്ഷിക്കാതെ വിട്ടതാന്ന്. പോലീസുകാരനെ കൊല്ലണം എന്ന ഉദ്ദേശമുണ്ടായിട്ടില്ല. സംഭവത്തിന് ശേഷം കൊടിയ പീഡനം ഏൽക്കേണ്ടി വന്നിരുന്നു. ജയിലിൽ നിന്നും വരുമ്പോൾ ഒരു മെഡൽപോലത്തെ സാധനം ഉണ്ടായിരുന്നു. പിച്ചളയിൽ തീർത്ത അത് ഒരു തെളിവായി എടുത്ത് പെൻഷൻ കിട്ടാനും താമ്രപത്രം കിട്ടാനും സാധ്യമായി. 26–ാം പ്രതിയാണ് കേസിൽ അച്ഛൻ. താന്തോന്നി സ്വഭാവമായിരുന്നു അച്ഛന്റേത്. അങ്ങനെയാണ് ചന്തു ഓഫീസർ അന്ന് അച്ഛന് ഒരു അങ്ങാടി വച്ച് കൊടുക്കുന്നത്. അതായിരുന്നു അച്ചന്റെ ജീവിത മാർഗം. ആ അങ്ങാടിയുടെ അടുത്ത് ചുവട് താങ്ങിയും ഉണ്ട്. സ്റ്റോറിൽ അളന്നു കൊടുക്കലായിരുന്നു അച്ഛന്റെ പണി. സ്റ്റോറിൽ അളക്കുമ്പോൾ ആണ് ദാരിദ്ര്യം ശരിക്കും മനസ്സിലായത് എന്ന് പറഞ്ഞിട്ടുണ്ട്. തെറ്റ് കണ്ടാൽ എതിർക്കുന്ന രീതി അച്ഛനുണ്ടായിരുന്നു. സമ്പത്ത് ഒരു വിഭാഗത്തിനായി കൂടി വന്ന് ജന്മിത്തത്തിന്റെ ദ്രോഹം കണ്ടാണ് അച്ഛൻ കമ്മ്യൂണിസ്റ്റ് പ്രസ്ഥാനത്തിൽ വന്നത്. ജാതീയ വിവേചനവും അച്ഛനെ ജന്മിക്കെതിരാക്കി. ചന്തു ഓഫീസർ അന്ന് അച്ഛന്റെ വഴികാട്ടിയായി ജീവിതത്തെ സ്വാധീനിച്ച വ്യക്തി. ഒരുപാട് ഒളിവിൽ കഴിഞ്ഞിട്ടുണ്ട്.

വി.വി. ലീല (67 വയസ്സ്)

കയ്യൂർ കേസിലെ പ്രതി വി.വി. കുഞ്ഞമ്പുവിന്റെ മകൾ. ചെറുവത്തൂർ താമസം.

അച്ഛൻ വളരെ സ്വാതികനാണ്. എല്ലാവരോടും സൗമ്യനായി ഇട പെടും. സാധുക്കൾക്കായി ജീവിച്ചതാണ്. മംഗലാപുരം ജയിലിലാണ് കയ്യൂർ കേസിൽ കിടന്നത്. തെളിവില്ലാത്തതുകൊണ്ട് ശിക്ഷിച്ചില്ല. അ മ്മയ്ക്ക് ഇതിന്റെ ഭാഗമായി കൊടിയ പീഡനമുണ്ടായിരുന്നു. വീടിന് തീ വെച്ചിരുന്ന കഥ അമ്മ പറഞ്ഞിരുന്നു. അച്ഛന്റെ അടുത്ത സുഹൃത്ത് എവിയാണ്. ടി.കെ.സിയും അച്ഛന്റെ സുഹൃത്തായിരുന്നു. കയ്യൂർ അച്ഛനെ എത്രമാത്രം സ്വാധീനിച്ചിരുന്നു എന്ന് അച്ഛൻ എഴുതിയ കയ്യൂർ സംഭവ കഥയിൽ നിന്ന് മനസ്സിലാക്കാൻ കഴിയും. ജയിലിൽ സഖാക്കളെ കാണാൻ നേതാക്കന്മാർ പോയ ഭാഗം ഇന്നും വായിക്കുമ്പോൾ ആവേശം കൊള്ളുന്നു. ഞങ്ങൾ അഞ്ച് പേരാണ്. അച്ഛൻ പറഞ്ഞു തന്ന കമ്മ്യു ണിസ്റ്റ് മനസ്സ് എന്നും ഞങ്ങൾ കാത്തുസൂക്ഷിക്കും. കാനത്തൂർ, ബേപ്പ്, മുളിയാർ എന്നീ സ്ഥലത്തെല്ലാം അച്ഛൻ ഒളിവിൽ കഴിഞ്ഞതായി അമ്മ പറയുന്നത് കേട്ടിട്ടുണ്ട്. ആ സമര സഖാക്കൾ അനുഭവിച്ച ത്യാഗത്തിന്റെ ഫലം ഇന്നത്തെ പുതിയ തലമുറയ്ക്ക് ലഭിച്ചിട്ടുണ്ട്.

എം.സി നാരായണൻ (74 വയസ്സ്)

കയ്യൂർ കേസിലെ പ്രതി ചെറുട്ട അമ്പുനായരുടെ മരുമകൻ. കിനാ നൂരിൽ താമസം.

കയ്യൂർ സംഭവത്തിന് ശേഷം പോലീസിനെ പേടിച്ച് കാവേരിയി ലേക്ക് നാടുവിട്ടു. അവിടെ നിന്നും കുട്ടി കൊണ്ടുവന്ന് പട്ടേലരുടെ അടുത്ത് ഹാജരാക്കി. 10 മാസം തടവിലുണ്ടായി. ചന്തു ഓഫീസർ മുൻകൈയെടുത്ത് പെൻഷൻ ഏർപ്പാടാക്കി പിന്നീട് കുമ്പളപള്ളിക്ക് താമസം മാറി. കർഷക സംഘം പ്രവർത്തനത്തിന്റെ ഭാഗമായിട്ടാണ് സംഭവം നടന്നത്.

മാധവൻമാസ്റ്റർ (74 വയസ്സ്)

കയ്യൂർ കേസിലെ പ്രതി പയ്യൻ കേളുനായരുടെ മകൻ. ചെറുവ ത്തൂർ താമസം.

നായനാർ ആയിരുന്നു മൂന്നാം പ്രതി. സഖാവിനെ പിടിക്കാൻ കിട്ടാ ത്തതുകൊണ്ട് എന്റെ അച്ഛൻ മൂന്നാം പ്രതിയായി. ഒളിവിലെ സഖാ ക്കൾക്ക് സർക്കുലർ എത്തിക്കുകയാണ് അച്ഛന്റെ ഉത്തരവാദിത്വം. ഒളി വിലെ സഖാക്കളെ ഷെൽട്ടർമാറ്റലും അച്ഛന്റെ പണിയായിരുന്നു. ചെറു വത്തൂർ പോലീസ് കേമ്പിലേക്ക് ക്ലായിക്കോട് നിന്ന് തല്ലിവലിച്ച് കൊണ്ടു വന്നതാണ് എന്ന് കേട്ടിട്ടുണ്ട്. നീലമന നമ്പൂതിരിയുടെ പരിചയക്കാര നായതുകൊണ്ട് അച്ഛന് തല്ല് കൊണ്ടിട്ടില്ല. വീട്ടിൽ വന്ന് പെണ്ണുങ്ങളിൽ കൊടിയ മർദ്ദനമാണ് പോലീസ് നടത്തിയത്. 1961-ൽ അച്ഛൻ മരിച്ചു.

മെട്ടക്ക് പാറ്റ (96 വയസ്സ്)

കയ്യൂർ കേസിലെ പ്രതി തായത്ത് കുഞ്ഞമ്പുവിന്റെ ഭാര്യ. പാലായിയിൽ താമസം.

കയ്യൂർ ഒറ്റ മനുഷ്യൻ പോലും സംഭവത്തിന് ശേഷം ഉണ്ടായിറ്റില. പെണ്ണുങ്ങൾവരെ ഓടിപ്പോയി. പാലായി കയ്യൂർ ആരും ഇല്ല. എല്ലാവരും കുന്നു കേറി. പാലായി വന്ന പോലീസ് കൂട്ടിലെ കോയിനെവരെ പിടിച്ച് കൊണ്ടുപോയിനി. സ്വാതന്ത്ര്യസമരത്തിന്റെ കഥയാണിത്. പെണ്ണുങ്ങൾക്ക് ഒന്നും മിണ്ടാൻ പറ്റാത്ത കാലം. നീലായി ആന്ന് അപ്പോ ഞങ്ങ താമസം. മടിക്കൈ കുഞ്ഞിക്കണ്ണൻ, എൻ.കെ.കുട്ടൻ,കണ്ണൻകുഞ്ഞി, നീലായി കുഞ്ഞമ്പു, തായത്തെ മൂന്നാളും പ്രതിയെന്നേ. ഇട്ടമ്മയാണ് പോലീസ് ഓഫീസാക്കിയത്. കയ്യൂർ കണ്ടത്തിലമ്മയും പരദേവതയുമേ ഉണ്ടായിറ്റു. വെച്ചാൽ കുടിക്കാൻ തന്നെ പറ്റൂല. എന്നാലും വെച്ചതിലൊരു ഓഹരി നമ്മ ഒളിവിലെ അപ്പ്യക്ക് കൊണ്ടുകൊടുക്കും. ജനങ്ങൾക്കും ഭൂമിക്കും വേണ്ടി പ്രവർത്തിച്ചതു കൊണ്ടായിരിക്കും ഞാൻ ഇത്രകാലം ജീവിച്ചത് എന്നാ എനിക്ക് തോന്നുന്നത്. ബിരിക്കുളം വരെ സഖാക്കളെ ഞാൻ രാത്രി കൊണ്ടാക്കിനി. ചാപ്പ കെട്ടി കാക്കുന്ന പൊനത്തിന് കൊണ്ടാക്കിനി ഞാൻ അവരെ. രണ്ടു പെൻഷനും കിട്ടുന്നുണ്ട്.

എൻ.വി. മോഹനൻ (55 വയസ്സ്)

കയ്യൂർ കേസിലെ പ്രതി നീലൻ വീട്ടിൽ രാഘവന്റെ മകൻ. ചെറുവത്തൂർ കൊവ്വലിൽ താമസം.

അച്ഛൻ കയ്യൂർ കേസിൽ പ്രതിയായതുകൊണ്ട് ഒളിവിൽ പോയി. അപ്പോ പോലീസ് അച്ഛന്റെ അച്ഛനെ പിടിച്ചുകൊണ്ടുപോയി. പിന്നീട് അച്ഛൻ പോയി ഹാജരായതിനാല് അച്ഛന്റെ അച്ഛനെ മോചിപ്പിച്ചു. ഞങ്ങൾ ആറ് മക്കൾ ഉണ്ട്. എന്റെ ഏട്ടൻ ഭാസ്കരനെ കണ്ടാൽ കൂടുതൽ അറിയാൻ കഴിയും. 1997 ഡിസംബർ 5 ന് അച്ഛൻ മരിച്ചു. പെൻഷൻ ലഭിച്ചിരുന്നു.

ഒറ്റപുരയ്ക്കൽ നാരായണി (80 വയസ്സ്)

കയ്യൂർ കേസിലെ പ്രതി ഒറ്റപുരയ്ക്കാൽ കുഞ്ഞിരാമന്റെ ഭാര്യ. ക്ലായിക്കോട് താമസം.

എന്റെ ഭർത്താവ് കയ്യൂർ കേസിലെ പ്രതിയാന്ന്. കൂടുതൽ ഒന്നും എന്നോട് പറഞ്ഞിട്ടുമില്ല. പെൻഷനും താമ്രപത്രവും ലഭിച്ചിട്ടുണ്ട്.

പി.എ.നായർ (75 വയസ്സ്)

രക്തസാക്ഷി പൊടോര കുഞ്ഞമ്പുനായരുടെ മരുമകൻ. മൊഴക്കോത്ത് താമസം. സിപിഐ നേതാവ്.

ഞാൻ ജനിക്കുന്നത് 1940 ലാണ്. കാർന്നോർമാരെല്ലാം കേസിൽ

ജയിലിലാന്ന്. അതിൽ എന്റെ അമ്മാവൻ പൊടോര കുഞ്ഞമ്പുനായർ തൂക്കിലേറ്റപ്പെട്ടതാന്ന്. അച്ഛനും പ്രതിയാന്ന്. അച്ഛന്റെ അച്ഛൻ കെട്ടിയ കൊയകട്ടകൊണ്ടുണ്ടായ പഴയ രണ്ട് നിലകളുള്ള ഒരു വീട് ഉണ്ടായിന്. അതിന്റെ മച്ചിന്റെ മുകളിലാന്ന് അന്ന് മീറ്റിംഗും മറ്റും കൂടുന്നത്. അതിൽ നായനാർ, എ.കെ.ജി, കേരളീയൻ, വിഷ്ണു ഭാരതീയൻ എന്നിവർ കുട്ടമത്തിൽ നിന്നും നടന്ന് വന്ന് ഇവിടെ യോഗം ചേരുകയും ഇവിടെ താമസിക്കുകയും ചെയ്തിരുന്നു. ഇവിടെ വിട്ടാൽ കയ്യൂർ എത്തണം അടുത്ത കേന്ദ്രത്തിന്. ആ വീട്ടിന്റെ മുകളിൽ വലിയ ഹാൾ ആണ്. അവിടെ ഒത്തുചേരും. നാരായണവാര്യരുടെ തലയ്ക്ക് ഇനാം പ്രഖ്യാപിച്ചിരുന്നു. അവരെ അറസ്റ്റ് ചെയ്ത് ബല്ലാരി ജയിലിലായിരുന്നത് കൊണ്ട് അവർ കയ്യൂർ കേസിൽ പ്രതിയായിരുന്നില്ല. എന്റെ അമ്മ അന്ന് അനിയനെ ഗർഭിണിയായിരുന്നു. അന്ന് അനുഭവിക്കാൻ പറ്റുന്നതിനപ്പുറം എന്റെ അമ്മ അനുഭവിച്ചിട്ടുണ്ട്. പൊടോര കേളുനായർ കുഞ്ഞമ്പുനായരുടെ ഏട്ടനാണ്. കേസിൽ പ്രതിയാന്ന്. രാജാവിന്റെ ശിങ്കിടിയായിട്ടാന്ന് സുബ്രായൻ എന്ന പോലീസുകാരൻ കയ്യൂരിലെത്തുന്നത്. കർഷകസംഘം പ്രവർത്തനം സജീവമാകുന്നതിനെ ഇല്ലാതാക്കാൻ പോലീസ് ഭീകരത നിലനിർത്തുകയായിരുന്നു ഇവിടെ വന്ന പോലീസുകാരുടെ ഉത്തരവാദിത്വം. ജന്മി നെല്ല് നേരിട്ടു കൊയ്യുന്ന രീതിയുണ്ടായി. ഇതിനെതിരെ കർഷകർ തന്നെ “വിളവിട്ടവർ വിള കൊയ്യും” എന്ന് പറഞ്ഞ് വയലിലേക്ക് അരിവാളുമായി ഓടി വന്ന ഒരു സംഭവം ഉണ്ടായിരുന്നു. ഇത് ജന്മിയെ ചൊടിപ്പിക്കുകയും ഇങ്ങനെ മുദ്രാവാക്യം കർഷകൻ വിളിക്കാൻ കാരണമായി തീർന്നത് കർഷക സംഘത്തിന്റെ പ്രവർത്തനമാണെന്നും ഇത് ഉടൻ അവസാനിപ്പിക്കണമെന്നും ജന്മി തീരുമാനിക്കുന്നു. ഈ സമരാവേശം കർഷകരിൽ വലിയ മുന്നേറ്റം ഉണ്ടാക്കി. പട്ടേലർക്ക് ദേഷ്യമുള്ളവരെ കേസിൽ ഉൾപ്പെടുത്തുകയും ചെയ്തു. മുഴക്കോത്ത് സ്കൂളിലാണ് പൊടോര കുഞ്ഞമ്പുനായർ പഠിച്ചത്. പുല്ലുമേഞ്ഞ ഒരു കെട്ടിടമായിരുന്നു അന്ന് സ്കൂൾ. എട്ട് മാസം ഗർഭിണിയായ എന്റെ അമ്മയെ പോലീസുകാരൻ കഴുത്ത് പിടിച്ച് കുനിച്ച് തോക്കിന്റെ പാത്തികൊണ്ട് കുനിക്കുകയും അമ്മ ചോര ചർദ്ദിക്കുകയും ചെയ്തു. ഏകാധ്യാപകവിദ്യാലയത്തിൽ പഠിപ്പിക്കുന്ന മാഷ് കുട്ടമത്തിന്റെ ബന്ധുവാണ്. അവർ പാരമ്പര്യ വൈദ്യന്മാരാണ്. അയാൾ നോക്കി എന്തോ ഒരു പച്ചമരുന്ന് കൊടുത്തു അയാളുടെ ചികിത്സയിലാണ് അമ്മ പ്രസവിക്കുന്നത്. 36വയസ്സായ അമ്മ മരിച്ചു. അന്ന് ചികിത്സയൊന്നും ചെയ്യാൻ നമുക്കാകുലായിരുന്നു. പിന്നീട് ഏത് സമരം നടന്നാലും പോലീസ് ആദ്യം അന്വേഷിച്ച് എത്തുന്നത് മുഴക്കോത്തും കയ്യൂരും ആയിരുന്നു.

പി.കുഞ്ഞികൃഷ്ണൻ (65 വയസ്സ്)

കയ്യൂർ കേസിലെ പ്രതി കെ.എം. കുഞ്ഞമ്പുവിന്റെ മകൻ. പാലായിൽ താമസം.

ബ്രിട്ടീഷ് പോലീസ് അന്ന് വീടെല്ലാം തല്ലി പൊളിച്ച് നടത്തിയ നരനായാട്ടിന്റെ ഓർമ്മയാണ് കയ്യൂർ സംഭവ കാലം. കെ.എം.കുഞ്ഞമ്പു ആണ് അച്ഛൻ കൊടിയ മർദ്ദനം ഏറ്റ് ചെറിയ പ്രായത്തിൽ തന്നെ ടി. ബി പിടിച്ച് മരിക്കുച്ചു. കൂടുതൽ കാര്യങ്ങൾ ഞങ്ങൾക്ക് അറിയില്ല. അച്ഛൻ മരിക്കുന്ന കാലത്ത് നമ്മൾ ചെറിയ കുട്ടികളാണ്. നല്ല അഭിപ്രായമാണ് അച്ഛനെപ്പറ്റി. നീലേശ്വരം എൻ.എസ്.സി ബാങ്ക് ഡയറക്ടർ ആയിരുന്നു. പിന്നീട് കോൺഗ്രസ്സുകാർ പിരിച്ചുവിട്ടു. അമ്മ മാറു മറക്കൽ സമരത്തിന്റെ ഭാഗമായി പ്രത്യേക തരം ബ്ലൗസ് ധരിച്ച് പ്രതിഷേധിച്ചിരുന്നു എന്ന് പറഞ്ഞു കേട്ടിട്ടുണ്ട്. ഉപ്പു സത്യാഗ്രഹത്തിൽ ഉപ്പ് കുറുക്കാൻ അമ്മ പോയിട്ടുണ്ട്. ഒളിവ് ജീവിത സഖാക്കൾക്ക് ഭക്ഷണം കൊടുക്കുന്നതിലും അമ്മ മുമ്പിലുണ്ടായിരുന്നു. ഇന്നും സമര ഭാഗമായി പാർട്ടി പ്രവർത്തകനായി നിൽക്കുന്നു. പെൻഷൻ ലഭിച്ചിട്ടുണ്ട്. അച്ഛന്റെ ഫോട്ടോയും ലഭ്യമായിട്ടില്ല. ജഡ്ജ്മെന്റിന്റെ കോപ്പി ഏട്ടന്റടുത്തുണ്ടായിനി.

പി.വി.മാധവി (80 വയസ്സ്)

കയ്യൂർ കേസിലെ പ്രതി കുട്ടന്റെവളപ്പിൽ രാമന്റെ മകൾ. കയ്യൂരിൽ താമസം.

പാർട്ടി നേതാക്കന്മാർക്ക് ഒളിവ് കേന്ദ്രത്തിൽ ഭക്ഷണം എത്തിച്ചു കൊടുത്തിരുന്നു. കയ്യൂർ സംഭവ കാലത്ത് കിണറിലെ വെള്ളം പോലും എടുക്കാൻ വിടുല. ക്യാമ്പിലെ പോലീസും ഗുണ്ടകളും പെണ്ണുങ്ങളെ പുറത്ത് ഇറങ്ങാൻ വിടുല. അങ്ങനെ ക്യാമ്പിൽ പോയി പരാതി പറഞ്ഞതിന്റെ ശേഷം വൈകുന്നേരം 5 മണിക്ക് ക്യാമ്പിൽ ശംഖ് വിളിക്കും. അന്നേരം പോലീസുകാർ അവിടെ എത്തണം എന്ന തീരുമാനം വന്നു. ഇട്ടമ്മലെ ക്യാമ്പിലെ ഹാജരായിറ്റ് നേരെ കോടതിയിൽ ആണ് ഹാജരായത്. അതുകൊണ്ട് അടി കിട്ടിയില്ല. ജയിൽ ശിക്ഷ അനുഭവിച്ചതു കൊണ്ടാണ് വേഗം മരിച്ചത്. പോലീസ് പേടിച്ച് പുഴയിൽ തുള്ളിയതാണ്. അല്ലാതെ തച്ച് കൊന്നതല്ല. കുക്കോട്ടെ എന്തോ ആവശ്യത്തിന് വന്നതാണ്. ചൊക്ക് നല്ലോണം ആ പോലീസുകാരനുണ്ടായിനി. ഞാൻ മൂന്നാം ക്ലാസ്സിൽ പഠിക്കുമ്പോഴാണ് ഈ സംഭവം നടന്നത്. ആയിടയ്ക്ക് നായനാർ കയ്യൂർ ഒരു വണ്ണാത്തൻ വീട്ടിൽ ഒളിവിലുണ്ടായിനി. ആടത്തെ വണ്ണാത്തിയുടെ ഒരു ചെറിയ കുടിലിൽ നായനാർ നിൽക്കുമ്പോൾ ഇ. എം.എസും, എ.കെ.ജിയും അവിടെ ഉണ്ടായിനി. ആട രണ്ട് വണ്ണാത്തിമാർ ഉണ്ടായിനി. ആട നായനാർ പത്രം വായിച്ചുകൊണ്ടിരിക്കുമ്പോൾ വണ്ണാത്തി വെറുംകെട്ടുവന്നിട്ട് വെലിച്ചും നിലത്തിട്ടിറ്റ് ഈ കെട്ട് ഈടന്ന് മാറ്റിറ്റ്ലെ എന്നു ചോദിച്ചു. ഇത് നായനാരെയാണ് ഉദ്ദേശിച്ചത് എന്ന് മനസ്സിലാക്കിയാന്ന് കക്കാട്ടെക്ക് നായനാർ താമസം മാറിയത്. ആട്ന്ന് നായനാർ പണിക്കാരന്റെ വേഷത്തിൽ തൊടങ്ങ് കത്തി എല്ലാം എടുത്ത് കീറിയ ഷർട്ട് എല്ലാം ഇട്ടിറ്റ് ആന്ന് പോന്നത്. അങ്ങനെ പോമ്പോ ഒരു

പെണ്ണോടു വെള്ളം ചോദിച്ചു. ഓളു പറഞ്ഞു എന്റെ വീട്ടിൽ കുളുത്തിന്റെ വെള്ളേ ഉള്ളുന്ന്. മതീന്ന് പറഞ്ഞ് മേണിച്ച് കുടിച്ചു. പിന്നെ പോയത് നേരെ ചീമേനിക്കാണ്. പിന്നെ ഒരു മലീരെ വീട്ടിലേക്ക് അന്ന് പോയിന്. അതിന്റെ അടുത്ത് തന്നെ ഇ.എം.എസും ഉണ്ടായിനി. ഇനി അങ്ങനൊരു ദുരിതകാലം ഒരിക്കലും ഉണ്ടാവുല. 15 വയസ്സ് കഴിഞ്ഞ ആമ്പിള്ളരെ നാട്ടിൽ നിൽക്കാൻ വിട്ടിറ്റ്ല.

എ.കെ.ജി കൃഷ്ണപിള്ള, വി.വി. എ വി എല്ലാവരും ഈട വന്നിട്ട് ഭക്ഷണം കഴിക്കാറുണ്ട്. അന്നത്തെ മൂപ്പൻമാർ എന്നിട്ട് ഇവരെ ചീത്ത പറയും. പോലീസിനെ കൊന്നതു കൊണ്ടല്ലെ എന്ന് ചീത്ത പറയും. മഠത്തിൽ അപ്പു പൂരക്കളിക്കാരനാണ്. അന്നത്തെ ഗുണ്ട പോലീസ് വിള യാട്ടത്തെ എതിർക്കാൻ ആരും ഇല്ലാത്ത കാലഘട്ടമായിരുന്നു.

പാർവ്വതി (75 വയസ്സ്)

കയ്യൂർ കേസിലെ പ്രതി കാരവീട്ടിൽ കുഞ്ഞിരാമൻ നായരുടെ ഭാര്യ. നീലേശ്വരം താമസം.

ഈൗടത്തെ ഓർ മംഗലാപുരത്തെ ജയിലിൽ 11 മാസം തടവിൽ കഴി ഞ്ഞു. അതിന് ശേഷമാണ് എന്നെ കല്ല്യാണം കഴിച്ചത്. എത്രയോ തല്ലും ത്യാഗവും സഹിച്ചിട്ടുണ്ട്. പെൻഷൻ കിട്ടിയിട്ടില്ല. ആ കാലഘട്ടം ഇന്നും ഓർക്കുമ്പോൾ പേടിതോന്നുന്നു. അത്ര ഭീകര വാഴ്ചയായിരുന്നു പോലീസും ഗുണ്ടകളും അന്ന് നടത്തിയത്.

പി.വി.ചന്തു (78 വയസ്സ്)

കയ്യൂർ കേസിലെ പ്രതി വണ്ണാത്തൻ ചന്തുവിന്റെ മകൻ. കിനാ നൂർ താമസം.

കേസിൽ അച്ഛൻ പ്രതിയായി. കേസിൽ അച്ഛന്റെ വീടും പൊട്ടൻ തെയ്യത്തിന്റെ വാളും എല്ലാം പറക്കി പുഴയിലേക്ക് എറിയപ്പെട്ടിട്ടുണ്ട്. അച്ഛന് ഒരു ഡയറി ഉണ്ടായിരുന്നു. എന്നാൽ അതെല്ലാം നശിപ്പിക്കപ്പെ ട്ടിരുന്നു. അത് നിലവിൽ ഉണ്ടായിരുന്നുവെങ്കിൽ ഒരു രേഖയായി നില നിൽക്കുമായിരുന്നു. കയ്യൂർ കേസിൽ പ്രതികൾക്കെല്ലാം പെൻഷൻ കിട്ടു ന്നതിന് അച്ഛൻ മുൻകൈയെടുത്തു. ജഡ്ജ്മെന്റിന്റെ കോപ്പി ചൂരിക്കാ ടൻ കൃഷ്ണൻ നായർ ഇവിടെ നിന്നും കൊണ്ടുപോയിട്ടുണ്ട്. അതു ഒരു അപൂർവ്വ രേഖയാണ് ഇപ്പോ ഏടയാ ഉള്ളത് എന്ന് അറിയില്ല

ശാരദ (80 വയസ്സ്)

കയ്യൂർ കേസിലെ പ്രതി വണ്ണാത്തൻ ചന്തുവിന്റെ മകൾ. കിനാ നൂർ താമസം,

അമ്മയുടെ അമ്മ ഉണ്ടായതുകൊണ്ടാണ് നമ്മളെല്ലം ബാക്കിയായ ത്. അച്ഛന് അന്ന് പാർട്ടി എന്ന ചിന്ത മാത്രമേ ഉള്ളൂ. അല്ലാതെ നമ്മളെ

ക്കുറിച്ചൊന്നും ചിന്തിക്കാറേ ഇല്ല. അതാണ് അച്ഛന്റെ സ്വഭാവം.

കെ.വി. രവീന്ദ്ര വാര്യർ (71 വയസ്സ്)

കയ്യൂർ കേസിലെ പ്രതി എൻ. നാരായണ വാര്യരുടെ മകൻ.. മൊഴക്കോത്ത് താമസം.

കയ്യൂർ കേസിന് മുമ്പേ തന്നെ അച്ഛൻ ജയിലിലായിരുന്നു. ടറ്റിസ്റ്റ് എന്ന രീതിയിൽ കരുതൽ തടങ്കലിലായിരുന്നു അച്ഛൻ.

സരസ്വതി ടീച്ചർ (90വയസ്സ്)

സ്വാതന്ത്ര്യ സമര സേനാനി എൻ.കെ. കുട്ടന്റെ ഭാര്യ. നീലേശ്വരം താമസം.

ഞാൻ കണ്ണൂരിൽ ട്രയിനിംഗിന് പഠിക്കുന്ന കാലത്താണ് കയ്യൂർ കേസിലെ പ്രതികളെ തൂക്കിലേറ്റുന്നത്. അന്ന് പോലീസും ജനങ്ങളും എല്ലാം വന്നത് ജനലിലൂടെ നോക്കി കണ്ടതായി ഓർമ്മയിൽ ഉണ്ട്. കയ്യൂർ കേസിൽ അദ്ദേഹം വെള്ളാട് ഒരു വീട്ടിൽ ഒളിവ് ജീവിത കാലം അന്ന് കമ്മ്യൂണിസ്റ്റ്കാരെ പിടിക്കുന്ന കാലം. പോലീസ് ഭരിക്കുന്ന കാലത്ത് എത്രയും പെട്ടെന്ന് സ്ഥലം മാറ്റണം എന്നതിന്റെ അടിസ്ഥാനത്തിൽ പുല്ലൂരിലെ ഒരു ചെറിയ വീട്ടിൽ താമസമാക്കി. അവിടെ ഒരു പെണ്ണുങ്ങൾ ചോറു കൊണ്ടുകൊടുക്കും. അതിന്റെ അടുത്ത് ഒരു കുണ്ടിൽ നിന്നും കുളിക്കുമ്പോൾ തെങ്ങുകയറുന്ന ഒരാൾ കാണുന്നു. അങ്ങനെ രാത്രിക്ക് രാത്രി അവിടെ നിന്നും താമസം മാറുന്നു. അങ്ങനെ ഇവരെ പരിചയമുള്ള രാമൻ എന്ന പോലീസുകാരന്റെ പരിചയത്തിന്റെ ഭാഗമായി ഹാജരാക്കുന്നു. അങ്ങനെ രാഷ്ട്രീയ തടവുകാരനായി വെല്ലൂർ ജയിലിലേക്ക് എത്തിക്കുന്നു. അതിന്റെ ഭാഗമായി കയ്യൂർ കേസിൽ പ്രതി ചേർക്കപ്പെട്ടിരുന്നില്ല. ആ കേസിന്റെ ഭാഗമായി കയ്യൂർ നരനായാട്ടായിരുന്നു. അതിന്റെ ഭാഗമായി പട്ടാളം റൂട്ട് മാർച്ച് നടത്തും. രാവിലെ തന്നെ പോലീസുകാർ വീട്ടിലെത്തും. കാരണം അവിടെ ആരെങ്കിലും നേതാക്കന്മാർ ഉണ്ടോ എന്ന് അറിയാനാണ്. ഞങ്ങളെ അന്ന് കാസർഗോഡ് വീട്ടിൽ കൊണ്ടാക്കി. കുഞ്ഞേട്ടൻ, എൻ.സി.കണ്ണൻ മാസ്റ്റർ കയ്യൂർ 4 പേരെ തൂക്കാൻ വിധിച്ച വിവരം ചെറിയ കവറിൽ കത്തായി കുട്ടന് ജയിലിലേക്ക് എഴുതി. അതിൽ നമ്മടെ തറവാടെല്ലാം സ്വത്തെല്ലാം പാർട്ടീഷനായി അതിൽ നമ്മൾക്കൊന്നും കിട്ടിയില്ല. എന്ന കോഡ് ഭാഷയിലാണ് കത്ത് എഴുതുന്നത്. 44 ലാണ് ജയിൽ മോചിതനായി വരുന്നത്. അതിനു മുമ്പ് കുട്ടന്റെ അച്ഛൻ മരിച്ചിട്ട് ഒരു മാസം പരോൾ ലഭിക്കുകയുണ്ടായി. അപ്പോൾ ഞാൻ തലശ്ശേരിയിൽ പഠിക്കുകയായിരുന്നു. ലോക ചരിത്രത്തിൽ തന്നെ തങ്കലിപികളിലെഴുതിയ ചരിത്രമാണ് കയ്യൂർ വീര ചരിതം.

സരോജിനി (75 വയസ്സ്)

കയ്യൂർ കേസിലെ പ്രതി കാരവീട്ടിൽ കുഞ്ഞിരാമൻ നായരുടെ മകൾ, ക്ലായിക്കോട് താമസം.

കേസിൽ പെടുമ്പോൾ എളേരിയിലായിരുന്നു താമസം. പിന്നീട് അതെല്ലാം വിറ്റ് പോയിട്ടുണ്ട്. പെൻഷൻ കിട്ടിയിട്ടുണ്ടായിരുന്നു. കൂടുതലൊന്നും എനിക്കറിയില്ല.

സുകുമാരൻ (68 വയസ്സ്)

കയ്യൂർ കേസിലെ പ്രതി മഠത്തിൽ കൊട്ടന്റെ മകൻ. പാലായിൽ താമസം.

അച്ഛൻ ഒളിവ് ജീവിതം നയിച്ചിരുന്നു. കയ്യൂർ കേസുമായി ബന്ധപ്പെട്ട് ഒളിവ്കാലത്ത് ചില വീടുകളിൽ പോയി ചോറ് വാങ്ങി മട്ടത്തിലിട്ട് ഞാൻ പിന്നെ തിന്നോളാം എന്ന് പറഞ്ഞ് ഓടുന്ന രീതിയാണ്. കാരണം ആട തന്നെ നിന്നാൽ പിടിക്കപ്പെടും എന്നതു കൊണ്ടാണ് വേഗം ഓടുന്നത്. പെൻഷൻ കിട്ടുന്നുണ്ട്. താമ്രപത്രവും കിട്ടിയിട്ടുണ്ട്.

ടി.വി.കുഞ്ഞമ്പു (90 വയസ്സ്)

കയ്യൂർ കേസിലെ പ്രതി മഠത്തിൽ കൊട്ടന്റെ സഹോദരൻ. പാലായിൽ താമസം.

പഴയ കാര്യങ്ങളൊന്നും ഇപ്പോൾ ഓർമ്മയിലില്ല. പിന്നെ സംസാരിക്കാൻ പ്രയാസമുള്ളതുകൊണ്ട്. ഒന്നും അങ്ങനെ പറയാൻ കഴിയുന്നില്ല.

തായത്ത് കാർത്ത്യായനി (79 വയസ്സ്)

കയ്യൂർ കേസിലെ പ്രതി തായത്ത് കുഞ്ഞമ്പുവിന്റെ മരുമകൾ. പാലായി.

കയ്യൂർ സംഭവവുമായി കുടുതലൊന്നും എനിക്കറിയില്ല. അമ്മ പറഞ്ഞ ചില കഥകളെ എനിക്കറിയൂ. അന്ന് അവിടെ നടന്നത് ഭീകര മർദ്ദനമായിരുന്നു എന്നും ജന്മിത്തത്തിനെതിരെ നടന്ന ആ സമരം മറക്കാൻ പാടില്ല എന്നും അമ്മ പറയാറുണ്ട്. എന്റെ അച്ഛൻ അന്ന് കൂട്ടായ് ആയതുകൊണ്ടാണ് രക്ഷപ്പെട്ടത്. അയാൾ ദേവാലയത്തിൽ കളിക്കുന്നത് കൊണ്ട് ഒഴിവാക്കണം എന്ന് പട്ടേലർ പറഞ്ഞതിനാലാണ് ഒഴിവാക്കപ്പെട്ടത്.

വാണിയം വളപ്പിൽ അമ്പാടി (86 വയസ്സ്)

പഴയകാല പാർട്ടി അനുഭാവി. പാലായിയിൽ താമസം.

ജന്മിക്കെതിരെ നടന്ന സമരത്തിൽ വന്ന ഒരു പാട്ടാണ്.

എന്തൊരടിമത്ത്യനിതി ഇതു

ഹന്ത സഹിക്കുമെൻ മട്ടിൽ
കാലം പിഴച്ചുപോയാലും
വിള നാശം പിണഞ്ഞുപോയാലും
കാര്യം കടുകീറിയല്ലെ ജന്മി വാങ്ങുന്നു നമ്മളിൽ നിന്ന്
ഏറനാൾ ജന്മി പിടിച്ചു വാരി
തീരെ നശിച്ചു കൃഷിക്കാർ
മേലാലൊരുമിച്ചു സംഘം
ചേർന്നു നമ്മൾ പിടിക്കണം വാശി
കൊല്ലത്തിൽ നാലു മാസങ്ങൾ അയ്യോ
കൊല്ലകൊല നടത്തുന്നു
മെയ്യവസാനംവരെക്കും
കാട്ടു തീ മധ്യത്തിലല്ലേ
താങ്ങനരുതാത ഭാരം നമ്മെ കൊന്നൊടുക്കുന്നു നികുതി.

ഇത്രയേ ഓർമ്മയുള്ളു. എഴുതിയ ആളെ എനിക്കറിയില്ല. ആദ്യ കർഷക സംഘം സമ്മേളനത്തിലാണ് ഈ പാട്ട് പാടിയത്. പുരക്കളി പന്തൽ വളഞ്ഞ് ആണ് പോലീസ് പ്രതികളെ പിടിച്ചത്. കുണ്ടിൽ വീട്ടിൽ അമ്പു എന്ന ആളെ ആ തോട്ടത്തിന്റെ ആട കൊണ്ടുപോയിട്ട് നന്നായി തച്ചു. നമ്മളെല്ലാം മാട്ടുമ്മ പോയി ഒളിക്കും. പിടിച്ചവർ എല്ലാ ദിവസവും കയ്യൂർ ക്യാമ്പിൽ പോയി ഒപ്പിട്ടു വരണം. അവർ ഈട വന്ന് കരിക്കെല്ലാം പറിച്ച് കുടിക്കും. ഇവരെ കാണുമ്പോൾ തന്നെ നമ്മളെ മുട്ട് വിറയ്ക്കും. അബൂബക്കറിനെ എനിക്കറിയാം. ഒരു കാലിന് ചെറിയ ഒരു ഉതുക്ക് ഉണ്ട് അതുകൊണ്ട് നടക്കുമ്പോൾ ചെറിയ പ്രശ്നമുണ്ട്. ഓൻഅങ്ങ് കിഴക്കിന്ന് എട്ന്നോ ആണ് പിടിക്കുന്നത്. പിന്നെ തൂക്കിക്കൊല്ലുന്നതാണ്. എന്നെക്കാൾ മൂത്തതാണ്. കുതിരുമ്മ കച്ചോടം നടത്തിയതാണ് ഓൻ. മൂന്ന് ആണ് മക്കൾ. ഓൻ ആള് ഉഷാറാണ്. വെളുത്തു മെലിഞ്ഞ ചെക്കനാണ് ഓൻ. നീലായി പൊക്കായി ആണ് നായനാരെ എപ്പോഴും നാടുകടത്തൽ. അന്ന് ബ്രിട്ടീഷ് പോലീസിന് എന്തും ചെയ്യാൻ പറ്റുന്ന കാലമാണ്. ഇവിടെ ഒരു പൊടോര കുഞ്ഞമ്പു ഉണ്ടായിന് ഓൻന്ന് വിചാരിച്ചാണ് മറ്റെ കുഞ്ഞമ്പുനായരെ പിടിക്കുന്നത്.

വാസന്തി (60 വയസ്സ്)

ടി.വി. കുഞ്ഞമ്പുവിന്റെ മകൾ. കയ്യൂരിൽ താമസം.

അച്ഛനെക്കുറിച്ച് വേദനയോടെ മാത്രമേ ഓർക്കാൻ കഴിയൂ. പാർട്ടിക്ക് വേണ്ടി മാത്രംജീവിച്ച മനുഷ്യനാണ് അദ്ദേഹം. കുറെ കാലം ജയിലിൽ കിടന്നു. അമ്മയെ ഒന്നും നോക്കാൻ പോലും അച്ഛൻ ശ്രമിക്കാറില്ല. വി. വി, എ.വി, ടി.കെ.സി, കൃഷ്ണൻ നായർ, കെ.മാധവൻ തുടങ്ങിയവരെല്ലാം ഇവിടെ വന്നിട്ടുണ്ട്. ഇവിടെ ഉണ്ടാക്കുന്നതെന്തും അവർ കഴിക്കും. വിവി തന്നെ ഏറ്റവും ഇഷ്ടപ്പെട്ടയാൾ നമ്മുടെ സ്വന്തം വീട്ടുകാരനായിരുന്നു അദ്ദഹം. കയ്യൂർ സമരവുമായി ബന്ധപ്പെട്ട് അച്ഛന്

നല്ലോണം തല്ലു കൊണ്ടിരുന്നു. ഒളിവ് കാലത്ത് അച്ഛൻ ചെറിയാക്കര കുന്നിൽ നിന്നും വീണിരുന്നു. അവിടെ നിന്നും പച്ചമരുന്ന് ചികിത്സയിലാണ് രക്ഷപ്പെടുന്നത്. പിന്നീട് ഒരു മാസത്തിന് ശേഷമാണ് അറസ്റ്റ് ചെയ്യുന്നത്. അച്ഛന് പെൻഷൻ കിട്ടുന്നുണ്ടായിനി. താമ്രപത്രവും കിട്ടിയിട്ടുണ്ട്. മരണം വരെ അച്ഛൻ മുഴുവൻ സമയവും രാഷ്ട്രീയ പ്രവർത്തകൻ തന്നെയായിരുന്നു. കയ്യൂർ സഖാക്കളെ തൂക്കിലേറ്റിയതിനു ശേഷമാണ് ശിക്ഷ കഴിഞ്ഞ് പുറത്തിറങ്ങി വരുന്നത്. അമ്മ കൊടിയ മർദ്ദനങ്ങൾ ഏറ്റുവാങ്ങി. മാണിക്കം എന്നാണ് അമ്മയുടെ പേര്. അച്ഛനെ ഒഴിവാക്കാൻ പോലും അമ്മയുടെ കുടുംബക്കാർ പറഞ്ഞിരുന്നു. പക്ഷെ എല്ലാം സഹിച്ച് അമ്മ അച്ഛനോടൊപ്പം ജീവിച്ചതായിരുന്നു.

പി.പി.കുഞ്ഞമ്പു (90 വയസ്സ്)

കയ്യൂർ കേസിലെ പ്രതി എലിച്ചി കണ്ണന്റെ മകൻ. കൊടക്കാട് താമസം.

ഈ സംഭവം നടക്കുന്ന ദിവസം ഒരു യോഗം കയ്യൂരിൽ വിളിച്ചിരുന്നു. ആ യോഗം അന്ന് മാറ്റി വെച്ചു. എന്നാൽ അതിന്റെ വിവരം എല്ലാവർക്കും കൃത്യമായി കൊടുക്കാൻ കഴിഞ്ഞില്ല. അങ്ങനെ കൊടക്കാടിൽ നിന്ന് പി.പി.കുമാരൻ, പൊന്നകാടൻ കുഞ്ഞിരാമൻ, പരത്തൻ ചന്തൻകുഞ്ഞി, കണിശ്ശൻ കുഞ്ഞപ്പൻ, എന്നിവരെ പള്ളിക്കര വെച്ച് പോലീസ് അറസ്റ്റ് ചെയ്തു. ഒരാഴ്ച അവർ റിമാന്റ് ചെയ്തു. അവരുടെ പുറംഭാഗം തല്ലിച്ചതച്ച രീതിയായിരുന്നു. കൊയ്യാനായ കണ്ടത്തിൽ ഒരു വടിക്ക് രണ്ടുമൂന്ന് പച്ച ഇല കെട്ടി തോല് കുത്തിയിട്ടുണ്ടെങ്കിൽ ആ കണ്ടം കൊയ്യാൻ പാടില്ലായിരുന്നു. അങ്ങനെ പി.പി.കുമാരൻ കൊയ്യാൻ പോയപ്പോ അങ്ങനെ കണ്ടപ്പോൾ അത് വലിച്ച് എറിഞ്ഞ് കണ്ടത്തിലെ നെല്ല് കൊയ്തു. അതിനു ശേഷം ഓണക്കാലത്ത് ഇവർക്ക് കാഴ്ച കൊണ്ടു പോയപ്പോൾ ജന്മി കാഴ്ച നിഷേധിച്ച ഒരു പ്രശ്നം ഉണ്ടായിരുന്നു.

പിന്നീട് നാടുവിട്ട കുമാരൻ കേസ് കഴിഞ്ഞ് നാട്ടിൽ തിരിച്ചെത്തിയത് കയ്യൂർ കേസിനു ശേഷം. ഒളിവിൽ കഴിയുന്ന സഖാക്കൾക്ക് ഭക്ഷണം ഉണ്ടാക്കുന്ന വീടുകളിൽ സാധനം വാങ്ങുമ്പോൾ പീടികക്കാരൻ വിവരം ഗുണ്ടകൾക്ക് കൊടുക്കുന്ന രീതിയും ഉണ്ടായിന്. പൊന്നക്കാടൻ കുഞ്ഞിരാമന്റെ അമ്മയും, ചിരിയമ്മ, കോളോത്ത് പാർവ്വതി അമ്മ, തുടങ്ങിയ സ്ത്രീകൾ അന്ന് പാർട്ടിക്ക് വേണ്ടി ചെയ്ത സേവനങ്ങളും ത്യാഗവും മറക്കാൻ പാടില്ലാത്തത്. വീടുകളിൽ കയറി പെട്ടികളെല്ലാം കുത്തിപ്പൊളിക്കുന്ന സ്ഥിതി ഉണ്ടായിട്ടുണ്ട്. അച്ഛനെ ചൊല്ലി വീട്ടിൽ കേറി അക്രമം സഹിക്കാൻ കഴിയാതെ അവസ്ഥയിൽ അച്ഛൻ ഹാജരാവുകയായിരുന്നു. അച്ഛനെ പിടികിട്ടിയില്ല. അഭിനവഭാരത് യുവസംഘം ആയിരുന്നു അന്ന്. അതിൽ 25 വയസ്സിന് താഴെയുള്ളവരാണ്

പങ്കെടുക്കുക. അതിൽ പങ്കെടുത്താണ് ടി.എസ് തിരുമുമ്പ് 'തലനരക്കു വതെല്ലെന്റെ യുവത്വം' എന്ന 4 വരി കവിത പാടുകയും അദ്ദേഹത്തെ അതിൽ ഉൾപ്പെടുത്തുകയും ചെയ്തത് എന്ന് പറയുന്നു.

സി.വി കുഞ്ഞമ്പു (70 വയസ്സ്)

രക്തസാക്ഷി പൊടോര കുഞ്ഞമ്പു നായരുടെ മരുമകൻ. മൊഴ ക്കോത്ത് താമസം.

കയ്യൂർ കേസിന്റെ കാലഘട്ടത്തിൽ അച്ഛൻ പ്രതിയാണ്. അച്ഛന്റെ ബന്ധുക്കളും അച്ഛന്റെ അമ്മയും എല്ലാവരും കമ്മ്യൂണിസ്റ്റ് പാർട്ടി കുടും ബമാണ്. അച്ഛനും ഈ തൂക്കിക്കൊന്ന എളേപ്പനും ഈ കേസിലെ പ്രതി യാണ്. കിഴക്ക് അവരിക്ക് താമസിക്കാനുള്ള സൗകര്യം ഉള്ളത് കൊണ്ട് എല്ലാവരും അങ്ങോട്ട് പോയി പിന്നെ ഈടെ അച്ഛന്റെ അമ്മയും അല്ലെ ഇണ്ടായിറ്റ്. പോലീസുകാറ് വന്നിറ്റിണ്ട്. ഇന്ന് കെട്ടി ഞേറ്റും എന്നെല്ലാം അമ്മ പറഞ്ഞ് കേട്ടിട്ടുണ്ട്. അച്ഛനെ കാണിച്ച് തന്നില്ലെങ്കിൽ ചെറുവ ത്തൂര് ആലിനു കെട്ടി ഞേറ്റും വെടി വെക്കും എന്നെല്ലാം പറഞ്ഞിനീന്ന് ഞാൻ കേട്ടതാണ്. അതെ എനിക്കറിയുലൂ. ഞാൻ ജനിച്ചത് 47 ലാണ്. അച്ഛൻ മുമ്പെ കോൺഗ്രസ്സുകാരനാണ്. പണ്ട് കള്ള് ഷാപ്പ് സമരത്തി ലെല്ലാം അച്ഛന്റെ തലയിൽ കള്ള് ഒഴിച്ചിന്. സമരം ചെയ്യുമ്പോൾ അച്ഛൻ പറയുന്നത് കേട്ടിന്. അതോടുകൂടി പിന്നെ കമ്മ്യൂണിസ്റ്റ് പാർട്ടി രൂപീ കരിക്കുമ്പോൾ തന്നെ അച്ഛൻ സജീവ പ്രവർത്തകനായി. പിന്നെ കയ്യൂർ കേസിന് ശേഷം പി.സി.ജോഷിയെല്ലാം വന്നപ്പോൾ അച്ഛന്റെ വീട്ടില് വന്നിന് എന്ന് പറയുന്നത് കേട്ടിന്. ഏട്ടത്തിനെ മടിയിലിരുത്തീറ്റ് വർത്ത മാനം പറഞ്ഞിന് ഇതെല്ലാം അച്ഛൻ പറയുന്നത് കേട്ടതാണ്. അതിന് ശേഷം പിന്നെ പന്തല് കത്തിച്ച കേസാണല്ലോ. പന്തല് കത്തിച്ച കേസ് എന്ന് പറഞ്ഞ് നരനായാട്ടല്ലെ ഈടെ ഇണ്ടായത്. ആർക്കും പുറത്തിറ ങ്ങാൻ പറ്റാത്ത സ്ഥിതി ഇണ്ടായിന്. അന്നേരം അമ്മ ആലന്തട്ട എന്ന സ്ഥലത്ത് പോല്. ഈട താമസമില്ല. ഒഴിവാകാത്തതിന് അത്രയും ദ്രോഹം ചെയ്തിന് എന്ന് അമ്മ പറയുന്നത് കേട്ടിന്. വേറെ എനിക്ക് അതിനെപ്പറ്റിറ്റ് വെല്ല്യ വിവരമൊന്നുമില്ല. കേരള ഗവൺമെന്റിന്റെ പെൻഷൻ അച്ഛൻ വാങ്ങീറ്റ്ല. കേന്ദ്രഗവൺമെന്റിതെ വാങ്ങീറ്റു. ആ അവ സരത്തില് അച്ഛൻ ആദ്യം പെൻഷൻ വാങ്ങിയിരുന്നില്ല. സ്വാതന്ത്ര്യസമ രത്തിൽ പങ്കെടുത്തതിന് പെൻഷൻ വാങ്ങേണ്ടതില്ലെന്ന് പാർട്ടി ഒരു ആഹ്വാനം ചെയ്തത് കൊണ്ട് പിന്നീട് കൊഴുമ്മലെ മാധവേട്ടന്റെ നിർദ്ദേശ പ്രകാരമാണ് അച്ഛൻ ഇതിന് അപേക്ഷിച്ചത്. അപേക്ഷിച്ചതിന് ശേഷം കെ.മാധവേട്ടൻ റഫർ ചെയ്തിട്ടില്ല. ഇതിന് തലശ്ശേരി കോടതി യിൽ നിന്ന് ഇതിന്റെ വിധി ന്യായം പകർത്തിക്കൊണ്ടന്നിറ്റ് ആ വിധി ന്യായം കേന്ദ്രഗവൺമെന്റിലേക്ക് കൊടത്താൽ മാത്രമേ അന്ന് പ്രഖ്യാ പിക്കുകയുള്ളൂ. സഹതടവുകാരനാണെന്ന് പറഞ്ഞിട്ട് ആദ്യം അംഗീക

രിച്ചില്ല. പിന്നീട് ചന്തു ഓഫീസറാണ് ബാക്കിയുള്ള കാര്യങ്ങൾ ചെയ്ത്, അച്ഛന് പെൻഷൻ ആക്കിക്കൊടുത്തത്. അന്നേരം കേരള ഗവൺമന്റിന്റെ പെൻഷൻ വാങ്ങിച്ചിട്ടില്ല. പിന്നെ അത് അതിലെ വിട്ടു. പിന്നീട് അച്ഛൻ മരിച്ചതിനു ശേഷം ഇ.കെ.നായനാർ മുഖ്യമന്ത്രിയായ അവസരത്തിൽ കേരളത്തിന്റെ പെൻഷൻ വാങ്ങിച്ചു. അച്ഛന്റെ എറ്റവും വലിയ പ്രയാസം നാട്ടിൽ നിന്നൂടാത്തതാണ്. അച്ഛൻ പിടികൊട്ത്തിറ്റ്ല. കിഴക്ക് എളേരി സ്ഥലുണ്ട്. അവിട്ന്ന് വേഗം പോലീസുകാർക്ക് പിടിക്കാൻ കയ്യൂല. നമ്മുടെ നാരായണവാര്യരെ പിടിച്ചത് എളേരിയിൽ നിന്നാണ്. നാരായണവാര്യരെ തോക്കുപോലുള്ള കുട കണ്ടിട്ട് പോലീസുകാർ പേടിച്ച് പാഞ്ഞിന് എന്ന് പറഞ്ഞ് കേട്ടിട്ടുണ്ട്. സുരക്ഷിതമായ താവളമുണ്ടായത് കൊണ്ട് രണ്ട് കേസിൽ അച്ഛൻ പിടികൊടുത്തിറ്റ്ല. കയ്യൂർ കേസിലും തീവെപ്പ് കേസിലും. അച്ഛൻ പണ്ട് ബോംബെയിൽ പാർട്ടി കോൺഗ്രസ്സിന് പോയിരുന്നു എന്ന് പറയുന്നത് കേട്ടിട്ടുണ്ട്.

അവിസ്മരണീയമായ അഭിമുഖം

പി. സി. ജോഷി

ആയിരത്തിത്തൊള്ളായിരത്തി നാല്പത്തിമൂന്ന് മാർച്ച് 29-ന് ബ്രിട്ടീഷ് സാമ്രാജ്യത്വം കയ്യൂർ സഖാക്കളെ തൂക്കിലേറ്റുന്നതിന് ഏതാനും മണിക്കൂറുകൾ മുമ്പ് അഭിവക്ത കമ്മ്യൂണിസ്റ്റ് പാർട്ടിയുടെ ജനറൽ സെക്രട്ടറി പി.സി. ജോഷി, കൃഷ്ണപിള്ളയോടൊപ്പം കണ്ണൂർ സെൻട്രൽ ജയിലിൽ സന്ദർശിക്കുകയുണ്ടായി. ജോഷിയുടെ വാക്കുകൾക്ക് മരണത്തിന്റെ മുന്നിൽ നിന്ന കയ്യൂർ സഖാക്കൾ നൽകിയ മറുമൊഴി വിപ്ലവ ചരിത്രത്തിലെ അവിസ്മരണീയമായ അധ്യായങ്ങളിലൊന്നാണ്. ചരിത്രത്തിലെ അത്യപൂർവ്വമായ ആ നിമിഷങ്ങൾ ജോഷിയുടെ വാക്കുകളിൽ:

അവർ നാലു പേരായിരുന്നു-മഠത്തിൽ അപ്പു കുഞ്ഞമ്പു നായർ, ചിരുകണ്ടൻ, അബൂബക്കർ, ആരും ഇരുപത്തിയഞ്ചു പിന്നിട്ടിട്ടില്ല. പക്ഷേ അവരൊക്കെ ഗ്രാമത്തിലെ നേതാക്കളായിരുന്നു. വിവിധ കോൺഗ്രസ് കമ്മിറ്റികളിൽ സന്നദ്ധ ഭടന്മാരായി കയ്യും മെയ്യും മറന്ന് ഓടി നടന്ന ഇവർ തന്നെയാണ് കിസാൻ സഭയ്ക്കു തുടക്കമിട്ടതും.

ആ താലൂക്കിലെ കർഷകർക്ക് പാട്ടഭൂമിയിൽ അവകാശമൊന്നുമുണ്ടായിരുന്നില്ല. ഇവരുടെ നേതൃത്വത്തിൽ അവിടെ കർഷകർ നിരവധി ചെറുത്തു നിൽപ്പുകൾ നടത്തിയിരുന്നു. കർഷകരെ സംഘടിപ്പിച്ചിരുന്നതിനാൽ പ്രഭുക്കൾക്കും ദേശീയ സ്വാതന്ത്ര്യ പ്രക്ഷോഭത്തിൽ പങ്കാളികളായതിനാൽ പോലീസിനും ഇവർ കണ്ണിലെ കരടായി. മലബാർ സ്പെഷൽ പോലീസിന്റെ ഒരു കമ്പനി ആ പ്രദേശത്ത് തമ്പടിച്ചിരുന്നു. അവർ കർഷക തൊഴിലാളികളുടെ വീടുകളിൽ കയറിയിറങ്ങി. വസ്തുവകകൾ കൊള്ളയടിച്ചു. ചോദ്യം ചെയ്യാനെന്ന പേരിൽ പിടിച്ചുകൊണ്ടുപോയ കർഷകരെ തല്ലിച്ചതച്ചു. ഇതിനെതിരെ കയ്യൂരിൽ ഒരു ജാഥ

പി.സി. ജോഷിയുടെ നേതൃത്വത്തിലുള്ള സംഘം കയ്യൂരിൽ

സംഘടിപ്പിച്ചു.

ജാഥ കടന്നുപോകുന്ന വഴിയിലൂടെ ഒരു പോലീസുകാരൻ വരുന്നുണ്ടായിരുന്നു അയാളുടെ നിന്ദ്യവും പ്രകോപനപരവുമായ പെരുമാറ്റം ജനക്കൂട്ടത്തെ ക്ഷുഭിതരാക്കി. ഇത് ആ പോലീസുകാരന്റെ അപകടമരണത്തിലാണ് കലാശിച്ചത്. ഈ കേസുമായി ബന്ധപ്പെട്ടാണ് മഠത്തിൽ അപ്പു, കുഞ്ഞമ്പു നായർ, ചിരുകണ്ടൻ, അബൂബക്കർ എന്നിവരെ തൂക്കിലേറ്റാൻ വിധിച്ചത്.

ഒരാൾക്കൂട്ടം ഇത്തരം ചെറുത്തു നിൽപ് നടത്തുമ്പോൾ ആരാണ് യഥാർത്ഥ കുറ്റവാളിയെന്ന് കണ്ടെത്തുക പ്രയാസമാണെന്ന് കേസ് വാദം കേട്ട സെഷൻസ് ജഡ്ജി പറഞ്ഞു. ഈ വേള യഥാർത്ഥ കുറ്റവാളി കോടതിയുടെ മുന്നിൽ എത്തിയില്ലെന്നു പോലും വരാമെന്ന് അദ്ദേഹം പറഞ്ഞു. എന്നിട്ടും അദ്ദേഹം ശിക്ഷ വിധിക്കുക തന്നെ ചെയ്തു. ഹൈക്കോടതി അപ്പീൽ അനുവദിച്ചുമില്ല.

ഇതെല്ലാം ദേശാഭിമാനികളെയും ഞെട്ടിച്ചു. എല്ലാ പാർട്ടിയുടെയും നേതാക്കളുടെയും എം.എൽ.എ. മാരുടെയും എം.എൽ.സി.മാരുടേയും

നേതൃത്വത്തിൽ ഒരു ദേശം തന്നെ, മദ്രാസ് ഗവർണറുടെ മുന്നിൽ ദയാഹർജിയുമായി ചെന്നു. പക്ഷേ, അതും തിരസ്കരിക്കപ്പെട്ടു.

തുടർന്ന് രാജ്യത്താകമാനം ശബ്ദമുയർന്നു. രാജ്യത്തെമ്പാടുനിന്നും ഇന്ത്യാഗവർമെന്റിന് ഹർജികൾ പ്രവഹിച്ചു. എനിക്കും അവർ ഒരു ഹൃദയസ്പൃക്കായ കത്തെഴുതി.

അവരെഴുതി:

രാജ്യത്തിന്റെ സ്വാതന്ത്ര്യത്തിനായി ജീവൻ ചിന്താനൊരുങ്ങിയാണ് പാർട്ടിയിൽ ചേർന്നത്. മരിക്കുവാൻ ഭയമേതുമില്ല. ഫാഷിസ്റ്റുകളുടെ കടുത്ത ഭീഷണിയിൽ മാതൃരാജ്യം വിഷമിക്കവെ പോർമുഖത്തല്ല കഴുമരത്തിലാണ് മരണമടയേണ്ടിവരികയെന്ന വ്യാകുലതയേ ഉള്ളൂ.

ഇതേ തുടർന്ന്, ശിക്ഷ ജപ്പാനിലേക്ക് നാടുകടത്തലോ, നിർബന്ധിത സൈനിക സേവനമോ ആക്കി ചുരുക്കണമെന്നാവശ്യപ്പെട്ട് ഞാൻ സർക്കാരിന് എഴുതി. ഇന്ത്യാ ഗവൺമെന്റിന് കീഴ്വഴക്കങ്ങളെ ലംഘിക്കാൻ ഭയമായിരുന്നു. നിയമവാഴ്ചയോടുള്ള അനാദരവ് എന്നൊക്കെ പറഞ്ഞവർ തടിതപ്പി.

വിഫലമായ ഈ ശ്രമങ്ങൾക്കു ശേഷം ഞങ്ങൾ ബ്രിട്ടീഷ് സഖാക്കളുടെ സഹായത്തോടെ പ്രിവി കൗൺസിലിനെ സമീപിച്ചു. ഡി.എൻ. പ്രിറ്റ് എന്ന പ്രമുഖ വക്കീൽ തന്നെ കൗൺസിലിനു മുന്നിൽ ഹാജരായെങ്കിലും ഒക്കെയും വൃഥാവിലായി. ബ്രിട്ടീഷ് സഖാക്കൾ എന്നിട്ടും വെറുതെയിരുന്നില്ല. ലിബറൽ കക്ഷിക്കാരും ലേബർകക്ഷിക്കാരുമായ എം. പി.മാരുടെ സഹായവും തേടി. ഏതാനും ക്രിസ്തീയ പുരോഹിതന്മാരെക്കൊണ്ടും സർക്കാരിനോടപേക്ഷിപ്പിച്ചു. ഒന്നും പക്ഷേ, ഫലം കണ്ടില്ല.

ഒടുവിൽ ഇന്ത്യയുടെ ആ നാല് മികച്ച കർഷക പുത്രർ യാത്രയായി. ദേശാഭിമാനികളായ എല്ലാ ഇന്ത്യക്കാരും ആ വിലപ്പെട്ട ജീവിതങ്ങൾ രക്ഷിക്കാൻ തങ്ങളെക്കൊണ്ടാവുന്നതൊക്കെ ചെയ്തിട്ടും തൂക്കുമരത്തിലേക്കുള്ള പാത ഒഴിവാക്കാനായില്ല.

ബ്രിട്ടനിലെ തൊഴിലാളികളും കമ്മ്യൂണിസ്റ്റ് പാർട്ടി നേതാക്കളും അവരുടെ സഖാക്കളായി ഇവരെ നെഞ്ചിലേറ്റി. ഇവർക്കായി അവസാന നിമിഷം വരെ പോരാടി. മണ്ണിന്റെ മക്കളായ ഇവർ കമ്മ്യൂണിസത്തെ മനുഷ്യകുലത്തിന്റെ വിമോചനത്തിനുള്ള താക്കോൽ വാക്യമായി കണ്ടു.

വളരെ ചെറുപ്പത്തിലേ അവർ മാതൃരാജ്യത്തിന്റെ സ്വാതന്ത്ര്യ പോരാളികളായി കമ്മ്യൂണിസ്റ്റ് പാർട്ടിയിൽ അണിചേർന്നു. ധീരദേശാഭിമാനികളായവർ ജീവിച്ചു. ഉദാത്തമായ രക്തസാക്ഷിത്വത്തിലേക്ക് സുധീരം നടന്നു നീങ്ങുകയും ചെയ്തു.

മലബാറിൽ ഏറ്റവും ശക്തമായ പ്രസ്ഥാനമാണ് കമ്മ്യൂണിസ്റ്റ് പാർട്ടി. ഗ്രാമാന്തരങ്ങളിലും നഗരഹൃദയങ്ങളിലും ചുവപ്പ് പതാക പാറിപ്പറക്കുന്നു. മൂവായിരത്തോളം വരുന്ന പാർട്ടി അംഗങ്ങളിൽ അധികവും കർഷക പുത്രന്മാരാണ്. ഇതിൽ 16 പേർ ജീവപര്യന്തം തടവ് അനുഭവിക്കുകയാണ്. നാലുപേർ തൂക്കുമരം കാത്ത് കഴിയുന്നു.

മലബാറിലെ പ്രാദേശിക സമ്മേളനത്തിൽ പങ്കെടുക്കണമെന്ന് പാർട്ടി ആവശ്യപ്പെട്ടപ്പോൾ ദീർഘകാലത്തെ ഒരു സ്വപ്നം യാഥാർത്ഥ്യമാവുകയായിരുന്നു എനിക്ക്.

തൂക്കുമരം കാത്തു കഴിയുന്ന കയ്യൂർ സഖാക്കളെ ജയിലിൽചെന്നു കണ്ട് പാർട്ടിയുടെ അഭിവാദ്യം അർപ്പിക്കണമെന്നും അവരുടെ ബന്ധുക്കളെ സന്ദർശിക്കണമെന്നും പറഞ്ഞപ്പോൾ എനിക്ക് ആദരവിന്റെ അനർഘതയായി.

കോഴിക്കോട് പാർട്ടി കോൺഫറൻസ് അവസാനിച്ച ഉടനെ ഞങ്ങൾ കണ്ണൂർക്ക് തിരിച്ചു. കത്തിയെരിയുന്ന ഉച്ച സൂര്യനു കീഴെ ആറായിരത്തോളം വരുന്ന തൊഴിലാളികൾ ദിഗന്തങ്ങൾ പൊട്ടുമാറ് കയ്യൂർ സഖാക്കൾക്ക് ജയ് വിളിച്ചു.

പാർട്ടിയുടെ മലബാർ ഘടകം സെക്രട്ടറി പി. കൃഷ്ണപിള്ള ഞങ്ങൾ ജയിലിൽ സന്ദർശനത്തിനു പോവുന്നതായി പ്രഖ്യാപിച്ചു. ഞങ്ങൾ ഏറെ ദൂരം ചെല്ലുന്നതുവരെ മുദ്രാവാക്യത്തിന്റെ മുഴക്കങ്ങൾ ഞങ്ങളെത്തേടിയെത്തി.

കണ്ണൂൽ സെൻട്രൽ ജയിൽ

മറ്റേത് ജയിലുംപോലെ ഒന്ന്. കനത്ത ഇരുമ്പുഗേറ്റിലെ കിളിവാതിൽ ഞങ്ങളുടെ മുന്നിൽ കറകറ തുറന്നു. കുമ്പിട്ട് അകത്തു കടന്ന് ജയിലറുടെ പുസ്തകത്തിൽ ഒപ്പുവെച്ചു.

തുരങ്കങ്ങൾ കണക്കെയുള്ള ഊടുവഴികൾ ഞങ്ങൾക്കു മുന്നിൽ വളഞ്ഞു തിരിഞ്ഞ് വളർന്നു. വഴിയുടെ ഒടുക്കം 'കണ്ടംസെല്ലിന്റെ'ന്റെ വാതിലുകൾ. ആദ്യ നാലു സെല്ലുകളിൽ അവർ ഉണ്ടായിരുന്നു. അക്ഷോഭ്യ മുഷ്ടി ചുരുട്ടി അവർ ലാൽസലാം പറഞ്ഞു. നാലു സെല്ലുകളുടെയും മുന്നിലൂടെ പോയ ശേഷം ഞാൻ വീണ്ടും നടുഭാഗത്തേക്ക് വന്നു.

ഒരു വർഷത്തെ ജയിൽ ജീവിതം അവരെ തെല്ല് ചടപ്പിച്ചിരുന്നു. എങ്കിലും അവരുടെ കണ്ണുകളിൽ പ്രകാശമുണ്ടായിരുന്നു. ചെറുപ്പത്തിന്റെ പ്രസരിപ്പും. അവരുടെ ദൃഢതയും ആത്മവിശ്വാസവും "കമ്മ്യൂണിസ്റ്റ് പാർട്ടി സിന്ദാബാദ്" എന്ന മുദ്രാവാക്യത്തോടെയേ ഇവർ കൊലമരത്തിലേക്കു കയറുവെന്ന വിശ്വാസം എന്നിൽ വളർത്തി.

വിവിധ ദേശക്കാരായ കർഷകരും തൊഴിലാളികളും വിദ്യാർത്ഥികളും കയ്യൂർ സഖാക്കൾക്കെഴുതിയ അഭിവാദ്യക്കത്തുകളുടെ ഒരു ശേഖരം തന്നെ ഞങ്ങളുടെ പക്കലുണ്ടായിരുന്നു. അതു നോക്കിയവർ മന്ദഹസിച്ചു.

വിവിധ ഭാഷകളിലെഴുതിയ കത്തുകൾ എങ്ങനെയാണ് സെൻസർ ചെയ്യേണ്ടതെന്നറിയാതെ ജയിലർ വിഷമിച്ചു. ഒടുവിൽ എല്ലാത്തിന്റെയും ഇംഗ്ലീഷ് തർജമയും ഒപ്പമുണ്ടെന്നറിഞ്ഞപ്പോഴാണ് അയാൾക്ക് ശ്വാസം വരെ വീണത്.

കയ്യൂർ സഖാക്കൾക്ക് ഇംഗ്ലീഷോ, ഹിന്ദുസ്ഥാനിയോ വശമുണ്ടാ

യിരുന്നില്ല. എനിക്കാവട്ടെ മലയാളം ഒട്ടും തന്നെ പിടിയുമുണ്ടായിരുന്നില്ല. ജയിലറുടെ അനുമതിയോടെ കൃഷ്ണപിള്ള എനിക്കവരുടെ വാക്കുകൾ മൊഴിമാറ്റി തന്നു. എന്റെ കവിളുകളിലൂടെ കണ്ണീർ തടം വെച്ചു. ഇതിനിടയിൽ എങ്ങനെയൊക്കെയോ എന്റെ വികാരങ്ങൾ വാക്രൂപം പൂണ്ടു. ഇത്രപോലും സാധിക്കുമായിരുന്നില്ലെങ്കിൽ ഞാൻ തകർന്നുപോവുക തന്നെ ചെയ്യുമായിരുന്നു.

പാർട്ടിക്കു വേണ്ടി ഞാനവരോട് പറഞ്ഞതിന്റെ ചുരുക്കമിതാണ്.

"പാർട്ടി മറ്റാരേക്കാളും നിങ്ങൾ നാലാളെയും കുറിച്ച് അഭിമാനിക്കുന്നു. അംഗങ്ങളുടെ എണ്ണം കേവലം നൂറുകളിലൊതുങ്ങിയിരുന്നപ്പോഴാണ് നിങ്ങൾ പ്രസ്ഥാനത്തിൽ അണിചേർന്നത്. ഇന്ന് 17000 ത്തോളം ആയിരിക്കുന്നു. ഒമ്പതിനായിരം പാർട്ടി മെമ്പർമാരും എണ്ണായിരം കാൻഡിഡേറ്റ് അംഗങ്ങളും. നിങ്ങളുയർത്തിയ കൊടി ഞങ്ങൾ ഏറെ ഉയരത്തിൽ പാറിക്കും. നിങ്ങൾ വീരന്മാരെപ്പോലെ പൊരുതിയ യുദ്ധം ഞങ്ങൾ തുടരുകതന്നെ ചെയ്യും".

"അനശ്വരമായ ഒരു ലക്ഷ്യത്തിനായാണ് നിങ്ങൾ മരിക്കുന്നത്. മാതൃരാജ്യത്തിന്റെ സ്വാതന്ത്ര്യത്തിനും മുഴുവൻ ലോകത്തിന്റെയും മോചനത്തിനും നന്മയ്ക്കും നീതിക്കും വേണ്ടിയാണ് നാം പോരാടുന്നത്. അത് ജയിച്ചേ തീരൂ. അത് ജയിക്കും എന്ന് കാണിക്കുന്നതിനു തന്നെയാണ് നിങ്ങൾ ജീവൻ ചിന്തുന്നത്. നിങ്ങൾ മരിക്കുകയല്ല; നിങ്ങളുടെ കിനാവുകൾ നേരാവുകയാണ്".

"പ്രിയ സഖാക്കളേ, നിങ്ങളെ പാർട്ടിക്ക് നഷ്ടമാവുകയാണ്. പാർട്ടിയെ ഇന്നു കാണുന്ന ഒന്നാക്കി തീർത്തത് നിങ്ങളെപ്പോലുള്ളവരുടെ ആത്മാർപ്പണമാണ്. നിങ്ങളണിചേരുമ്പോൾ മലബാറിൽ പാർട്ടി ദേശാഭിമാനികളായ ചെറുപ്പക്കാരുടെ ഒരു കൂട്ടം മാത്രമായിരുന്നു; ഇന്നത് പ്രവിശ്യയിലെ വലിയ പ്രസ്ഥാനമായിതീർന്നിരിക്കുന്നു. രാജ്യമെങ്ങുമുള്ള നല്ല മനുഷ്യർ ഇതിൽ അണിചേർന്നു. പാർട്ടി ഉള്ളിടങ്ങളിലൊക്കെ നിങ്ങളുടെ പേര് സ്നേഹാദരങ്ങളോടെ ഓർമിക്കും. നിങ്ങളെപ്പോലുള്ള ചെറുപ്പക്കാരായ രക്തസാക്ഷികളെ ഊട്ടി വളർത്തിയ പ്രസ്ഥാനത്തിൽ അണിചേരാൻ ദേശാഭിമാനികളായ യുവാക്കൾ കൊതിക്കും".

"പാർട്ടി നാല് രക്തസാക്ഷികളെ നേടുകയാണ്. നിങ്ങളെ അവർ കൊലമരത്തിലേക്ക് കൊണ്ടുപോകുന്നത് നോക്കി നിസ്സഹായരാവാനേ ഞങ്ങൾക്കിന്നാവൂ. പക്ഷേ നിങ്ങളിൽ നിന്നാവേശം കൊണ്ട് ആയിരങ്ങൾ പാർട്ടിയിൽ അണിചേരും. അതവർക്ക് തടയാനാവില്ല. സഖാക്കളേ, നമ്മൾ ഒടുവിൽ വിജയിക്കുകതന്നെ ചെയ്യും. എനിക്കുറപ്പുണ്ട്. നമ്മുടെ പ്രസ്ഥാനവും. തൂക്കുമരങ്ങൾ പാർട്ടിയെ ഒരിക്കലും ശിഥിലമാക്കിയിട്ടില്ല; ശക്തമാക്കിയിട്ടേയുള്ളൂ. നിങ്ങളുടെ രക്തസാക്ഷിത്വം പാർട്ടിയുടെ യശസ്സ് ഏറ്റുക മാത്രമല്ല, ശക്തി വർദ്ധിപ്പിക്കുക കൂടി ചെയ്യുന്നു. ഒരു കമ്മ്യൂണിസ്റ്റുകാരനും ഇതിലേറെ ഉദാത്തമായ അന്ത്യം വന്നുചേരാനില്ല".

"നിങ്ങളുടെ കുടുംബത്തിന് നിങ്ങൾ നഷ്ടമാവുകയാണ്. നിങ്ങൾ പാർട്ടിയിൽ ചേർന്നതോടെ ജനങ്ങളെ ഒന്നാകെ മാതാപിതാക്കളായി

ശേഷിക്കുന്ന ഒരുലക്ഷത്തി എഴുപതിനായിരത്തോളം വരുന്ന സഖാക്കൾ നിങ്ങളുടെ കുടുംബത്തെ അവരുടേതു കണക്കെ സ്നേഹിക്കും. പാർട്ടി അവരുടെ കുടുംബമാക്കും. ഓരോ പാർട്ടി മെമ്പറും അവരുടെ മക്കളും".

"നിങ്ങളെ കാണാൻ കഴിഞ്ഞ ദിവസം എന്റെ ജിവിതത്തിലെ ഏറ്റവും സൗഭാഗ്യം നിറഞ്ഞ ദിനമായി ഞാൻ കരുതുന്നു. നിങ്ങളേക്കാളേറെ നിങ്ങൾ സ്നേഹിച്ച പാർട്ടിയുടെ അഭിവാദ്യങ്ങൾ ഞാൻ അറിയിക്കുന്നു. ഇവിടെ നിന്ന് ഞാൻ നിങ്ങളുടെ ഗ്രാമത്തിലേക്ക് പോകും. നിങ്ങളുടെ കുടുംബാംഗങ്ങളെ കാണാൻ. എന്തെങ്കിലും സന്ദേശം അവർക്കായി നൽകാനുണ്ടോ."

"അവരെ ആശ്വസിപ്പിക്കണം. വിഷമിക്കാനൊന്നുമില്ലെന്ന് അവരോട് പറയണം" ഒറ്റശ്വാസത്തിൽ അവർ പറഞ്ഞു തീർത്തു.

"മറ്റെന്തെങ്കിലും" ഞാൻ ചോദിച്ചു.

"നിങ്ങൾ പറഞ്ഞതൊക്കെ ഞങ്ങളിൽ തിടം വെച്ചു നിന്ന കാര്യങ്ങൾ തന്നെയാണ്. അവരിൽ ഒരാൾ പറഞ്ഞു.

"നിങ്ങൾ പറഞ്ഞേ തീരൂ. കൂടിക്കാഴ്ചയ്ക്കനുവദിച്ച സമയം ഇനിയുമുണ്ട്. നിങ്ങൾ പറഞ്ഞ ഓരോ വാക്കും പുറത്തുപോയി പറഞ്ഞില്ലെങ്കിൽ അവിടെ കാത്തുനിൽക്കുന്ന സഖാക്കൾ എന്നെ തവിടുപൊടിയാക്കും. എനിക്ക് നല്ല ഓർമ്മയുണ്ട്. ഞാനത് അവരോട് പോയി പറയാം. ചിരിക്കാൻ ശ്രമിച്ചുകൊണ്ട് ഞാൻ പറഞ്ഞു.

ജയിലർ സാഹിബ് റിസ്റ്റ് വാച്ച് നോക്കിക്കൊണ്ടിരുന്നു. വേഗം സംസാരിക്കാൻ ഞാനവരോട് പറഞ്ഞു. ഒന്നാമത്തെ സെല്ലിൽ നിന്നു കുഞ്ഞമ്പു പറഞ്ഞു." ജനങ്ങൾക്ക് വേണ്ടി ജീവിക്കാൻ പഠിപ്പിച്ചത് പാർട്ടിയാണ്. എന്റെ ജോലി ഞാൻ നിർവ്വഹിച്ചുവെന്ന് പാർട്ടി കരുതുന്നുണ്ടെങ്കിൽ ഞാൻ ചാരിതാർത്ഥ്യനായി".

അപ്പു പറഞ്ഞു. "പാർട്ടിയുടെ ശക്തിയേറുന്നുവെന്ന മഹത്തായ വാർത്തയുമായാണ് താങ്കൾ എത്തുന്നത്. ഇത് ഞങ്ങൾക്ക് കൂടുതൽ ദൃഢതയോടെ തൂക്കുമരത്തിലേറാനുള്ള ശേഷി തരുന്നു. രാജ്യത്തിന്റെ സ്വാതന്ത്ര്യത്തിനുവേണ്ടി പോരാടി മരിക്കാനുറച്ച് പാർട്ടിയിൽ അണിചേർന്നതാണ് ഞങ്ങൾ".

രണ്ടു കർഷക സമരങ്ങളിലെ ചിരുകണ്ടൻ പറഞ്ഞു: "ഞങ്ങൾ നാലു കർഷകപുത്രർ മാത്രം. പുറത്ത് പരശ്ശതം കാത്തു നിൽക്കുന്നു. ഞങ്ങളെ തൂക്കിലേറ്റാം പക്ഷേ അവരെ നശിപ്പിക്കാനാവില്ല. ചിന്തയാണ് ഞങ്ങളെ നിലനിർത്തുന്നത്. രാജ്യത്തെമ്പാടുനിന്നുമുള്ള ഈ കത്തുകൾ കാണുമ്പോൾ ഞങ്ങൾക്കവരുടെ സേവനത്തിനായി ഇനിയൊന്നും ചെയ്യാനാവില്ലല്ലോ എന്ന ഖേദമുണ്ട്. ഇനിയും ജന്മമുണ്ടായാലതൊക്കെ ഈ മഹത്തായ ലക്ഷ്യത്തിനായി തന്നെ ത്യജിക്കും."

അബൂബക്കർ പറഞ്ഞു: "ഞങ്ങൾ രക്തസാക്ഷികളുടെ ജീവിതത്തിൽ നിന്നാണ് പ്രകാശം ഉൾക്കൊണ്ടത്. പക്ഷേ, അപ്പോഴൊന്നും ഞങ്ങൾക്കിത്തരം ആദരണീയമായ ഒടുക്കമുണ്ടാവുമെന്ന് കരുതിയില്ല.

പുറത്ത് നിൽക്കുന്ന സഖാക്കളോട് പറയുക ഞങ്ങൾ അവർക്കായി കഴുവേറുകയാണെന്ന്. എന്റെ അമ്മയ്ക്ക് പ്രായമേറി. അവരെ സമാശ്വസിപ്പിക്കണം. എന്റെ സഹോദങ്ങൾ തീരെ ചെറുപ്പമാണ്. പാർട്ടിക്കുവേണ്ടി പ്രവർത്തിക്കേണ്ടതെങ്ങനെയെന്നവരെ പഠിപ്പിക്കണം. ഞാനാണ് കുടുംബത്തിലെ മൂത്തയാൾ. കുടുംബകാര്യങ്ങൾ നോക്കിനടത്താൻ ഇനിയാരുമില്ല."

അബൂബക്കർ പറഞ്ഞു നിർത്തിയപ്പോൾ സമയമായെന്ന് ജയിലർ പറഞ്ഞു. ഞാനവരുടെ കൈ പിടിച്ചു കുലുക്കാൻ ജയിലറുടെ അനുവാദം തേടി. അദ്ദേഹം സമ്മതിച്ചു.

ഇരുമ്പു കവാടങ്ങളും വരാന്തയും ചേർന്ന് ഒരാൾക്കിടയിൽ സൃഷ്ടിച്ച വേർതിരിവ് എനിക്ക് അരോചകമായി. അവരുടെ അരികത്തു പോയി ആ കൈകളിൽ സ്പർശിക്കാനായെങ്കിലെന്ന് ആഗ്രഹിച്ചു.

അവർ വളണ്ടിയർമാർക്ക് പരിചിതമായ ചിട്ടയിൽ മുഷ്ടി ചുരുട്ടി ലാൽ സലാം പറഞ്ഞു. അപ്പു തെല്ലുനേരം കൂടി എന്റെ കൈകളിൽ പിടിച്ചു. എന്നിട്ട് ശാന്തമായി മന്ത്രിച്ചു. "സഖാവെ..."

അയാളുടെ കണ്ണുകൾ സജലങ്ങളായി. ഞാൻ വരാന്തയിലേക്ക് നോക്കി. കൊഴിഞ്ഞ പൂവുകളുടെ സമൃദ്ധി...

പൊടുന്നനെ ഞാൻ പറഞ്ഞു:

"ഈ പൂവുകൾ നശിച്ചു പോകും. സഖാക്കളെ നിങ്ങൾ പക്ഷേ, അനശ്വരമായ മാനവികതയുടെ പൂവുകളാണ്."

കൃഷ്ണപിള്ള എനിക്കായി മൊഴിമാറ്റി. അപ്പു ആഴത്തിൽ നിശ്വസിച്ചു. അബൂബക്കറുടെ കൈവിട്ടു കൊടുക്കാൻ എനിക്ക് തോന്നിയില്ല. ഞാൻ മാപ്പിളമാരുടെ ധീരോദാത്തമായ പാരമ്പര്യത്തെക്കുറിച്ചോർത്തു. നാലു രക്തസാക്ഷികളിലൊരാളെ അവരും നൽകിയിരിക്കുന്നു. മുസ്ലീം സഹോദരന്മാരുടെ രാജ്യ സ്നേഹത്തെക്കുറിച്ച് ശങ്കിക്കുന്ന ഹിന്ദുക്കളെക്കുറിച്ച് എനിക്ക് സഹതാപം തോന്നി.

ഞാൻ ചിന്തകളിൽ നിറയവെ, അബൂബക്കർ ലാൽസലാം പറഞ്ഞു. മനോഹരമായ ആ കൺകളിലും മുഖത്തും ദേശാഭിമാനം നിറഞ്ഞു കവിഞ്ഞു.

ഞങ്ങൾ മടങ്ങാനൊരുങ്ങവെ അവർ വീണ്ടും മുഷ്ടി ചുരുട്ടി. നന്നെ നേർത്ത കാലടികളോടെ ഞങ്ങൾ പുറത്തേക്ക് നടന്നു. അവരെക്കുറിച്ചുള്ള ആദരത്താൽ ഞങ്ങൾ വിനീതരായി. ഈ നേരമത്രയും മൗനിയായി അനുയാത്ര ചെയ്തിരുന്ന സുന്ദരയ്യ പറഞ്ഞു: "നിങ്ങളവരെ സാന്ത്വനിപ്പിക്കാനാണ് പോയത്, ഉണ്ടായത് പക്ഷേ, മറിച്ചാണെന്നു മാത്രം."

"അവർ നമ്മുടെ രക്തസാക്ഷികളാണ്. ആരുടെയും സാന്ത്വനം ആവശ്യമില്ലാത്തവർ. അവരേകനാക്കിയ സഖാവാണ് ഞാൻ. എനിക്ക് സാന്ത്വനം വേണം. അവരു തന്നു." എനിക്കിത്രയേ പറയാനുള്ളു.

ഞങ്ങളവിടെ നിന്ന് കാറിൽ റെയിൽവേ സ്റ്റേഷനിലേക്ക് പോയി.

അവിടെ നിന്ന് റെയിൽവണ്ടിയിൽ ചെറുവത്തൂർക്കും. ചെറുവത്തൂരിൽ നിന്ന് പുഴ കടന്ന് കയ്യൂരിലെത്തി, ആ സായന്തനത്തിൽ തന്നെ സഖാക്കളുടെ കുടുംബാംഗങ്ങളെ കണ്ടു. 29ന് ഞാൻ മലബാർ സന്ദർശനം പൂർത്തിയാക്കി കോഴിക്കോട്ടെത്തി. അവിടെ പാർട്ടിയുടെ മദ്രാസ് സെക്രട്ടറി മോഹന്റെ ടെലിഗ്രാം ഞങ്ങളെ കാത്തിരിക്കുന്നുണ്ടായിരുന്നു. വിളിച്ചാൽ ഇതിൽ ഇടപെടാൻ കൊലമരമത്തിലേറ്റൽ വൈകില്ല എന്നായിരുന്നു ടെലിഗ്രാം.

ഞാനിതെഴുതിക്കൊണ്ടിരിക്കെ മലബാറിലെ സഖാക്കൾ വന്നു പറഞ്ഞു. കയ്യൂർ സഖാക്കളെ 29ന് പുലർച്ചേ തൂക്കിലേറ്റുമെന്ന്. തലേരാത്രി തന്നെ അവരോട് പറഞ്ഞിരുന്നു പുലർച്ചേ കഴുമരത്തിലേക്കുള്ള വഴിയൊരുങ്ങുമെന്ന്.

ദേശഭക്തി ഗാനങ്ങൾ ചൊല്ലിയും കമ്മ്യൂണിസ്റ്റ് പാർട്ടിക്ക് ഇങ്കിലാബ് വിളിച്ചും അവർ രാത്രി കഴിച്ചു. കണ്ണൂർ സെൻട്രൽ ജയിലിൽ അന്നാരും ഉറങ്ങിയില്ല.

പുലർച്ചെ മൂവായിരത്തോളം പേർ ജയിൽ ഗേറ്റിനു മുന്നിൽ തടിച്ചുകൂടി. കയ്യൂർ സഖാക്കളുടെ മൃതദേഹം അവർക്ക് വേണമായിരുന്നു. പക്ഷേ, അവരുടെ ആവശ്യം നേടാനായില്ല. അധികാരികൾ അവരോട് പിരിഞ്ഞു പോകാൻ പറഞ്ഞു.

ഈ ധീരനായകരെപ്പോലുള്ള പരശ്ശതം പേരെ മലബാറിലെ കർഷകർ വളർത്തി. രക്തസാക്ഷിത്വത്തിലക്ക് മന്ദഹാസത്തോടെ കടന്നുപോകാൻ കരുത്തുള്ളവരെ നമ്മുടെ പ്രസ്ഥാനം ഉണ്ടാക്കിയെടുത്തു. രക്തപതാക അവരുടെ മുന്നിൽ ആദരവാൽ കുനിയുന്നു.

കയ്യൂർ സമരം

ഇ.എം.എസ്

1987 മാർച്ച് 29–ന് രക്തസാക്ഷിദിനാചരണത്തോട് അനുബന്ധിച്ച് ചേർന്ന് പൊതുസമ്മേളനത്തിൽ ഇഎംഎസ് സംസാരിക്കുന്നു

തെക്കൻ കർണ്ണാടകജില്ലയിൽപ്പെട്ട കാസർഗോഡ് താലൂക്കിലെ സബ്താലൂക്കായിരുന്ന ഹോസ്ദുർഗ്ഗിൽപ്പെട്ട ഒരു ഗ്രാമമായിരുന്നു കയ്യൂർ. വടക്കേ മലബാറിലെ ചിറയ്ക്കൽ താലൂക്കിനു തൊട്ടുകിടക്കുന്നതാണ് ഈ പ്രദേശം. ഇവിടെ വൻഭൂരിപക്ഷം ജനങ്ങളും മലയാളം സംസാരിക്കുന്നവരാണ്. മലബാറിന്റെ അതേ സാമൂഹിക, സാംസ്ക്കാരിക, സാമ്പത്തികഘടനയാണ് ഈ താലൂക്കിന്റേത്. അതേ സമയം തന്നെ അത് ഭരണപരമായി തെക്കൻ കർണ്ണാടക ജില്ലയുടെ ഭാഗവുമായിരുന്നു.

അതുകൊണ്ട് തന്നെ മലബാറിൽ നിലവിലുണ്ടായിരുന്ന കുടിയായ്മ നിയമം ആ സബ് താലൂക്കിനു ബാധകമായിരുന്നില്ല. ഭരണപരമായി കർണ്ണാടകത്തിന്റെ ഭാഗവും അതുകൊണ്ടു തന്നെ അവിടുത്തെ ഭൂവുടമാബന്ധം സാധാരണമായ റയത്ത്വാരി സമ്പ്രദായവുമായിരുന്നെങ്കിലും വാസ്തവത്തിൽ അത് ജന്മിസമ്പ്രദായത്തിൻ കീഴിൽക്കിടന്ന് ഞെരിപിരികൊള്ളുകയായിരുന്നു. റയത്ത്വാരി സമ്പ്രദായം നിലവിലുണ്ടായിരുന്ന മറ്റു പ്രവിശ്യകളിലെന്നപോലെ കർണ്ണാടകത്തിലും റയത്ത് വാരി സമ്പ്രദായത്തിന്റെ കീഴിൽ ഒരു ഗണ്യമായ ശതമാനം കൃഷി ചെയ്യുന്ന ഭൂവുടമകൾ ഉണ്ടായിരുന്നു. നേരെമറിച്ച്, മലബാറിലെ ഒട്ടുമുക്കാലുംപേരും നേരിട്ട് കൃഷി ചെയ്യാത്തവരും കുടിയാൻമാരിൽ നിന്നു കൊള്ളപ്പാട്ടം ഈടാക്കുന്നവരുമാണ്. ഫലമോ ഭൂമി മുഴുവൻ കൈവശം വച്ചിരുന്ന ഒരു പിടി ജന്മിമാർ ഭൂവുടമകളായല്ല, കൃഷിക്കാരായാണ് കണക്കാക്കപ്പെട്ടുപോന്നത്. അതുകൊണ്ടു തന്നെ 1930-ലെ മലബാർ കുടിയായ്മനിയമത്തിന്റെ യാതൊരാനുകൂല്യവും അവരുടെ കുടിയാന്മാർക്ക് ലഭിച്ചിരുന്നില്ല. അതേസമയം തന്നെ പാട്ടം വർദ്ധിപ്പിക്കൽ, കുടിയാനെ ഭൂമിയിൽ നിന്ന് ഒഴിപ്പിക്കൽ തുടങ്ങിയ കാര്യങ്ങളിൽ ജന്മിമാർക്കുണ്ടായിരുന്ന അവകാശങ്ങൾക്ക് യാതൊരു നിയന്ത്രണവും അവിടുത്തെ ജന്മിമാർക്ക്, മലബാറിലെ അവരുടെ സഹോദരന്മാർ 1930 ലെ ആക്ട് നിലവിൽ വരുത്തുന്നതിന് മുമ്പ് ചെയ്തിരുന്ന കാര്യങ്ങൾ ചെയ്യാൻ കഴിയുമായിരുന്നു.

അതുകൊണ്ട് തന്നെ ഈ പ്രദേശത്തിനുവേണ്ടി കിസാൻ സഭ ഉന്നയിച്ച മുഖ്യ ആവശ്യം മലബാർ കുടിയായ്മനിയമം ഹോസ്ദുർഗ്ഗിലും കൂടി ബാധകമാക്കണമെന്നുള്ളതായിരുന്നു. ഇതിന്റെ അടിസ്ഥാനത്തിലാണ് ഈ മേഖലയിൽ 1938 ലും 1939 ലും കിസാൻ സഭയും കോൺഗ്രസ്സ് പ്രസ്ഥാനവും കെട്ടിപ്പടുത്തത്. സംഘടനയുടെ കാര്യത്തിൽ ഹോസ്ദുർഗ്ഗ്, ചിറയ്ക്കൽ, കോട്ടയം താലൂക്കുകൾക്ക് മാത്രം പിന്നിലായിരുന്നു. ജന്മിമാർക്ക് കുടിയാന്മാരെ എന്തും ചെയ്യാൻ നിയമപ്രകാരം അധികാരം ഉണ്ടായിരുന്നെങ്കിലും കൃഷിക്കാരുടെ സംഘടിതശക്തിയും സമരങ്ങളും കാരണം മലബാറിലെ ജന്മിമാർ കുടിയാന്മാർക്ക് അനുവദിച്ച ആനുകൂല്യങ്ങൾ ഇവിടേയും അനുവദിക്കേണ്ടിവന്നു. ഹോസ്ദുർഗ്ഗിലേയും മലബാറിലെയും കൃഷിക്കാരുടെ നിയമപരമായ പദവിയിലുണ്ടായിരുന്ന വ്യത്യാസം തരണം ചെയ്തത് വാസ്തവത്തിൽ കിസാൻമാരുടെ കൂട്ടായ ഇച്ഛാശക്തികൊണ്ടായിരുന്നു.

1940 സെപ്തംബർ 15 നു ശേഷം ഇവിടെയുള്ള ജന്മിമാരും, കഴിഞ്ഞ രണ്ടുവർഷക്കാലത്ത് അവർക്ക് നഷ്ടപ്പെട്ടതത്രയും തിരിച്ചുപിടിക്കാൻ ശ്രമിച്ചു. കുടിയാന്മാർ വിതച്ചത് കൊയ്തെടുക്കുക എന്ന വിദ്യയാണ് ഇവിടെ ജന്മിമാർ പ്രയോഗിച്ചത്. മുൻകുടിയാൻമാരെ തങ്ങൾ ഒഴിപ്പിച്ചു കഴിഞ്ഞു എന്നും പകരം പുതിയ ആളുകളെ ഭൂമി ഏൽപ്പിച്ചു എന്നും പറഞ്ഞാണ് വിള കൊയ്തെടുത്തത്. ഇത് സംഭവിക്കാതിരിക്കാൻ വേണ്ടത് കിസാൻസഭയും ചെയ്തു. കൃഷിക്കാരുടെ വിള ജന്മികളുടെ ആൾക്കാ

രിൽ നിന്നു സംരക്ഷിക്കാനായി കൊയ്ത്തിന്റെ സമയമായപ്പോൾ അവർ വളണ്ടിയർമാരെ അയയ്ക്കുകയും ആ വളണ്ടിയർമാർ കൃഷിക്കാർതന്നെ അവരുടെ വിള കൊയ്തെടുക്കുന്നതിന് അവരെ സഹായിക്കുകയും ചെയ്തു. 1940 ഫെബ്രുവരി ആദ്യത്തെ ആഴ്ചയിലായിരുന്നു ഇത്.

ഇത് മർദ്ദനത്തിനിടയാക്കി. കർഷകരെ ദ്രോഹിക്കാൻ ജന്മിമാർ പോലീസ് സഹായം ആവശ്യപ്പെടുകയും അതനുവദിച്ചുകിട്ടുകയും ചെയ്തു. പോലീസ് കിസാൻമാരെ ഭീഷണിപ്പെടുത്തുകയും ചില നേതാക്കളെ അറസ്റ്റ് ചെയ്യുകയും മറ്റുള്ളവരെ തല്ലുകയും മറ്റും ചെയ്തു. വളണ്ടിയർമാരുടെ സഹായത്തോടെ കൃഷിക്കാർ വിള കൊയ്തെടുത്തതുമായി ബന്ധപ്പെട്ട ചില സംഭവങ്ങളെപ്പറ്റി പോലീസന്വേഷണം നടക്കുകയായിരുന്നു. മാർച്ച് മൂന്നാമത്തെ ആഴ്ചയിൽ കയ്യൂർ ഗ്രാമത്തിൽ ഇത്തരം ഒരന്വേഷണം നടക്കുന്നതിനിടയിൽ പോലീസ് ഒരു വളണ്ടിയരെ അതികഠിനമായി മർദ്ദിച്ചു. നാട്ടിലാകെ നടക്കുന്ന പോലീസ് മർദ്ദനങ്ങളിലും കയ്യൂരിൽ നടന്ന പ്രത്യേക സംഭവത്തിലും പ്രതിഷേധം പ്രകടിപ്പിക്കാനായി മാർച്ച് 28-ാം തീയ്യതി കയ്യൂരിൽ ഒരു പ്രതിഷേധയോഗം നടത്തണമെന്ന് തീരുമാനിച്ചു. ഇരുന്നൂറ്-ഇരുന്നൂറ്റമ്പത് കിസാൻമാരും വളണ്ടിയർമാരും പങ്കെടുത്ത ഒരു പ്രകടനം യോഗസ്ഥലത്തേക്ക് നീങ്ങുകയായിരുന്നു. അന്വേഷണവുമായി ബന്ധപ്പെട്ട് ഒന്നിലധികം തവണ ഇവിടെ സന്ദർശിച്ചിരുന്ന ഒരു പോലീസുകാരൻ അവിടെ പ്രത്യക്ഷപ്പെട്ടു. ക്ഷുഭിതരായ ജനങ്ങൾ അയാളുടെ നേർക്കടുത്തു. അയാളാകട്ടെ ധൈര്യത്തേക്കാളും വകതിരിവാണ് മെച്ചമെന്നു കരുതി പ്രകടനക്കാരോടൊപ്പം ചേർന്ന് മുദ്രാവാക്യം വിളിക്കാൻ തുടങ്ങി. എന്നാൽ കിട്ടിയ ആദ്യത്തെ അവസരത്തിൽ തന്നെ ജനക്കൂട്ടത്തിൽ നിന്ന് അയാൾ സ്വയം രക്ഷതേടി

1993 മാർച്ച് 29-ന് നടന്ന കയ്യൂർ രക്തസാക്ഷിത്വത്തിന്റെ അമ്പതാം വാർഷികാഘോഷം സ: ഇ.കെ.നായനാർ ഉദ്ഘാടനം ചെയ്യുന്നു

ഓടാൻ തുടങ്ങി. ജനങ്ങൾ പിന്നാലേ വച്ചു പിടിച്ചു. രോഷാകുലരായ ജനങ്ങളും ഒളിച്ചോടുന്ന പോലീസുകാരനും തമ്മിലുണ്ടായ കശപിശ യിൽ പോലീസുകാരൻ കൊല്ലപ്പെട്ടു.

1940 സെപ്തംബർ 15 നു ശേഷം വടക്കേ മലബാറിലുണ്ടായതിനേ ക്കാളും കടുത്ത പോലീസ് മർദ്ദനത്തിന് ഇതു വഴിവച്ചു. അറസ്റ്റിനേയും അടിയെയും മറ്റും പിൻതള്ളിക്കൊണ്ട് ഭീകരതയുടെ പുതിയ രൂപങ്ങൾ പ്രയോഗിക്കപ്പെട്ടു. 1921–22 ൽ തെക്കേ മലബാറിൽ നടന്നതൊഴിച്ചാൽ ഇതുപോലൊരു ഭീകരത കേരളത്തിന്റെ ചരിത്രത്തിൽ വേറെ ഉണ്ടായി ട്ടില്ല. ഗ്രാമങ്ങൾ ഒന്നടങ്കമായി പുരുഷൻമാരും സ്ത്രീകളും കുട്ടികളും അവരവരുടെ വീടും കുടിയും ഉപേക്ഷിച്ച് വനത്തിൽ അഭയംതേടി. ഗാന്ധി യൻമാരുടെ പത്രമായ മാതൃഭൂമിയുടെ ഒരു ലേഖകൻ എം. എസ്.പിക്കാരുടെ എണ്ണമറ്റ കടുംകൈകളിൽ ഒന്ന് പത്രത്തിൽ റിപ്പോർട്ട് ചെയ്ത പാപത്തിനുള്ള ശിക്ഷയായി അദ്ദേഹത്തെ ജമേദാർ തല്ലിച്ചത ച്ചു. പാട്ടവും മറ്റും പിരിവുകളും എന്നല്ല കൃഷിക്കാരിൽ നിന്നുള്ള പതി വുപാട്ടംപോലും പിരിക്കുവാൻ കഴിയുകയില്ലെന്ന് ജന്മിമാർക്ക് തന്നെയും മനസ്സിലായി. കാരണം ഇത്തരം മർദ്ദനം കൃഷിക്കാരെ അത്രയധികം ഐകമത്യം ഉള്ളവരാക്കി മാറ്റുകയാണ് ചെയ്തത്. എം. എസ്.പിയെ സ്ഥലത്ത് നിന്നു പിൻവലിക്കുകയും സാധാരണനില പുനഃസ്ഥാപിക്കു കയും ചെയ്യണമെന്ന് എല്ലാത്തരം വ്യക്തികളും സംഘടനകളും ആവ ശ്യപ്പെട്ടു. ഇത്തരം കൊടിയ മർദ്ദനം താലൂക്കിലെ കിസാൻപ്രസ്ഥാന ത്തിന് കനത്ത പ്രഹരമായിരുന്നു. അതിൽ നിന്ന് ഇപ്പോഴും പൂർണ്ണമായും മോചനമായിട്ടില്ല. ഭീകര വാഴ്ചമാത്രമല്ല കിസാൻസഭയെ ഇത്ര കണ്ട് തകർത്തത്. താലൂക്കിലെ കിസാൻ സംഘടനകളുടെ പ്രമുഖരായ എല്ലാ നേതാക്കളും – അവരിൽ അറുപതു പേർ ഈ കേസിൽ ഉൾപ്പെട്ടിരുന്നു. ഒറ്റയടിക്ക് അറസ്റ്റ് ചെയ്യപ്പെട്ടിരുന്നു എന്നുള്ളത് വസ്തുതയാണ്. ചിറ യ്ക്കൽ, കോട്ടയം താലൂക്കുകളിൽ നിരവധി താലൂക്ക്തല നേതാക്ക ളേയും ഭൂരിപക്ഷം പ്രാദേശിക സംഘാടകരേയും പോലീസിന്റെ കൈയിൽ അകപ്പെടാതെ സംരക്ഷിക്കുകയും അങ്ങനെ അവർക്ക് ജന ങ്ങൾക്കിടയിൽ സഞ്ചരിച്ച് അവരിൽ ആത്മവിശ്വാസവും ധൈര്യവും പക രുവാൻ കഴിയുകയും ചെയ്തു. എന്നാൽ ഹൊസ്ദുർഗ്ഗ് താലൂക്കിലെ കിസാൻനേതാക്കൾക്കും ഉശിരൻ പ്രവർത്തകർക്കും പൂർണ്ണമായും പുറത്തു കഴിയേണ്ടിവന്നു.

പക്ഷേ ആ താലൂക്കിൽ കിസാൻ സഭയുടെ കഥ കഴിഞ്ഞു എന്നല്ല ഇതിനർത്ഥം. മർദ്ദനമുണ്ടായിട്ടും കിസാൻ പ്രസ്ഥാനം അതിശക്തമായി എല്ലാ താലൂക്കുകളിലും മുന്നോട്ടുപോവുകയാണെന്ന് മനസ്സിലാക്കി. തങ്ങ ളുടെ താലൂക്കിൽ എന്തെങ്കിലും കഴിയുമോ എന്ന സംശയം അവർക്കു ണ്ടായിരുന്നിരിക്കാം. എന്നാൽ കിസാൻസഭ തങ്ങളുടെ സ്വന്തം പ്രസ്ഥാ നമാണെന്നും അതിനെ ശക്തിപ്പെടുത്തേണ്ടതാണെന്നും ഉള്ള കാര്യ ത്തിൽ അവർക്ക് സംശയമില്ലായിരുന്നു. പുറമേനിന്നുവരുന്ന ,ഒളിവിൽ

കഴിയുന്ന നേതാക്കൾക്ക് അഭയം നൽകാൻ അവർക്ക് ഭയമുണ്ടായിരുന്നു. എന്നിരുന്നാലും തങ്ങൾക്ക് പ്രിയപ്പെട്ട ഒരു ലക്ഷ്യത്തിനുവേണ്ടിയാണ് അവർ പ്രവർത്തിക്കുന്നതെന്ന് കൃഷിക്കാർക്കറിയാമായിരുന്നു. പിന്നീട് കർഷക പ്രസ്ഥാനം പുനഃസംഘടിപ്പിക്കാൻ ശ്രമം നടന്നപ്പോൾ അതിന് കൃഷിക്കാരെ പ്രാപ്തരാക്കിയത് കിസാൻസഭയോടും തങ്ങളോടും അവർക്കുണ്ടായിരുന്ന ഈ കൂറാണ്. ഇപ്പോൾ കിസാൻ നേതാക്കളും സംഘാടകരും സാവധാനത്തിലെങ്കിലും പുരോഗതി കൈവരിച്ചുകൊണ്ടിരിക്കുകയാണ്.

പനിനീർ പൂക്കൾ എന്നോട് പറയുന്നത്

നിരഞ്ജന

നേരം പുലർന്നു വരുന്നതേ ഉണ്ടായിരുന്നുള്ളൂ. കിഴക്കെവിടെയോ നേർത്ത വെള്ളകീറൽ. നീലേശ്വരത്തിന്റെ ആകാശത്തിൽ നക്ഷത്രങ്ങൾ അപ്പോഴും തെളിഞ്ഞു നിന്നു.

ഞാൻ ഒരു ചങ്ങാതിയുമൊത്ത് സ്കൂളിലെത്തി. പതിനാറുകാരന്റെ സഹജമായ സാഹസികതയോടെ ഞാൻ സ്കൂളിന്റെ ചുറ്റുമതിൽ ചാടിക്കടന്നു പൂന്തോട്ടത്തിലെത്തി. ചെടികളിൽ മഞ്ഞിന്റെ സാന്ദ്രപ്രതിരോധം, കടന്നുകയറ്റക്കാരന്റെ പാദങ്ങളിൽ അവ ഉലഞ്ഞു.

പനിനീർച്ചെടികൾ നിൽക്കുന്നിടത്തേക്ക് നടന്നു. അവയിൽ നിന്ന് മുഴുവനായി വിടർന്ന, ഓജസ്സുള്ള രണ്ടു പൂവുകൾ അടർത്തിയെടുത്തു. ജീവിതത്തിലെ ആദ്യ മോഷണം. ചിരസ്മരണീയമായ ഒരു ദിനത്തിന്റെ തുടക്കമായിരുന്നു അത്. ഞങ്ങൾ അടുത്തുള്ള റെയിൽവേസ്റ്റേഷനിലേക്കു കുതിച്ചു. മദ്രാസ്-മംഗലാപുരം പാസഞ്ചറായിരുന്നു ലക്ഷ്യം. അതിൽ ഞങ്ങൾ കാഞ്ഞങ്ങാട്ട് വണ്ടിയിറങ്ങി.

പ്രധാനിയായൊരു കോൺഗ്രസ് നേതാവ് അവിടെ സത്യഗ്രഹം സമരം നടത്തുന്നുണ്ടായിരുന്നു. അദ്ദേഹത്തിന് ഭാവുകങ്ങൾ നേരുന്നതിനെത്തിയതായിരുന്നു ഞങ്ങൾ. പ്രഭാതത്തിലെ സൂര്യന് ദീപ്തിയേറി. തേജസ്സാർന്ന് വെള്ള ഖദർ വസ്ത്രങ്ങളണിഞ്ഞ് പുഞ്ചിരിയുമായി നേതാവെത്തി. കുറച്ചാളുകൾ അദ്ദേഹത്തെ പൂമാലകൾ അണിയിച്ചു. ശ്രദ്ധയോടെ, അദ്ദേഹത്തെച്ചുറ്റി ഒരാൾക്കൂട്ടം വളർന്നു.

ഖദർ വേഷ്ടിയും തൊപ്പിയും ബനിയനുമായിരുന്നു എന്റെ വേഷം. ശങ്കയോടെ ഞാൻ സത്യഗ്രഹിയുടെ ചാരെയെത്തി. അദ്ദേഹത്തിനായി കൊണ്ടുവന്ന പനിനീർ പൂവുകൾ നൽകി. ഭദ്രമായി സൂക്ഷിച്ചുകൊണ്ടുവന്ന പൂവിന് യാത്രയിലെപ്പോഴോ ക്ഷതം പറ്റിയിരുന്നു. ദൈവങ്ങൾ

പോലും ആ കാഴ്ചയിൽ അസൂയാലുക്കളായിരിക്കാം.

ബ്രിട്ടീഷുകാരുടെ യുദ്ധക്കൊതിക്കെതിരെ മഹാത്മാഗാന്ധി ഉയർത്തിയ മുദ്രാവാക്യങ്ങൾ നേതാവ് ഉരുവിട്ടു. തെല്ലകലെ നിന്നിരുന്ന പോലീസ് സംഘത്തിൽ നിന്ന് മുന്നോട്ടു വന്ന സബ് ഇൻസ്പെക്ടർ ശബ്ദം താഴ്ത്തി പറഞ്ഞു: നിങ്ങളെ അറസ്റ്റ് ചെയ്തിരിക്കുന്നു. 'കയ്യടി നിലച്ചു.

അതൊരു ചടങ്ങായിരുന്നു, പോലീസ് അവരുടെ റോൾ അഭിനയിച്ചു തീർക്കുകയും.'ജയ് മഹാത്മാഗാന്ധി, ജയ് ഭാരത് മാതാ...' ആൾക്കൂട്ടത്തിൽ നിന്ന് എപ്പോഴൊക്കെയോ ഈ ശബ്ദങ്ങൾ ഉയർന്നു. ആൾക്കൂട്ടം പിരിഞ്ഞു.

കുറച്ചകലെയായി വീണ്ടും ഒത്തുകൂടിയ അവർ തൊണ്ടപൊട്ടുമാറുച്ചത്തിൽ വിളിച്ചു. "ഇൻക്വിലാബ് സിന്ദാബാദ്: സാമ്രാജ്യത്വം തുലയട്ടെ." പോലീസ് അവരോട് പിരിഞ്ഞുപോകാൻ ആവശ്യപ്പെട്ടു. അതിനു ശേഷം നേതാവിനെ പോലീസ് സ്റ്റേഷനിലേക്ക് നടത്തിക്കൊണ്ടുപോയി.

ഞാനും ചങ്ങാതിയും മാംഗ്ലൂർക്കുള്ള ട്രെയിനിൽ നാട്ടിലേക്കു മടങ്ങി. സ്കൂളിൽ ബെല്ലടിക്കുന്നതിനു മുൻപേ ഞങ്ങൾ നീലേശ്വരത്തെത്തി.

സ്കൂളിന് പുറത്ത് എൻ ഗണപതി കമ്മത്തിനെ പോലുള്ള ചങ്ങാതികൾ ഉണ്ടായിരുന്നു. മലയാളം സ്കൂളിലാണ് പഠിച്ചിരുന്നതെങ്കിലും കമ്മത്തിന് കന്നട നന്നായി അറിയാമായിരുന്നു. സാഹിത്യത്തോടുള്ള താൽപര്യമായിരുന്നു ഞങ്ങളെ ഒരുമിപ്പിച്ചിരുന്നത്. എന്തും തുറന്നു പറയുന്ന പ്രകൃതക്കാരനായിരുന്നു കമ്മത്ത്. വാ നിറയെ തമാശകളാവും എപ്പോഴും. ഊഷ്മള ഹൃദയനായ യുവാവ്. പക്ഷേ, കമ്മത്ത് അതിലേറെയൊക്കെയാണെന്ന് പിന്നീട് എനിക്കു തോന്നി. ഒരു സായന്തനത്തിൽ കത്ത് പോസ്റ്റ് ചെയ്യുന്നതിനായി തപാലാപ്പീസിൽ പോയി ഇഷ്ടികക്കളത്തിനു തൊട്ടുള്ള ഒന്നാം നിലയിലായിരുന്നു തപാലാപ്പീസ്. അന്തി ചാഞ്ഞിരുന്നു അപ്പോൾ. ഞാൻ മരക്കോണിയുടെ ചുവട്ടിൽ എത്തിയപ്പോൾ ആരോതിടുക്കപ്പെട്ട് താഴേക്കിറങ്ങാൻ ക്ലേശിക്കുന്നത് ശ്രദ്ധയിൽ വന്നു. അത് കമ്മത്തായിരുന്നു. എന്നെക്കണ്ടതും കമ്മത്ത് കാൽ പിന്നോട്ടുവച്ചു. കമ്മത്ത് കൈകൾ പിന്നിൽ ഒളിപ്പിച്ചു എനിക്കു വിശ്വസിക്കാനായില്ല. കമ്മത്തിന്റെ കൈകളിലൊന്നിൽ ഞാൻ ബലമായി പിടിച്ചു. ഒരു നിമിഷം ആ മുഖത്ത് കടുത്ത ദേഷ്യം മിന്നിമറഞ്ഞതുപോലെ. കമ്മത്ത് എന്നെ രണ്ടു കൈപ്പത്തികളും കാട്ടി. വലതുകയ്യിൽ പശ പടർന്നിരുന്നു.

സംഗതി അപ്പോഴാണ് എനിക്ക് മനസ്സിലായത്. കുറച്ച് നാളായി ബ്രിട്ടീഷ് വിരുദ്ധ പോസ്റ്ററുകൾ തപാലാപ്പീസിന്റെ ചുമരിൽ കാണാറുണ്ടായിരുന്നു. കുറ്റവാളിയെ ഇതാ കയ്യോടെ പിടികൂടിയിരിക്കുന്നു. ഞാൻ ഹൃദയം തുറന്നു ചിരിച്ചു. അതിനു ശേഷം മുകളിൽ പോയി ചുമരിൽ പതിച്ചിരുന്ന പുതിയ പോസ്റ്ററുകൾ കണ്ടു. ഇതോടെ ഞങ്ങൾ കൂടുതൽ അടുത്തു.

ഞങ്ങൾക്കൊരു നല്ല ഹിന്ദിമാസ്റ്ററുണ്ടായിരുന്നു. കെ. മാധവൻ

മാസ്റ്റർ എന്നായിരുന്നു അദ്ദേഹത്തിന്റെ പേര്. അദ്ദേഹം സ്കൂളിലെ ഒരു സ്ഥിരം മാസ്റ്ററായിരുന്നില്ല. ലിബറൽ ചിന്താഗതിക്കാരനായ രാകൃഷ്ണ റാവുവായിരുന്നു അവിടെ പ്രധാനാധ്യാപകൻ. ഹിന്ദിമാസ്റ്റർക്ക് സ്പെഷൽ ക്ലാസ്സുകളെടുക്കുവാൻ അദ്ദേഹം അനുവാദം നൽകി. പകലൊടുങ്ങിക്ക ഴിഞ്ഞ് മെഴുകുതിരി വെട്ടത്തിൽ രാവേറും വരെ നീളുന്ന ആ പഠനത്തിൽ ഞാനും ചേർന്നു. നന്നേ മെലിഞ്ഞ, എഴുന്നു നിൽക്കുന്ന ചെന്നിയോടു കൂടിയ മാധവൻ മാസ്റ്ററെ ആദ്യ കാഴ്ചയിൽ തന്നെ എനിക്കു പിടിച്ചില്ല. എന്തോ മറച്ചുവെച്ചുകൊണ്ടുള്ള അദ്ദേഹത്തിന്റെ ചിരിയിൽ വിഷം കല ർന്നതുപോലെ. ഈ വൈകിയ സമയത്ത് മാസ്റ്റർ എവിടെ നിന്നാണ് വരുന്നതെന്ന് ഞാൻ സ്വയം ചോദിച്ചിരുന്നു. പകലെന്താണ് ഇദ്ദേഹത്തിന് ജോലി?

എഴുതിത്തുടങ്ങുന്ന ഒരാളുടെ ഉൽകണ്ഠയും കാൽപനികതയു മൊക്കെ ആ വിചാരങ്ങളിൽ നിറഞ്ഞു.

മാസ്റ്റർ എന്നോട് താൽപര്യം കാണിച്ചു. കമ്മത്താണിതിന് വഴിവെ ച്ചത്. മാസ്റ്ററെക്കുറിച്ച് കമ്മത്ത് പറഞ്ഞ വിവരങ്ങൾ എന്നെ അൽഭുത പ്പെടുത്തി.

മാധവൻ മാസ്റ്റർ ഒരു വിപ്ലവകാരിയായിരുന്നു. അധികാരികൾക്കെ തിരെ ജനങ്ങളെ തിരിച്ചുവിടുകയും കർഷകരെ സംഘടിപ്പിക്കുകയുമാ യിരുന്നു അദ്ദേഹം ചെയ്തു വന്നത്. ഹിന്ദി മാസ്റ്ററുടെ കുപ്പായം പോലീ സിനെ കബളിപ്പിക്കുന്നതിനുള്ള മറയായിരുന്നു. അതിനായി രാത്രി കാല ങ്ങളിൽ അദ്ദേഹം നീണ്ട ദൂരം സഞ്ചരിച്ചു. പകൽ സമയങ്ങളിൽ ഉറങ്ങി. എന്റെ മനസ്സിൽ മാസ്റ്ററുടെ ചിത്രത്തിന് മിഴിവേറുകയായിരുന്നു. കേരള ത്തിന്റെ സമരഭൂവിൽ ഞാൻ കണ്ട ആദ്യ സഖാവ് മാസ്റ്ററായിരുന്നു. ചുറ്റും നടക്കുന്ന വിപ്ലവപ്രവർത്തനങ്ങളെക്കുറിച്ച് എനിക്ക് ഉൾക്കാഴ്ച തന്നത് അദ്ദേഹമാണ്. ഒളിവു പ്രവർത്തനങ്ങളെക്കുറിച്ച് അദ്ദേഹത്തിൽ നിന്നു ലഭിച്ച അറിവ് എന്നെ ഉൽസുകനാക്കി. മാസ്റ്റർ എന്നെ ആഴത്തിൽ സ്പർശിച്ചു. ഹിന്ദിക്ലാസുകൾ തുടർന്നില്ലെങ്കിലും എന്നെ സംബന്ധിച്ചി ടത്തോളം നീണ്ട ചുകപ്പൻ ഞായറുകൾ വന്നെത്തിക്കഴിഞ്ഞിരുന്നു.

ഹൈസ്കൂൾ മാസ്റ്ററായ വി.വി.കുഞ്ഞമ്പുവിനെയും അവിടെ വെച്ചാണ് പരിചയപ്പെടുന്നത്. ഒരു മാന്യനായ വിപ്ലവകാരിയാണെന്ന് ആർക്കും ഒറ്റനോട്ടത്തിൽ തോന്നും. ആർഭാടമില്ലാത്ത വസ്ത്രധാരണം, ലാളിത്യം, മിതത്വം, മൃദുഭാഷണം.

മാധവൻ മാസ്റ്ററും കമ്മത്തും ചേർന്ന് അറസ്റ്റ് വാറണ്ട് നിലവിലുള്ള ഏതാനും പേരെ എന്റെ അടുപ്പക്കാരാക്കി. കർഷകനേതാവായ കേരളീ യനും വിദ്യാർത്ഥി നേതാവായ പരമേശ്വരനും അതിൽപ്പെട്ടിരുന്നു.

ആ സംഘത്തിന് അന്യനായിരുന്നിട്ടുപോലും അവരെന്നെ വിശ്വ സിച്ചു. അവരുടെ സത്യസന്ധതയും ലാളിത്യവും സമർപ്പണവും അനു പമമായിരുന്നു. കേരളത്തിലെ ഗ്രാമാന്തരങ്ങളും പട്ടണങ്ങളും എങ്ങനെ ഉണർത്തണമെന് അവരിൽ നിന്ന് പഠിച്ചു. അവരുടേത് പുതിയ തരത്തി

ലുള്ള സമരമായിരുന്നു. പരദേശികളായ ഭരണക്കാർക്കും സ്വദേശികളായ പീഡകർക്കുമെതിരെയുള്ള ദ്വന്ദ്വസമരം.

ഗാന്ധിയൻ ചിന്താപദ്ധതിക്കടിമപ്പെട്ടു പോയിരുന്നെങ്കിലും എനിക്കീ പോരാളികളോട് ആദരം തോന്നി. അതോടെ എന്റെ ഗാന്ധിയൻ കോട്ടയ്ക്കുള്ളിൽ വിള്ളലുകൾ വീണു.

കയ്യൂർ സംഭവം ആ പ്രദേശങ്ങളിലാകെ കടുത്ത ഭൂചലനങ്ങൾ തന്നെ സൃഷ്ടിച്ചു. സ്കൂൾ ഫൈനൽ പരീക്ഷ കഴിഞ്ഞതോടെ ആ വേനൽക്കാലത്ത് മറക്കാനാവാത്ത ഓർമ്മകളുടെ തിരുശേഷിപ്പും പേറി നീലേശ്വരത്തു നിന്ന് യാത്രയായി.

മാംഗ്ലൂരിൽ എത്തിയ ഞാൻ ഒരു പത്രപ്രവർത്തകനായി. ഒപ്പം തൊഴിലാളി വർഗ്ഗത്തിന്റെ വിമോചന പോരാട്ടങ്ങളിലും പങ്കു ചേർന്നു. നീലേശ്വരത്തും ചുറ്റുവട്ടങ്ങളിലും എന്തു സംഭവിക്കുന്നുവെന്നതിനെക്കുറിച്ചും ഞാൻ ശ്രദ്ധാലുവായിരുന്നു.

ഇന്ത്യക്കാരായ ഉദ്യോഗസ്ഥന്മാരിലൂടെ ബ്രിട്ടീഷ് സർക്കാർ കയ്യൂരിലും ചറ്റുവട്ടങ്ങളിലും കടുത്ത മർദ്ദനമുറകൾ അഴിച്ചു വിട്ടു. പരശതം പ്രവർത്തകർ തടവിലായി. വി.വി.കുഞ്ഞമ്പുവിനെയും ഗണപതി കമ്മത്തിനെയും പോലുള്ള നേതാക്കളും ഇരുമ്പഴിക്കുള്ളിലായി. മാധവനാകട്ടെ തടവുചാടി ഒളിവുകേന്ദ്രങ്ങളിലിരുന്ന് വിപ്ലവപ്രവർത്തനങ്ങൾ സജീവമാക്കി.

നിയമത്തിന്റെ ഉരുക്കു ചട്ടക്കൂടുകളിൽ ഒക്കെയും ഉടഞ്ഞു കൂടുന്നത് ഞാൻ കണ്ട ഒരു നവാധ്യയനം. നിഷ്ഠുരമായ വിചാരണകൾ മനുഷ്യത്വത്തിനെ ആഴത്തിൽ മുറിപ്പെടുത്തി. ഒക്കെയും മാംഗ്ലൂരിൽ ഞാൻ കണ്ടറിഞ്ഞു. വിചാരണത്തടവുകാരെ ജയിലിൽ കൊണ്ടുപോയി. കോടതിയ വളപ്പുകളിലേക്ക് കൊണ്ടു പോകുന്നതു കണ്ട ഓരോ നാളും അന്തമില്ലാത്ത നിയമത്തിന്റെ കുരുക്കുകളിൽപെട്ടു പോകുന്ന അവരെക്കുറിച്ച് ഞാൻ പത്രങ്ങളിൽ എഴുതി.

ഒടുവിൽ ന്യായാധിപന്റെ ദിവസം വന്നെത്തി. അന്തസാരശൂന്യമായ ഫലിതത്തിന്റെ ഒടുക്കം പോലെ. കയ്യൂരിന്റെ നാല് യുവ പ്രതീക്ഷകളെ –ചിരുകണ്ടൻ, അപ്പു, കുഞ്ഞമ്പു, അബൂബക്കർ എന്നിവരെ വധശിക്ഷയ്ക്കു വിധിച്ചു. 'ഇൻക്വിലാബ് സിന്ദാബാദ്' എന്ന് ഉറക്കെവിളിച്ചു. തടവുകാരെയും കൊണ്ട്പോലീസ് വണ്ടി വീണ്ടും ജയിലിലേക്കു കുതിച്ചു.അവരുടെ ഒടുങ്ങാത്ത ധൈര്യവും കീഴടക്കാനാവാത്ത ആത്മശേഷിയും എന്നെ വല്ലാതെ ആകർഷിച്ചു.

തടവുകാരെ പിന്നീട് കണ്ണൂർ ജയിലിലേക്ക് മാറ്റി. നിയമത്തിന്റെ കെട്ടുപാടുകളിൽ പെട്ട് കേസ് മദിരാശിയിലും ലണ്ടനിലും എത്തി. സാമ്രാജ്യത്വത്തിന്റെ വിധിയെഴുത്തിന് പക്ഷേ മാറ്റമേതുമുണ്ടായില്ല. അവർ മരിക്കേണ്ടവരായിരുന്നു.

1943ന്റെ തുടക്കം. നിയമവിധേയമായിട്ടില്ലാത്ത ഇന്ത്യൻ കമ്മ്യൂണിസ്റ്റ് പാർട്ടിയുടെ സെക്രട്ടറി പി.സി. ജോഷി ഏതാനും സഹപ്രവർത്ത

കരുമായി മാംഗ്ലൂരെത്തി കയ്യൂർക്കുള്ള യാത്രയിൽ ഞാനും ഇവരുടെ സഹചാരിയായി. മതനിഷ്ഠയോടെ നടത്തുന്ന തീർത്ഥയാത്ര പോലെ ഒന്നായിരുന്നു അത്.

ഞങ്ങൾ ചെറുവത്തൂർ റെയിൽവേ സ്റ്റേഷനിൽ വണ്ടിയിറങ്ങി. വയൽവരമ്പുകളിലൂടെ നടന്നു. ഒരു വള്ളത്തിൽ കാര്യങ്കോട് നദി കടന്ന് കയ്യൂരിലെത്തി. പി.സി. ജോഷി, പി. സുന്ദരയ്യ, പി.കൃഷ്ണപിള്ള, പോലീസ് അപ്പോഴും തിരിഞ്ഞിരുന്ന കെ. മാധവൻ, രങ്കറാവു, താൽചെർക്കാർ, എ ശാന്താറാം പൈ, വിദ്യാർത്ഥി നേതാവ് ശിവശങ്കരൻ ഒക്കെ ആ സംഘത്തിലുണ്ടായിരുന്നു. വള്ളത്തിന്റെ അണിയത്തിരുന്ന്, ആ സംഘം മുന്നോട്ട് പോകുന്നതും നോക്കി ഞാനിരുന്നു. കയ്യൂരിൽ വധശിക്ഷയ്ക്കു വിധിക്കപ്പെട്ടവരുടെ ബന്ധുക്കളെ കാണുന്നതിനായുള്ള യാത്ര...പ്രത്യാശയുടെ വാക്കുകൾ, സമാശ്വാസത്തിന്റെ വാക്കുകൾ...... രാവേറും വരെ നീണ്ട സമാഗമം. ചെറുവത്തൂരിൽ മടങ്ങിയെത്തിയ പി. സി. ജോഷിയും സഖാക്കളും സമരനായകന്മാരെ കാണാൻ പുലർച്ചെ കണ്ണൂർക്കുപോയി. ഞാനും മറ്റു ചിലരും മാംഗ്ലൂർക്കും.

വി.വി.കുഞ്ഞമ്പു
കയ്യൂരിന്റെ വീരപുത്രൻ

പി. കരുണാകരൻ

ഞാൻ വിദ്യാർത്ഥിയായിരിക്കുന്ന സമയത്താണ് വി.വി കുഞ്ഞമ്പുവുമായി അടുത്തു പരിചയപ്പടാൻ കഴിഞ്ഞത്. വടക്കേ മലബാറിൽ, പ്രത്യേകിച്ച് കണ്ണൂർ ജില്ലയിൽ നിറഞ്ഞുനിന്ന പഴയ പാർട്ടി നേതാക്കളിൽ ഒരാളാണ് വി.വി. സാധാരണ സഖാക്കളും പ്രവർത്തകന്മാരും എ.വി.യേയും വി.വി.യേയും മനസ്സിൽ ഒന്നിച്ച് താലോലിച്ച് ബഹുമാനിച്ചു വന്നിരുന്നു.

ഇന്നത്തെ കാസർഗോഡ് ജില്ലയിലെ കിഴക്കൻ മലയോര പ്രദേശങ്ങളിൽ തോട്ടം തൊഴിലാളികളെ സംഘടിപ്പിച്ച് പ്രവർത്തിക്കുന്നതിനിടയിലാണ് വി.വി.യുമായി ബന്ധപ്പെടുന്നത്. നീലേശ്വരം മണ്ഡലം പ്ലാന്റേഷൻ വർക്കേഴ്സ് യുണിയന്റെ പ്രസിഡണ്ടായി വി.വി.യും സെക്രട്ടറിയായി ഞാനും പ്രവർത്തിച്ചിരുന്നു. കിഴക്കൻ മലയോര പ്രദേശങ്ങളിലെ മിക്ക തോട്ടങ്ങളിലും യൂണിയൻ ഉണ്ടാക്കാൻ ഈ ഘട്ടത്തിൽ കഴിഞ്ഞു. മാത്രമല്ല, മിക്ക തോട്ടങ്ങളിലും അവകാശ സമരങ്ങളും നടന്നു. സെന്റ് തോമസ് എസ്റ്റേറ്റ്, ചീമേനി എസ്റ്റേറ്റ്, എളേരിയിലെ കൊട്ടുകാപ്പള്ളി എസ്റ്റേറ്റ്, പുലിയന്നൂർ എസ്റ്റേറ്റ് തുടങ്ങിയ ഒട്ടേറേ സ്ഥലങ്ങളിൽ സമരത്തിന്റെ ഫലമായി തൊഴിലാളികൾക്ക് മിനിമം വേജസും മറ്റു ആനുകൂല്യങ്ങളും നേടിയെടെക്കാൻ കഴിഞ്ഞു

അവിഭക്ത കണ്ണൂർ ജില്ലയിൽ കെ.എസ്.വൈ.എഫ് രൂപീകരിക്കാനുള്ള പ്രവർത്തനങ്ങളുടെ ഭാഗമായി ചെറുവത്തൂരിലെ കുട്ടമത്ത് ചേർന്ന യോഗം ഉദ്ഘാടനം ചെയ്തത് വി.വി.യായിരുന്നു. അതിൽ വെച്ച് വി.വി.യുടെ നിർദ്ദേശമനുസരിച്ച് എന്നെ പ്രസിഡണ്ടായി തിരഞ്ഞെടുത്തു. തുടർച്ചയായി മൂന്ന് പ്രാവശ്യവും നീലേശ്വരം മണ്ഡലത്തിൽനിന്നാണ് വി,വി.നിയമസഭയിലേക്ക് തിരഞ്ഞെടുക്കപ്പെട്ടത്. പഞ്ചായത്തിലും മണ്ഡ

ലത്തിലും വി.വി.യുടെ തിരഞ്ഞെടുപ്പ് പ്രവർത്തനങ്ങളിൽ പങ്കെടുക്കാനുള്ള സന്ദർഭം ലഭിച്ചു. പൊതുയോഗത്തിൽ വി.വി.യുടെ പ്രസംഗങ്ങൾ വളരെ ചെറുപ്പത്തിൽ തന്നെ വേദികൾക്ക് മുമ്പിലിരുന്ന് കേട്ടിട്ടുണ്ട്. കമ്മ്യൂണിസ്റ്റ് പ്രസ്ഥാനത്തിന്റെ വളർച്ചയെക്കുറിച്ച് വി.വി. ഉപമിക്കാറുണ്ടായിരുന്നത് ഓരോ രാജ്യവും വെട്ടിപിടിച്ച് മുന്നേറിയ മഹാനായ അലക്സാണ്ടർ ചക്രവർത്തിയുടെ വിജയത്തോടായിരുന്നു.

1907– ൽ കരിവെള്ളൂരിലെ ഒരു സാധാരണ കുടുംബത്തിലാണ് വി.വി. യുടെ ജനനം. 1932–ൽ മംഗലാപുരം സെന്റ് അലോഷ്യസ് കോളേജിൽനിന്ന് ബി.എ.ബിരുദം നേടിയ അദ്ദേഹം കരിവെള്ളൂരിലെ ഒരു സ്ക്കൂളിൽ അധ്യാപകനായെങ്കിലും കൂടുതൽ കാലം അത് തുടർന്നില്ല. പി,കൃഷ്ണപിള്ളയുടെ പ്രേരണയെ തുടർന്ന് സ്വാതന്ത്ര്യസമരത്തിൽ പങ്കെടുത്തു.

ജന്മി–നാടുവാഴിത്തത്തിനെതിരായും കർഷകരുടെ മോചനത്തിന് വേണ്ടിയും എല്ലാ സമരങ്ങളിലും പങ്കെടുത്ത സഖാവ് അഭിനവഭാരത് യുവക്സംഘം, കർഷക സംഘം എന്നിവയുടെ രൂപീകരണത്തിലും പ്രവർത്തനങ്ങളിലും എ.വി. കുഞ്ഞമ്പുവിനോടൊപ്പം നിന്ന് പ്രവർത്തിച്ചു.

1932 ൽ കോൺഗ്രസ്സ്കാരനായിട്ടായിരുന്നു രാഷ്ട്രീയപ്രവേശം. പിന്നീട് കോൺഗ്രസ്സ് സോഷ്യലിസ്റ്റ് പാർട്ടിയിലും അവിടെ നിന്ന് കമ്മ്യൂണിസ്റ്റ് പാർട്ടിയിലും എത്തി. പാർട്ടി രണ്ടായി പിളർന്നപ്പോൾ വി.വി. കമ്മ്യൂണിസ്റ്റ് പാർ ഓഫ് ഇന്ത്യ(മാർക്സിസ്റ്റ്) യുടെ സജീവപ്രവർത്തകനായി നിലകൊണ്ടു.

1941–ലെ കയ്യൂർ കേസിൽ പ്രതിയായ വി.വി. ഏഴ് മാസം റിമാൻഡിൽ കഴിഞ്ഞു. കയ്യൂർ കേസിലെ പ്രതികളെ രക്ഷിക്കാൻവേണ്ടിയുള്ള പ്രവർത്തനങ്ങളിൽ നിസ്തുലമായ പങ്കാണ് സഖാവ് വഹിച്ചത്. കേസിൽ തൂക്കാൻ വിധിച്ച പ്രതികളെ പി.സി.ജോഷി, പി.സുന്ദരയ്യ എന്നിവരോടൊപ്പം ജയിലിൽപോയി കണ്ട സഖാവ് ബ്രിട്ടീഷ് കമ്യൂണിസ്റ്റ് പാർട്ടി ശേഖരിച്ച കയ്യൂർ കുടുംബസഹായധനം നൽകുന്നതിലും മുൻകൈയ്യെടുത്തു പ്രവർത്തിച്ചു. മരിക്കുന്നതുവരെ കയ്യൂർ രക്തസാക്ഷി ദിനാചരണത്തിൽ അധ്യക്ഷൻ വി.വി. ആയിരുന്നു.

മൊറാഴ കേസുമായി ബന്ധപ്പെട്ട് പ്രതികൾക്ക് വേണ്ടി രൂപീകരിച്ച ഡിഫൻസ് കമ്മിറ്റിയുടെ നേതൃത്വം വി.വി.ക്കായിരുന്നു. 1946–ലെ കരിവെള്ളൂർ കേസിൽ പ്രതിയായിരുന്നുവെങ്കിലും പോലീസിനു പിടികൊടുത്തില്ല. ആറു മാസം ഈ കേസിൽ ഒളിവിൽ കഴിഞ്ഞു.

1964 ഡിസംബറിൽ രാജ്യവ്യാപകമായി കമ്മ്യൂണിസ്റ്റ് നേതാക്കളെയും പ്രവർത്തകരേയും അറസ്റ്റ് ചെയ്തപ്പോൾ വി.വി.യും അറസ്റ്റിലായി. 16 മാസം കണ്ണൂർ സെൻട്രൽ ജയിലിലായിരുന്നു. കണ്ണൂർ സെൻട്രൽ ജയിലിൽ കഴിയുമ്പോഴാണ് 1965–ൽ വി.വി. ആദ്യമായി നീലേശ്വരം മണ്ഡലത്തിൽ നിന്ന് കേരള നിയമസഭയിലേക്ക് തെരഞ്ഞെടുക്കപ്പെടുന്നത്. തുടർന്ന് 1967 ലും 1970 ലും അതേ മണ്ഡലത്തിൽ നിന്നുതന്നെ വൻഭൂരി

പക്ഷത്തോടെ തെരഞ്ഞെടുക്കപ്പെട്ടു.

ഇംഗ്ലീഷിലും മലയാളത്തിലും അനായാസമായി പ്രസംഗിക്കുവാനും എഴുതുവാനും കഴിവുണ്ടായിരുന്ന ഒരു പത്രപ്രവർത്തകൻ കൂടിയായിരുന്നു സഖാവ് കയ്യൂർ സമരചരിത്രം എന്ന മഹത്തായ ഗ്രന്ഥത്തിന്റെ രചയിതാവാണ്. പക്വത കൊണ്ടും ഹൃദയവിശാലതകൊണ്ടും രാഷ്ട്രീയ പ്രതിയോഗികളുടെ പോലും ആദരവും സ്നേഹവും നേടിയിരുന്നു. അടിസ്ഥാന വർഗ്ഗങ്ങളോട് അമിതമായ കൂറും ബഹുമാനവും പുലർത്തി വന്നപ്പോൾ തന്നെ അഭ്യസ്തവിദ്യനെന്ന നിലയിൽ ഇടത്തരക്കാർക്കിടയിലും ഉദ്യോഗസ്ഥന്മാർക്കിടയിലും അദ്ദേഹത്തോട് വലിയബഹുമാനമുണ്ടായിരുന്നത്. പാർട്ടിയുടെ നയങ്ങളും സംഘടനാതത്വങ്ങളും എല്ലായ്പ്പോഴും സഖാവ് ഉയർത്തിപിടിച്ചു. ഏതൊരാൾക്കും ഏപ്പോഴും വി.വി.യുടെ അടുത്ത് ചെല്ലാനുള്ള സ്വാതന്ത്ര്യം ഉണ്ടായിരുന്നു.

1971-ൽ മിച്ചഭൂമി സമരം ആരംഭിച്ചപ്പോൾ കാസർഗോഡ് ആർ.ഡി. ഒ. ഓഫീസും പിക്കറ്റ് ചെയ്തിരുന്നു. അന്നേ ദിവസം കൊട്ടുകാപ്പിള്ളിയുടെ മിച്ചഭൂമിയിൽ കയറി അറസ്റ്റ് വരിച്ചത് എ.വി.യായിരുന്നെങ്കിൽ കാസർഗോഡ് ആർ.ഡി.ഒ. ഓഫീസ് പിക്കറ്റ് ചെയ്ത് അറസ്റ്റ് വരിച്ചത് വി.വി.യായിരുന്നു. രണ്ട് തലമുതിർന്ന കമ്യൂണിസ്റ്റ് നേതാക്കൾ.

ജയിൽ ജിവിതവും ഒളിവ് ജീവിതവും വി.വി.യുടെ ആരോഗ്യത്തെ സാരമായി ബാധിച്ചിരുന്നു. എന്നാൽ എം.എൽ.എ. യായി എല്ലാ സൗകര്യങ്ങളുണ്ടായിട്ടും വിദഗ്ധ ചികിത്സയ്ക്കൊന്നും വി.വി. പലപ്പോഴും പോയിരുന്നില്ല. ചെറുവത്തൂരിലെ വീട്ടിൽ പനിയായി കിടന്ന് ദിവസങ്ങൾ കഴിഞ്ഞശേഷമാണ് കാഞ്ഞങ്ങാട് താലൂക്ക് ആശുപത്രിയിൽ പ്രവേശിപ്പിച്ചത്. പ്രത്യേക സൗകര്യങ്ങളൊന്നും അന്നവിടെയുണ്ടായിരുന്നില്ല. ഡോക്ടറുടെ കൺസൽട്ടിംഗ് റൂമിനോടൊപ്പം പ്രത്യേക ബെഡ് ഇട്ടാണ് വി.വി.യെ കിടത്തിയിരുന്നത്. ആ സമയത്തും വരുമാനസർട്ടിഫിക്കറ്റും മറ്റും വാങ്ങാൻ വരുന്നവർക്ക് കിടക്കയിൽ കിടന്നുകൊണ്ടുതന്നെ ഒപ്പിട്ടു നൽകിയ കാര്യം അതു ലഭിച്ചവർ തന്നെ പിന്നീട് പറഞ്ഞിട്ടുണ്ട്. അവിടെ വെച്ചുതന്നെയായിരുന്നു 1972 ജുലൈ രണ്ടാം തീയ്യതി ഞായറാഴ്ച ഉച്ച തിരിഞ്ഞ് ആ പോരാളിയുടെ അന്ത്യം.

കയ്യൂർ ചരിത്രത്തിൽ

ഡോ: കെ.കെ.എൻ.കുറുപ്പ്

കയ്യൂർ ചരിത്രത്തിലെന്ന വിഷയത്തെ രണ്ടു വിധത്തിൽ സമീപിക്കാം. ഒരു ചരിത്ര സംഭവമെന്ന നിലയിൽ ഒരു കാലഘട്ടത്തിലും തുടർന്നും ഇതിന്റെ സ്വാധീനവും പ്രാധാന്യവും എങ്ങിനെ നിലനിന്നുവെന്നും മറ്റുസംഭവപരമ്പരകളുമായി ബന്ധപ്പെട്ടുകൊണ്ട് അതുണ്ടാക്കിയ ചലനങ്ങളെന്തെന്നും വിശകലനം ചെയ്യുകയാണ് ഒരു സമീപനം. ഈ സമീപനത്തോടൊപ്പം പിൽക്കാലത്തെ ചരിത്രരചനകണ്ടാൽ, ഈ സംഭവവും അനുബന്ധപ്രവർത്തനങ്ങളും ഒരു പ്രത്യയശാസ്ത്രത്തിന്റെ രൂപത്തിൽ എത്രമാത്രം സ്വാധീനിച്ചുവെന്നു വിശകലനം ചെയ്യുന്നതാണ് രണ്ടാമത്തെ സമീപനം. ഈ രണ്ടു സമീപനങ്ങളും വിഷയത്തിന്റെ പ്രാധാന്യം വ്യക്തമാക്കുന്നു.

രണ്ടാം ലോകമഹായുദ്ധത്തിന്റെ ആരംഭത്തിൽ, ബ്രിട്ടീഷുഭരണമുൾപ്പെട്ട തെക്കൻ കർണ്ണാടക ജില്ലയിലെ ഒരു കുഗ്രാമമായ കയ്യൂരിൽ നടന്ന സാമ്രാജ്യവിരുദ്ധ പ്രക്ഷോഭവും അതിന്റെ ഭാഗമായി നടന്ന പോലീസ് മർദ്ദനത്തിന്റെ പശ്ചാത്തലത്തിൽ ഒരു പൊലീസുകാരന് സംഭവിച്ച യാദൃശ്ചിക മരണവും തുടർന്ന് അനേകം ദേശീയവാദികളെയും കർഷകസംഘപ്രവർത്തകരെയും പ്രതികളാക്കിക്കൊണ്ടുള്ള നടപടികളും സംഭവത്തിന്റെ ആരംഭം കുറിക്കുന്നു. ക്രിമിനൽ കുറ്റത്തിൽ വധശിക്ഷയ്ക്കു വിധിക്കപ്പെട്ട മഠത്തിൽ അപ്പു അടക്കമുള്ള നാലുപേരെ രക്ഷിക്കുവാൻ വേണ്ടിയുള്ള ബഹുജനപ്രക്ഷോഭങ്ങളും നിയനടപടികളും പരാജയപ്പെടുകയും ആദ്യമായി ഇന്ത്യയിൽ സാമ്രാജ്യവിരുദ്ധസമരത്തിൽ പങ്കെടുത്ത നിരക്ഷരരും ഗ്രാമീണരുമായ അഖില മലബാർ കർഷകസംഘത്തിന്റെ പ്രവർത്തകരായ നാലുപേർ രക്തസാക്ഷികളാവുകയും ചെയ്യുന്നു.

കേരളത്തിന്റെ ആധുനികചരിത്രഗതിയിലെ ഒരു പ്രത്യേക ഘട്ടത്തിൽ സംഭവിച്ച ഈ വസ്തുത മറ്റനേകം ചരിത്രഗതികളുടെ സൃഷ്ടിയാണെന്നും കാണാം. അതുപോലെ ഈ സംഭവം പിൽക്കാലത്ത് മറ്റനേകം സംഭവങ്ങളുടെപ്രേരകശക്തിയായി മാറുകയും ചെയ്യുന്നു. ഇവയുടെ സംക്ഷിപ്തമായ ഒരു വിശകലനമാണിവിടെ ഉദ്ദേശിക്കുന്നത്.

ഇന്ത്യയിലെ സാമ്രാജ്യവിരുദ്ധസമരത്തിൽ കോൺഗ്രസ്സ്-സോഷ്യലിസ്റ്റ് പാർട്ടിയുടെ രൂപീകരണത്തോടെ ഈ പാർട്ടി കേരളത്തിൽ അഖില മലബാർ കർഷക സംഘം കെട്ടിപ്പടുക്കുകയും ജന്മത്വത്തിനും ജാതിവ്യവസ്ഥയ്ക്കും, സാമ്രാജ്യത്വത്തിനുമെതിരായി പൊരുതുന്ന ഒരു സംഘടനയായി അതിനെ രൂപാന്തരപ്പെടുത്തുകും ചെയ്തു. ചെറുകർഷകരേയും കർഷകതൊഴിലാളികളെയും സംഘടിപ്പിക്കുകയും ജന്മി-കുടിയാൻ ബന്ധങ്ങളിൽ സ്ഥിരാവകാശം, മര്യാദപാട്ടം തുടങ്ങിയ സാമ്പത്തികമായ ആവശ്യങ്ങൾക്കുവേണ്ടി പ്രക്ഷോഭം നയിക്കുകയും ചെയ്തു. മലബാറിലെയും കാസർകോടിലെയും ഗ്രാമപ്രദേശങ്ങളിൽപ്പോലും ദേശീയതയുടെ പ്രവർത്തനങ്ങൾ എത്തിച്ചേർന്നു. കൊടക്കാട്ടുവെച്ച് അഖിലമലബാർകർഷകസംഘത്തിന്റെ ശക്തമായ ഒരു സമ്മേളനം 1939 ൽ ചേരുകയുണ്ടായി. ഭരണാധികാരികൾ ഡിഫൻസ് ഓഫ് ഇന്ത്യാനിയമവും പൊലീസ് നിയമവകുപ്പുകളുമുപയോഗിച്ച് സാമ്രാജ്യവിരുദ്ധപ്രക്ഷോഭങ്ങളെ അടിച്ചമർത്തുവാൻ തുടങ്ങി. പ്രതിഷേധദിനമായി 1940 സപ്തംബർ 15 ആചരിക്കുകയും തുടർന്നുള്ള വെടിവെപ്പും മൊറാഴ കൊലക്കേസ്സും ജനങ്ങളെ മർദ്ദിക്കുന്ന ഒരു പൊതുസമീപനത്തിലെത്തുകയും ചെയ്തു.

മൊറാഴയിൽ നിന്നും അറസ്റ്റ് ചെയ്യപ്പെടാത്ത പലരും കാസർകോട്ടെ പ്രവർത്തകരുമായി ബന്ധപ്പെടുകയും ഈ പ്രദേശങ്ങളിലും സാമ്രാജ്യവിരുദ്ധപ്രവർത്തനങ്ങൾ ശക്തമാക്കുകയും ചെയ്തു. ഈ കാലഘട്ടത്തിൽ കോൺഗ്രസ്സ് സോഷ്യലിസ്റ്റുകൾ പിണറായി സമ്മേളനത്തെതുടർന്ന് കമ്മ്യൂണിസ്റ്റുകാരായി ഒളിവിൽ പ്രവർത്തിക്കുകയുമായിരുന്നു.

ജന്മിമാരും ഭരണാധികാരികളും കർഷകസംഘത്തിന്റെ പ്രവർത്തകരെ പലവിധത്തിലും പീഡിപ്പിച്ചു. നീലേശ്വരത്ത് നടന്ന പാലായി വിളവെടുപ്പ് കേസ്സിൽ കയ്യൂരിൽനിന്നും പങ്കെടുത്തവരെ ജന്മി ഉൾപ്പെടുത്തിയിരുന്നു. അവർ കോടതിയിൽനിന്നും മോചിപ്പിക്കപ്പെടുകയുണ്ടായി. ഇത്തരത്തിൽ വർഗ്ഗസംഘർഷം രൂക്ഷമായ ഒരു ഘട്ടമായിരുന്നു 1940. കൂടാതെ ഗ്രാമീണദാരിദ്ര്യം അതിന്റെ പരകാഷ്ഠയിലെത്തി. ഈ പരിത:സ്ഥിതിക്കെതിരായി കയ്യൂരിലെ കമ്മ്യണിസ്റ്റ്സെല്ല് സാമ്രാജ്യവിരുദ്ധസമരത്തിനു നേതൃത്വം നൽകി. ടി.വി. കുഞ്ഞമ്പു, മഠത്തിൽ അപ്പു, കോയിത്താറ്റിൽ ചിരുകണ്ടൻ, വെള്ളുങ്ങ തുടങ്ങിയവർ 1941 മാർച്ച് 12ന് നടത്തിയ സാമ്രാജ്യവിരുദ്ധജാഥ പ്രത്യേകം സ്മരണീയമാണ്. ഈ ജാഥയിൽപ്പെട്ട പ്രതികൾ ചിലർ അറസ്റ്റുചെയ്യപ്പെടുകയും തുടർന്ന് പ്രതിഷേധ മാർച്ച് 28ന് കയ്യൂരിലെത്തുകും ചെയ്യുന്നു. ജാഥയെതുടർന്ന് പ്രകോപിതനായ പൊലീ

സുകാരന്റെ മരണം സംഭവിക്കുന്നു. അതിനു കാരണക്കാരെന്നപേരിൽ അനേകംപേർ പ്രതികളാക്കപ്പെടുകുയം ചെയ്യുന്നു. ഈ സംഭവത്തെ ഒരു പ്രധാന ചരിത്രസംഭവമാക്കി മാറ്റിയ വസ്തുതകൾ മറ്റു പലതലങ്ങളുമായി ബന്ധപ്പെടുന്നു. കർഷകരുടെ വർഗ്ഗബോധവും സാമ്രാജ്യത്വത്തിന്റെ പൊലീസിനെ പേടിയില്ലായ്മയും രാഷ്ട്രീയബോധത്തിന്റെ ആവിർഭാവവും വളർച്ചയും ഉദാഹരണമാണ്. സംഭവവുമായി പുലബന്ധം ഇല്ലാത്തവരെപ്പോലും പ്രതികളാക്കി കള്ളസാക്ഷികളെ ഏർപ്പെടുത്തി, ശിക്ഷിക്കുവാൻ പശ്ചാത്തലമൊരുക്കിയത് കർഷകസംഘത്തിന്റെ വിരോധികളായ ജന്മിമാരായിരുന്നു. അവർ പോലീസുകാരെക്കൊണ്ടു തങ്ങളുടെ എതിരാളികളെ മർദ്ദിപ്പിക്കുവാൻ ഇടയാക്കി. എം.എസ്.പി. അഴിമതിയും കൊള്ളയും നടത്തി. കളക്ടർ സുബ്രഹ്മണ്യം ഇവർക്കെതിരെ അന്വേഷണം നടത്തിയത് സ്മരണീയമാണ്.

ബ്രിട്ടീഷുകാരെ തലനാരിഴകീറിക്കൊണ്ടുള്ള കൊളേണിയൻ നീതിന്യായം കുറ്റക്കാരല്ലാത്തവരെ ശിക്ഷിച്ചുകൊണ്ട് അനീതി നടപ്പാക്കുന്ന വിധമാണ് കലാശിച്ചത്. ഒരു ജനക്കൂട്ടത്തിന്റേതായ കുറ്റം നിർവ്വഹിച്ചത് ഒരു പ്രാഥമികഗ്രൂപ്പിലെ അംഗങ്ങളാണെന്നതരത്തിൽ കള്ളസാക്ഷികളുടെ മൊഴി അടിസ്ഥാനമാക്കിയാണ് വിധിയുണ്ടായത്. ഇത്തരക്കാരുടെ ചില മൊഴികൾ വിശ്വസിക്കുകയും ചിലത് അവിശ്വസിക്കുകയും ചെയ്തുകൊണ്ടുള്ള വിധിയാണ് ജില്ലാജഡ്ജിയുടേതെന്നു ഹൈക്കോടതിതന്നെ ചൂണ്ടിക്കാട്ടുകയും ചിലരെ കുറ്റവിമുക്തരാക്കുകയും ജില്ലാജഡ്ജി കണ്ടെത്തിയപോലെയാണെങ്കിൽ മറ്റുചിലരെ ശിക്ഷിക്കേണ്ടതാണെന്നും എന്നാൽ ഗവൺമെന്റ് അപ്പീൽ നൽകിയിട്ടില്ലാത്തതിനാൽ അവരെ ഒവിവാക്കുന്നുവെന്നും വിധി ചൂണ്ടിക്കാട്ടി.

മൊറാഴക്കേസിൽ കെ.പി.ആർ. ഗോപാലനെ തലശ്ശേരിയിലെ ജഡ്ജി വിട്ടയക്കുകയാണുണ്ടായത്. ഗവൺമെന്റു നൽകിയ അപ്പീൽ ഹൈക്കോടതിയിലാണ് കെ.പി.ആറിനെ വധശിക്ഷയ്ക്ക് വിധിച്ചത്. ഈ വിധി സൗത്ത് കനറാജഡ്ജിയെ സ്വാധീനിച്ചത്കൊണ്ടുമാത്രമാണ് അഞ്ചു പേരെ,ഒരു മൈനറടക്കം,അദ്ദേഹം തൂക്കാൻ വിധിച്ചത്.

കേസ്സിൽ ഹാജരാക്കപ്പെട്ട മെറ്റീരിയൽ തെളിവുകൾ, ചർക്ക, തക്ലി, നൂൽ, കോൺഗ്രസ്സ് മെമ്പർഷിപ്പ് രശീതികൾ തുടങ്ങിയവയായിരുന്നു. മാർക്സ്റ്റ്–ലെനിനിസ്റ്റ് ആശയത്തിൽ രൂപീകരിക്കപ്പെട്ട കർഷകസംഘവുമായി ദേശീയവാദികളായ കോൺഗ്രസ്സുകാർ സഹകരിച്ചിരുന്നില്ല. സപ്തംബർ 15 സംഭവത്തെത്തുടർന്ന് കോൺഗ്രസ്സ് സംഘടനയുടെ നേതൃത്വം പിരിച്ചുവിടുകയും കേരളത്തിൽ അഡ്ഹേക് കമ്മിറ്റി പ്രവർത്തിക്കുകയും ചെയ്തു. കമ്മ്യൂണിസ്റ്റ്പാർട്ടിയെ ഈ അവസരം നിയമവിധേയമാക്കിയെങ്കിലും കർഷക സംഘം നിരോധിക്കപ്പെട്ടു. പിന്നീട് കിസാൻ സംഘമായി അവർ പ്രവർത്തിച്ചു.

കയ്യൂർ പ്രതികളെ രക്ഷിക്കുവാനായി ഇന്ത്യയിലെങ്ങും ഒരു ആശയപ്രചരണം നടന്നു. പി.കൃഷ്ണപിള്ള 1942 ആഗസ്ത് 2 കയ്യൂർ പ്രതിക

ളുടെ ദിനമായി അനുഷ്ഠിക്കുവാൻ ആഹ്വാനം ചെയ്തു. അനേകം സംഘടനകളും കെ. മാധവമേനോനെപ്പോലുള്ള കോൺഗ്രസ്സുകാരും വധശിക്ഷ ഇളവുചെയ്യാൻ അപേക്ഷിച്ചു. മോഹൻകുമാരമംസവും മറ്റും അഭ്യർത്ഥിച്ചതനുസരിച്ച് ഹൈക്കോടതിവിധിക്കെതിരെ പ്രിവി കൗൺസിലിന്റെ ജുഡീഷ്യൽ കമ്മിറ്റി മുമ്പാകെ അപ്പീൽബോധിപ്പിക്കുകയും ഡിഎൻ. പ്രിറ്റ്, വി.കെ. കൃഷ്ണ മേനോൻ തുടങ്ങിയവർ ഹാജരാവുകയും ബ്രിട്ടനിലെ ട്രെയ്ഡ് യൂനിയൻ ആവശ്യമായ പണം സ്വരൂപിക്കുകയും ചെയ്തു. ഈ ഘട്ടം കിറ്റ് ഇന്ത്യാസമരത്തിന്റേതായതിനാൽ ഗവർണ്ണർ ജനറൽ വിധി ഇളവുചെയ്യാനുള്ള അപേക്ഷ നിരസിച്ചു. പ്രിവി കൗൺസിൽ ഹരജി സ്വീകരിക്കുകയും ചെയ്തില്ല. സഖാവ് പി.സി. ജോഷി നിർദ്ദേശിച്ചപ്രകാരം കൃഷ്ണമേനോൻ ബ്രിട്ടീഷ് ചക്രവർത്തിയ്ക്കു ദയാഹരജി സമർപ്പിച്ചിരുന്നു. റവ. സോറൻസൻ, സ്റ്റാബോൾഗിപ്രബു, എസ്.ഒ. ഡേവിഡ്, ജോൺപാർക്കർ എന്നീ പാർലമെന്റ് അംഗങ്ങൾ സെക്രട്ടറി ഓഫ് സ്റ്റെയിറ്റ് അമേറിയെ സന്ദർശിക്കുവാൻ ആവശ്യപ്പെട്ടുവെങ്കിലും അവർക്കു അനുവാദം ലഭിച്ചില്ല. കോമൺസ് സഭയിൽ ചോദ്യം ഉന്നയിക്കുകയും നീതിയുടെ നിഷേധമാണുണ്ടായതെന്ന് അവർ പറയുകയും ചെയ്തു. വില്യം ഗള്ളാച്ചർ എല്ലാവരേയും തൂക്കുന്നതാണു നല്ലതെന്നു വിമർശിക്കുകയും ചെയ്തു.

കണ്ണൂർ ജില്ലയിൽ നാലു പ്രതികൾ 1943 മാർച്ച് 29ന് തൂക്കിലേറ്റപ്പെട്ടപ്പോൾ കേരളത്തിലെ മുഴുവൻ ദേശീയവാദികളും കമ്മ്യൂണിസ്റ്റുകാരും സ്വയം ദുഃഖത്തിലാണ്ടു. ആ രക്തസാക്ഷികളുടെ യാത്രാമൊഴി കമ്മ്യൂണിസ്റ്റ്പാർട്ടി സിന്ദാബാദ്, സാമ്രാജ്യത്വം തുലയട്ടെ, ജന്മിത്വം തുലയട്ടെ എന്നായിരുന്നു.

കമ്മ്യൂണിസ്റ്റ് പാർട്ടിയെ സംബന്ധിച്ച് ഈ രക്തസാക്ഷിത്വം പിൽക്കാലത്തെ പ്രവർത്തനങ്ങൾക്കു കൂടുതൽ കരുത്തേകി. പഞ്ചാബിലെ ബോൽനയിൽചേർന്ന 1943 ലെ അഖിലേന്ത്യാ കിസാൻ സമ്മേളനം ഇന്ത്യയിലെ എല്ലാ ഗ്രാമങ്ങളിലും മാർച്ച് 29 അഖിലേന്ത്യാ കിസാൻ ദിനമായി ആചരിക്കുവാൻ തീരുമാനിച്ചു. കണ്ണൂരിൽ 1953 ൽ ചേർന്ന അഖിലേന്ത്യാകിസാൻ സമ്മേളനം കയ്യൂർനഗറിലായിരുന്നു. ഇന്നും വൈകാരികമായ ഒരു പ്രചോദനം ഉൾക്കൊള്ളുന്ന ഒരു കേന്ദ്രമായിട്ടാണ് കമ്മ്യൂണിസ്റ്റ് പാർട്ടികൾ കയ്യൂരിനെ കാണുന്നത്. ഇവിടെനിന്നും കൊടിമരം ജാഥകളായി കൊണ്ടുപോകുന്നു. ഏറ്റവും അവസാനമായി മലപ്പുറം സ്റ്റേറ്റ് സമ്മേളനവും ആ പാരമ്പര്യം തുടരുകയുണ്ടായി. കയ്യൂരിന്റെ രക്തസാക്ഷികൾ ഇന്നും ആദരിക്കപ്പെടുന്നു. കർഷകനു സ്ഥിരാവകാശം നൽകുവാനും ഒഴിപ്പിക്കൽ അവസാനിപ്പിക്കുവാനും 1957 ൽ ഇ.എം.എസ്. ഗവൺമെന്റ് നൽകിയ നേതൃത്വം ഇത്തരത്തിലുള്ള അനേകം സമരങ്ങളെ തുടർന്ന് അധികാരത്തിൽ വന്നതിന്റെ ഫലമായിരുന്നു. ആയതിനാൽ കയ്യൂർ രക്തസാക്ഷികൾ ചരിത്രത്തിലൂടെ അധികാരം ജനക്ഷേമത്തിനെന്നുള്ള തത്വശാസ്ത്രത്തേയും മാർക്സിസം ലെനിസത്തിന്റെ

പ്രത്യയശാസ്ത്രത്തേയും ഉദാത്തീകരിച്ചിരിക്കുകയാണ്.

"ഒരു പോലീസുകാരനെ കൊന്നതല്ലേ കയ്യൂർ" എന്നു നിശിത വിമർശനം നടത്തുന്ന പലരേയും അടുത്തറിയാവുന്നതാണ്. അത്രലളിതമായിരിക്കാണുന്ന ഒരു ഗ്രാമത്തിലെ ചെറിയ സംഭവം സാമ്രാജ്യവിരുദ്ധസമരത്തിന്റെയും കർഷകസമൂഹത്തിന്റെ പുരോഗതിക്കുവേണ്ടിയുള്ള ആധുനികസമരങ്ങളുടെയും പ്രകാശോജ്ജ്വലസമരമായി, ചരിത്രത്തിന്റെ ഭാഗമായി മാറിയിരിക്കുന്നു. കയ്യൂരിന്റെ പ്രാധാന്യം അതാണ്. മർദ്ദിതരുടെ അവകാശങ്ങളുടെ സ്വപ്നമാണ് കയ്യൂർ.

രണ്ടാമത്തെ ആശയമനുസരിച്ച് ചരിത്രരചനയുടെ രംഗത്ത് കയ്യൂർ സംഭവത്തിന്റെ സ്വാധീനമെന്താണെന്നുകൂടി പരിശോധിക്കേണ്ടതുണ്ട്. കേരളത്തിന്റെ ചരിത്രപഠനങ്ങളിൽ ദേശീയ പ്രസ്ഥാനം, കർഷകപ്രസ്ഥാനം തുടങ്ങിയവയ്ക്കു 1960 കളിൽപ്പോലും വലിയ പ്രാധാന്യം ലഭിച്ചിരുന്നില്ല. എന്നാൽ ഈ രംഗത്തുള്ള ഒരു വഴികാട്ടിയായി എത്തിയത് ഇ.എം.എസ്സ്. നമ്പൂതിരിപ്പാടാണെന്നു പറയാം. കർഷകപ്രസ്ഥാനത്തിന്റെ സംക്ഷിപ്തചരിത്രം വഴിയും അതുപോലെ മലബാർകലാപത്തിന്റെ' ആഹ്വാനവും താക്കീതും എന്ന ലേഖനത്തിലൂടെയും അദ്ദേഹം നാൽപതുകളിൽ ഒരു പുതിയ പന്ഥാവ് വെട്ടിത്തെളിയിച്ചു. ഈ വിഷയങ്ങൾ പ്രതിപാദിക്കുന്ന അദ്ധ്യായങ്ങൾ കേരള യസ്റ്റർഡേ, റ്റുഡേ ഏൻഡ് ടുമാരോ എന്ന ഗ്രന്ഥത്തിലും കാണാവുന്നതാണ്. കേരളത്തിലെ കർഷകപ്രസ്ഥാനത്തെപ്പറ്റി എഴുപതുകളിൽ പ്രകാശ് കാരാട്ടു നടത്തിയ പഠനവും സോഷ്യൽസ് യന്റിസ്റ്റിൽ പ്രസിദ്ധീകരിച്ച ലേഖനങ്ങളും ശ്രദ്ധേയമാണ്. കേരളത്തിലെ കർഷകപ്രസ്ഥാനത്തിന്റെ ചരിത്രം 1962 ൽ എ. കെ. പൊതുവാൾ പ്രസിദ്ധീകരിച്ചു. ഇതിൽ കയ്യൂരിന്റെ സംക്ഷിപ്തവിവരണം കാണാം. കയ്യൂർ പ്രതികളിലൊരാളായ വി.വി. കുഞ്ഞമ്പു കയ്യൂർ സമരചരിത്രം 1974 ൽ പ്രസ്ദ്ധീകരിച്ചു. ഇതിന്റെ പ്രൗഢമായ അവതാരിക എഴുതിയത് എ.വി.കുഞ്ഞമ്പുവായിരുന്നു. എന്നാൽ 1953 ൽ തന്നെ രക്തസാക്ഷികൾ എന്ന തന്റെ ചെറിയ ഗ്രന്ഥത്തിൽ ടി.വി.കൃഷ്ണൻ കയ്യൂർ രക്തസാക്ഷികളെ പരിചയപ്പെടുത്തിയിരുന്നു. പല ലേഖനങ്ങളിലുമായി ഈ രക്തസാക്ഷികളെ പരിചയപ്പെടുത്തിവന്നിരുന്നു. കേരളീയൻ 1955 മാർച്ച് 26നുള്ള നവയുഗത്തിലും 1961 ലെ തൃശൂരിൽ വെച്ചുള്ള അഖിലേന്ത്യാകിസാൻ സമ്മേളനത്തിന്റെ രജതജൂബിലി സോവനീറിലും കയ്യൂർ സഖാക്കളെ അനുസ്മരിച്ചുകാണാം.

എന്നാൽ കയ്യൂർ സമരത്തിന്റെ അക്കാദമിക തലത്തിൽ എഴുതപ്പെട്ട ആദ്യത്തെ സമഗ്രമായ ചരിത്രഗ്രന്ഥം ഈ ലേഖകൻ 1978 ൽ പ്രസിദ്ധപ്പെടത്തിയ 'കയ്യൂർ റയറ്റ്' ആണെന്നു പറയാം. സമരത്തെ സാമ്രാജ്യത്വവിരുദ്ധസരവുമായി ബന്ധപ്പെടുത്തിക്കൊണ്ടും ദേശീയ പ്രസ്ഥാനത്തിന്റെ ഭാഗമായി വിലയിരിത്തിക്കൊണ്ടുമുള്ളതാണ് ഈ പഠനം. കർഷകസമരമെന്നതിനേക്കാൾ സാമ്രാജ്യത്വവിരുദ്ധസമരം എന്ന ആശയത്തിനും കമ്മ്യൂണിസ്റ്റുകാർ ദേശീയപ്രസ്ഥാനത്തിൽ വഹിച്ച പങ്കിലും പ്രാധാന്യം

നൽകുന്നതാണ് ഈ പഠനം.

ഇത്തരം പഠനങ്ങളെത്തുടർന്ന് യുവതലമുറയിലെ ഗവേഷകന്മാർ എൺപതുകളിലും തൊണ്ണൂറുകളിലും കർഷകസമരങ്ങളുടെയും കാർഷിക ബന്ധങ്ങളുടെയും പഠനങ്ങൾക്ക് അക്കാദമികതലത്തിൽ വലിയ പ്രാധാന്യം കൊടുത്തു. ഇത്തരം പ്രചോദനങ്ങളുടെ മറ്റൊകു കാരണം കാലിക്കറ്റ്സർവ്വകലാശാലയുടെ ചരിത്രവിഭാഗത്തിൽ എം.എ. തലത്തിൽ ഒരു സെമസ്റ്റർ പഠനവിഷയമായി ഇന്ത്യയിലെ കർഷകപ്രസ്ഥാനത്തന്റെ ചരിത്രം എന്നവിഷയം രൂപപ്പെടുത്തിയതാണ്. ഈ ഗ്രന്ഥകർത്താവിന്നു ഈ പഠനത്തിലൂടെയും ഡോക്ടറൽ ഗവേഷണത്തിലുടെയും കാർഷികബന്ധപഠനങ്ങളിൽ പലരേയും പ്രോത്സാഹിപ്പിക്കുവാനും കഴിഞ്ഞു.

കയ്യൂരിനെപ്പറ്റിത്തന്നെ ഡോ.കെ.എൻ. പണിക്കരുടെ കീഴിൽ ജെ.എൻ.യു. വിൽ ഗംഗാധരൻ ഒരു പഠനം നടത്തിയിട്ടുണ്ട്. ഈ ലേഖകന്റെ കീഴിൽ പി. മോഹൻദാസ് മൊറാഴയെപ്പറ്റിയും, ഡോ. വി.വി. കുഞ്ഞികൃഷ്ണൻ കുടിയായ്മയും ഭൂപരിഷ്ക്കരണവും സംബന്ധിച്ച ഡോക്ടറൽ പഠനവും നടത്തി. കെ. അജയകുമാർ മദ്ധ്യകാലീനഭൂബന്ധങ്ങളെപ്പറ്റി ഡോ.എം.ടി. നാരായണൻ ഈ ലേഖകന്റെ കീഴിൽ ഒരു ഡോക്ടറൽപഠനം നടത്തിയിട്ടുണ്ട്. ഇവയ്ക്കുപുറമെ വില്യംലോഗൽ മലബാർ കുടിയായ്മാകമ്മീഷൻ വഴി നടത്തിയ ശുപാർശകളും സമീപനവും വിവരിച്ചുകൊണ്ടുള്ള ലേഖകൻ തന്നെ മറ്റൊരു പഠനം പ്രസിദ്ധീകരിച്ചു. കൂടാതെ കാസർകോടിലെ ഭൂബന്ധങ്ങളെപ്പറ്റി മറ്റൊരു പഠനവും കൊണ്ട്വന്നിരുന്നു.

കാർഷിക ബന്ധങ്ങളെപ്പറ്റിയുള്ള പഠനങ്ങളുടെ പ്രാധാന്യം മനസ്സിലാക്കികൊണ്ട് ഡോ. കെ.എൻ പണിക്കർ നടത്തിയ പഠനമായ "എഗയിൻസ്റ്റ് ലോഡ് ഏൻഡ് സ്റ്റെയിറ്റ്' എന്ന ഗ്രന്ഥവും മലബാറിലെ ഭൂബന്ധങ്ങളെപ്പറ്റിയുള്ള റിപ്പോർട്ടുകൾ സമാഹരിച്ച് പ്രസിദ്ധീകരിച്ച മലബാർ കർഷകരെപ്പറ്റിയുള്ള അദ്ദേഹത്തിന്റെ രേഖാസമുച്ചയവും പ്രത്യേകം പ്രാധാന്യമർഹിക്കുന്നു.

ദേശീയ പ്രസ്ഥാനവും കയ്യൂർ സമരവും മറ്റുമായി അത്യന്തം ബന്ധപ്പെട്ടിട്ടുള്ള വ്യക്തിയായ കെ. മാധവൻ എഴുതിയ ആത്മകഥാരൂപത്തിലുള്ള പയസ്വിനിയുടെ തീരത്ത് എന്ന ഗ്രന്ഥം ഇവിടെ പ്രത്യേകം അനുസ്മരണീയമാണ്. അതുപോലെ ഇ.കെ. നായനാർ എഴുതിയ ഏതു കഥാരൂപത്തിലുള്ള 'മൈ സ്ട്രഗിൾസ്' കർഷകസരമങ്ങളിലേക്കും കയ്യൂർ സമരത്തിലേക്കും ഒരെത്തിനോട്ടും നടത്തുന്നുണ്ട്. കയ്യൂർ സമരത്തിൽ മൂന്നാം പ്രതിയും പിന്നീടൊഴിവാക്കപ്പെടുകുയം ചെയ്ത അദ്ദേഹത്തിനു സമരവുമായി ബന്ധമില്ലെന്ന നിലയിൽ ചില തൽപരകക്ഷികൾ പ്രതികൂല നിലയിൽ പ്രസിദ്ധീകരിച്ച ഗ്രന്ഥം ഇവിടെ ഓർമ്മിക്കട്ടെ.

വിഷ്ണുഭാരതീയൻ എഴുതിയ "അടിമകളെങ്ങനെ ഉടമകളായി"എന്ന ആത്മകഥാരൂപത്തിലുള്ള ഗ്രന്ഥവും മലമബാറിലെ കർഷ

കപ്രസ്ഥാന ചരിത്രം വിവരിക്കുന്നു. കോഴിക്കോടുസർവ്വകലാശാലയിൽ അസ്സോസിയേഷൻ ഫോർ പെസന്റ്സ്റ്റഡീസ് എന്ന ഒരു ചെറിയ സംഘടന കേരളീയനെക്കൊണ്ട് ഉദ്ഘാടനം ചെയ്യിപ്പിച്ച കാര്യം ഇവിടെ അനുസ്മരിക്കട്ടെ. ഈ സംഘടന കർഷകസമരങ്ങളെപ്പറ്റി സെമിനാറുകൾ നടത്തുകയും ഡോ.വി.വി. കുഞ്ഞികൃഷ്ണൻ കേരളീയന്റെ ഒരു സംക്ഷിപ്ത ജീവചരിത്രം പ്രസിദ്ധീകരിക്കുകയും ചെയ്തിരുന്നു. ഈ ലേഖകൻ കേരളത്തിലെ കർഷകസമരങ്ങളുടെ ചരിത്രം പ്രസിദ്ധീകരിച്ചിട്ടുണ്ട്.

ഇത്തരത്തിൽ ഒരു തിരിഞ്ഞുനോട്ടം വളരെ സംക്ഷിപ്തമായി ഒരു കാര്യം വ്യക്തമാക്കുന്നു. കയ്യൂർ സമരത്തെപ്പറ്റിയുള്ള പഠനവും തുടർന്നു മറ്റനേകം യുവഗവേഷകന്മാർ നടത്തിയ പഠനങ്ങളും കേരളത്തിന്റെ ദേശീയപ്രസ്ഥാനത്തിന്റെ അടിസ്ഥാനസ്വഭാവം കർഷകരുടെ സമരങ്ങളും മുന്നേറ്റവുമാണെന്ന് വ്യക്തമാക്കുന്നു. മാർക്സിസം–ലെനിനിസം ഒരു പ്രത്യയശാസ്ത്രമെന്ന നിലയിൽ ഈ മുന്നേറ്റത്തിനു പശ്ചാത്തലം സൃഷ്ടിച്ചു. കയ്യൂർ രക്തസാക്ഷികളെപ്പോലുള്ളവരുടെ ത്യാഗപൂർണ്ണമായ പ്രവർത്തനങ്ങൾ എക്കാലവും ഈ മുന്നേറ്റങ്ങൾക്കു പ്രചോദനമായിത്തീർന്നു. കേരളീയ സമൂഹത്തെ മുന്നോട്ടുനയിക്കുന്നതിൽ അക്കാദമിക ചിന്തകളും സംവാദങ്ങളും ഗ്രാമങ്ങളിൽപോലും നടന്നുവരുന്ന സമ്മേളനങ്ങളും പ്രവർത്തനങ്ങളും തുടർന്നുള്ള ആശയപ്രചരണവും വലിയ പങ്കാളിത്തം വഹിക്കുന്നു. അവ സൃഷ്ടിക്കുന്ന രാഷ്ട്രീയബോധവും സാമൂഹ്യ പ്രതിബദ്ധതയും ആശാവഹമാണ് താനും. അവ വർഗ്ഗീയതയ്ക്കും ജാതിയതയ്ക്കും എതിരായ് നിരന്തരം ആശയതലത്തിൽ പ്രതികരിക്കുകയും ചെയ്യുന്നു. മറ്റൊരർത്ഥത്തിൽ കയ്യൂർ കേരളത്തിന്റെ പുരോഗതിയുടെ ആശയപരമായ പ്രതീകമാണെന്ന ചരിത്രം വിലയിരിത്തുന്നു.

ചരിത്രമൊരു നദിയായൊഴുകുന്നു...

കരിവെള്ളൂർ മുരളി

കയ്യൂർ എന്നും തലമുറകളെ ഇളക്കിമറിക്കുന്ന ഉജ്ജ്വലമായ ഓർമ്മയും ചരിത്രവുമാണ്. മണ്ണിനും മനുഷ്യമോചനത്തിനും വേണ്ടി നടന്ന എണ്ണമറ്റ പോരാട്ടങ്ങളിൽ ഇത്രയേറെ വൈകാരികമായ സ്ഫോട കശേഷി കാലമേറെയായിട്ടും കയ്യൂർ നിലനിർത്തുന്നത് ആ സമര ത്തിന്റെയും രക്തസാക്ഷിത്വത്തിന്റെയും സഹജമായ സവിശേഷതകൾ

കൊണ്ടുകൂടിയാവാം. കളങ്കലേശമില്ലാത്ത പ്രകൃതിയും മനുഷ്യരും. അവരുടെ നിസ്വാർത്ഥമായ പ്രകൃതവും ജീവിതവും. ജന്മിനാടുവാഴിത്ത ചൂഷണത്തിനെതിരായി പടിപടിയായി തിരിച്ചറിവുനേടുന്ന ഒരു ഗ്രാമത്തിന്റെയും ജനതയുടെയും ചെറുത്തുനില്പ്. 1943 മാർച്ച് 29ന് പുലർച്ചെ അഞ്ചുമണിക്ക് കണ്ണൂർ സെൻട്രൽ ജയിലിലെ തൂക്കുമരത്തിൽ മുപ്പതുതികയാത്ത നാലു യുവാക്കൾ വരാനിരിക്കുന്ന തലമുറകൾക്കു വേണ്ടി അവരുടെ ജീവിതം ഹോമിച്ചപ്പോൾ, മുഴക്കിയ ഇൻകിലാബ് ശബ്ദം തലമുറകളുടെ രക്തധമനികളിൽ വേലിയേറ്റമുണർത്തുന്ന ഇടിമുഴക്കമായി ഇന്നും പ്രതിദ്ധ്വനിക്കുന്നുണ്ട്. ജനങ്ങൾക്കു വേണ്ടിയുള്ള പർവ്വതങ്ങളേക്കാൾ വലിയ മരണത്തിന്റെ അനശ്വരമായ രക്തസാക്ഷിത്വ ത്തിന്റെ ധീരസന്ദേശം എത്രയോ കലാസൃഷ്ടികൾക്ക് ഊർജ്ജം പകർന്നിട്ടുണ്ട്. നിരഞ്ജനയുടെ ചിരസ്മരണ, വത്സലയുടെ ചാവേർ, പി.വി.കെ പനയാലിന്റെ ഖനിജം എന്നീ നോവലുകൾ, ലെനിൻ രാജേ ന്ദ്രന്റെ മീനമാസത്തിലെ സൂര്യൻ എന്ന ചലച്ചിത്രം, മൃണാൾസെന്നിന്റെ യും ജോൺ അബ്രഹാമിന്റെയും പൂർത്തിയാകാത്ത ചലച്ചിത്ര പരിശ്ര മങ്ങൾ, സമരനായകനായ വി.വി.കുഞ്ഞമ്പുവിന്റെ കയ്യൂർ സമരചരി ത്രം എന്ന അനുഭവകഥനം, കയ്യൂരും കരിവെള്ളൂരും എന്ന ഏ.വി. കുഞ്ഞമ്പുവിന്റെ ഗ്രന്ഥം കയ്യൂർ റയട്ട് എന്ന ഡോ. കെ.കെ.എൻ. കുറു പ്പിന്റെ ചരിത്രഗ്രന്ഥം, ഇപ്പോഴും തുടരുന്ന എണ്ണമറ്റ പഠനങ്ങൾ, ഡോക്കു മെന്ററികൾ എല്ലാം.

അന്നു മുതൽക്കുതന്നെ കയ്യൂരിന്റെ നെഞ്ചിടിപ്പുകൾ താളമാക്കിയ കവിതകളും ഗാനങ്ങളും ഏറെയാണ് കവിതകളിലും പാട്ടുകളിലും നാടകങ്ങളിലുമായി നിറഞ്ഞ കയ്യൂർ അനുഭവമാണ് ഈ ലേഖനത്തിന്റെ അന്വേഷണപരിധിയിലുള്ളത്. തലമുറകളുടെ നാവിലും തൊണ്ടയിലും ഓർമ്മയിലുമായി ചിതറിക്കിടക്കുന്നവയാണ് പാട്ടുകളും നാടകങ്ങളു മേറെയും. അച്ചടിക്കപ്പെടുകയും ചരിത്രത്തിൽ ഇരിപ്പിടം നേടുകയും ചെയ്തവക്കൊപ്പം ഈ അന്വേഷണത്തിന്റെയും കൺവെട്ടത്തുപോലും പെടാത്തവ ഏറെയുണ്ടാകുമെന്ന അനുമാനം നമ്മുടെയെല്ലാം കുറ്റ ബോധമായിത്തീരണം.

1936 ൽ കയ്യൂരിലെ കൂക്കോട്ടുള്ള ഒരു കർഷകഗൃഹത്തിൽ ചേർന്ന കൃഷിക്കാരുടെ ആദ്യയോഗത്തിൽ വെച്ച് കയ്യൂർ കർഷകസംഘം രൂപീക രിക്കുന്നതിന് സഖാക്കൾ ഏ.വി.കുഞ്ഞമ്പു, വി.വി.കുഞ്ഞമ്പു, കെ. മാധവൻ എന്നിവരോടൊപ്പം നേതൃത്വം നൽകിയ കവി ടി.സുബ്രഹ്മണ്യൻ തിരുമുമ്പ് തന്നെയാണ് കയ്യൂരിനെ കവിതയിലും ആഴത്തിൽ അട യാളപ്പെടുത്തുന്നത്.കാലമെത്ര കഴിഞ്ഞിട്ടും ലാൽസലാം എന്ന ആ കവിതയുടെ മുഴക്കം നാടിന്റെ കാതുകളിൽ നിന്നും ഒഴിഞ്ഞുപോയിട്ടില്ല.

അതാ കേൾപ്പൂ, ദൂരദൂരമുയർന്നലച്ചെത്തും
നിതാന്തഗംഭീരം തൂക്കുമരത്തിൻ വിളി
ചെവിക്കൊൾവിൻ, നാട്ടുകാരേ, വിവിക്തതയിലും ത്യാഗ–
പവിത്രപുളകം ചേർക്കും സുധീരനാദം

രക്തസാക്ഷിത്വത്തിന്റെ വീരഗാംഭീര്യം മുറ്റുന്ന ഔന്നത്യം ആവാഹിക്കുന്ന വരികളിലാണ് കവിതയുടെ തുടക്കം തന്നെ. ഉൽക്കടമായ ശോകത്തെ ഉജ്ജ്വലമായ പ്രതിഷേധവും ആഹ്വാനവുമാക്കിത്തീർക്കുന്ന കവിതയുടെ രാസപ്രവർത്തനം.

കണ്ണൂർ സെൻട്രൽ ജയിലിൽ ഭീമപ്രാകാരങ്ങൾ ഭേദിച്ചെത്തു–
മുന്നതദേശപ്രേമത്തിൻ വിജയാഘോഷം.
വീരോത്തംസങ്ങളാം നാലുകയ്യൂർ സഖാക്കളേറിയ
മരണവേദിതൻ പുണ്യസന്ദേശം കേൾപ്പൂ ....

കഴിഞ്ഞ എത്രയോ വർഷങ്ങളായി പഴയതലമുറയിലെ വിപ്ലവ ഗായകനായ എൻ.വി.അപ്പുവിന്റെ മുഴക്കമുള്ള ശബ്ദത്തിൽ പലവട്ടം കേട്ട ഈ കവിത 2005 ആഗസ്ത് 15ന് ഒരിക്കൽകൂടി ഞാൻ കേട്ടു. തിരുമുമ്പിന്റെ ഭാര്യ പി.സി. കാർത്യായനിക്കുട്ടിയമ്മയുടെ 90–ാം പിറന്നാളിൽ അവർക്കുവേണ്ടി ലാൽസലാം അപ്പുവേട്ടൻ ഒരിക്കൽക്കൂടി പാടി.

കരയുകയില്ല ഞങ്ങൾ, പൂർവ്വാധികദാർഢ്യത്തോടെ
നിറവേറ്റും നിങ്ങൾതന്നോരന്ത്യസന്ദേശം

കയ്യൂരിനെക്കുറിച്ചോർക്കുമ്പോൾ ഒരു തലമുറയുടെ ഓർമ്മയിലേക്കിരച്ചുകയറുന്നത് സുബ്രഹ്മണ്യൻ തിരുമുമ്പിന്റെ ഈ കവിത തന്നെ.

'വീരകയ്യൂർ' എന്ന സുബ്രഹ്മണ്യൻ തിരുമുമ്പിന്റെ കവിത കർഷക സമ്മേളനങ്ങളിൽ സംഗീതശില്പമായി പാടിയിരുന്നതാണ്. എം.ആർ. ഭാഗവതർ മലബാറിലെ കർഷകസമ്മേളനങ്ങളിൽ അവതരിപ്പിച്ചിരുന്ന കവിത അന്ന് പ്രസിദ്ധീകരിച്ചിരുന്നില്ല.

വീരകയ്യൂർ പുണ്യം വിജയിക്ക നീണാൾ
വീരകയ്യൂർ പുണ്യം.
കയ്യൂർ സന്തതി ജന്മധാത്രി, വീരസുവാമമ്മേ
എന്തിനോടവരടരാടിജീവിച്ചു.
ജന്മി സാമ്രാജ്യവാഴ്ച പോക്കാൻ .

1945 ൽ ശ്രീലങ്കയിലെ ചെത്തുതൊഴിലാളി സമ്മേളനത്തിൽ പ്രസംഗകനായി പങ്കെടുത്തപ്പോൾ അഭിവാദ്യങ്ങൾ എന്ന ഒരു കവിതയാണ് പ്രസംഗത്തിനു മുമ്പായി ടി.എസ്. തിരുമുമ്പ് അവതരിപ്പിച്ചത്. വന്ദനംലങ്കേ ..... എന്നു തുടങ്ങുന്ന കവിതയിൽ അടുത്ത വരികളിൽ കവി കയ്യൂരിനെയാണ് സ്മരിക്കുന്നത്.

വന്ദനം തൊഴിലാളി സോദരന്മാരേ, നിങ്ങ–
ളൊന്നിൽ നിന്നാവേശിപ്പൊരാ,
നേതൃത്വമെന്താണാവോ, കയ്യൂരിൻ
ധീരപാരമ്പര്യമുള്ളൊരാരക്തം,
നിങ്ങൾ തൻ ധമനിയിൽ നിറഞ്ഞുപായുന്നേരം
നിങ്ങളോടെന്തോന്നിവനോതുവാനുള്ളൂ പാർത്താൽ .

1948 ൽ കൽക്കത്താ തീസ്സിസ്സ് അംഗീകരിച്ച ശേഷം കമ്യൂണിസ്റ്റ് പാർട്ടിയുമായി ടി.എസ്. തിരുമുമ്പ് അകന്നു. പാടുന്ന പടവാൾ എന്ന്

ഒരിക്കൽ ഇ.എം.എസ് വിശേഷിപ്പിച്ച ഈ കവി രാഷ്ട്രീയപ്രവർത്തനം പൂർണ്ണമായി അവസാനിപ്പിച്ച് ആധ്യാത്മീക ജീവിതത്തിലേക്ക് തിരിഞ്ഞതിനുശേഷം 1970 കളിൽ ഒരിക്കൽ കൂടി കയ്യൂരിനെ ക്കുറിച്ചെഴുതി.

നെറ്റിയിൽ ഭസ്മം വാരിപ്പൂശി, രുദ്രാക്ഷവുമണിഞ്ഞ് സദാ ആധ്യാത്മികഗ്രന്ഥങ്ങളുടെ പാരായണവും, പ്രാർത്ഥനയും, ദേവിസ്തോത്രങ്ങളുടെ രചനയുമായി, മറ്റൊരു ലോകത്ത് മുഴുകിക്കഴിഞ്ഞ കവി കയ്യൂർ രക്തസാക്ഷിസ്മാരക സോവനീറിൽ കയ്യൂരിനെക്കുറിച്ച് വീണ്ടും എഴുതിയപ്പോൾ, തീക്ഷ്ണമായ തന്റെ വിപ്ലവരാഷ്ട്രീയജീവിതത്തിലേക്കുള്ള ഒരു തിരിഞ്ഞുനോട്ടം എന്നതിനോടൊപ്പം ആത്മാർത്ഥതയുടെ രക്തം കിനിയുന്ന ഒരു കാവ്യാനുഭവമായിത്തീർന്നു അത്.

വീരകയ്യൂർ പുണ്യംപാടി വിപ്ലവത്തീപ്പന്തമേന്തി
പ്പോരാടുമാച്ചോരത്തിളപ്പിന്നില്ലെന്നാലും
ഉന്നതാദർശവുമതേ തീവ്രതയും നിഷ്ഠയുമു-
ണ്ടന്യരംഗത്താണെന്നാലുമെന്നുള്ളിലിന്നും.
ഇന്നുമോർക്കാറുണ്ട്, പറയാറുമുണ്ട് പലപ്പോഴും
അന്നു ഞാൻ തുറുങ്കിലാക്കപ്പെട്ടിരുന്നില്ലെങ്കിൽ
വീരകയ്യൂർ സഖാക്കളിലൊന്നാമതായ് തൂക്കുമര-
മേറുവാനർഹത മുറ്റുമെനിക്കായേനെ

താൻ നെഞ്ചേറ്റി നടന്ന വിപ്ലവത്തിന്റെ വഴികളിൽ നിന്നു വിട്ടുമാറിപ്പോയിട്ടും കയ്യൂരിന്റെ രക്തസ്മരണയുയരുമ്പോൾ, പരിത്യാഗിയായ ഒരു

ആദ്ധ്യാത്മികവാദി, കയ്യൂർ സഖാക്കളോടൊപ്പം കൊലക്കയറിൽ രക്തസാക്ഷിത്വം വരിക്കേണ്ടിയിരുന്ന വിപ്ലവകാരിയായി കൂടുമാറുന്നു. ടി.എസ്സിന്റെ ഏറ്റവും ഉജ്ജ്വലമായ കയ്യൂർ കവിത ഒരർത്ഥത്തിൽ സ്വന്തം ഓർമ്മകളുടെ നെഞ്ചിൽകൂടു മാന്തിപ്പൊളിക്കുന്ന വീരകയ്യൂർ എന്ന ഈ കവിതയാണ്.

പഴയ തലമുറയിലെ പ്രശസ്തരും പ്രഗൽഭരും, തീർത്തും അപ്രശസ്തരായവരുമടക്കം എണ്ണമറ്റ കവികളെ പ്രചോദിപ്പിക്കുകയും അവരെക്കൊണ്ട് കവിതകളും ഗാനങ്ങളും എഴുതിക്കുകയും ചെയ്ത ചരിത്രാനുഭവമാണ് കയ്യൂർ. പക്ഷേ, ഭരണകൂടത്തിന്റെയും, കലയെക്കുറിച്ചുള്ള സാമാന്യബോധത്തിന്റെയും തിരസ്ക്കാരങ്ങൾ ഏറ്റുവാങ്ങിയ അത്തരം കവിതകൾ അന്നോ പിന്നീടോ അച്ചടിക്കപ്പെടുകയോ ശേഖരിക്കപ്പെടുകയോ ചെയ്തില്ല.

വയലാർസമരത്തിന്റെ വെടിയൊച്ചകളും ചോരച്ചാലുകളുമാണ് വയലാർ രാമവർമ്മ എന്ന കവിയെ രൂപപ്പെടുത്തിയതു തന്നെ. എത്രയോ മനുഷ്യർ വെടിയേറ്റുവീണ വയലാറിന്റെ മണ്ണിലിരുന്ന് നിലാവുള്ള ഒരു രാത്രിയിൽ ഒരുകൂട്ടം എഴുത്തുകാർ തങ്ങളുടെ സാഹിത്യരചനകളിൽ മനുഷ്യമോചനത്തിന് വേണ്ടിയുള്ള ഈ ധീരസമരത്തിന്റെ സന്ദേശം പ്രസരിപ്പിക്കണമെന്ന് എം.എൻ. ഗോവിന്ദൻ നായരുടെ സാന്നിദ്ധ്യത്തിൽ പ്രതിജ്ഞയെടുത്തതിനെക്കുറിച്ച് വയലാർ രാമവർമ്മതന്നെ എഴുതിയിട്ടുണ്ട്.

കടലിന്നും മലകൾക്കും അകലെ നിന്നാ–
കള്ളക്കഴുകന്മാർ ചിറകടിച്ചെത്തീ.......

എന്നു തുടങ്ങുന്ന കഴുമരങ്ങളുടെ കഥ എന്ന ദീർഘകവിതയിൽ

മലബാറിൽ, കയ്യൂരിൽ ജാലിയൻ വാലയിൽ
വയലാറിൽ അജ്ഞാതധീരൻ
ഹൃദയനിണം തളിച്ചുഗ്രമാം സാമ്രാജ്യ
കുതിരയോട്ടത്തെത്തുലക്കാൻ.
മരണത്തിൻ മുഞ്ഞിക്കു മുഷ്ടിയിടിച്ചു കൊ–
ണ്ടരുളിയ വീരസന്ദേശം
നിരകളിലവരുടെ രക്തസാക്ഷിത്വത്തിൻ
നിരകളിലലറുന്നുണ്ടിന്നും
പൊരുതുന്ന നാടിന്റെ സമരസഖാക്കളേ
വരൂ വിപ്ലവാഭിവാദ്യങ്ങൾ
തുടരുക ഞങ്ങൾ നിന്നേടത്തുനിന്നിനി
തുടരുകീ സ്വാതന്ത്ര്യയുദ്ധം .

എന്ന് വയലാർ എഴുതിയിട്ടുണ്ട്. വയലാറിന്റെ പ്രസിദ്ധങ്ങളായ വിപ്ലവഗാനങ്ങളിൽ കയ്യൂർ പലവട്ടം കടന്നുവരുന്നുണ്ട്.

രക്തസാക്ഷികളേ....രണഭൂമികളിൽ പൊരുതിമരിച്ച
മനുഷ്യസ്നേഹികളേ...

എന്നു തുടങ്ങുന്ന ഗാനത്തിലെ
നിങ്ങളുടെയന്ത്യശ്വാസമുയർന്നുകൊടുങ്കാറ്റൂതിയ മണ്ണിൽ
വയലാറിൽ, കയ്യൂരിൽ, ബലിപീഠങ്ങൾക്കരികിൽ
എന്ന അത്യാവേശകരമായ വരികൾ അവിസ്മരണീയമാണ്.

ഇന്ത്യയിലെതന്നെ അതിപ്രഗത്ഭരായ അഭിനയ പ്രതിഭ കളിലൊരാളാണ് പ്രേംജി. യോഗക്ഷേമസഭയിലൂടെ കേരളത്തിലെ സാമൂഹിക പരിഷ്ക്കരണ പ്രവർത്തനങ്ങളുടെ നേതൃത്വത്തിലുമുണ്ടാ യിരുന്ന എം.പി. ഭട്ടതിരിപ്പാട് എന്ന പ്രേംജി പ്രശസ്തനായ കവിയും നാടകകൃത്തും ആണ്. എഴുന്നേല്പിൻ നിങ്ങൾതനി പട്ടിണി ത്തടവുകാരേ എന്നു തുടങ്ങുന്ന കമ്മ്യൂണിസ്റ്റ് സാർവ്വദേശീയ ഗാനത്തിന്റെ തർജ്ജമ പ്രേംജിയുടേതാണ്. കയ്യൂരിന്റെ വീരപാരമ്പര്യം എന്ന പേജിൽ പ്രേംജിയുടെ പ്രശസ്തമായ ഒരു കവിതയുണ്ട്. രക്തസന്ദേശം എന്ന സമാഹാരത്തിൽ.

നാടിന്റെ മക്കളെ സ്നേഹിച്ച തെറ്റിനും
നാടിന്റെ ശത്രുവെ ദ്രോഹിച്ച തെറ്റിനും
കണ്ണൂർക്കൊലമരം കണ്ഠം ഞെരക്കവേ
കയ്യൂർ സഖാക്കൾ മുഴക്കിന പോർവിളി
മാറ്റൊലിക്കൊണ്ടിടുന്നുണ്ടിന്നുമീമല-
നാട്ടിലെക്കാട്ടിലുമാറ്റിലും നീളവേ
എന്നു തുടങ്ങുന്ന കവിത....
കയ്യൂക്കുകാട്ടിയമർത്തിടാവൊന്നല്ല
കയ്യൂർ സഖാക്കൾ തൻ വീരപരമ്പര
തോക്കുകാണുമ്പോഴേ തോറ്റോടുവൊന്നല്ല
തൂക്കുമരമേറിയോരുടെ പിന്മുറ

എന്ന താക്കീതിലും പ്രഖ്യാപനത്തിലുമാണ് അവസാനിക്കുന്നത്. 1947 മാർച്ച് 28ന് ഒരു കയ്യൂർ രക്തസാക്ഷിദിനത്തലേന്ന് എഴുതിയതാണീ കവിത. ഇന്നത്തെ കേരളം എന്ന കവിതയിലും.

കണ്ണൂരിലിന്നും തലപൊക്കി നില്ക്കുന്നു
കയ്യൂർ സഖാക്കളെത്തിന്ന കഴുമരം
എന്ന് പ്രേംജി കയ്യൂരിനെ രേഖപ്പെടുത്തുന്നുണ്ട്.

കേരളത്തിലെ കമ്യൂണിസ്റ്റ് പ്രസ്ഥാനത്തിന്റെ ചരിത്രത്തിൽ ഒരിക്കലും മറന്നുകൂടാത്ത ഒരു പേരാണ് കെ.പി.ജി. നമ്പൂതിരിയുടേത്. തന്റെ കാവ്യസർഗ്ഗവൈഭവം മുഴുവൻ പ്രസ്ഥാനത്തിനും പോരാട്ടങ്ങൾക്കും വേണ്ടി ഹോമിക്കുകയും പകരമായി പൊതുസമൂഹത്തിന്റെ അവഗണനയും പരിഹാസവും ഏറ്റുവാങ്ങേണ്ടി വരികയും ചെയ്ത കെ.പി. ജിയുടെ വരികൾ മൂളാത്ത ഒരു കമ്മ്യൂണിസ്റ്റുകാരനും ഒരുകാലത്ത് കേരളത്തിലുണ്ടാവില്ല. കയ്യൂരിന്റെ മക്കൾ തൂക്കിലേറ്റപ്പെട്ട ഉടൻ 1943 മാർച്ചിൽ കെ.പി.ജി എഴുതിയ കവിതയുടെ പേര് കയ്യൂർ സഖാക്കൾ എന്നുതന്നെയായിരുന്നു.

എന്തിനു മുഖം താഴ്ത്തിക്കണ്ണുനീർ വീഴ്ത്തിടുന്നു......
നിന്തിരുവടിയിപ്പോൾ കേരളക്ഷമാദേവി.....

എന്നാണ് കവിതയുടെ തുടക്കം.

അല്ലലിതെല്ലാം പിന്നിലാക്കുമാറുള്ളൊ-
രല്ലലാണല്ലോ മുറ്റുമതയ്ക്കു പിടിപെട്ടു
അമ്മയെ സ്നേഹപ്പതിലഗ്രരാകും നാലു
കൺമണികളാണല്ലോ കഴുവിലേറ്റപ്പെട്ടു
കേവലം ചെറുപ്പക്കാരെങ്കിലും ധൈര്യം കൊണ്ടു
താവകതനയരിൽ തലമുത്തവരിവർ.
തന്നിളം പ്രായത്തിലേ കയ്യൂരെക്കൃഷിക്കാർ തൻ
മുന്നണിയിങ്കൽച്ചെന്ന മുഖ്യരാം നേതാക്കൻമാർ

കയ്യൂർ സഖാക്കളുടെ വിയോഗത്തിലുള്ള തീവ്രദു:ഖത്തിൽ തുടങ്ങുന്ന കവിത

കേഴുകയില്ലെന്നാൽ ഞങ്ങൾ, നിങ്ങൾ പൊക്കി കൊടി
താഴുകില്ലീ ഞങ്ങളിലുയിരുള്ളോളം കാലം
ഞങ്ങൾ തൻ പ്രതിജ്ഞയിതൊന്നു താൻ കൈകൊണ്ടാലും
ഞങ്ങളെ വെടിഞ്ഞുപോം സമരസഖാക്കളേ

എന്ന ദൃഢപ്രതിജ്ഞയിലാണവസാനിക്കുന്നത്.

ഹേ, മൊറാഴതൻ വീരയോദ്ധാക്കളേ
ഹേ, മികച്ച മട്ടന്നൂർ സഖാക്കളേ
തൂക്കിലേറിയ കയ്യൂർ സഖാക്കളേ
മേൽക്കുമേലെയതിൽ തിരതള്ളുവിൻ

എന്ന് അവർ പോരാടിമരിച്ചു എന്ന കവിതയിലും കെ.പി.ജി. കയ്യൂരിനെ ഓർക്കുന്നുണ്ട്.

നിരവധി കവിതകളും ഗാനങ്ങളുംകൊണ്ട് കേരളത്തിലെ കമ്മ്യൂണിസ്റ്റ് കർഷകപ്രസ്ഥാനങ്ങളുടെ ചരിത്രത്തിൽ ആർക്കും മറക്കാനാവാത്തവിധം ഇടം നേടിയ കവിയാണ് പൊൻകുന്നം ദാമോദരൻ. ചെറുകാടിന്റെ നമ്മളൊന്ന് നാടകത്തിനുവേണ്ടി പൊൻകുന്നം രചിച്ച് ബാബുരാജ് ഈണം നൽകി പാടിയ ഇരുനാഴിമണ്ണിന്നായുരുകുന്ന കർഷകർ ഇരുകാലിമാടുകളായിരുന്നു തുടങ്ങിയ ഗാനങ്ങൾ ഇന്നും ഒരു തലമുറയുടെ ചുണ്ടുകളിലുണ്ട്. 1953 ൽ കയ്യൂർ സഖാക്കൾ എന്ന പേരിൽ പൊൻകുന്നം ദാമോദരൻ രചിച്ച ഉജ്ജ്വലഗാനം ഒറ്റകേൾവിയിൽ തന്നെ അത്യന്തം ആവേശകരവും അവിസ്മരണീയവുമാണ്.

കയ്യൂർ സഖാക്കൾ കർഷകമക്കൾ
കാണുന്നു ഞങ്ങൾ ആനന്ദമുഖങ്ങൾ....
മണിവയൽപെറ്റ മണ്ണിന്റെ പൂക്കൾ....
നേടീ....നേടീ......നാടിന്റെ മാനം....
രക്താഭിമാനം....
കഴുമരം നോക്കി പുഞ്ചിരിപൂണ്ട,

ധീരരക്താക്ഷരങ്ങൾ, ധീരരക്തതാരങ്ങൾ
നിങ്ങൾ വിതച്ച ചോരക്കണങ്ങൾ
നെന്മണി ഞങ്ങൾ, നാളങ്ങൾ ഞങ്ങൾ
ഉയിർ പൂണ്ടു നിങ്ങൾ, ഉയരും സ്വരങ്ങൾ
പൊങ്ങീ, പൊങ്ങി വിണ്ടലം തിങ്ങി
ചെങ്കൊടി പൊങ്ങി.
കൊലയാളി വർഗം ചെവിയോർത്തുകൊള്ളു
ആയി ആയി.... ഹാ കാലമായി...... ആ നാദധാര...

കയ്യൂർ പരാമർശിക്കപ്പെടുന്ന കവിതകളും ഗാനങ്ങളും പൊൻകുന്നത്തിന്റേതായി വേറെയുമുണ്ട്.

കവയിത്രി എന്ന നിലയിൽ പ്രസിദ്ധയല്ലെങ്കിലും 1943 മാർച്ച് മാസത്തിൽ കയ്യൂർ സഖാക്കളെ തൂക്കിലേറ്റുന്നതിനുമുമ്പ് ശ്രീമതി പി.വി. ദേവകിയമ്മ എഴുതിയ കയ്യൂർ സഖാക്കളോട് എന്ന കവിതയ്ക്ക് തീർച്ചയായും ചരിത്രപ്രസക്തിയുണ്ട്.

അവർ ജനിച്ചത് ജനതാമദ്ധ്യത്തിൽ
അവർ വളർന്നതും ജനതയ്ക്കുവേണ്ടി
അവർ ജീവിച്ചത് ജനതയ്ക്കുവേണ്ടി
അവർ മരിച്ചതും ജനതയ്ക്കു വേണ്ടി

ആദ്യവരികളിൽതന്നെ തെളിയുന്ന ആധുനികകവിതയിലെന്നതു പോലുള്ള ഒരു പാരുഷ്യം ഈ കവിതയുടെ ഉള്ളടക്കവുമായി കൂടി ബന്ധപ്പെട്ടതാണെന്ന് വ്യക്തം.

കഴുമരത്തിന്മേൽ അവരെ തൂക്കുവാൻ
ഒരുക്കം കൂട്ടട്ടെ ഭരണനീതികൾ
സഖാക്കളെ നിങ്ങളുയർത്തിയ വെന്നി
പ്പതാകമേൽക്കുമേൽ പറന്നു പൊങ്ങിടും
പഴുതയിയാപോകില്ലൊരിക്കലും നിങ്ങ-
ളുതിർക്കാൻ പോരുന്ന രുധിരബിന്ദുക്കൾ.

പ്രസിദ്ധരായ കവികളെ മാത്രമല്ല, കയ്യൂർ അടക്കമുള്ള കർഷകപ്പോരാട്ടങ്ങൾ ത്രസിപ്പിക്കുകയും പ്രചോദിപ്പിക്കുകയും ചെയ്തത്. 1945 ൽ ഇരിക്കൂർ ഫൽക്കാ കിസാൻ സഭ പ്രസിദ്ധപ്പെടുത്തിയ സംഘം ശക്തിപ്പെടുത്തുക എന്ന കവിത കർഷകസംഘം പ്രവർത്തകനായ വി.ടി.അച്യുതൻ നായരുടേതാണ്.

രായിൻ മുഹമ്മദും നീലേഞ്ചേരിയും
കയ്യൂർ സഖാക്കളും കുഞ്ഞാപ്പുമാസ്റ്റർ
തൊട്ടുള്ള ധീരമാം പോരാളികൾ
രക്തവും ജീവനും നൽകിക്കൊണ്ട്
ചെമ്മേയുയർത്തിയ സംഘമാണ്
കർഷകർക്കാശ്വാസമേകും സംഘം

കയ്യൂരിനെക്കുറിച്ചുള്ള പുതിയകാല കവിതയിൽ ദീർഘമായ കവിത

ഏഴാച്ചേരി രാമചന്ദ്രന്റേതാണ്. വടക്കേ മലബാറിലെ ഗ്രാമങ്ങളിലെങ്ങും തലങ്ങും വിലങ്ങും സഞ്ചരിക്കുകയും ജനങ്ങളുമായി ഏറെ ഇടപഴകുകയും ചെയ്ത കവിയാണ് ഏഴാച്ചേരി. കയ്യൂരിലെ വീടുകൾ കയറിയിറങ്ങി അക്കാലത്തെ പോരാളികളുമായി പലവട്ടം സംസാരിച്ച് കയ്യൂരിന്റെ വികാരം മുഴുവനായും സ്വാംശീകരിച്ച് എഴുതിയ കവിതയാണ് ഏഴാച്ചേരിയുടെ കയ്യൂർ എന്ന പേരിൽ പുറത്തിറങ്ങിയ കവിതാസമാഹാരം. രണ്ടു പതിപ്പുകൾ പിന്നിട്ടുവെങ്കിലും ഇനിയും ആവശ്യമായ ശ്രദ്ധ ലഭിച്ചിട്ടില്ല ഈ കവിതയ്ക്ക്.

കരയായ്കയമ്മേ ഞങ്ങൾ പോകട്ടെ മരിക്കാതെ
തിരിയെ വരും കോടി ജീവിതങ്ങളിലൂടെ
പിഞ്ചുകയ്യുകൾ നുള്ളിയെറിയും ചോരപ്പൂക്കൾ
നെഞ്ചിലേല്ക്കുമ്പോൾ ഞങ്ങളുണരാതിരിക്കില്ല

രക്തസാക്ഷികളുടെ യാത്രമൊഴിയുടെ വികാരതീവ്രതമുഴുവൻ ഉറയുന്ന വരികളിലാണ് കവിതയുടെ തുടക്കം.

കരയായ്കയമ്മേ കയ്യൂരിന്റെ കണ്ണുകൾ തുര-
ന്നെറിയാൻ ബയണറ്റു മുനകൾക്കാവില്ലല്ലോ
ചെങ്കൊടിപുതച്ചുകൊണ്ടുറങ്ങും ഞങ്ങൾക്കില്ലാ
സങ്കടം, ചരിത്രത്തിൻ താളുകൾ ചുവന്നുവല്ലോ

എട്ടു ഖണ്ഡങ്ങളിലായി എഴുതപ്പെട്ട സുദീർഘമായ കയ്യൂർ എന്ന ഏഴാച്ചേരിക്കവിത അദ്ദേഹത്തിന്റെ ചടുലമായ പദ വിന്യാസങ്ങളുടെ അടുക്കും ശക്തിയുംകൊണ്ട് അന്ത്യഭാഗത്തെത്തുമ്പോൾ തിളച്ചുമറിയുന്നുണ്ട്.

തന്റെ കുട്ടികൾ മരണത്തിലും മഹനീയ
സംഗരത്തിന്നുവേണ്ടിയുറക്കെഗർജ്ജിച്ചവർ
പുളയും കൊലമരക്കയർ കണ്ഠത്തിൽ വീണു
മുറുകുമ്പോഴുമിന്ത്യൻ മോചനം കൊതിച്ചവർ
കാലദേശാതീതന്മാരവർ കേരളത്തിന്റെ
ചോരയുറ്റത്തെക്കടലക്കരെയറിയിച്ചു.

നല്ല മുന്നൊരുക്കത്തോടെയും അത്യഗാധമായ ആത്മലയത്തോടെയും എഴുതിയ കയ്യൂർ കവിതയിൽ കയ്യൂരിന് ഏഴാച്ചേരി നിർമ്മിച്ച അനശ്വരസ്മാരകമാണ്. സമഗ്രതയാണ് ഈ കവിതയുടെ ഏറ്റവും പ്രധാന സവിശേഷത. പ്രശസ്തനായ ഗാനരചയിതാവു കൂടിയായ ഏഴാച്ചേരിയുടെ നിരവധി പാട്ടുകൾ കയ്യൂരിനെക്കുറിച്ചുണ്ട്.

കയ്യൂരെ പുഴനീന്തി കാവുമ്പായികുന്നും കയറി എന്നു തുടങ്ങുന്ന വിപ്ലവഗാനം ഏഴാച്ചേരി രചിച്ച് കുമരകം രാജപ്പൻ ഈണം നൽകി എം.ജി.ശ്രീകുമാർ പാടിയതാണ്. രാജപ്പൻ തന്നെ സംഗീതം നൽകി പട്ടണക്കാട് പുരുഷോത്തമൻ പാടിയ ഏഴാച്ചേരിയുടെ മറ്റൊരു ഗാനവും കാസെറ്റുകളിലൂടെ പ്രശസ്തമായി.

കാരിയങ്കോട്ടെ പുഴയുണർന്നീല

കരിയിലക്കിളി ചിലച്ചുണർന്നീല

എന്നു തുടങ്ങുന്ന ഗാനം ശോകച്ഛായയിലുള്ളതാണ്. പുഴയുടെ ഏകാന്തതയിൽ ഉയരുന്നതു പോലെ ഒരു ഗാനം. പക്ഷേ, അമർത്തിപ്പിടിച്ച ദു:ഖവും രോഷവുമെല്ലാം ഘനീഭവിച്ച ഉജ്ജ്വലമായ ഒരു ഗാനമാണിത്.

മാരിക്കാർ മേയുന്ന മൗനാംബരത്തിന്റെ

താഴത്തൊരു തുണ്ടുഭൂമി

എന്നു തുടങ്ങുന്ന ഏഴാച്ചേരിയുടെ പ്രശസ്തഗാനം മീനമാസത്തിലെ സൂര്യൻ എന്ന ലെനിൻ രാജേന്ദ്രന്റെ സിനിമയിലെ ശീർഷകഗാനമാണ്. കയ്യൂരിന്റെ ദൃശ്യപ്രകൃതിയും ജീവിതവും കഥാസൂചനയും നൽകുമ്പോൾ പശ്ചാത്തലത്തിൽ യേശുദാസിന്റെ ശബ്ദത്തിൽ കേൾക്കുന്ന ഈ ഗാനം കയ്യൂരിന്റെ വർണ്ണനയാണ്. കയ്യൂരിനെക്കുറിച്ചുള്ള പരാമർശങ്ങളുള്ള അമ്പതോളം ഗാനങ്ങളെങ്കിലും ഏഴാച്ചേരിയുടേതായുണ്ട്. പലപ്പോഴും അതൊരു വരിയായോ, പദമായോ മിന്നിമറഞ്ഞതുമാവാം. പക്ഷേ, എന്നും ഏഴാച്ചേരിയോടൊപ്പം കയ്യൂരുമുണ്ട്. കവിത എഴുതി എന്ന കുറ്റം ചുമത്തപ്പെട്ട് തടവറയിൽ കിടക്കേണ്ടിവന്ന കവിയാണ് എം.കൃഷ്ണൻകുട്ടി. ആത്മഗാഥ എന്ന കവിതയിൽ അടയന്തരാവസ്ഥയുടെ ഇരുണ്ടനാളുകളിൽ 1976 ജനുവരിയിൽ ജയിലിൽ കിടന്ന് കൃഷ്ണൻകുട്ടി സ്വാതന്ത്ര്യത്തിന്റെ അതിജീവനപ്പോരാട്ടത്തിന് ആശ്രയിച്ചത് കയ്യൂരിന്റെയും കരിവെള്ളൂരന്റെയും ധീരസ്മരണകളെയാണ്.

കരിവെള്ളൂർ പുഴയുടെ തിരകളിലിപ്പോഴും
ചെവിയോർത്താൽ കേൾക്കാം വെടിമുഴക്കം
കയ്യൂരെക്കുന്നിലെ ഇല്ലിമുളകളിൽ
കഴുമരം ഞെട്ടിയോരലറൽ കേൾക്കാം.

രക്തസാക്ഷികളെക്കുറിച്ചും പോരാട്ടങ്ങളെക്കുറിച്ചും ഒരുപക്ഷേ, കുഞ്ഞപ്പ പട്ടാനൂരിനോളം എഴുതിയ കവികൾ ഏറെയില്ല. കുഞ്ഞപ്പയുടെ അതിപ്രശസ്തമായ കവിത തേജസ്വിനി നീ സാക്ഷി കയ്യൂരിന്റെ കൂടി പശ്ചാത്തലത്തിൽ ചീമേനി രക്തസാക്ഷിത്വത്തെ ക്കുറിച്ചുള്ളതാണ്.

കുരുതിഭൂമിയിൽ പിന്നെയും വീണവർ
കദനനദികളിൽ നീന്തിയോർനിങ്ങളെ
കണ്ണുനീരിൽ കുളിപ്പിച്ചുപാടുവാൻ
വന്നതല്ല ഞാൻ മക്കളേ.

എന്നു തുടങ്ങുന്ന ഈ ദീർഘകവിത തേജസ്വിനിയുടെ തീരഗ്രാമങ്ങളായ കയ്യൂരിന്റെയും ചീമേനിയുടെയും രക്തസാഹോദര്യത്തെക്കുറിച്ചു കൂടിയാണ് ഓർമ്മിപ്പിക്കുന്നത്.

നാളെ വന്നെത്തുന്ന വീരജേതാവിന്റെ
നാളും കുറിയും തിരിച്ചറിഞ്ഞോർ
അവർ വരും ഭൂമിയിൽ വീണ്ടും വരും
രുധിരമായൊഴുകുന്ന തേജസ്വിനീസാക്ഷി

തേജസ്വിനീ നീ സാക്ഷി ജിനേഷ്കുമാർ എരമവും ശ്രീജിത്ത്

പലേരിയും ചേർന്ന് ടെലിഫിലിം ആയി ചിത്രീകരിക്കുകയുണ്ടായി.

കയ്യൂർപ്പുഴ കാര്യങ്കോടേ.....
കദനം ചുരകുത്തിപ്പാഞ്ഞൊഴുകും കാര്യങ്കോടേ
കരിവെള്ളൂർ ഗാഥയിലെ
പ്രിയജാതനുറങ്ങിപ്പോയ്....

എന്ന് ഏ.വി.കുഞ്ഞമ്പുവിനെക്കുറിച്ചുള്ള മറ്റൊരു കവിതയിലും കുഞ്ഞപ്പ എഴുതുന്നുണ്ട്.

ചരിത്രമൊരു നദിയായൊഴുകുന്നു
തേജസ്വിനിയായൊഴുകുന്നു
കുതിച്ചുമിടയ്ക്ക് കിതച്ചുമിന്നും
കനത്ത മൗനം ഘനീഭവിച്ചും
ഇടയ്ക്ക് തീരങ്ങൾ തൻ കാതിൽ
മരിച്ചമക്കളെയോർത്ത് കരഞ്ഞും
ചരിത്രമൊരു നദിയായൊഴുകുന്നു.

കയ്യൂരിന്റെ ചരിത്രവും, രക്തസാക്ഷിത്വവും ആഖ്യാനം ചെയ്യുന്ന കരിവെള്ളൂർ മുരളി രചിച്ച ചരിത്രം ഒരു നദിയായൊഴുകുന്നു എന്ന കവിത കാഞ്ഞങ്ങാട് രാമചന്ദ്രൻ ഈണം നൽകി പാടിയിട്ടുണ്ട്.

സലാം കയ്യൂർ എന്ന ഗോപി കുറ്റിക്കോൽ സംവിധാനം നിർവ്വഹിച്ച ഡോക്യുഫിക്ഷനിലും ഓർമ്മയിലെ തീനാളങ്ങൾ പറയുന്നത് എന്ന പ്രമോദ് പയ്യന്നൂരിന്റെ ഡോക്യുഫിക്ഷനിലും ഈ കവിത ദൃശ്യവൽക്കരിച്ചിട്ടുണ്ട്.

കഴുമരവും ആരാച്ചാരും നിയമത്തിൽ കഴുകൻമാരും
നഖമുനനീട്ടി കയ്യൂരിൽ തേജസ്വിനി ചോര കലങ്ങി

എന്ന് ഏകലവ്യന്റെ പെരുവിരൽ എന്ന കവിതയിലും കരിവെള്ളൂർ മുരളി കയ്യൂരിനെ രേഖപ്പെടുത്തുന്നു.

കാരാഗൃഹഭിത്തികൾ വിണ്ടുകീറുവോളമെന്ന്
ഗർജ്ജിച്ചത് കയ്യൂരിൻ കണ്ഠങ്ങൾ...... (കണ്ണീരും ചോരയും.....)
ഇവിടെ കാറ്റിൽ കയ്യൂർമക്കൾ കയറിയ കഴുമര-
മതിൽ ചുവട്ടിലുയർന്ന ഗർജ്ജനമുണ്ട് (കേരളപ്പുതുതലമുറ)
കണ്ണൂർ ജയിലിന്റെ കന്മതിലിന്നുള്ളിൽ
കയ്യൂർ മക്കളുടെ അന്ത്യഗർജ്ജനം (പാടുചരിത്രം)

എന്നിങ്ങനെ നിരവധി ഗാനങ്ങൾ കയ്യൂരിനെക്കുറിച്ച് കരിവെള്ളൂർ മുരളി എഴുതിയിട്ടുണ്ട്. ചരിത്രവും ജീവിതസമരങ്ങളും തിളച്ചുമറിയുന്ന ഒരു രാഷ്ട്രീയഭൂമികയിലാണ് സച്ചിദാനന്ദൻ കവിതകളുടെ അസ്തിത്വം തന്നെ നദികൾ (1974മാർച്ച്) എന്ന കവിതയുടെ അവസാനം സച്ചിദാനന്ദൻ കയ്യൂരിനെ കവിതയിൽ ഇങ്ങനെയാണ് പ്രതിഷ്ഠിക്കുന്നത്.

ഇന്നു ഞാൻ നദികളെക്കുറിച്ച് പാടും
ഭൂമിയിൽ ആദ്യം അരുണാഭമായ നദികളെക്കുറിച്ച്
വോൾഗയെക്കുറിച്ചും യാങ്ങ്ത്സിയെക്കുറിച്ചും
കഴുമരത്തിന് തളിർ വിരിയിച്ച തേജസ്വിനിയെക്കുറിച്ചും

പ്രശസ്തകവി എസ്. രമേശൻ സ്റ്റാലിൻ ശിവദാസ് എന്ന സിനിമയ്ക്കുവേണ്ടി എഴുതിയ രക്തവർണ്ണക്കൊടി എന്നുതുടങ്ങുന്ന യേശുദാസ് പാടിയ ഗാനത്തിലും കയ്യൂരിന്റെ സ്മരണ ഉയർത്തിപ്പിടിക്കുന്നുണ്ട്. എസ്. രമേശൻ രചിച്ച് ബാലഗോപാലൻ തമ്പി പാടിയ കയ്യൂർ.....കയ്യൂർ എന്ന ഗാനം കാസറ്റുകളിലൂടെ കേരളമെങ്ങും പ്രശസ്തമാണ്.

കേരളത്തിലെ ജനകീയവിപ്ലവപ്രസ്ഥാനത്തിന് ഒരിക്കലും മറക്കാനാവാത്ത ഉജ്ജ്വലവിപ്ലവഗായകനാണ് അന്തരിച്ച കെ.പി.ആർ.പണിക്കർ. അദ്ദേഹം പാടിക്കൊണ്ടിരുന്ന പന്തങ്ങൾ, അഭിവാദ്യങ്ങൾ തുടങ്ങിയ പാട്ടുകളിലെല്ലാം കയ്യൂർ നിറഞ്ഞു നിൽക്കുന്നു. അദ്ദേഹത്തിന്റെ ഭാര്യ വിപ്ലവഗായികയായ കെ.പി.നാണി ഇപ്പോഴും പാടുന്ന പ്രശസ്തമായ ഒരു കയ്യൂർ ഗാനമുണ്ട്.

കേരളനാടിനു പറയാനുണ്ടൊരു/കരളലിയിക്കും കദനകഥ...
കയ്യൂർ നാട്ടിൻ ധീരസഖാക്കളെ/ കഴുമരമേറ്റിയ സമരകഥ....

പഴയതലമുറയിലെ പ്രശസ്തനായ കവിയും, നടനും, സംവിധായകനുമായിരുന്ന ഡോ: ആനന്ദ് രചിച്ച പ്രശസ്തമായ ഒരു വിപ്ലവഗാനമുണ്ട്.

കഴുമരം ഞെരിച്ചുകൊന്ന രക്തസാക്ഷിതൻ/
കുരുതിയിൽ കുരുത്തുനിന്ന കുങ്കുമാങ്കുരങ്ങളേ
ചുടുനിണം നിറം പടനിലങ്ങളിൽ പടുത്ത
കൊടിമരങ്ങളിൽ തൊടുക്കുമഗ്നിസായകങ്ങളേ
ലാൽസലാം..ലാൽസലാം....ലാൽസലാം.......

ഇപ്പോഴും ഇടതുപക്ഷവിപ്ലവപ്രസ്ഥാനങ്ങളുടെ വേദികളിൽ ആവേശത്തിന്റെ തീക്കാറ്റുണർത്തുന്ന ഈ ഗാനവും കയ്യൂരിന്റെ ധീരരക്തസാക്ഷിത്വത്തക്കുറിച്ചുള്ളതാണ്.

കയ്യൂരിനെ മുൻനിർത്തി മലയാളത്തിൽ നിരവധി നാടകങ്ങൾ രചിക്കപ്പെട്ടിട്ടുണ്ട്. കയ്യൂരിനെക്കുറിച്ചുള്ള ആദ്യനോവലായ നിരഞ്ജനയുടെ ചിരസ്മരണയെ അവലംബിച്ചുള്ളതാണ് മിക്ക നാടകങ്ങളും.

കയ്യൂർ വീരഗാഥ

എഴുപതുകളിൽ നിരവധി അരങ്ങുകളിൽ അവതരിപ്പിക്കപ്പെട്ട കയ്യൂർ വീരഗാഥ ഡോക്ടർ ആനന്ദ് രചിച്ച ഒരു നൃത്തനാടകമായിരുന്നു. സാൻസർ കൃഷ്ണദാസ് സംവിധാനം നിർവ്വഹിച്ച കയ്യൂർ വീരഗാഥ മണ്ടൂർ അഴീക്കോടൻ സ്മാരകകലാകേന്ദ്രമാണ് അരങ്ങിലെത്തിച്ചത്. പിന്നീട് പ്രസിദ്ധങ്ങളായിത്തീർന്ന നിരവധി ഗാനങ്ങൾ ഈ നാടകത്തിനുവേണ്ടി അന്ന് രചിക്കപ്പെട്ടതാണ്. സി.വി.ബാലകൃഷ്ണൻ മാസ്റ്റർ, ഏ.വി. ആനന്ദൻ, കെ.ഏ. ദാമോദരൻ, സി.എച്ച്. മേരി, കെ.ഗോപാലൻ മാസ്റ്റർ തുടങ്ങി നിരവധി പേർ ഈ നാടകത്തിൽ വേഷമിട്ടു. മൊയ്തു പാപ്പിനിശ്ശേരിയും ഉണ്ണിയുമാണ് സംഗീതവിഭാഗം കൈകാര്യം ചെയ്തത്.

ഏ.വി.കുഞ്ഞമ്പുവിന്റെ അവതാരികയോടെ ഈ കൃതി പിന്നീട് പ്രസിദ്ധീകരിച്ചു.

കയ്യൂരിന്റെ മക്കൾ

കെ.എസ്. ദാസ് രചനയും പപ്പൻ വള്ളിക്കാട് സംവിധാനവും നിർവ്വഹിച്ച് ചേമഞ്ചേരി നാരായണൻ നായരും സംഘവും ചേർന്ന് കോഴിക്കോട് ദേശാഭിമാനി തിയറ്റേഴ്‌സിന്റെ ബാനറിൽ എൺപതുകളിൽ അവതരിപ്പിച്ച കയ്യൂരിന്റെ മക്കൾ രചനയും അവതരണവും കൊണ്ട് ഏറെ ശ്രദ്ധേയമായിരുന്നു. പണ്ഡിറ്റായി ചേമഞ്ചേരിയും അപ്പുവായി വി.ബാലചന്ദ്രനും മറ്റും മികച്ച അഭിനയമാണ് കാഴ്ചവെച്ചത്. ഇതേ നാടകം മലബാർ തിയറ്റേഴ്‌സ്, കോഴിക്കോട് കയ്യൂരിന്റെ മക്കൾ എന്ന പേരിൽതന്നെ ബാബു പറശ്ശേരിയുടെ സംവിധാത്തിൽ കേരളമെങ്ങും അവതരിപ്പിക്കുകയുണ്ടായി. പ്രഗൽഭനടനായ ബാബു പറശ്ശേരി, കൊച്ചിൻ അമീർ സുബൈർ തുടങ്ങി നിരവധി കലാകാരന്മാർ അഭിനയിച്ചു. നിരഞ്ജനയുടെ ചിരസ്മരണ തന്നെയാണ് കയ്യൂരിന്റെ മക്കൾ നാടകത്തിന്റെയും അടിസ്ഥാനം.

ഫൂലിനി കയ്യൂർ (കയ്യൂരിനെ മറന്നിട്ടില്ല)

നാടകവേദിയിലെ കയ്യൂരിനെക്കുറിച്ചുള്ള അന്വേഷണത്തിൽ ഒരു പക്ഷേ പരമപ്രാധാന്യം നൽകേണ്ടത് ഒരു അന്യഭാഷ പരിശ്രമത്തിനാണ്. പശ്ചിമബംഗാളിലെ ഇപ്റ്റയുടെ (IPTA) നോർത്ത് 24 പർഗാനാസ് ഘടകത്തിന്റെ നേതൃത്വത്തിൽ കഴിഞ്ഞ എത്രയോ വർഷങ്ങളായി അവതരിപ്പിക്കപ്പെട്ടുവരുന്ന ബംഗാളി നാടകമാണ് ഫൂലിനി കയ്യൂർ (കയ്യൂരിനെ മറന്നിട്ടില്ല) 1989 ൽ 24 പർഗാനാസിൽ പോയപ്പോൾ അതിനകംതന്നെ നൂറുകണക്കിന് വേദികൾ പിന്നിട്ട ഫൂലിനി കയ്യൂർ നാടകത്തിന്റെ റിഹേഴ്‌സൽ ക്യാമ്പിൽ പോകാൻ കഴിഞ്ഞത് ഒരു ഭാഗ്യമായി ഞാൻ കരുതുകയാണ്. എഴുത്തുകാരനും നർത്തകനും ഇടതുപക്ഷസാംസ്‌ക്കാരിക പ്രവർത്തകനുമായ ബിരാജ് ഭട്ടാചാര്യയാണ് നാടകത്തിന്റെ രചനയും സംവിധാനവും നിർവ്വഹിച്ചത്. ചടുലമായ നൃത്തത്തിന്റെ ചുവടുകളോടെ കോറിയോഗ്രാഫ് ചെയ്യപ്പെട്ട ഒരു സംഗീതനൃത്തനാടകമാണ് ഫൂലിനി കയ്യൂർ പ്രധാനനർത്തകനായി അരങ്ങിലെത്തുന്നതും ബിരാജ് ഭട്ടാചാര്യ തന്നെ. നിരഞ്ജനയുടെ ചിരസ്മരണയെ തന്നെയാണ് നാടകാവിഷ്‌ക്കാരത്തിന് ആധാരമാക്കിയതെന്ന് ഭട്ടാചാര്യ പറയുന്നു. ഇലക്‌ട്രോണിക് മാധ്യമങ്ങളുടെ അതിപ്രസരം ബംഗാൾ നാടകവേദിക്കും സൃഷ്ടിച്ച ഭീഷണിയുടെ തളർച്ചയിൽ ഇപ്പോൾ ഫൂലിനി കയ്യൂർ അവതരിപ്പിക്കുന്നില്ലെന്നാണ് ഇപ്റ്റയുടെ കലാകാരന്മാർ അറിയിച്ചത്.

ജ്വാലാകലാപം

കയ്യൂർ സമരത്തെ അരങ്ങിൽ ആവിഷ്ക്കരിച്ച ആർ. നന്ദകുമാർ രചനയും യതികുമാർ സംവിധാനവും നിർവ്വഹിച്ച ജ്വാലാകലാപം തിരുവനന്തപുരം സൂര്യസാരഥി ആണ് അവതരിപ്പിച്ചത്. ബി.എസ്. എൻ.എൽ എഞ്ചിനീയറായിരുന്ന നാടകകൃത്ത് ആർ. നന്ദകുമാർ ദീർഘകാലം വടക്കേമലബാറിൽ ജോലി ചെയ്തിരുന്ന ആളാണ്. മഠത്തിൽ അപ്പുവിന്റെ അച്ഛൻ അമ്പാടി അന്തിത്തിരിയനും അപ്പുവിന്റെ അമ്മയും കേന്ദ്രകഥാപാത്രങ്ങളായി അവതരിപ്പിക്കപ്പെട്ട ഈ നാടകത്തിന്റെ പ്രത്യേകതയും അതുതന്നെയായിരുന്നു. ബാലകൃഷ്ണൻ നായരും പാലാതങ്കവുമാണ് ആ ഭാഗങ്ങളിൽ അഭിനയിച്ചത്. കവിതയും ഗാനങ്ങളും ഏഴാച്ചേരി രാമചന്ദ്രനും സംഗീതം വൈപ്പിൻ സുരേന്ദ്രനും നിർവ്വഹിച്ചു. ജന്മിയുടെ വേഷമിട്ട് അരങ്ങിലെത്തിയത് സംവിധായകൻ യതികുമാർ തന്നെയായിരുന്നു. രണ്ടരമണിക്കൂറോളം ദൈർഘ്യമുള്ള നാടകത്തിൽ 20 ഓളം നടീനടന്മാർ അഭിനയിച്ചു. വി.വി. കുഞ്ഞമ്പുവിന്റെ കയ്യൂർ സമരചരിത്രം ആണ് നാടകരചനയ്ക്ക് അടിസ്ഥാനമായി സ്വീകരിച്ചത്. കേരളത്തിലെങ്ങും നൂറിലധികം വേദികളിൽ അവതരിപ്പിച്ച ജ്വാലാകലാപം ഉൽഘാടനം ചെയ്തത് വി.എസ്. അച്യുതാനന്ദൻ ആയിരുന്നു.

അബൂബക്കറിന്റെ ഉമ്മ പറയുന്നു

ബംഗാളിലെ ഇടതുപക്ഷ നാടകപ്രവർത്തകർ കയ്യൂരിനെ മറന്നിട്ടില്ല എന്ന നാടകവുമായി മുന്നേറുമ്പോൾ അതുണർത്തിയ കുറ്റബോധം കൂടിയാണ് ഏറെ വൈകിയെങ്കിലും *അബൂബക്കറിന്റെ ഉമ്മ പറയുന്നു* എന്ന നാടകം എഴുതി അവതരിപ്പിക്കാൻ എന്നെ പ്രേരിപ്പിച്ചത്. അരങ്ങിൽ ഇപ്പോഴും തുടരുന്ന കയ്യൂർ അനുഭവമാണ് *അബൂബക്കറിന്റെ ഉമ്മ പറയുന്നു* എന്ന നാടകം. കരിവെള്ളൂർ മുരളി രചനയും സംവിധാനവും നിർവ്വഹിച്ച് പുരോഗമന കലാസാഹിത്യ സംഘം മുപ്പതു കലാകാരന്മാരെ അണിനിരത്തിയാണ് ഇതേ പേരിൽ ഈ നാടകം അവതരിപ്പിക്കാൻ ആരംഭിച്ചത്. 2001ലെ നിയമസഭാ തെരഞ്ഞെടുപ്പ് വേളയിലും 2002ൽ കണ്ണൂരിൽ നടന്ന സി.പി.ഐ(എം) സംസ്ഥാനസമ്മേളനത്തിന് മുന്നോടിയായും തെരുവുമൂലകളിൽ 40 ഓളം കേന്ദ്രങ്ങളിൽ അബൂബക്കറിന്റെ ഉമ്മ പറയുന്നു അവതരിപ്പിച്ചപ്പോൾ പതിനായിരക്കണക്കിനാളുകൾ നാടകം കണ്ടു. കണ്ണൂർ ജില്ലയിലെ പ്രമുഖ നടീനടന്മാരായ രജിതാമധു, ഒ.കെ. കുറ്റിക്കോൽ, കെ.വി. ബാലകൃഷ്ണൻ, ഹരിദാസ് ചെറുകുന്ന്, ജോസ് മാട്ടൂൽ, ഏ.വി. മോഹനൻ, ഏ.വി. അജയകുമാർ തുടങ്ങിയവരാണ് അന്ന് വേഷമിട്ടത്. ധർമ്മൻ ഏഴോം, മധു വെങ്ങര, ഷൈന കെ. തമ്പാൻ, രതീഷ് കുമാർ തുടങ്ങി പത്ത് പേരുള്ള ഒരു സംഗീതവിഭാഗവും നാടകത്തിനൊപ്പമ ഉണ്ടായിരുന്നു. 2003 ഫെബ്രുവരി

തൊട്ടാണ് കരിവെള്ളൂർ മുരളി സാക്ഷാൽക്കാരം നിർവ്വഹിച്ച് പ്രസിദ്ധ അഭിനേത്രി രജിതാമധു അബൂബക്കറിന്റെ ഉമ്മ പറയുന്നു ഏകാപാത്ര നാടകമായി അവതരിപ്പിച്ചു തുടങ്ങിയത്. കയ്യൂർ രക്തസാക്ഷി അബുബക്കറിന്റെ ഉമ്മ, കടന്നുപോയ കേരളത്തിന്റെ 60 വർഷങ്ങളുടെ സാക്ഷിയായി അരങ്ങിൽ നിറഞ്ഞുനിൽക്കുന്ന നാടകമാണിത്. ഉജ്ജ്വലമായ അഭിനയപാടവം കൊണ്ടും അതിതീവ്രമായ വൈകാരിക മുഹൂർത്തങ്ങൾ കൊണ്ടും പെട്ടെന്നു തന്നെ പ്രേക്ഷകശ്രദ്ധപിടിച്ചു പറ്റിയ നാടകം കേരളത്തിലും പുറത്തുമായി 225ലധികം വേദികളിൽ ഇതിനകം അവതരിപ്പിച്ചു കഴിഞ്ഞു. ഡൽഹി, ചണ്ഡിഗഢ്, ബോംബെ, മദ്രാസ്, ബാംഗ്ലൂർ, മാംഗളൂർ തുടങ്ങി ഇന്ത്യയിലെ പ്രമുഖ നഗരങ്ങളിലെല്ലാം നാടകം അവതരിപ്പിച്ചു കഴിഞ്ഞു. ഇപ്പോഴും നാടകത്തിന്റെ അവതരണം നടന്നുകൊണ്ടിരിക്കുകയാണ്.

ആയിരത്തി ഒരുനൂറ്റിപതിനെട്ടിൽ മീനം പതിനാറ്

സുരേഷ് ബാബു ശ്രീസ്ഥ രചനയും ഒ.കെ. കുറ്റിക്കോൽ സംവിധാനവും നിർവ്വഹിച്ച് ഏഴോം പ്രതിഭ അവതരിപ്പിച്ച നാടകമാണ് ആയിരത്തി ഒരുനൂറ്റിപതിനെട്ടിൽ മീനം 16. മഠത്തിൽ അപ്പുവിനേയും അദ്ദേഹത്തിന്റെ അച്ഛൻ അമ്പാടി അന്തിത്തിരിയനേയും കേന്ദ്രകഥാപാത്രങ്ങളായി അവതരിപ്പിച്ച ഈ നാടകം ചിരസ്മരണയെ അതുപോലെ ആവിഷ്ക്കരിക്കുന്ന പതിവുരീതികളിൽനിന്ന് വ്യത്യസ്തമായിരുന്നു. കണ്ണൂർ സരസ്വതി, കണ്ണോം ബാലകൃഷ്ണൻ, കടമ്പേരി രവി, സുധി തുടങ്ങിയ അണിയറശില്പികളും ചേർന്ന് ഈ നാടകത്തെ അവിസ്മരണീയമായ ഒരു അനുഭവമാക്കി.

സഖാവ്

പിരപ്പൻകോട് മുരളി രചനയും പി.കെ. വേണുക്കുട്ടൻ നായർ സംവിധാനവും നിർവ്വഹിച്ച് കണ്ണൂർ സംഘചേതന അവതരിപ്പിച്ച സഖാവ് നാടകം പി.കൃഷ്ണപ്പിള്ളയുടെ ജീവിതത്തിന്റെ നാടകാവിഷ്ക്കാരമാണ്. അതിലെ ഏറ്റവും ഹൃദയസ്പർശിയായ ഒരു രംഗം പി.കൃഷ്ണപ്പിള്ള കയ്യൂരിലെത്തുന്നതും അബൂബക്കറിന്റെ ഉമ്മയെ കണ്ടുമുട്ടുന്നതുമാണ്. നാടകം കണ്ടിട്ടുള്ളവരുടെ മനസ്സിൽ ആഴത്തിൽ തറച്ചു കയറിയ ആ രംഗത്തിൽ സഖാവായി ഏ.കെ. ഉണ്ണിക്കൃഷ്ണനും ഉമ്മയായി കണ്ണൂർ സരസ്വതിയും വേഷമിട്ടു.

ചിരസ്മരണ (റേഡിയോ നാടകം)

പി.ബാലൻ രചനയും സംവിധാനവും നിർവ്വഹിച്ച് തൃശൂർ ആകാശവാണി നിലയം ചിരസ്മരണ എന്ന പേരിൽ അവതരിപ്പിച്ച റേഡിയോ നാടകം ഉജ്ജ്വലമായ ശബ്ദസാന്നിദ്ധ്യവും രചനയുടേയും സംവിധാനത്തിന്റേയും മൗലികതയുംകൊണ്ട് വളരെയധികം ജനശ്രദ്ധ

പിടിച്ചുപറ്റിയിരുന്നു. എം.കെ. വാര്യർ, മുല്ലനേഴി, ടി.ജി.രവി, ശ്രീമൂലനഗരം മോഹൻ തുടങ്ങി പ്രസിദ്ധരായ കലാകാരന്മാരാണ് നാടകത്തിന് ശബ്ദം നൽകിയത്. കണ്ണൻ എന്ന പാട്ടുകാരനെ ഒരു സ്വതന്ത്രകഥാപാത്രമായി നാടകത്തിൽ സൃഷ്ടിച്ചതും മുല്ലനേഴിയുടെ വിദഗ്ധമായ അവതരണത്തിൽ ആ കഥാപാത്രവും പാട്ടുകളും അസാമാന്യമായ മിഴിവോടെ നിറഞ്ഞുനിന്നതും ആരും മറക്കില്ല. നാടകത്തിനുവേണ്ടി മുല്ലനേഴി രചിച്ച പാട്ടുകൾ വളരെയധികം ജനപ്രീതി ആർജ്ജിച്ചിരുന്നു.

കഥാപ്രസംഗങ്ങൾ

കേരളത്തിലെ ഒരു കാലത്തെ ഏറ്റവും ജനകീയവും ജനപ്രിയവുമായ കലാരൂപങ്ങളിലൊന്നായ കഥാപ്രസംഗത്തിലും കയ്യൂർ ആവിഷ്ക്കരിക്കപ്പെടുകയുണ്ടായി. ഓച്ചിറ രാമചന്ദ്രൻ തേജസ്വിനിയുടെ തീരങ്ങളിൽ എന്ന പേരിലാണ് ആയിരക്കണക്കായ വേദികളിൽ കയ്യൂരിന്റെ കഥ പറഞ്ഞത്. തേവർ തോട്ടം സുകുമാരനും, ചിറക്കര സലിം കുമാറും ചിരസ്മരണെ എന്ന പേരിൽ തന്നെയാണ് കഥാപ്രസംഗം നടത്തിയത്. ഈ കഥാപ്രസംഗങ്ങളിലെല്ലാം ഏഴാച്ചേരി രാമചന്ദ്രന്റെ കയ്യൂർ എന്ന കവിതയിലെ വരികളാണ് പാടിയിരുന്നത്. താരതമ്യേന ദുഷ്ക്കരമായ ഇത്തരം ഒരു അന്വേഷണത്തിന്റെ പരിധിയിൽപെടാതെ പോയ നിരവധി കവിതകളും ഗാനങ്ങളും നാടകങ്ങളും ദൃശ്യശില്പങ്ങളും കേരളത്തിന്റെ പല കോണുകളിലും ശ്രദ്ധേയമായ ചലനങ്ങൾ സൃഷ്ടിച്ചിട്ടുണ്ട്. കൃഷ്ണൻ ചീമേനി രചനയും സംവിധാനവും നിർവ്വഹിച്ച സംഗീതശില്പം വളരെയധികം അരങ്ങുകളിൽ അവതരിപ്പിക്കപ്പെട്ടിട്ടുണ്ട്. ഇനിയും എത്രയോ കവികളെയും ഗാനരചയിതാക്കളെയും നാടകപ്രവർത്തകരെയും കയ്യൂർ വിളിച്ചുണർത്തിക്കൊണ്ടേയിരിക്കും. കയ്യൂർ ഒരിക്കലും അവസാനിക്കുന്നില്ല. അരങ്ങിലും ഓർമ്മകളിലും ചരിത്രത്തിലും.

കയ്യൂരിന്റെ സാഹിത്യപ്രത്യക്ഷങ്ങൾ

കെ.പി. മോഹനൻ

ചിരസ്മരണയുടെ സുവർണ്ണജൂബിലി സമാപനത്തിൽ നാം മലയാളത്തിന്റെ ദത്തുപുത്രനായ നിരഞ്ജനയെ ഓർക്കുന്നു. നിരഞ്ജനയെ ഓർക്കുമ്പോൾ കയ്യൂരിനെ മാത്രമല്ല വടക്കെ മലബാറിലെ രക്തസാക്ഷിത്വത്തിന്റെ സ്മരണകൾ ഉണർത്തുന്ന മുഴുവൻ രണഭൂമികളെയും സ്മരിക്കുന്നു. നിരഞ്ജനയെയും ചിരസ്മരണ യെയും ഓർക്കുന്ന ഈ സന്ദർഭം ഒരു നോവലിനെയോ, എഴുത്തുകാരനെയോ ഓർക്കുന്ന ലഘു സന്ദർഭമായിട്ടല്ല, ചൂഷണരീതികളെയും ഓർക്കുന്ന ഒരു ബൃഹത് സന്ദർഭമായി കാണാനാണ് ഞാൻ ആഗ്രഹിക്കുന്നത്. ചിരസ്മരണയിൽ കയ്യൂരിലെ കർഷകരുടെ പ്രിയപ്പെട്ട നേതാക്കളായിരുന്ന കെ. മാധവനും, എൻ.ജി. കമ്മത്തും, വി.വി. കുഞ്ഞമ്പുവും കഥാപാത്രങ്ങളായി എത്ര വേഷം മാറിവന്നാലും ഒറ്റനോട്ടത്തിൽ തിരിച്ചറിയാവുന്ന കഥാപാത്രങ്ങളായി- പ്രത്യക്ഷപ്പെടുന്നുണ്ട്. ചിരസ്മരണ വിഭ്രാവകമായ രീതിയിൽ ചരിത്രവും, ഫാന്റസിയും, രാഷ്ട്രീയവും ഇടകലർത്തി നെയ്ത ഒരു രചനയല്ല. അത് യഥാർത്ഥ ജീവിതവും യഥാർത്ഥ ചരിത്രവും തന്നെയാണ്. യഥാർത്ഥ മനുഷ്യൻ ചരിത്രത്തോടേറ്റുമുട്ടി നിർമ്മിക്കുന്ന ജീവിതങ്ങൾ തന്നെയാണ് നോവലുകളായി മാറുന്നതെന്ന് ഇന്ന് നാം തിരിച്ചറിയുന്നുണ്ട്. ചരിത്രത്തോടും രാഷ്ട്രീയത്തോടും കണ്ണിചേരാത്ത നോവലുകൾക്ക് കാലത്തെ അതിജീവിക്കാനാവില്ലെന്ന് നാം ഇന്ന് തിരിച്ചറിയുന്നുണ്ട്. ചരിത്രമെന്ന നിലയിൽ ഫാന്റസി അവതരിപ്പിക്കുന്ന രചനകളുടെ കാപട്യം നമുക്ക് ഇന്ന് തിരിച്ചറിയാൻ കഴിയും. മുടക്കുമുലധനത്തിന്റെ ചൂഷണരീതികൾക്കെതിരെ ലോകത്തെമ്പാടുമുള്ള മനുഷ്യർ നടത്തുന്ന ചെറുത്തുനില്പുകളുടെ ഒരു അനശ്വരരൂപമായിട്ടാണ് ചിരസ്മരണയെ കാണേണ്ടത്. സാമ്പത്തികമൂലധനത്തിന്റെ പ്രകടവും

പ്രത്യക്ഷവുമായ ചൂഷണരീതികളെക്കാൾ സാംസ്കാരിക മൂലധനത്തിന്റെ പ്രച്ഛന്നമായ രീതികളിലൂടെയാണ് അധിനിവേശവ്യാപനം ഇന്ന് കൂടുതൽ സാദ്ധ്യമായിക്കൊണ്ടിരിക്കുന്നതെന്ന ഒറ്റക്കാരണത്താൽത്തന്നെ അരനൂറ്റാണ്ടിനുശേഷവും ചിരസ്മരണ മലയാളിക്ക് പ്രിയപ്പെട്ട നോവലായി നിലനിൽക്കുന്നു. അതേസമയം നിരന്തരം സ്വയം വിമർശനത്തിന് വിധേയമാകാൻ ബാദ്ധ്യതപ്പെട്ട ഒരു വിപ്ലവ പ്രസ്ഥാനത്തെ സംബന്ധിച്ചിടത്തോളം ഒരു പ്രത്യേക കാലഘട്ടത്തിൽ രക്തസാക്ഷിത്വത്തെപ്പോലും വിരിമാറിലേറ്റുവാങ്ങാൻ കെല്പുറ്റ ഒരു രാഷ്ട്രീയസാമൂഹ്യവബോധം കേരളത്തിൽ കരുപ്പിടിപ്പിക്കപ്പെട്ടതെങ്ങിനെ എന്നതിന്റെ ചരിത്രം പഠിയ്ക്കാനുള്ള ഗ്രന്ഥം കൂടിയാണ് ചിരസ്മരണ. എ.പി. കളയ്ക്കാടിന്റെ സംക്രാന്തി, ചെറുകാടിന്റെ മണ്ണിന്റെ മാറിൽ, മുത്തശ്ശി ശനിദശ എന്നിങ്ങനെ എതാനും നോവലുകളേ ഈ ഗണത്തിലുൾപ്പെടുത്തി കമ്മ്യൂണിസ്റ്റ് പ്രസ്ഥാനത്തിന് ഓർമ്മിക്കാനുള്ളു എന്നതുകൊണ്ടാണ് ചിരസ്മരണ കൂടുതൽ ശ്രദ്ധയമായിത്തീരുന്നത്. നേരത്തെ ഡോ.കെ. എൻ. പണിക്കർ സൂചിപ്പിച്ചതുപോലെ കേരളീയ യുഗത്തിൽ വിപ്ലവാത്മകമായ അണുതല പരിണാമം (Molicular Transformation) സാധിച്ചതെങ്ങിനെ എന്നതിന്റെ ബോധപൂർവ്വമായ പ്രതിഫലനങ്ങളായിട്ടാണ് മേൽപ്പറഞ്ഞ രചനകളെ നാം കാണേണ്ടത്. സാമ്രാജ്യത്വത്തിന്റെയും മൂലധനതാല്പര്യങ്ങളുടെയും കുതിപ്പും കിതപ്പും പഠിക്കുവാൻ ബാദ്ധ്യസ്ഥമായ വിപ്ലവപ്രസ്ഥാനത്തെ സംബന്ധിച്ചിടത്തോളം, ഇന്ന് സാമ്പത്തിക മൂലധനത്തെപ്പോലെത്തന്നെ പ്രധാനമാണ് സാംസ്കാരിക മൂലധനം എന്ന തിരിച്ചറിവ് ഏറെ പ്രധാനമാണ്. സാംസ്കാരിക ശൂന്യതകളിലൂടെ നുഴഞ്ഞുകയറുന്ന അധിനിവേശ രാഷ്ട്രീയത്തിന്റെ കരാളരൂപം നാം കണ്ടത് കയ്യൂരിലെ സമരവീര്യത്തിന് പ്രേരണയായിനിന്ന സോവിയറ്റ് യൂണിയന്റെ തകർച്ചയിലാണ്. അവരവരുടെ അന്നവും വസ്ത്രവും മാത്രമല്ല അവരുടെ സത്തയും സംഗീതവും കവർന്നെടുത്തുകൊണ്ട് സാമ്രാജ്യത്വത്തിന് മുന്നേറാം എന്നാണ് പുതിയലോകം നമ്മെ പഠിപ്പിക്കുന്നത്. അധികാരഘടനകൾ ഭരണകൂടത്തെ മാത്രമല്ല പ്രത്യയശാസ്ത്രങ്ങളെക്കൂടി അതിന്റെ യന്ത്രത്തിന്റെ ഭാഗമാക്കി മാറ്റിയിരിക്കുന്നു. പ്രത്യയശാസ്ത്ര ഭരണകൂടയന്ത്രം (Ideological State Apparutus) എന്നും മറ്റുമുള്ള ലൂയിഅൽത്തൂസറുടെ പ്രയോഗങ്ങൾ വ്യക്തമാക്കുന്നത് ഇക്കാര്യമാണ്. പ്രത്യയശാസ്ത്രങ്ങൾ ഉപയോഗിച്ച് ഭരണകൂടം ജനകീയാനുമതികൾ നിർമ്മിച്ചെടുക്കുന്നതെങ്ങിനെ (Manufacturing Insent) എന്ന് നോം ചോസ്ക്കിയെപ്പോലുള്ളവർ ചിന്തിക്കുന്നുണ്ട്. പ്രതിഷേധിക്കുന്ന ഒരു പൗരധർമ്മത്തെ ഭരണകൂടം വശീകരിച്ചെടുക്കുന്നത് (Containment Strategy) ബോധപൂർവ്വം കരുപ്പിടിച്ചെടുക്കുന്ന സാംസ്ക്കാരിക നിർമ്മിതികളിലൂടെയാണ് എന്നും സാംസ്ക്കാരിക രാഷ്ട്രീയം പഠിക്കുന്നവർ ഇന്ന് തിരിച്ചറിയുന്നുണ്ട്. സംസ്ക്കാരം തന്നെയാണ് സാമ്രാജ്യത്വം എന്ന വലിയ ഒരു ആശയംതന്നെ എഡ്വേർഡ് സെദിന്റെ–

രൂപം കൊള്ളുന്നത് ഈ പശ്ചാത്തലത്തിലാണ്.

കയ്യൂർ പിൽക്കാല മലയാള സാഹിത്യത്തിൽ എങ്ങിനെയാണ് പ്രതിഫലിച്ചത്, അതിനെ എങ്ങിനെയാണ് സ്വാധീനിച്ചത് എന്ന ചോദ്യത്തിന് കയ്യൂരിനെപ്പറ്റിപ്പറയുന്ന, രചനകളുടെ മുഴുവൻ പേരുവിവരങ്ങളും രേഖപ്പെടുത്തുക എന്നതല്ല ഇവിടെ ചെയ്യാൻ ഉദ്ദേശിക്കുന്നത്. ചിരസ്മരണ യടക്കം കയ്യൂർ പശ്ചാത്തലമായി രചിക്കപ്പെട്ട മൂന്നുനോവലുകളെങ്കിലും മലയാളത്തിലുണ്ട്. പി. വത്സലയുടെ ചാവേർ , പി.വി.കെ. പനയാലിന്റെ ഖനിജം എന്നിവയാണ് മറ്റു രണ്ടു രചനകൾ. കുഞ്ഞപ്പപട്ടാന്നൂരിന്റെ തേജസ്വിനി നീ സാക്ഷി പോലെ കയ്യൂരിന്റെ പ്രകട സ്വാധിനമുള്ള രചനകൾ മാത്രമല്ല, കുഞ്ഞപ്പ, ഉമേഷ്ബാബു, കരിവെള്ളൂർ മുരളി, കരുണാകരൻ പുതുശ്ശേരി തുടങ്ങി എത്രയോ പുതിയ കവികളുടെ രചനകളിൽ കയ്യൂർ പരോക്ഷപരാമർശമായി നിരന്തരം പ്രത്യക്ഷപ്പെടുന്നുണ്ട്. ഖനിജത്തിനുപുറമെ പനയാലിന്റെ ചില ചെറുകഥകളിലും കയ്യൂർ സംഭവത്തിന്റെ പ്രതിധ്വനികൾ മുഴങ്ങുന്നുണ്ട്. തെലുങ്കാനയുടെ വീരഗാഥ ചിത്രീകരിക്കുന്ന ഒരു നാടകത്തിന്റെ പരോക്ഷ സ്വാധീനമാകാതെ പോകാൻ കയ്യൂരിനു കഴിയുമോ? വി.വി. കുഞ്ഞമ്പുവിന്റെ കയ്യൂർ സമരചരിത്രം കയ്യൂരിന്റെ പശ്ചാത്തലത്തിൽ മലയാളത്തിനു ലഭിച്ച മറ്റൊരു അമൂല്യസൃഷ്ടിയാണ്. കെ. മാധവന്റെ ആത്മകഥ തന്നെ പയസ്വിനിയുടെ തീരത്ത് എന്ന പേരിൽ കയ്യൂരിന്റെ വീരഗാഥയുമായി കെട്ടുപിണഞ്ഞു കിടക്കുകയാണ്. ഇ.കെ. നായനാർ, എ.വി. കുഞ്ഞമ്പു തുടങ്ങി ഇനിയും എത്രയോ പേരുകൾ കയ്യൂരുമായി കണ്ണി ചേർക്കപ്പെടേണ്ട പേരുകളാണ്. ലെനിൻ രാജേന്ദ്രന്റെ സിനിമ- മീനമാസത്തിലെ സൂര്യൻ കയ്യൂർ സമരചരിത്രമാണ് അനാവരണം ചെയ്യുന്നത്. എഴുപതുകളിൽ മൃണാൾസെൻ കയ്യൂരിനെ ആധാരമാക്കി ഒരു സിനിമ നിർമ്മിക്കാൻ ആഗ്രഹിച്ച് അതിന്റെ പ്രാഥമിക പ്രവർത്തനങ്ങൾ നടത്തിയെങ്കിലും ആ ആഗ്രഹം സഫലമായില്ല. ഒരുപക്ഷേ, ഭഗത്സിംഗിന്റെ വീരചരിത്രം കഴിഞ്ഞാൽ ഒരു മഹത്തായ ആശയത്തിനുവേണ്ടി അഭിമാനപൂർവ്വം കൊലക്കയർ ഏറ്റുവാങ്ങിയ കയ്യൂർ രക്തസാക്ഷികളുടെ ചരിത്രം ഏതൊരെഴുത്തുകാരനെയും കലാകാരനെയുമാണ് പുളകം കൊള്ളിക്കാത്തത്? പ്രത്യക്ഷവും പരോക്ഷവുമായി നിരവധി രചനകൾക്ക് കയ്യൂർ മലയാളത്തിന് കാരണമായിരിക്കുമെങ്കിലും കയ്യൂർ പശ്ചാത്തലമായ മൂന്നു നോവലുകൾ തന്നെയാണ് ഈ ചർച്ചയ്ക്കാധാരമായി ഞാൻ സ്വീകരിക്കുന്നത്.

കയ്യൂരും, കുഞ്ഞപ്പപട്ടാന്നൂർ സൂചിപ്പിക്കുന്നതുപോലെ ഭൂമിശാസ്ത്രത്തിൽ കയ്യൂരിന്റെ സഹോദരീഗ്രാമമായ ചീമേനിയും കയ്യൂരിനോടൊപ്പം അതിന്റെ രക്തസാഹോദര്യം തെളിയിച്ചു. 1943 മാർച്ച് 29 ന് മഠത്തിൽ അപ്പു, കോയിത്താറ്റിൽ ചിരുകണ്ടൻ, പൊടോര കുഞ്ഞമ്പു, പള്ളിക്കാൽ അബൂബക്കർ-കയ്യൂരിന്റെ അഭിമാനങ്ങളായ നാലുമക്കൾ-കണ്ണൂർ സെൻട്രൽ ജയിലിൽ സാമ്രാജ്യത്വം തകരട്ടെ എന്ന മുദ്രാവാക്യം ഉറക്കെ

വിളിച്ചുപറഞ്ഞുകൊണ്ട് രക്തസാക്ഷിത്വം വരിച്ചു. 1987 മാർച്ച് 23 ന് ജനവിധിയുടെ ദിനങ്ങളിൽ, ആലവളപ്പിൽ അമ്പു, ചാലിൽ കോരൻ, പി. കുഞ്ഞപ്പൻ, എം. കോരൻ, കെ.വി. കുഞ്ഞിക്കണ്ണൻ എന്നിങ്ങനെ ചീമേനിയുടെ അഞ്ചുമക്കൾ, കാപാലിക രാഷ്ട്രീയത്തിന്റെ രക്തസാക്ഷികളായി മാറി. കയ്യൂരും ചീമേനിയും മാത്രമല്ല ഒഞ്ചിയവും കാവുമ്പായിയും, രണഭൂമികൾ രക്തസാക്ഷികളുടെ പുതുചരിത്രങ്ങൾ രചിച്ചുകൊണ്ടേയിരുന്നു. അവയിലേറെയും കർഷകസമരങ്ങളുടെ രണഭൂമികളായിരുന്നു. മലബാറിലെ കർഷക സമരങ്ങൾക്ക് കയ്യൂരിനെക്കാൾ പഴക്കമുണ്ട്. 1921ൽ നടന്ന മലബാർലഹള ഹിന്ദു–മുസ്ലിം സംഘട്ടനം എന്നതിനെക്കാൾ ഒരു കാർഷികകലാപമായിരുന്നു എന്ന് വ്യക്തമാക്കപ്പെട്ടിട്ടുണ്ട്. ഒരുപക്ഷേ, അതിനുംമുമ്പ് 1836 മുതൽ 1921 വരെയുള്ള കാലയളവിൽ നിരവധി അസംഘടിത കാർഷികകലാപങ്ങൾ മലബാർപ്രദേശത്ത് നടന്നതായി രേഖപ്പെടുത്തപ്പെട്ടിട്ടുണ്ട്. പൊതുവെ വ്യവസായങ്ങളുടെ അഭാവത്തിൽ കൃഷിയായിരുന്നു മലബാറിലെ മുഖ്യമായ തൊഴിൽ. 1929 ലെ സാമ്പത്തിക പ്രതിസന്ധിക്കുശേഷം (The great depression) കൈത്തൊഴിലുകളുടെ തകർച്ച, കാർഷിക ഭൂമികൾ അന്യാധീനപ്പെടൽ, ജന്മിമാരുടെ അക്രമപ്പിരിവുകൾ എന്നിവ കാരണം സാധാരണജനജീവിതം ദുസ്സഹമായിത്തീർന്നു. ഭൂപ്രശ്നങ്ങളിൽ ജന്മിമാർക്കുവേണ്ടി പൊലീസും കോടതികളും നേരിട്ടിടപെടുന്ന രീതി പതിവായി. കുടിയായ്മകൾ എപ്പോഴും വേണമെങ്കിലും ഒഴിപ്പിച്ചെടുക്കാവുന്നതായി മാറി. മലബാറിൽ രൂപംകൊണ്ട കുടിയായ്മസംഘങ്ങൾക്ക് സമാന്തരമായിത്തന്നെയാണ് ഖിലാഫത്ത് കമ്മിറ്റികളും രൂപംകൊണ്ടത് എന്നതിൽ നിന്നുതന്നെ മലബാറിനെ സംബന്ധിച്ചിടത്തോളം ഖിലാഫത്ത് കർഷകരുടെ പ്രശ്നങ്ങളുമായി ബന്ധമുള്ളതായിരുന്നുവെന്ന് വ്യക്തമാകുന്നുണ്ട്. (കെ.എൻ. പണിക്കരുടെ Against Lord and State പോലെയുള്ള കൃതികൾ ഇക്കാര്യത്തിലേക്ക് കൂടുതൽ വെളിച്ചം വീശുന്നുണ്ട്.) മലബാറിലെ കൃഷിക്കാർ തിരുവിതാംകൂർ കൊച്ചി പ്രദേശത്തെ അപേക്ഷിച്ച് കൂടുതൽ ആക്രമണങ്ങൾക്കും ചൂഷണങ്ങൾക്കും വിധേയരായിരുന്നു എന്നതിനാൽ ആ പ്രദേശത്താണ് കർഷക പ്രസ്ഥാനങ്ങൾ കൂടുതൽ കരുത്താർജിച്ചത് എന്നും, ചൂഷണങ്ങൾക്കും അടിച്ചമർത്തലുകൾക്കും പ്രധാനകാരണം മലബാറിൽ അവർണ്ണജാതിക്കാരുടെയും അഹിന്ദുന്യൂനപക്ഷങ്ങളുടെയും സംഘടിത പ്രക്ഷോഭങ്ങളുടെയും അഭാവമായിരുന്നു എന്നുള്ള ഇ.എം.എസ് നമ്പൂതിരിപ്പാടിന്റെ നിരീക്ഷണവും ശ്രദ്ധേയമാണ്. (കമ്മ്യൂണിസ്റ്റ് പാർട്ടി കേരളത്തിൽ എന്ന കൃതി നോക്കുക) ഇത്തരം സാഹചര്യങ്ങളിലാണ് സാമ്രാജ്യത്വ ചൂഷണങ്ങളോട് ഗാന്ധിയൻ രീതികളിൽ നിന്നു വ്യത്യസ്തമായ പുതിയ ചെറുത്തുനില്പ് എന്ന രീതിയിൽ 1937–ൽ കമ്മ്യൂണിസ്റ്റ് പാർട്ടി രൂപം കൊള്ളുന്നത്. കേരളത്തിലെ അദ്ധ്യാപകപ്രസ്ഥാനത്തിന്റെയും, ഗ്രന്ഥശാലാപ്രസ്ഥാനത്തിന്റെയും, കർഷകപ്രസ്ഥാനത്തിന്റെയും, യുക്തിചിന്താപ്രസ്ഥാന

ത്തിന്റെയും ഒരു വലിയ അളവോളം സ്വാതന്ത്ര്യസമരപ്രസ്ഥാനത്തിന്റെയും ചരിത്രം കമ്മ്യൂണിസ്റ്റ് പ്രസ്ഥാനത്തിന്റെ ചരിത്രവുമായി അഭേദ്യമാം വിധം കണ്ണിചേർക്കപ്പെട്ടിരിക്കുന്നു. ഗ്രാമങ്ങളിൽ അണുതല പരിണാമങ്ങൾക്ക് (Molicular Transformation) നേതൃത്വം കൊടുത്തു എന്നുമാത്രമല്ല, യുക്തിചിന്തയുടെ ഒരു പുതിയ സാമുഹ്യരീതി ശാസ്ത്രം വികസിപ്പിച്ചെടുത്തു എന്നതും കമ്മ്യൂണിസ്റ്റ് പാർട്ടിയുടെ വിജയമായിരുന്നു. പ്രാദേശികതലങ്ങളിൽ പാർട്ടി വിദ്യാഭ്യാസം ഒന്നിലൂടെ മാത്രം നൂറുകണക്കിൽ ജൈവബുദ്ധിജീവികളെ (Organic Intellectual) വളർത്തിയെടുക്കാനും ഈ പ്രസ്ഥാനത്തിനു കഴിഞ്ഞു. അതിന്റെ കഥയാണ് ചാവേറും ചിരസ്മരണയും പറയുന്നത്. ചാവേറിൽ കമ്മ്യൂണിസ്റ്റ് പ്രസ്ഥാനത്തിന്റെ ചരിത്രം ഭാഗികമായേ പ്രതിഫലിക്കുന്നുള്ളു.- കുടുതലും സ്വാതന്ത്ര്യസമര കാലഘട്ടത്തിന്റെ ചിത്രീകരണമാണ്- എന്നിരിയ്ക്കെ ചിരസ്മരണ കമ്മ്യൂണിസ്റ്റ് പ്രസ്ഥാനത്തിന് പ്രാദേശിക അടിവേരുകൾ പൊട്ടിവന്നതെങ്ങിനെ എന്നതിന്റെ സമഗ്രചിത്രമാണ്. വി.വി. കുഞ്ഞമ്പു, ഗണപതികമ്മത്ത്, കെ. മാധവൻ തുടങ്ങിയവർ നേരത്തെ സൂചിപ്പിച്ചു ജൈവബുദ്ധി ജീവിവിഭാഗത്തിന്റെ ഉജ്ജ്വലമാതൃകകളാണ്, നിരഞ്ജന തന്റെ നോവൽ അവർക്ക് സമർപ്പിക്കുന്നത് യാദൃച്ഛികമല്ല.

തെയ്യം കെട്ടുപണം കോയ്മയുടെ വീട്ടിലെക്കല്ല കൊണ്ടുപോകേണ്ടത് എന്ന് ശഠിച്ചുപറയുന്ന അപ്പു ഗ്രാമങ്ങളിൽ കമ്മ്യൂണിസ്റ്റ് പ്രസ്ഥാനത്തിലൂടെ ഉയരുന്ന യുക്തിചിന്തയുടെ പുതിയമുഖമാണ്. പരിണാമചിന്തയുടെ പുതിയ വക്താക്കളുടെ പ്രസംഗങ്ങളിൽമുഴുവൻ ഊന്നുന്ന ഒരു ആശയം ശ്രദ്ധിയ്ക്കുക. ഒരു കാര്യം നാം നന്നായി അറിഞ്ഞിരിക്കണം. മദ്ധ്യമവർഗ്ഗം മാത്രമായി ഒരിക്കലും സ്വാതന്ത്ര്യം നേടിയെടുക്കുക സാദ്ധ്യമല്ല. രാഷ്ട്രത്തിലെ തൊഴിലാളികളും കർഷകരും സംഘടിച്ച് ശക്തി പ്രാപിക്കാതെ സ്വാതന്ത്ര്യസമരം വിജയിക്കില്ല. ബ്രിട്ടീഷുകാർ ഒഴിഞ്ഞുപോകില്ല. ഇവിടെ അവരെ താങ്ങിനിർത്തുന്ന ശക്തികളുടെ നാശവും സംഭവിക്കില്ല. ദേശക്ഷേമം സാധിക്കുന്നതിന് എളുപ്പമാർഗ്ഗമെന്നൊന്നില്ല. കഷ്ടപ്പെട്ടു ദീർഘകാലം കല്ലുംമുള്ളും കുന്നും മലയും കയറി ഇറങ്ങിയാൽ മാത്രമേ ലക്ഷ്യത്തിലെത്താൻ ആകു . (ചിരസ്മരണ : 1997 പുറം :128)

മോചനം, സ്വാതന്ത്ര്യം തുടങ്ങിയ ആശയങ്ങളോട് ദേശീയസമരധാരയിൽനിന്ന് വ്യത്യസ്തമായി കമ്മ്യൂണിസ്റ്റ് പ്രസ്ഥാനത്തിനുണ്ടായിരുന്നു വ്യതിരിക്തത വ്യക്തമാക്കുന്നതാണ് ഈ വരികൾ. ചാവേറിനെ അപേക്ഷിച്ച് ചിരസ്മരണയിലെ പ്രകടമായ രാഷ്ട്രീയനോവലാകുന്നത് ഇക്കാരണത്താലാണ്. അക്രമപിരിവുകൾ നിന്ന് മോചനം നേടാൻ സംഘടന എന്ന പ്രാഥമിക ആശയമല്ല, സാമ്രാജ്യത്വത്തെ കെട്ടുകെട്ടിയ്ക്കുക എന്ന അന്തിമലക്ഷ്യമാണ് ഇവിടെ വിഭാവനം ചെയ്യപ്പെടുന്നത്. ഇതാകട്ടെ അക്കാലത്തെ അദ്ധ്യാപകസംഘടനകളും, തൊഴിലാളിസംഘടനകളും എല്ലാംതന്നെ ഒന്നുപോലെ വിഭാവനം ചെയ്ത ഒരു ആശയവുമായിരുന്നു. പി.വി.കെ. പനയാലിന്റെ ഖനിജം കയ്യൂർ സമര

ത്തെയും കമ്മ്യൂണിസ്റ്റ് പ്രസ്ഥാനത്തെയും തന്നെയാണ് കേന്ദ്രബിന്ദുവാക്കുന്നത്. സാമാന്യം ദീർഘിച്ച ഈ നോവലിൽ പുറം 92ൽ മഠത്തിൽ അപ്പുവിന്റെ ചായക്കടയുടെ വിവരണത്തോടെയാണ് കയ്യൂർ നോവലിന്റെ ഭൂമികയായി മാറുന്നത്. എന്നാൽ വിപ്ലവസ്മരണകളോടൊപ്പംതന്നെ ഉപദേശീയസംസ്കൃതികളുടെയും വംശാഭിമാനങ്ങളുടെയും ചിഹ്നങ്ങൾ പനയാലിന്റെ നോവലിൽ നിറയുന്നു. തെയ്യക്കോലങ്ങളിൽ ഉറഞ്ഞു കൂടുന്ന പ്രതിഷേധബോധത്തിന്റെ അനുരണനങ്ങളെ നോവലിന്റെ മൊത്തം വിപ്ലവത്തിന്റെ ഘടനയുമായി ഇഴചേർക്കാൻ പനയാൽ ശ്രമിക്കുന്നുണ്ട്. പെരുന്തട്ടച്ചാമുണ്ഡിയുടെ കളിയാട്ടം, മാറ്റം കൊടുക്കുന്ന വെളിച്ചപ്പാടന്മാർ, ഗ്രാമത്തിലെ കൊഴുത്ത ഇരുട്ടിൻമീതെ നിരന്തരം വന്നു വീഴുന്ന ഞരക്കങ്ങൾ, ഗ്രാമത്തിനു മീതെ പറക്കുന്ന നെൽമണിയുടെ നിറമുള്ള വെയില് എന്നിങ്ങനെ ഫോക് സംസ്കൃതിയുടെ ഒരന്തരീക്ഷത്തിലാണ് പനയാലിന്റെ നോവൽ കൂടുതൽ ശ്രദ്ധിക്കപ്പെടുക എന്ന് തോന്നുന്നു. ശരികൾ ആപേക്ഷികങ്ങളാണെന്ന സത്യം ഈ നോവൽ തിരിച്ചറിയുന്നുണ്ട്. സാധാരണ ശരിയും അസാധാരണ ശരിയും എന്ന് 76–ാം പേജിൽ പനയാൽ സീത്തണ്ണന്റെയും കമലയുടെയും ശരിബോധങ്ങളെക്കുറിച്ച് പറയുന്നുണ്ട്. മീത്തുകളും ഭാഷാഭംഗികളും ഖനിജത്തെ കൂടുതൽ ആകർഷകമാക്കുന്നുണ്ട്. ഏതൊരു നാട്ടിൽ ചെന്നാലും ആ നാടിന്റെ ചരിത്രം ആദ്യം പഠിക്കണം എന്ന് പറയുന്ന സുബ്രായൻ പൊലീസിനുപോലും വംശാഭിമാനത്തിന്റെ ഒരു പരിവേഷം നോവലിസ്റ്റ് നൽകുന്നുമുണ്ട്. ചിരസ്മരണയിൽ നിന്ന് ഖനിജത്തിലേക്കും, ചാവേറിലേയ്ക്കുമുള്ള വളവ് മലയാള നോവലിന്റെ ജനുസ്സെന്ന നിലയിലുള്ള നിരവധി പരിമിതികളെ ഉല്ലംഘിയ്ക്കുന്നതായി കാണിയ്ക്കുന്നുണ്ട്. പക്ഷേ, ഇവയോടു ചേർത്തുവെച്ചു പരിശോധിയ്ക്കുമ്പോഴും നിരഞ്ജനയുടെ ആർജവമുള്ള ആഖ്യാനം വേറിട്ടുതന്നെ നില്ക്കുന്നു എന്നതാണനുഭവം.

അധിനിവേശത്തിനെതിരെ അണുതലങ്ങളിൽ നടത്തേണ്ട ചെറുത്തുനില്പ് എന്ന ധീരമായ ആശയമാണ് ചിരസ്മരണയുടെ സന്ദേശം. പ്രശ്നങ്ങളെ ഒന്നിനൊന്നു സമവാക്യരൂപങ്ങളിൽ കാണാൻ കഴിയുന്ന ഒരു ഭൂതകാലത്തിൽനിന്ന് പ്രച്ഛന്നവും സങ്കീർണ്ണവുമായ അധിനിവേശരൂപങ്ങളുടെ വർത്തമാനകാലത്തിലെത്തുമ്പോൾ വി.വി.കുഞ്ഞമ്പുവും, മാധവേട്ടനും, ഗണപതികമ്മത്തുമെല്ലാം ഒരിയ്ക്കൽകൂടി അവതരിക്കേണ്ടി വരും എന്ന് തോന്നിപ്പോകുന്നുവെന്ന് വർത്തമാന വിപ്ലവ രാഷ്ട്രീയത്തിന് ഇത്തരം ആൾക്കാരെ സൃഷ്ടിക്കാൻ കഴിയുമോ എന്ന വലിയ ചോദ്യമാണ് ചിരസ്മരണയുടെ പുനർവായനകൾ നമ്മുടെ മുമ്പിലുയർത്തുന്നത്. അവർ വരും, ഭൂമിയിൽ വീണ്ടും വരും–മുഷ്ടിയോങ്ങിത്തിളച്ചുകൊണ്ടെത്തുന്ന മെയ്ദിന ത്താരങ്ങളെ ചുണ്ടി പൊരുതി നിന്നവർ വീണ്ടും വരും (കുഞ്ഞപ്പപട്ടാന്നൂർ) എന്ന് നമുക്ക് ധൈര്യപൂർവ്വം പറയാൻ കഴിയുമോ?

കയ്യൂരും കെ മാധവനും

ഡോ. വി.പി.പി. മുസ്തഫ

കയ്യൂരിന്റെ സമര ചരിത്രത്തിലും പഴയ കാസർഗോഡ് താലൂക്കിന്റെ രാഷ്ട്രീയ ചരിത്രത്തിലും കെ. മാധവൻ എന്ന വ്യക്തിയുടെ ജീവിതഗാഥ ഒഴിവാക്കാനാകാത്ത അധ്യായമാണ്. ഇതു വ്യക്തിവാദമല്ല. സമൂഹം വ്യക്തിയെ രൂപപ്പെടുത്തുന്നതും വ്യക്തി സമൂഹത്തെ സ്വാധീനിക്കുന്ന തുമായ അന്യോന്യം പൂരിപ്പിക്കുന്ന പ്രക്രിയയാണ്.

പടനിലങ്ങളിൽ വെളിച്ചം പകരുന്ന സൂര്യനായി കയ്യൂർ ഉയർന്നു വന്നത് യാദൃച്ഛികമായ ഒരു സംഭവത്തിന് മേലലെയല്ല. ആറേഴ് പതിറ്റാണ്ടുകൾക്കപ്പുറമുള്ള ഉൾനാടൻ ഗ്രാമത്തെയും അവിടുത്തെ സാധാരണ മനുഷ്യരേയും ചരിത്രത്തിലെ സൂര്യ സാന്നിദ്ധ്യമാക്കി ഉയർത്തിയതിന് ഒരു പശ്ചാത്തലം ഉണ്ടായിരുന്നു. കയ്യൂർ സമരം പൊടുന്നനെ പൊട്ടിപുറപ്പെട്ടതല്ല. ആയിരത്തിതൊള്ളായിരത്തി നാല്പത്തിയൊന്നിലേക്ക് വളർന്നെത്തിയ സംഭവങ്ങൾ അവിടെ കർഷക സംഘം വളർച്ച പ്രാപിച്ചതിന്റെ നേർരേഖയാണ്. അങ്ങനെയൊരു പശ്ചാത്തലം ഒരുക്കിയെടുത്തിവരിൽ കെ. മാധവൻ പ്രധാനിയാണ്. കയ്യൂരിന്റെ ചരിത്രത്തിൽ മാധവൻ എന്ന വ്യക്തിയുടെ പങ്ക് അതാണ്.

ജന്മിത്വത്തിനും സാമ്രാജ്യത്വത്തിനും എതിരായ പോരാട്ടത്തിൽ സ്വന്തം ജീവിതം ബലിയർപ്പിച്ച കയ്യൂർ രക്തസാക്ഷികൾ ചരിത്രത്തിൽ അമരൻമാരായി, അനശ്വരരായി എന്നെന്നും ജീവിക്കുന്നു. നാടെങ്ങുമുള്ള വിപ്ലവകാരികളുടെ ചോര ഞരമ്പുളിൽ ഉഷ്മാവേറ്റുന്ന വീരസ്മൃതിയാണ് കയ്യൂർ. മുക്കാൽ ശതകത്തിനപ്പുറം ഇവിടെ നിലനിന്നിരുന്ന ജാതി–ജന്മി–നാടുവാഴിത്ത വ്യവസ്ഥയുടെ സാമൂഹ്യക്രമത്തിനടിപ്പെട്ടിരുന്ന ഒരു സാധാരണ ഗ്രാമത്തിലെ ജനത നാടുവാഴി ജന്മിത്വത്തിനും സാമ്രാജ്യത്വ ഭരണത്തിനുമെതിരെ നടത്തിയ ഇതിഹാസ ദീപ്തമായ പോരാട്ടമാണ്

കയ്യൂരിലെ കർഷക സമരം. കർഷക സമര ചരിത്രത്തിലെ ധന്യസ്മൃതിയായി കയ്യൂരിനെ മാറ്റിത്തീർത്ത രാഷ്ട്രീയം ആ ഗ്രാമത്തിൽ, ഈ നാട്ടിലാകെ വേരു പിടിപ്പിച്ചവരിൽ മുൻപന്തിയിലാണ് കെ. മാധവന്റെ സ്ഥാനം.

പഴയ കാസർഗോഡ് താലൂക്കിലെ പേരുകേട്ട രണ്ടു ജന്മി കുടുംബങ്ങളുടെ സന്തതിയായി ജനിച്ച മാധവന്റെ ജീവിതവും പ്രവർത്തനവും ഇരുപതാം നൂറ്റാണ്ടിലെ അത്യുത്തര കേരളത്തിന്റെ രാഷ്ട്രീയ ചരിത്രവുമായി ഇഴ ചേർന്നു കിടക്കുന്നു. എ.സി.കണ്ണൻ നായർ, കെ.ടി.കുഞ്ഞിരാമൻ നമ്പ്യാർ, വിദ്വാൻ പി, കേളു നായർ തുടങ്ങിയവരുടെ സ്വാധീനത്താൽ കേവലം പതിനഞ്ചാം വയസ്സിൽതന്നെ മാധവൻ രാഷ്ട്രീയ പ്രവർത്തനം തുടങ്ങി. ഇന്ത്യൻ നാഷണൽ കോൺഗ്രസിന്റെയും ദേശീയ പ്രസ്ഥാനത്തിന്റെയും പ്രവർത്തകനായ അദ്ദേഹം ഇളംപ്രായത്തിൽ തുറുങ്കിലടക്കപ്പെട്ടു. തുടർന്ന് കോൺഗ്രസ് സോഷ്യലിസ്റ്റ് പാർട്ടിയിലേക്കും കമ്മ്യൂണിസ്റ്റ് പ്രസ്ഥാനത്തിലേക്കും മാധവൻ ആകൃഷ്ടനായി. അക്കാലത്ത് ഇവിടെ നടന്ന ഏതാണ്ടെല്ലാം സമരങ്ങളുടെയും-പ്രത്യേകിച്ചും കർഷക സമരങ്ങളുടെ മുൻനിരയിൽ അദ്ദേഹവുമുണ്ടായിരുന്നു.

കോൺഗ്രസ്സിൽ നിന്നും കോൺഗ്രസ്സ് സോഷ്യലിസ്റ്റ് പാർട്ടിയിലൂടെയാണ് കെ. മാധവൻ കർഷക സംഘത്തിന്റെ ചുമതലക്കാരനായത്. 1935-36 കാലത്ത് അഖിലേന്ത്യാതലത്തിലും മലബാറിലും രൂപം കൊണ്ട കർഷകസംഘത്തിന്റെ ചുവടുപിടിച്ചാണ് കാസർഗോഡ് താലൂക്ക് കർഷക സംഘം നിലവിൽ വന്നത്. 1937-ൽ നീലേശ്വരത്ത് വെച്ച് നടന്ന യോഗത്തിലാണ് കെ.ടി. കുഞ്ഞിരാമൻ നമ്പ്യാർ പ്രസിഡണ്ടും കെ. മാധവൻ സെക്രട്ടറിയുമായി. 21 പേരടങ്ങുന്ന താലൂക്ക് കർഷക സംഘം കമ്മിറ്റി രൂപീകരിച്ചത്. ഗ്രാമങ്ങൾ തോറും കർഷക സംഘങ്ങൾ രൂപീകൃതമായി. കാസർഗോഡ് താലൂക്ക് ഒന്നാം കർഷക സമ്മേളനം 1938 ഏപ്രിൽ 17ന് കാഞ്ഞങ്ങാട്ട് നടന്നു. ടി.എസ്. തിരുമുമ്പിനെ പ്രസിഡണ്ടും കെ. മാധവനെ സെക്രട്ടറിയുമായി തിരഞ്ഞെടുത്തു. ഈ സമ്മേളനത്തോടെ സംഘത്തിന്റെ പ്രവർത്തനങ്ങൾക്ക് ശക്തി കൂടി. സംഘത്തിന്റെ രണ്ടാം താലൂക്ക് സമ്മേളനം 1939 ജനുവരി 15ന് കൊടക്കാട്ട് ചേർന്നു. അതേ വർഷം തന്നെ മാധവൻ സെക്രട്ടറിയായി കാസർഗോഡ് താലൂക്കിൽ കമ്മ്യൂണിസ്റ്റ് പാർട്ടിയുടെ രഹസ്യസംഘടനയും നിലവിൽ വന്നു.

കർഷക സംഘത്തിന്റെയും കമ്മ്യൂണിസ്റ്റ് പാർട്ടിയുടെയും മുഖ്യചുമതലക്കാരനായ മാധവന് താലൂക്കിലെ മറ്റു പ്രദേശങ്ങളിലെന്ന പോലെ കയ്യൂരുമായും നേരിട്ട് ബന്ധമുണ്ടായിരുന്നു. 1937 ലാണ് അദ്ദേഹം ആദ്യമായി കയ്യൂരിലെത്തിയത്. കൂക്കോട്ട് കേന്ദ്രീകരിച്ച് സംഘത്തിന്റെ ഒരു യൂണിറ്റ് രൂപീകരിക്കുകയായിരുന്നു ഇതിന്റെ ഉദ്ദേശം. ഏ.വി. കുഞ്ഞമ്പു, ടി.എസ്. തിരുമുമ്പ് തുടങ്ങിയ സംഘം ഭാരവാഹികളോടൊപ്പമായിരുന്നു ആ യാത്ര. ആ സംഘത്തിന്റെ പ്രവർത്തനം കയ്യൂർ മേഖലയിൽ അനുദിനം ശക്തിയാർജ്ജിച്ചു. തിരുമുമ്പും മാധവനും കയ്യൂരിലെ പരിസരങ്ങളിലും ഇടയ്ക്കിടെ വരികയും ക്ലാസ്സെടുക്കുകയും ചെയ്തു.

കയ്യൂരിലെ ജനങ്ങളിൽ അത്ഭുതാവഹമായ മാറ്റമുണ്ടായി. അവരിൽ രാഷ്ട്രീയബോധം വളരുകയും പാർട്ടിയുടെ അടിത്തറ വിപുലമാക്കുകയും ചെയ്തു. എ.വി. കുഞ്ഞമ്പു, വി.വി. കുഞ്ഞമ്പു, എൻ.ജി. കമ്മത്ത്, ടി.എസ്. തിരുമുമ്പ് തുടങ്ങിയവരോടൊപ്പം കയ്യൂരിൽ ഇതിനുള്ള പശ്ചാത്തലമൊരുക്കുന്നതിൽ കെ.മാധവനും മുൻനിരയിലുണ്ടായിരുന്നതായി എ.വി. കുഞ്ഞമ്പുവിന്റെ ജീവചരിത്രത്തിൽ പറയുന്നുണ്ട്. (എ.വി. കുഞ്ഞമ്പുവിന്റെ ജീവചരിത്രം, എം.എൻ. കുറുപ്പ്. പേജ് 148)

ഇതേ സമയത്തു തന്നെ മൊറാഴ സംഭവത്തെത്തുടർന്ന് ഇ.കെ. നായനാർ, എൻ. സുബ്രഹ്മണ്യക്ഷേണായി തുടങ്ങിയ ചിറക്കൽ താലൂക്കിലെ സഖാക്കൾ കാസർഗോഡ് താലൂക്കിൽ ഒളിവിൽ കഴിയുന്നുണ്ടായിരുന്നു. കയ്യൂർ, കൂക്കോട്ട്, ക്ലായിക്കോട്, തിമിരി, പാലായി തുടങ്ങിയ പ്രദേശങ്ങളിൽ ക്ലാസ്സെടുക്കാനും മറ്റും ഇവരുടെ സേവനം പ്രയോജനപ്പെടുത്തി. പാർട്ടി സെല്ലിന്റെയും കർഷക സംഘത്തിന്റെയും താലൂക്ക് സെക്രട്ടറിയെന്ന നിലയിൽ മാധവനായിരുന്നു. ഇതിനുള്ള സംവിധാനം ഒരുക്കിയത്. കയ്യൂർ സമരത്തിൽ നായനാരുടെ പങ്കിനെക്കുറിച്ച് ചില കോണുകളിൽനിന്ന് സംശയം ഉയർന്നപ്പോൾ ആ ആശങ്ക ദുരീകരിക്കും വിധത്തിൽ മറുപടി നൽകാനുള്ള ആധികാരികത മാധവന് കൈവന്നത് ഈ ബലത്തിലാണ്. (ഒരു ഗാന്ധിയൻ കമ്മ്യൂണിസ്റ്റിന്റെ ഓർമ്മകൾ, കെ. മാധവൻ പേജ് 7) കയ്യൂർ സംഭവം നടക്കുന്നതിന് ഏതാണ്ട് ആര ദശകം മുമ്പ് കർഷകസംഘം രൂപീകൃതമായതുമുതൽ, കയ്യൂർ സമര കാലത്തും തുടർന്നും സംഘത്തിന്റെ താലൂക്ക് സെക്രട്ടറി എന്ന നിലയിൽ കെ. മാധവൻ വഹിച്ച പങ്ക് നിസ്തുലമാണ്. കയ്യൂരിലെ പ്രവർത്തനങ്ങൾക്ക് കരുത്തും ആവേശവും പകരാൻ മറ്റു നേതാക്കളോടൊപ്പം കെ. മാധവൻ ഇടക്കിടെ വരാറുണ്ടായിരുന്ന കാര്യം 28-ാം പ്രതിയും അഞ്ചുവർഷം തടവും ശിക്ഷയ്ക്കു വിധിക്കപ്പെടുകയും ചെയ്ത ടി. പൊക്കായി സൂചിപ്പിച്ചിട്ടുണ്ട്. (കയ്യൂർ രക്തസാക്ഷി സ്മരണിക, പേജ് 67)

മാധവന്റെ രാഷ്ട്രീയ ജീവിതത്തിലെ ഏറ്റവും ദീർഘമായ ഒളിവുജീവിതം അനുഭവിക്കേണ്ടിവന്ന് കയ്യൂർ സമരത്തെ തുടർന്നാണ്. 1941 മാർച്ച് 28ന് കയ്യൂരിൽ കർഷക സംഘത്തിന്റെ ജാഥയ്ക്കിടയിൽ ഒരു പൊലീസുകാരൻ മരിച്ചതിനെ തുടർന്നാണ് തൊട്ടടുത്ത ദിവസം മറ്റു പ്രധാന നേതാക്കളോടൊപ്പം മാധവനും ഒളിവിൽ പ്രവേശിച്ചത്. ഈ സംഭവത്തെ തുടർന്ന് കമ്മ്യൂണിസ്റ്റുകാരെയും അനുഭാവികളെയും പൊലീസ് നായാടിപ്പിടിക്കാൻ തുടങ്ങിയതോടെയാണ് ഒളിവിൽ പോകാനുള്ള തീരുമാനം താലൂക്ക് പാർട്ടിനേതൃത്വം കൈകൊണ്ടത്. കാസർഗോഡ് താലൂക്കിന്റെ പല ഭാഗങ്ങളിലും മംഗലാപുരത്തുമായി ഒരു വർഷത്തോളം നീണ്ടതായിരുന്നു കയ്യൂർ കേസിനെത്തുടർന്ന് മാധവന്റെ ഒളിവുജീവിതം.

കയ്യൂർ കേസിൽ കെ. മാധവനെ പ്രതിയാക്കാൻ ശക്തമായി ശ്രമമുണ്ടായിരുന്നു. വെള്ളക്കാരനായ ജില്ലാപൊലീസ് സുപ്രണ്ടിന്

അങ്ങനെ ചെയ്യണമെന്നുണ്ടായിരുന്നു. എന്നാൽ മാധവൻ, കെ.ടി. കുഞ്ഞിരാമൻ നമ്പ്യാർ തുടങ്ങിയവരെ പ്രതികളാക്കിയാൽ കേസിൽ സാക്ഷികളായി ഭേദപ്പെട്ട വ്യക്തികളെ കിട്ടാൻ പ്രയാസമാകുമെന്നും കേസിന് തെളിവുണ്ടാവുകയില്ലെന്നുമായിരുന്നു സർക്കിൾ ഇൻസ്പെക്ടർ രാമയുടെ വാദഗതി. കൂടാതെ മാധവന്റെ ജ്യേഷ്ഠനും (അർദ്ധസഹോദരൻ) കുഞ്ഞിരാമൻ നമ്പ്യാരുടെ മച്ചുനിയനുമായ ബാരിസ്റ്റർ എം.കെ. നമ്പ്യാരായിരുന്നു അന്ന് മംഗലാപുരത്ത് പബ്ലിക് പ്രോസിക്യൂട്ടർ. മാധവനെ പ്രതിയാക്കിയാൽ പ്രോസിക്യൂട്ടർ എന്നനിലയിൽ എം.കെ. നമ്പ്യാരുടെ സേവനം ലഭിക്കാതെ വന്നേക്കുമെന്ന സ്ഥിതിയുമുണ്ടായിരുന്നു. അതുകൊണ്ടാണ് മാധവനെയും കുഞ്ഞിരാമൻ നമ്പ്യാരെയും പ്രതികളുടെ ലിസ്റ്റിലുൾപ്പെടുത്താതെ തടങ്കൽ വാറണ്ട് പുറപ്പെടുവിച്ചത്. ഈ വാറണ്ട് കാരണമാണ് മാധവന് ഒളിവിൽ കഴിയേണ്ടി വന്നത്.

ഒളിവിൽ കഴിയുമ്പോഴും മാധവന്റെ പ്രധാന പ്രവർത്തനം കയ്യൂർ കേസിൽപെട്ടവരെ രക്ഷിക്കുന്നതിലായിരുന്നു. പ്രതികളാക്കപ്പെട്ടവരുടെ ബന്ധുക്കളെ സഹായിക്കുന്നതിന് പാർട്ടി പ്രവർത്തകരെ ചുമതലപ്പെടുത്തി. കേസു നടത്തുന്നതിനും അതിനാവശ്യമായ നിയമ സംരക്ഷണം നൽകുന്നതിനുമായി ഫണ്ട് പിരിക്കുന്നതിനും അദ്ദേഹം താല്പര്യപൂർവ്വം പ്രവർത്തിച്ചു. കേസ് വിചാരണ കാലത്ത് മംഗലാപുരത്ത് പത്രപ്രവർത്തകനായിരുന്ന നിരഞ്ജന (കുളുകുന്ദശിവറാവു)യെ കണ്ട് വിചാരണ വിശേഷങ്ങൾ മാതൃഭൂമിയിലും മറ്റും റിപ്പോർട്ട് ചെയ്യുന്നതിനും ഏർപ്പാട് ഉണ്ടാക്കിയതും മാധവനായിരുന്നു. കേസിൽ തൂക്കാൻ വിധിച്ച നാലുപേരെയും വിടുവിക്കാൻവേണ്ടി ബഹുജനാഭിപ്രായം വളർത്തിക്കൊണ്ടു വരാനും അദ്ദേഹം വളരെ പരിശ്രമിച്ചു. ഈ ആവശ്യവുമായി മാധവനും തിരുമുമ്പും മറ്റും തന്നെ സമീപിച്ച വിവരം എ സി. കണ്ണൻ നായർ രേഖപ്പെടുത്തിയിട്ടുണ്ട്. (ഏ.സി. കണ്ണൻ നായരുടെ ഡയറി, 1942 ജൂലായ്27)

കയ്യൂർ കേസിൽ വധശിക്ഷയ്ക്കു വിധിക്കപ്പെട്ട സഖാക്കളെ സന്ദർശിക്കാൻ പാർട്ടി ജനറൽ സെക്രട്ടറി പി.സി. ജോഷി കണ്ണൂർ സെൻട്രൽ ജയിലിൽ വന്നു. ആ അവസരത്തിൽ അദ്ദേഹം കയ്യൂരിലും വന്നിരുന്നു. ചെറുവത്തൂരിൽ അവരെ സ്വീകരിക്കാനും കയ്യൂരിലേക്ക് അനുധാവനം ചെയ്യാനും കെ. മാധവനും ഉണ്ടായിരുന്നു. ജോഷിയോടൊന്നിച്ച് പി. സുന്ദരയ്യ, പി. കൃഷ്ണപ്പിള്ള തുടങ്ങിയവരും ഉണ്ടായിരുന്നു. അവരുടെ കൂടെ മാധവൻ കയ്യൂരിലേക്ക് പോയെങ്കിലും കയ്യൂരിലെ പൊലീസ് സാന്നിധ്യം കണക്കിലെടുത്ത് അറസ്റ്റ് വാറണ്ടുള്ള മാധവൻ വഴിയിൽ നിന്ന് തിരിച്ചുപൊന്നു.

കയ്യൂർ സമര കാലത്ത് കെ. മാധവന്റെ നേതൃപരമായ പങ്കാളിത്തം അക്കാലത്ത് കാസർഗോഡ് താലൂക്കിൽ ഒളിവിൽ കഴിഞ്ഞിരുന്ന ഇ.കെ. നായനാർ പരാമർശിക്കുന്നുണ്ട്. (ഒളിവുകാല സ്മൃതികൾ, ഇ.കെ. നായനാർ, പേജ് 18&49) പി.വി.കെ പനയാലിന്റെ ഖനിജത്തിലും

കയ്യൂരിനെ കമ്മ്യൂണിസ്റ്റാക്കിയ നേതാക്കളുടെ പട്ടികയിൽ മാധവൻ ഉണ്ട്. (ഖനിജം, പി.വി.കെ പനയാൽ, പേജ് 95, 198& 208) കയ്യൂർ സമരത്തെക്കുറിച്ചുള്ള ആദ്യത്തെ സാഹിത്യരചനയായ ചിരസ്മരണ നിരഞ്ജന സമർപ്പിക്കുന്നത്. കയ്യൂരിലെ കർഷകരുടെ പ്രിയപ്പെട്ട നേതാക്കളായ മാധവൻ, ഗണപതി കമ്മത്ത്, വി.വി എന്നിവർക്കാണ്. ചിരസ്മരണയുടെ അവസാനഭാഗത്ത് തങ്ങളുടെ അവസാനത്തെ ആഗ്രഹമായി കയ്യൂർ രക്തസാക്ഷികൾ ജയിലറോട് പറയുന്നത്. ഞങ്ങളുടെ മാസ്റ്ററുമായി സന്ദർശനം ഏർപ്പാട് ചെയ്യാനാണ്. (ചിരസ്മരണ, നിരഞ്ജന, രണ്ടാംപതിപ്പ്, പേജ് 316) അതെ ജയിലിൽ തന്നെ തടവുകാരനായിരുന്ന മാസ്റ്ററെയാണ് നോവലിൽ കയ്യൂർ രക്തസാക്ഷികൾ അവസാനമായി മുഖാമുഖം കണ്ടത്. ഈ കൂടിക്കാഴ്ച നോവലിസ്റ്റിന്റെ ഭാവനാ സൃഷ്ടിയാണ്. എങ്കിലും കയ്യൂരിന്റെ ചരിത്രത്തിൽ ഇത്രയും സ്വാധീനമുള്ള മാസ്റ്റർ ആരാണെന്ന് നിരഞ്ജന തന്നെ വെളിപ്പെടുത്തിയിട്ടുണ്ട്. ചിരസ്മരണയിലെ അനേകം കഥാപാത്രങ്ങൾ ജീവിതത്തിൽ നിന്ന് നേരിട്ട് നോവലിലേക്ക് കടന്നു വരികയായിരുന്നു... മാഷ് എന്ന കഥാപാത്രത്തിന് പ്രചോദനം മാധവൻ–മാധവേട്ടൻ–ആണ്. (ചിരസ്മരണ രണ്ടാം പതിപ്പിനുള്ള ആമുഖം)

കണ്ണൂർ സെൻട്രൽ ജയിലിൽ രക്തസാക്ഷികൾക്കൊരു സ്മാരകം

കയ്യൂർ രക്തസാക്ഷികളെ തൂക്കിലേറ്റിയ കണ്ണൂർ സെൻട്രൽ ജയിലിൽ സ്മാരകം നിർമ്മിക്കുവാൻ ഏറെ കാലമെടുത്തു. ആറ് പതിറ്റാണ്ടുകൾക്ക് ശേഷം 2006–ലാണ് ഈ സ്വപ്നം സാക്ഷാൽക്കരിക്കപ്പെട്ടത്. സ്വാതന്ത്ര്യസമര സേനാനികളും രാഷ്ട്രീയ-സാമൂഹ്യ പ്രവർത്തകരും സ്മാരക നിർമ്മാണത്തിന് വേണ്ടി ഒട്ടേറെ ശ്രമങ്ങൾ നടത്തിയിരുന്നു. പക്ഷേ, ഒന്നും ഫലവത്തായില്ല. കയ്യൂർ ചായ്യോത്തെ കെപി. വേണുഗോപാലൻ ഈ ഉദ്യമവുമായി കുറെ തവണ അധികൃതർക്ക് നിവേദനം നൽകി. കയ്യൂർ രക്തസാക്ഷികൾക്ക് കണ്ണൂർ സെൻട്രൽ ജയിലിൽ ഒരു സ്മാരകമെന്ന ആഗ്രഹം സഫലീകരിക്കുന്നതിന് വേണ്ടി 1987–ൽ അന്നത്തെ കേരള മുഖ്യമന്ത്രിക്ക് വേണുഗോപാലൻ നിവേദനം നൽകി. 2006–ൽ വീണ്ടും സ്മാരകം നിർമ്മിക്കണമെന്നഭ്യർത്ഥിച്ചുകൊണ്ട് മുഖ്യമന്ത്രി വി.എസ്. അച്യുതാനന്ദനും സിപിഐ(എം) സംസ്ഥാന സെക്രട്ടറി പിണറായി വിജയനും ആഭ്യന്തര വകുപ്പ് മന്ത്രിക്കും നിവേദനം നൽകി. മുഖ്യമന്ത്രിയുടെ ജനഹിതം പരിപാടിയിൽ പ്രസ്തുത ആവശ്യം വീണ്ടും വേണുഗോപാലൻ ഉന്നയിച്ചു. ആവശ്യം ന്യായമാണെന്നും യുക്തമായ നടപടികൾ സ്വീകരിക്കുമെന്നും മുഖ്യമന്ത്രി ഉറപ്പ് നൽകി.

ഈ ആവശ്യവുമായി അഡീഷണൽ ചീഫ് സെക്രട്ടറിയെ ബന്ധപ്പെടാൻ നിർദ്ദേശിച്ചുകൊണ്ടുള്ള ഗവൺമെന്റിന്റെ കത്ത് വേണുഗോപാലന് ലഭിച്ചു. തിരുവനന്തപുരത്ത് പോയി മുഖ്യമന്ത്രിയെയും അഡീഷണൽ ചീഫ് സെക്രട്ടറിയെയും കാണുകയും കാര്യങ്ങൾ ബോധ്യപ്പെടുത്തുകയും ചെയ്തു. നിങ്ങൾ നാട്ടിൽ എത്തുമ്പോഴേക്കും ഉത്തരവ് ജയിൽ അധികൃതർക്ക് ലഭിച്ചിട്ടുണ്ടാകും എന്ന് മുഖ്യമന്ത്രി ഉറപ്പ് നൽകി. സെൻട്രൽ ജയിലിൽ സ്മാരകം വരുന്നതിനെതിരായി കോൺഗ്രസ്

പാർട്ടിയും ബിജെപിയും പ്രതിഷേധവുമായി രംഗത്തിറങ്ങി. പക്ഷേ, ഇട തുപക്ഷ പ്രസ്ഥാനത്തിന്റെ ശക്തമായ ഇടപെടലിനെത്തുടർന്ന് സ്മാരകം യാഥാർത്ഥ്യമായി. ജയിൽ മതിലിനകത്ത് വനിതാ സെല്ലിന് സമീപത്തായി നാല് രക്തസാക്ഷികളുടെ പേരുകൾ ആലേഖനം ചെയ്ത സ്മൃതിമ ണ്ഡപം ഒരുക്കി. 2006 ഡിസംബർ 3-ന് മുഖ്യമന്ത്രി വി.എസ്. അച്യുതാ നന്ദൻ സ്മാരകം ഉദ്ഘാടനം ചെയ്തു.

ജോൺ എബ്രഹാം കയ്യൂരിലെ പാർട്ടി സെക്രട്ടറിക്ക് അയച്ച കത്ത്

സെക്രട്ടറി, ലോക്കൽ കമ്മിറ്റി
കമ്യൂണിസ്റ്റ് (മാർക്സിസ്റ്റ്)പാർട്ടി ഓഫീസ്, കയ്യൂർ.

സഖാവേ,

കയ്യൂർ സമരം ചലച്ചിത്രമാക്കാനുള്ള എന്റെ എളിയ ശ്രമങ്ങളെപ്പറ്റി അറിഞ്ഞിരിക്കുമല്ലോ. ചിത്രം പൂർണ്ണമായും കയ്യൂരിൽവെച്ചുതന്നെ ഷൂട്ട് ചെയ്യണമെന്നാണ് എന്റെ ആഗ്രഹം. അങ്ങനെയാണെങ്കിൽ മാത്രമേ കയ്യൂർ സമരത്തിന്റെ യഥാർത്ഥസത്ത ആവിഷ്ക്കരിക്കാൻ കഴിയുകയുള്ളൂ എന്ന് ഞാൻ കരുതുന്നു. കയ്യൂർ സമരത്തെ സത്യസന്ധമായി ചിത്രീകരിക്കുകയാണ് എന്റെ ഉദ്ദേശ്യം. ധീരതയാർന്ന സഖാക്കൾ നയിച്ച വികാരവും അവരുയർത്തിപ്പിടിച്ച ആത്മത്യാഗ സന്നദ്ധതയും ചിത്രത്തിൽ പ്രകടിപ്പിക്കണമെന്ന് എനിക്ക് നിർബന്ധമുണ്ട്.

ഇക്കാര്യം ശരിയായി നടക്കണമെങ്കിൽ നിങ്ങളുടെയും പ്രത്യേകിച്ച് നിങ്ങളുടെ പാർട്ടി സഖാക്കളുടേയും പൂർണ്ണ സഹകരണം എനിക്കാവശ്യമുണ്ട്. അക്കാര്യം ചെയ്തുതരുവാൻ നിങ്ങൾ ഉപേക്ഷ കാണിക്കില്ലെന്ന് എനിക്കുറപ്പുണ്ട്.

നന്ദി പറയുന്നത് നിരർത്ഥകമാണ്. കയ്യൂർ തൂക്കിലടക്കപ്പെട്ട സഖാക്കളുടെ കുരുതിയേക്കാളുപരി വേദന കണ്ടെത്താൻ ശ്രമിക്കുന്ന ഒരു ചിത്രം നിർമ്മിക്കാനാണ് ഞാൻ ആഗ്രഹിക്കുന്നത്. അതിന് പാർട്ടിയുടെ സഹകരണവും അനുഗ്രഹവും ആഗ്രഹിക്കുന്നു. ഇത് കൊതിയല്ല, അവകാശമാണെന്ന് വിശ്വസിക്കട്ടെ. ആവശ്യമായ സഹായ സഹകരണങ്ങളും

നിർദ്ദേശങ്ങളും പ്രതീക്ഷിച്ചുകൊണ്ട് തൽക്കാലം അവസാനിപ്പിക്കട്ടെ. കയ്യൂരിലുള്ള പാർട്ടി സഖാക്കൾ നിങ്ങളുടെ നിർദ്ദേശം ആവശ്യമാണെന്ന് അറിയിക്കുകയുണ്ടായി. വേണ്ട നിർദ്ദേശങ്ങൾ പ്രാദേശിക പാർട്ടി സഖാക്കൾക്ക് നൽകണമെന്ന് അപേക്ഷിക്കുന്നു.

നിങ്ങളുടെ എല്ലാവിധ നിസ്വാർത്ഥ സഹകരണങ്ങളും പ്രതീക്ഷിച്ചുകൊണ്ട്,

സസ്നേഹം
ജോൺ

www.ingramcontent.com/pod-product-compliance
Lightning Source LLC
LaVergne TN
LVHW060246051026
849517LV00005B/1734